भारताच्या आर्थिक समस्या – भाग ४

Economic Problems in India

आर्थिक विकास आणि नियोजन

Economic Development and Planning

डॉ. मधुसूदन साठे

डायमंड पब्लिकेशन्स

आर्थिक विकास आणि नियोजन
डॉ. मधुसूदन साठे
Economic Development and Planning
Dr. Madhusudan Sathe

प्रथम आवृत्ती : २००८
पुनर्मुद्रण : २०२१

ISBN 978-81-89959-77-7

मुखपृष्ठ
शाम भालेकर

प्रकाशक
डायमंड पब्लिकेशन्स
२६४/३ शनिवार पेठ, ३०२ अनुग्रह अपार्टमेंट
ओंकारेश्वर मंदिराजवळ, पुणे-४११ ०३०
☎ ८६०००१०४१६, ०२०-२४४५२३८७, २४४६६६४२

info@dpbooks.in
www.dpbooks.in

लेखकाची पार्श्वभूमी

मधुसूदन दत्तात्रय साठे यांचे शाळा आणि महाविद्यालयीन शिक्षण मुंबई, पुणे येथे झाले. त्यांनी अर्थशास्त्रात पदवी घेतली. एम. ए. (प्रथम क्रमांक) पुणे विद्यापीठ (१९६४) व पीएच. डी. (१९६८) पीएच. डी. चा विषय होता क्षेत्रीय नियोजन. पुढे या ग्रंथाला शिकागो विद्यापीठाचे नामांकित प्राध्यापक बर्ट होझलिट यांनी प्रस्तावना दिली.

श्री. साठे यांनी प्रथम कॉमर्स या आर्थिक नियतकालिकेच्या संशोधन विभागात, नंतर असोसिएटेड चेंबर्स ऑफ कॉमर्स ॲन्ड इंडस्ट्रीज, मुंबई आणि नंतर बँक ऑफ महाराष्ट्रच्या नियोजन विभागात संशोधनाचा अनुभव घेतला. त्यांनी नियोजन आयोग, दिल्ली यांच्यासाठी पुणे जिल्ह्यातील दुबळ्या घटकांचे नियोजन असा संशोधन प्रकल्प डॉ. एम. व्ही. नामजोशी यांच्या मार्गदर्शनाखाली पुरा केला. (१९७२) नियोजन आयोगाच्या साहाय्यातून हा ग्रंथ प्रसिद्ध करण्यात आला.

हे संशोधन जिल्हा नियोजनाशी निगडित होते आणि महाराष्ट्र शासनाने या सुमारास देशात प्रथमच जिल्हा नियोजनाचा प्रयत्न सुरू केला होता. पुढे १९७५ मध्ये श्री. साठे यांनी या जिल्हा नियोजनाचे महाराष्ट्र शासनाच्या नियोजन विभागासाठी मूल्यमापन केले आणि त्याचे दोन अहवाल (१९७६) सादर केले. स्वतंत्रपणे गांधी पीस फाऊंडेशन, दिल्ली यांनी देशातील बंधक मजुरांचे (बाँडेड लेबर) प्रथमच सर्वेक्षण केले.

त्यानंतर १९७८ पासून श्री. साठे यांनी पुढाकार घेऊन डेव्हलपमेंट ग्रुप या स्वयंसेवी संस्थेची स्थापना केली आणि पुढची पंचवीस वर्षे त्याचे सचिव म्हणून पूर्णवेळ काम केले. डेव्हलमेंट ग्रुपच्या माध्यमातून पुढील तीन प्रकारची कामे झाली.

१. महाराष्ट्रातील स्वयंसेवी संघटनांना प्रकल्प नियोजन करून, परदेशी देणगीदार संस्थांकडून आर्थिक मदत मिळवून देण्यात आली. यात अनेक संस्थांच्या विकास कार्यक्रमात सहभागी होऊन सल्ला आणि तज्ज्ञांची मदत देण्यात आली. त्यातूनच संस्थेने प्रत्यक्ष अंमलबजावणीच्या अनुभवांवर भर देऊन विकास प्रक्रियेचा अभ्यास केला.

२. रोजगार हमी योजनेचा सततचा पाठपुरावा केला. यासाठी रोजगार हमी योजनेच्या मजुरांचे तीन दिवसांच्या शिबिरातून प्रशिक्षण केले. तसेच वृत्तपत्रातून या विषयावर व्यापक लिखाण केले.

३. शासनाच्या अनेक विकास कार्यक्रमांचे मूल्यमापन अहवाल तयार केले.

यात मौसमी पावसाचा अभ्यास, दुष्काळ आणि जिरायत शेती, फळबागायत, दुग्ध विकास, आदिवासी विकास कार्यक्रम, मागासवर्गीय घटकांचे स्वयं रोजगाराचे कार्यक्रम, पाणलोट क्षेत्र विकास, पश्चिमघाट विकासकार्यक्रम मूल्यमापन, भटक्या जाती आणि विमुक्त जमाती यांचे सर्वेक्षण, मुळा आणि घोडसिंचन प्रकल्प अभ्यास, कृष्णा आणि कुकडी प्रकल्पाअंतर्गत सहा धरणांवरील दहा हजार धरणग्रस्तांचे पुनर्वसन आणि कृती कार्यक्रम, पिण्याच्या पाण्याची समस्या असलेल्या गावांचा अभ्यास, मेळघाटमधील कुपोषण आणि बालमृत्यू, पाणी वाटप संस्था, पाणी पंचायतीचा प्रयोग, कृष्णा नदीवरील उपसा जलसिंचन योजनांचे मूल्यमापन, अहमदनगर जिल्ह्यांतील दुष्काळाचा अभ्यास असे विविध विषय अभ्यासण्यात आले.

१९८९ पासून राज्याच्या राज्य नियोजन मंडळात मागची अठरा वर्षे सदस्य म्हणून काम केले. या अंतर्गत आठवी, नववी आणि दहावी पंचवार्षिक योजना बनवताना रोजगार आणि मनुष्यबळ नियोजन, दारिद्र्य निर्मूलन कार्यक्रमाचे नियोजन, दुबळ्या घटकांचे नियोजन कार्यक्रम, पिण्याच्या पाण्याचे कार्यक्रम, रोजगार नियोजन या अभ्यासगटांचे अध्यक्ष म्हणून काम केले. तसेच वनीकरण, सामाजिक वनीकरण, सिंचन, गृहनिर्माण, शिक्षण यांच्या अभ्यासगटांत सदस्य म्हणून सहभाग दिला.

१९९५ मध्ये राज्यपालांना सल्ला देणाऱ्या उर्वरित महाराष्ट्र वैधानिक विकास मंडळावर सदस्य म्हणून काम केले.

शिवाय श्री. साठे यांनी शासनाने नेमलेल्या समित्यांवर सदस्य म्हणून काम केले. त्या पुढीलप्रमाणे :

अवर्षण प्रवणक्षेत्राचा आढावा आणि विकास : अध्यक्ष डॉ. व्ही. सुब्रमणियम (१९८४), महाराष्ट्र शासन शेळी आणि मेंढी आयोग (१९८८), महाराष्ट्र शासन जिल्हा नियोजनाचे मूल्यमापन (१९९१), महाराष्ट्र शासन बालिका विकास कार्यक्रम (१९९०), महाराष्ट्र शासन, राज्य रोजगार हमी योजना परिषद (१९९०), महाराष्ट्र शासन राज्यातील अवर्षण प्रवण क्षेत्रातील सिंचनाचा तालुकानिहाय अनुशेष निश्चित करण्यासाठी समितीवर तज्ज्ञ सदस्य श्री. साठे यांनी पुण्याच्या नगर नियोजनावर आणि आर्थिक प्रश्नांवर महाराष्ट्र टाईम्स, लोकसत्ता, लोकमत, सकाळ वृत्तपत्रातून व्यापक लिखाण केलेले आहे. सध्या ते पुणे महानगरपालिकेच्या वाहन आणि वाहतूक समितीवर सदस्य म्हणून काम करत आहेत.

मधुसूदन दत्तात्रय साठे

'यशोधन', २०७१,
विजयानगर, पुणे - ४११०३०.
दूरध्वनी - (०२०) २४३३७१५४.
मोबाईल - ९८५००१३४८३
madhusudan_sathe@yahoo.co.in

मनोगत

देशातले आणि परदेशातले अर्थकारण या विषयावर पुस्तकांची एक मालिका येथे प्रसिद्ध होत आहे आणि त्यासाठी एक सामाईक भूमिका येथे मांडली आहे. भारताच्या अर्थव्यवस्थेवर पाच वेगळी पुस्तके आहेत. आणि जगातल्या अर्थकारणावर आणखी पाच पुस्तके आहेत. या एकूण पुस्तक मालिकेमध्ये अर्थकारण, समाजकारण आणि राजकारण यांची अनेक अंगे आहेत, परंतु मुख्य भर आर्थिक बाबींवर आहे आणि इतर बाबी संलग्न आहेत. या मालिकेमागची लेखकाची भूमिका कोणती होती याचा खुलासा झाला तर वाचकाला हे वाचन सुलभ जाईल.

मागच्या नव्वदीपासून आणि आता या एकविसाव्या शतकात आपण एका नव्या जगात प्रवेश करत आहोत. इतर सगळ्याच देशांना हा अनुभव येत आहे. मागच्या सुमारे पाचशे वर्षात चालू असलेल्या सांस्कृतिक पुनरुत्थानाच्या चळवळीत आणि मागची सुमारे तीनशे वर्षे चालू असलेल्या औद्योगिकीकरणाच्या युगात आता जगातले सगळे देश घुसळून निघालेले आहेत. त्यामुळे आता जागतिकीकरण आपल्याला हवे की नको आणि ते चांगले की वाईट असा प्रश्न उरलेला नाही. जग एकत्र येणारच आहे.

यातून सर्वसाधारण माणसाला, एक नवा अनुभव येत आहे. रोजच्या जीवनातही याचे अनेक प्रसंग उभे रहात आहेत. याविषयी आपली समज वाढावी यासाठी या पुस्तक मालिकेचे आणि लेखसंग्रहाचे आयोजन केलेले आहे. अर्थशास्त्रात विद्यार्थी आणि गुरूजन, तसेच अर्थशास्त्राचे कोणतेच औपचारिक सोपस्कर न झालेले इतर अनेक ज्ञानशाखांचे व्यावसायिक यांची आपल्याभोवती घडणाऱ्या दैनंदिन आर्थिक घडामोडींची जाण आणि कुतूहल या लेखनातून वाढावी अशी अपेक्षा आहे.

या मालिकेत आता पुस्तकाच्या स्वरुपात मांडणी दिसत असली तरी मुळात याची सुरूवात आणि रचना वेगळ्या आधारावर झालेली आहे.

वेळोवेळी देशात आणि परदेशात ज्या ठळक आर्थिक घटना घडत होत्या. त्यानिमित्ताने लेखांमध्ये टीका-टिप्पणी केलेली आहे. यामागे कोणतीही वैचारिक अगर मूल्यांवर आधारित गृहिते मनात ठेवून समोरचा प्रश्न आणि प्रसंग आणि परिस्थिती यांचे विश्लेषण केलेले नाही. वस्तुस्थितीची अधिकाधिक निर्विकार मांडणी केली आहे आणि त्यासाठी आकडेवारी आणि वास्तव यावर सगळा भर दिला आहे. समाजवाद, भांडवलशाही, लोकशाही याविषयी आवडी आणि आग्रह जसे जाणीवपूर्वक

बाजूला ठेवले आहेत त्याचप्रमाणे अर्थशास्त्रामधली सैद्धान्तिक आणि वैचारिक मांडणीही दूर ठेवली आहे. यामुळे लेखकाने आपले निष्कर्ष आणि सारांश वाचकावर लादण्याचे शक्यतोवर टाळले आहे. वाचक आपणच स्वत;ची उत्तरे शोधू शकतो.

या लेखसंग्रहाच्या मालिकेची आणखी एक मर्यादा आहे. वर सांगितल्याप्रमाणे पुस्तक म्हणून यांची रचना सर्वात शेवटी झाली. त्यामुळे एकाच पुस्तकात अनेक लेख वेगवेगळ्या असूनही त्यात कोणतेही एक सूत्र सगळ्या लेखांना बांधणारे नाही. वेगवेगळे लेख अंगांना स्पर्श करणारे आहेत. आणि त्यांचे निमित्त प्रासंगिक आहे. परंतु त्यातही इतर प्रसंगी आणि इतर संदर्भात इतरांना अनुभव घेता येईल असे तथ्य आहे. हा तथ्यांश महत्त्वाचा आहे. आणि म्हणून येथे केलेल्या टीका टीप्पण्या प्रासंगिक राहत नाहीत त्यात थोडेफार बदल केले म्हणजे असे प्रसंग आणि अनुभव इतर वेळीही येतात असे वाचकाला आढळून येईल. त्याच बरोबर इतर प्रसंगी आणि स्थानिक परिस्थितीत या विश्लेषणातले तथ्यही शोधता येईल. स्थळकाळाच्या अनेक मर्यादा लक्षात घेऊन लेखांमधली आकडेवारी आजच्या काळापर्यंत अद्ययावत करण्याचा प्रयत्न केलेला नाही.

हा लेखसंग्रह पुस्तकरूपाने प्रसिद्ध करताना लेखकाच्या मनात काय होते याचा खुलासा केवळ यासाठी केला आहे की वाचकांच्या अपेक्षा फार हाताबाहेर जाऊ नयेत. त्यातून अपेक्षाभंग पदरी पडेल आणि दोष लेखकावर येईल. येथे अर्थशास्त्रावर संशोधनपर ग्रंथलिखाण केलेले नाही. यातील आकडेवारी, मते, विचारप्रवाह आणि समज आपल्या भोवतालच्या सार्वजनिक जीवनातले आहेत. त्यात अपुरेपणा आहे, काळ आणि वेळ उलटून गेलेला आहे. तसेच काळ वेळाचे संदर्भ पुरेसे अद्यावत नाहीत. हे सारे सविस्तरपणे आणि शास्त्राला धरून केले असते तर मग अनेक प्रश्नांच्या अनेक अंगांची इतकी मोजकी मांडणी आणि विश्लेषण करताही आले नसते. त्यातून मोठा ग्रंथच लिहावा लागला असता. सर्वसाधारण वाचकाला ते पेलवले नसते. म्हणून लेखक या मर्यादांची जबाबदारी घेत आहे. यासाठी क्षमस्व म्हणणे सोपे.

१ जाने. २००८ **— मधुसूदन दत्तात्रय साठे**

प्रस्तावना

या विषयात अर्थव्यवस्था, दारिद्र्य, विकासप्रक्रिया आणि पंचवार्षिक योजना यांचा उहापोह केला आहे.

देशाने आता सुमारे साठ वर्षांचा दीर्घ टप्पा पार केला आहे. आणि त्यात अनुभवांचे भांडवल गोळा केले आहे. सगळ्या जगात आपला लोकशाहीचा आणि केंद्रिय नियोजनाचा अनुभव अपूर्व समजला जातो. इतक्या मोठ्या लोकसंख्येच्या आणि वैविध्य असलेल्या देशाने स्वातंत्र्य मिळवतानाच अनेक बिकट प्रश्नांचा वारसा घेतला होता. त्यामुळे ही काट्यांनी भरलेली वाटचाल देशाने यशस्वीपणे केली असाच सगळ्या अभ्यासकांचा निष्कर्ष आहे.

आपण औद्योगिकरणाची धोरणे स्वीकारतांना राज्यकर्त्यांनी खोलवर विचार करून नियोजनाचे माध्यम स्वीकारले होते आणि पंचवार्षिक योजनांच्या दीर्घ मालिकेतून वेगवेगळी लक्ष्ये साध्य केली होती. या नियोजनातून जशी शक्ती मिळत गेली त्याबरोबर समोरची आर्थिक परिस्थितीही बदलत गेली आणि मग त्याचबरोबर मूळ धोरणे आणि नियोजनाची तंत्रे आणि लक्ष्ये यातही बदल होत गेले.

देशाने जशी विकासात भरीव कामगिरी करून दाखवली त्याचप्रमाणे काही प्रश्नही आहे तिथेच आहेत. त्यापैकी एक प्रमुख प्रश्न म्हणजे दारिद्र्याचा. यात ही आपण मूळ प्रश्नाची सोडवणूक करण्याच्या दृष्टीने वाटचाल केली असली तरीही लोकसंख्येचा बोजा वाढल्यामुळे मिळालेले यश फारसे लक्षणीय नाही. यासाठी दारिद्र्याच्या वेगवेगळ्या अंगांची येथे चर्चा केली आहे.

याबरोबर विकास प्रक्रियेची तपशीलात चर्चा केली आहे. मागच्या वेगवेगळ्या दशकात काय घडले आणि उणे बेरीज काय होती, याचा जमाखर्च मांडला आहे. देशाचा वेगाने विकास कसा होईल, हा एक अगोदरच्या काळात निकडीचा प्रश्न होता आणि नव्वदीनंतर आपण दिशाबदल केल्यावर या प्रगतीचा दर उंचावला त्याचबरोबर असंतुलित विकासाचे प्रश्नही आता राज्यकर्त्यांना सोडवावे लागत आहेत. शिवाय विकासातही यश मिळाले त्याबरोबर आणखी नवे प्रश्न पुढे आले आहेत.

अशा या बदललेल्या संदर्भात नियोजनाची पद्धती आणि राज्य पातळीवर संतुलित विकासाची प्रक्रिया याचा राज्यकर्त्यांनी येत्या काळात पाठ पुरावा करावा लागणारा आहे.

◆◆

प्रकाशकीय

'अर्थशास्त्र' या व्यापक विषयाच्या सखोल अभ्यासासाठी या विषयावरील पुस्तक-मालिका प्रकाशित करताना आम्हाला अत्यंत आनंद होत आहे.

या मालिकेत 'भारताच्या आर्थिक समस्या भाग १ ते ५', 'जागतिक अर्थकारण : युरोपची आर्थिक प्रगती', 'अमेरिका एक महासत्ता?', 'नव्या जगाचे अर्थकारण', 'आशियातील अर्थव्यवस्था' आणि 'व्यापार व व्यापार संघटन' (WTO) या पुस्तकांचा समावेश आहे.

अर्थशास्त्रावरील या पुस्तक मालिकेचे एक वैशिष्ट्य आवर्जून सांगावेसे वाटते ते म्हणजे ही पुस्तके जगात आणि भारतात घडलेल्या व घडणाऱ्या अर्थशास्त्रीय घडामोडींचा आलेख मांडतानाच अर्थतज्ज्ञांचे त्यावरील चिंतनही प्रकट करतात.

अभ्यासासाठी नेमलेल्या व संदर्भ ग्रंथ म्हणून उपलब्ध असलेल्या अर्थशास्त्राच्या पुस्तकांमध्ये अर्थशास्त्रीय संकल्पना व सिद्धांताचेच विवेचन व उहापोह असतो. सतत बदलणाऱ्या आर्थिक जगतातील घडामोडींचे प्रतिबिंब त्यात पडलेले नसते. इंग्रजीत चालू आर्थिक घडामोडींवरील पुस्तके उपलब्ध होत असतात; परंतु मराठीत अशी पुस्तके आजपर्यंत फारशी प्रकाशित झालेली नाहीत. ही कमतरता भरून काढण्यासाठी १० पुस्तकांच्या मालिकेचा हा महत्त्वाकांक्षी प्रकल्प आम्ही राबवत आहोत.

बी. ए., एम. ए., बी. कॉम., यु.पी.एस्सी., एम.पी.एस.सी., एम.कॉम.च्या विद्यार्थ्यांना व प्राध्यापकांना अर्थशास्त्रातील घटना, घडामोडींवरील ही पुस्तक-मालिका उपयुक्त ठरावी ही अपेक्षा.

– दत्तात्रय गं. पाष्टे

अनुक्रम

विभाग १ : भारतातील अर्थव्यवस्था
Indian Economic System

१.१ भारताची घडण आणि विकासाचे प्रश्न

विसाव्या शतकाच्या दुसऱ्या मध्यात साम्राज्यवादाच्या जोखडातून भराभरा अनेक देश स्वतंत्र झाले आणि त्यातून एक विकसनशील देशांचा गट निर्माण झाला. तसेच अर्थशास्त्रात विकसनशील देशांची विकास प्रकिया हाही एक नवीन गहन अभ्यासाचा विषय निर्माण झाला. या सर्व अनुभवात भारताचे स्थान पूर्णपणे वेगळे आहे; कारण येथे मूळ लोकशाही व्यवस्था मान्य करून केंद्रीभूत नियोजनाचा स्वीकार करण्यात आला. तसेच देशाची प्रचंड लोकसंख्या, आणि त्याबरोबर दारिद्र्याचे मोठे प्रमाण हेही एक अपूर्व वेगळे परिमाण या प्रयत्नाला होते. अनेक भिन्न विचारप्रणालीच्या विचारवंतांनी या ऐतिहासिक घडामोडींचा विचार केलेला आहे. साहजिकच त्यामध्ये विचारांची दरीही मोठी आहे.

जेव्हा भारत १५ ऑगस्ट१९४७ मध्ये स्वतंत्र झाला त्याचा जागतिक संदर्भ होता. मनुष्य जातीने त्यापूर्वी कधी अनुभवले नव्हते असे रणकंदन पाहिले होते. जगाला ज्या युरोपातल्या संस्कृतीने आधुनिक बनवले तेथेच विसाव्या शतकाच्या पहिल्या चाळीस वर्षात दोन महायुद्धे झाली आणि कामगारांची एक रक्तरंजित क्रांती रशियात झाली. सगळी साम्राज्यवादी राष्ट्रे एकमेकाशी सर्वस्व पणाला लावून लढली आणि सरतेशेवटी या संघर्षात कोण जिंकले आणि कोण हरले याला अर्थ उरला नाही. ही आधुनिक संस्कृतींमधील संघर्षाची आणि लढाईची गोळाबेरीज काहीही झाली तरीही जगातून साम्राज्यवादाचा शेवट होण्याची प्रक्रिया सुरू झाली. हा शुभारंभ भारताच्या स्वातंत्र्यातून झाला. नंतरच्या दोन दशकात आशिया, आफ्रिका, लॅटिन अमेरिका या सर्व खंडातून भराभरा अनेक देश वसाहतवादाच्या जोखडातून मुक्त झाले.

प्रत्यक्षात भारत स्वतंत्र होण्यापूर्वी आणि लगेचच नंतर काही संकटे उभी राहिली होती. एक म्हणजे बंगालमधल्या दुष्काळाचे संकट. त्यातून मोठी मनुष्यहानी झाली होती आणि ग्रामीण व्यवस्था उखडली होती. तसेच देश स्वतंत्र होतानाच देशाची फाळणी झाली होती आणि हिंदू आणि मुस्लिम समाजाच्या लोकसंख्येची मोठ्या प्रमाणावर अदलाबदल होत होती. त्यामध्ये हिंसेने थैमान घातले होते. नंतर

काश्मीर प्रांतात पाकिस्तानने सैन्य पाठवून आक्रमण केले. त्यातून जो सैनिकी आणि राजकीय संघर्ष सुरू झाला तो पन्नास वर्षांहून अधिक काळ आजही चालूच आहे. स्वातंत्र्य मिळतानाच्या सुमारास या ज्या घटना घडल्या त्याचे दीर्घ आर्थिक परिणाम देशाला भोगावे लागले.

हे सर्व महाभारत घडत असताना जगात एक नवीन राजकीय आणि त्याबरोबर आर्थिक व्यवस्था जन्माला आली आणि त्यातून शीतयुद्धाने आपले ठाण मांडले. नव्याने स्वतंत्र होणाऱ्या देशांना हे पूर्णपणे नवीन राजकीय वास्तव होते. यामध्ये एक फळी औद्योगिक भांडवलशाही पाश्चिमात्य देशांची होती, ज्यांचा मुळात साम्राज्यवादाचा इतिहास होता आणि ज्यातून हे देश स्वत:चे स्वतंत्र अस्तित्व सुरक्षित करत होते.

दुसरी फळी साम्यवादी देशांची होती ज्यामध्ये गरीबाच्या नावाने आणि वसाहतवादाच्या विरोधात समाजवादी अर्थव्यवस्था उभी राहात होती. यातून नवे स्वतंत्र होणारे देश एका वैचारिक ओढाताणीत सापडले होते. एका बाजूने या देशांच्या अर्थव्यवस्था उद्योग, व्यापार आणि व्यवसाय अशा अनेक क्षेत्रांमध्ये जुन्या साम्राज्यवादी देशांबरोबर जोडल्या गेलेल्या होत्या. तसेच त्यांचा मूलाधार मालकीहक्क आणि खाजगी क्षेत्र हा होता. भारतासारख्या देशात हे वास्तव सर्वदूर पसरलेले होते. त्यातूनच अनेक संस्थांचा पाया उभारण्यात आला होता आणि लोकशाही व्यवस्थेला त्यातून बळ मिळत होते. त्यामुळे नव्याने निवडून आलेल्या राज्यकर्त्यांना त्यात पर्याय नव्हते. त्यामुळे कृषी, व्यापार, उद्योग आणि व्यवसाय अशा अनेक प्रमुख अंगात खाजगी मालकी क्षेत्राचा वावर सर्वमान्य होता.

दुसऱ्या बाजूला दारिद्र्याचे प्रमाण समाजाच्या अनेक वर्गात आणि देशाच्या सर्व भौगोलिक क्षेत्रात इतके व्यापक होते की आर्थिक विकासाचे प्रश्न तातडीने सोडविणे यालाही दुसरा पर्याय नव्हता. या आर्थिक विकासाच्या प्रश्नाचे प्राधान्य मान्य केल्यावर त्यातून साहजिकच काही धोरणाचे मार्ग आपोआप निश्चित होत होते. त्यातूनच शेतीचे आधुनिकीकरण करणे, औद्योगिकीकरणातून देशाचे स्वातंत्र्य सुरक्षित करणे आणि या उद्दिष्टांची पूर्तता करण्यासाठी आंतरराष्ट्रीय राजकारणात स्वतंत्र भूमिका घेणे असे पर्याय राज्यकर्त्यांना निवडावे लागले.

दारिद्र्याचे आणि विकासाचे प्रश्न अर्थव्यवस्थेच्या केंद्रस्थानी आल्यामुळे आर्थिक विकासाची प्रकिया कोणती आणि कशी असेल हा देशाच्या स्वातंत्र्याच्या सुरुवातीपासूनच कळीचा मुद्दा बनला. तेव्हापासून हा एक अखंड चर्चेचा विषय बनलेला आहे.

देश स्वतंत्र झाला त्या सुमारास अनेक उलथापालथी घडून आलेल्या होत्या आणि सुरुवातीची वर्षे अग्नीपरीक्षेची होती. पाश्चिमात्य देशांमध्ये तर जे साम्राज्यवादी नेते होते त्यांना भारत हा एकसंघ देश म्हणून आपले अस्तित्व टिकवून धरेल का ? याविषयी शंका होती. म्हटले तर एक तर्ककर्कश विचार म्हणून ही शंकाही रास्त होती.

भारताच्या सगळ्या इतिहासात एवच्छत्री अमलाखाली तुलनेने एकसंघ विशाल देश म्हणून ब्रिटिश साम्राज्याच्या राजवटीतच असे अस्तित्व निर्माण झाले होते. समाजाच्या सर्व थरातील लोकांना अस्तित्वाचा शाश्वत भरवसा प्रथमच मिळालेला होता. किंबहुना ब्रिटिश येण्यापूर्वी ज्या अनेक संस्थानिकांच्या आणि राजेशाहीच्या राजवटी नांदत होत्या त्यापेक्षा कितीतरी अधिक न्याय, सुरक्षा आणि शाश्वती सगळ्या लोकसंख्येने परदेशी ब्रिटिश राजवटीखाली अनुभवली. त्यामुळेच बहुधा एका मोठ्या लोकसंख्येची सहानुभूती परकीय सत्तेला मिळाली आणि ब्रिटिशांना येथे दीर्घ काळ राज्य करता आले. हा ऐतिहासिक सांधा लक्षात ठेवणे फार महत्त्वाचे आहे.

अनेकदा स्वकीय राज्यकर्त्यांनी जे मिळवले त्याची अतिशयोक्ती होते आणि त्यासाठी ब्रिटिशांच्या राजवटीत किती नुकसान झाले याचीच फक्त उजळणी होते. परंतु समाजाच्या घडणीमध्ये आणि स्वातंत्र्य मिळाल्यानंतरच्या राष्ट्र उभारणीमध्येही ब्रिटिश राजवटीमध्ये ज्या गोष्टी मिळाल्या त्यांची आठवण ठेवणे आवश्यक आहे. यामध्ये परकीय राजवटीने जे भरीव योगदान दिले, त्यामध्ये नव्या संस्थांची निर्मिती आणि उभारणी याची नोंद केली पाहिजे. परकीयांनी स्वत:च्या स्वार्थासाठी का होईना सगळ्या देशाला डोळ्यापुढे ठेवून एका शासन व्यवस्थेची निर्मिती केली.

ब्रिटिश येथे येण्यापूर्वी अशी कोणतीही एकतंत्री आणि एकसंघ व्यवस्था नव्हती. एका अर्थाने युरोपच्या इतिहासात जी नवनिर्मितीची चळवळ (रेनेझान्स मुव्हमेंट) पंधराव्या शतकापासून सुरू झाली त्यातूनच युरोपचे आधुनिकीकरण झाले आणि नंतर औद्योगिकीकरण झाले. यामध्ये राज्यशासन आणि धर्म यांना अलग करण्यात आले. तसेच व्यक्तीवादाला महत्त्व येऊन राजेशाहीचा शेवट होण्याची सुरुवात झाली आणि त्यातूनच लोकशाही राज्यव्यवस्थेची उभारणी सुरू झाली. यामध्ये व्यक्तीस्वातंत्र्य, कायद्याचे राज्य आणि न्यायव्यवस्था अशा अनेक नव्या क्रांतीकारी संकल्पनांची मांडणी होऊ लागली.

इंग्रज सरकारची राजवट भारतात एकोणीसाव्या शतकाच्या सुरुवातीपासून झाली आणि त्याबरोबर वर उल्लेखलेल्या युरोपातल्या पुनरुत्थानाच्या चळवळीतल्या चांगल्या परंपराही देशात रुजायला सुरुवात झाली. स्थानिक रयतेची जुलमी राजे आणि संस्थाने यांच्या अन्यायी राजवटीपासून सुटका झाली. या नव्या साम्राज्यवादी परकी सत्तेच्या प्रशासनाची रयतेला नव्याने ओळख झाली. यातूनच त्यानंतरच्या दोनशे वर्षांत अनेक संस्था आणि परंपरा निर्माण झाल्या. प्रत्यक्षात देश जेव्हा विसाव्या शतकाच्या मध्याला स्वतंत्र झाला तेव्हा आधुनिक शासनाचे अनेक फायदे भरपूर प्रमाणात स्वदेशी सरकारला घेता आले.

देशाने जो केंद्रीय नियोजनाचा स्वीकार केला त्यामागे एक गुंतागुंतीची पार्श्वभूमी

होती. देशातला प्रमुख कॉँग्रेस पक्ष सत्तेवर आला आणि त्यानंतर नव्वदीच्या मध्यापर्यंत पहिली पंचेचाळीस वर्षे याच पक्षाची सत्ता होती आणि याच पक्षाची वैचारिक भूमिका नियोजनाचा स्वीकार करण्यामागे होती. त्यातही पं. जवाहरलाल नेहरू यांचे नेतृत्व सगळ्या देशाने मान्य केलेले होते त्यामुळे त्यांच्याच विचाराचा ठसा सरकारच्या सगळ्या आर्थिक धोरणावर ठळकपणे होता. त्यावेळची पार्श्वभूमी लक्षात घेण्यासारखी आहे.

स्वातंत्र्याचा जो सगळा लढा म. गांधीच्या नेतृत्वाखाली उभा राहिला त्यामध्ये राजकीय आशयच प्रमुख होता. देश स्वतंत्र झाल्यावर नेमका कोणता आर्थिक ध्येयवाद लोकांनी स्वीकारावा याच्यावर फारशी तपशिलात चर्चा झालेली नव्हती. विसाव्या शतकाच्या पहिल्या पन्नास वर्षात अर्थातच रशियामध्ये जी कामगारांची क्रांती झाली आणि साम्यवादाची सुरुवात झाली त्याचे एक निश्चित आकर्षण भारतातील नेत्यांना होते. परंतु देशामध्ये जो या ध्येयवादाची पाठराखण करणारा साम्यवादी पक्ष होता त्यांचा जनाधार अगदी मर्यादित होता. तसेच या पक्षाने स्वातंत्र्याच्या चळवळीत ज्या उलटसुलट भूमिका घेतल्या त्यातूनही त्यांची प्रतिमा फारशी प्रतिष्ठेची नव्हती आणि त्यांची लोकप्रियता त्याहूनही कमी होती.

याउलट कॉँग्रेस पक्षामध्ये जे उदारमतवादी नेतृत्व होते त्याचे पं. नेहरू हे प्रतीक होते. यांच्यावर इंग्लंडमधल्या समाजवादी विचारसरणीच्या आणि पारंपरिक मजूर पक्षाच्या विचारांचा प्रभाव होता. यातल्या अनेक नेत्यांचे शिक्षण इंग्लंडमध्ये झाले होते आणि त्यांच्यावर संस्कारही उदारमतवादी आणि डाव्या पक्षाच्या विचारवंतांचे होते. यातूनच देशाने केंद्रीय नियोजनाचा स्वीकार केला.

कॉँग्रेसमध्ये आणखीही काही विचारधारा होत्या. परंतु त्यांचे स्वरुप बरेचसे विस्कळीत होते. एक गट पारंपरिक धार्मिक विचारसरणीचा ओढा असलेल्या नेत्यांचा होता. त्यांना रशियातल्या नव्या ध्येयवादाचे फारसे आकर्षण नव्हते आणि बहुदा फारशी ओळखही नव्हती. यामध्ये सरदार वल्लभभाई पटेल, राजेंद्र प्रसाद, मौलाना आझाद, राजाजी अशा काही थोरांचा उल्लेख करता येईल. प्रत्यक्षात राजाजी यांनी नंतर उजव्या भांडवलशाही व्यवस्थेची तरफदारी करणाऱ्या पक्षाची स्थापना केली आणि त्याचे नाव स्वतंत्र पक्ष असे ठेवले. देशाच्या सगळ्या राजकारणात या पक्षाला कधीच काही नाव घेण्यासारखे स्थान मिळवता आले नाही. किंबहुना देशामध्ये सगळ्या समाज जीवनात डाव्या विचारसरणीचे माहात्म्य वाढले आणि त्यामुळेही भांडवलदार वर्गाच्या हितसंबंधांची मांडणी करणाऱ्या स्वतंत्र पक्षाकडे जनमत कधीही वळले नाही.

गांधीवादी विचारसरणीवर आधारलेला एक सर्वोदयवाद्यांचा गट बनलेला होता आणि त्याचे नेतृत्व आचार्य विनोबा भावे यांनी केले. वास्तविक पाहता या

गटामध्ये गंभीर विचारांचा पाठपुरावा करणारे नेतृत्त्व भरपूर होते. त्यामध्ये जयप्रकाश नारायण, आचार्य दादा धर्माधिकारी, अण्णासाहेब सहस्त्रबुद्धे अशी अनेक प्रगल्भ विचारवंत मंडळी होती परंतु या सगळ्या विचारवंतांची बेरीज होऊनही सर्वोदयवाद्यांकडे एकूण नियोजनाविषयी फारसा एकत्रित विचार नव्हता. यापैकी अण्णासाहेब सहस्त्रबुद्धे यांची रचनात्मक कामासाठी विशेष ख्याती होती. त्यांनी ओरिसामधल्या सर्वात दरिद्री आदिवासी कोरापूट जिल्ह्यात ग्राम स्वराज्याचे मूलगामी रचनात्मक काम सुरू केले होते. त्यांच्या भूमिकेची आणि योजनेची मांडणी त्यांनी स्वत:च्या शब्दात केली नव्हती परंतु ते काम समाजवादी नेते माननीय रावसाहेब पटवर्धन यांनी मुद्दाम वेळ काढून केले होते. हे सगळे असले तरीही नंतर या प्रयोगाचे काय फलित होते हे लोकांपुढे आले नाही. सगळ्यांच्या दृष्टीने हा विषय विरून गेला.

आचार्य विनोबा भावे यांनी देशातल्या सगळ्यात मूळ प्रश्नावर बोट ठेवले आणि ग्रामीण भागात जमिनीच्या मालकीची पुनर्रचना अहिंसक जन आंदोलनातून करण्याचा एक गंभीर प्रयत्न दीर्घकाळ केला. यातून त्यांनी भूदानाची चळवळ आणि नंतर ग्रामदानाची मोहीम उभी केली. त्याला जनतेच्या पातळीवरही मोठा प्रतिसाद मिळाला. परंतु प्रत्यक्षात वस्तुस्थिती बदलली नाही; कारण जमिनीच्या मालकीची पुनर्रचना करण्यासाठी जरी जनमानस तयार झाले तरीही त्यासाठी जी संघटना या कामात गुंतावी लागते त्याची गांधीवाद्यांकडे पूर्णपणे उणीव होती. किंबहुना तात्त्विक पातळीवरच विनोबा भावे यांचा संघटना उभारणीला विरोध होता.

जेव्हा ग्रामीण भागात भूदान आंदोलनाने वेग घेतला तेव्हा याची चर्चा व्यापक प्रमाणावर सुरू झाली. त्यातूनच गावातल्या थोड्या जमीनदारांनी भूदानाची घोषणा करण्याऐवजी सगळ्या गावानेच जमिनीच्या मालकीचे दान करण्याची ग्रामदानाची संकल्पना पुढे आली. टीकाकारांनीही काही प्रश्न उपस्थित केले ते रास्त होते. जेव्हा भूदान जाहीरपणे देण्यात येते त्यानंतर ही दानातली जमीन कोणाला मिळते? जर गरीब भूमिहीनांना ही जमीन खरोखरीच मिळाली तर ती त्यांच्या नावावर प्रत्यक्ष होते का? काँग्रेस सरकारने आपल्या परीने या आंदोलनाला पाठिंबा द्यायचा म्हणून जमीनमालकीच्या धारणेमध्ये योग्य ते कायदेशीर बदल केलेले होते. परंतु महसुली यंत्रणा खरोखरी ही मालकी भूमीहीनांच्या नावे करून देत होती का असा प्रश्न होता. समजा अशा भूदानातल्या जमिनीचे खरोखरीच फेरवाटप झाले तर त्यातून गरीबाची शेती सुधारते का? त्याला कर्ज, बी-बीयाणे इत्यादी बाबी मिळतात का? दुर्दैवाने सर्वोदयवाद्यांनी यातल्या कोणत्याच तपशीलातल्या प्रश्नांचा पाठपुरावा केला नाही. कदाचित केला असला तर त्याची माहिती उपलब्ध नाही आणि त्याचे मूल्यमापनही झालेले नाही. महाराष्ट्रात जमीन वाटप करण्याचा प्रयत्न गांधीवादी अनुयायी श्री. बाबुलाल गांधी यांनी खूप कष्ट घेऊन केला याची नोंद आवश्यक आहे. परंतु असे

प्रयत्न म्हणजे अपवादच होते.

अशा वैचारिक गोंधळाच्या पार्श्वभूमीवर सर्वोदयवाद्यांचा पराभव होणे उघड होते आणि झालेही तसेच. परंतु या सर्वोदयवाद्यांचा एक आग्रह होता आणि तो म्हणजे कृषीची पुनर्रचना आणि कृषी विकासासाठी प्राधान्य. ग्रामीण भागात दारिद्र्याची समस्या लक्षात घेता हे आग्रह रास्त होते. विशेष म्हणजे आजही देशाने उदारीकरण स्वीकारल्यानंतर परत ग्रामीण भागातले दारिद्र्य आणि कृषीची पुनर्रचना यावर नव्याने भर दिलेला आहे.

वरकरणी हा आग्रह रास्त दिसत असला तरीही त्यात फरक आहे. सर्वोदयवाद्यांचा, काँग्रेस सरकारने जे केंद्रीय नियोजनाचे मूळ धोरण ठरवले होते आणि जी व्यूहरचना केली होती त्याला आतून विरोध होता. सर्वोदयवाद्यांच्या दृष्टीने ग्रामीण विकास आणि त्यातून शेतीचा विकास हा प्राधान्यक्रम स्वीकारल्यावर ग्रामोद्योग विकास हा त्याचा भाग होता. याउलट काँग्रेस सरकारच्या नियोजनात अवजड आणि मूलभूत उद्योगांचा विकास हा प्रथम होता. देशाचे आधुनिकीकरण करणे आणि त्यासाठी औद्योगिकीकरण करणे हे त्यातून अभिप्रेत होते. ही जी सगळी औद्योगिकीकरणाची नीती होती तिचा मूळ आधार सोव्हिएट युनियनमध्ये जे प्राधान्यक्रम स्वीकारले होते तो होता. रशियात क्रांती झाल्यावर तेथे लेनिनच्या नेतृत्वाखाली या कठीण विषयाचा खोलवर विचार झालेला होता. त्याला बुखारीन प्रियोब्राझांस्की यांच्यातला हा वादविवाद म्हणून ओळखला जातो. यामध्ये देश खऱ्या अर्थाने स्वतंत्र होण्यासाठी त्याचे लवकरात लवकर औद्योगिकीकरण करणे अभिप्रेत होते. त्यासाठी मशीन्स दॅट मेक मशीन्स असे घोषवाक्य होते. सोप्या शब्दात यांत्रिक उत्पादन करण्यासाठीही मुळात यंत्रेच लागतात असे अभिप्रेत होते.

या विचारानुसार जर देशाला खऱ्या अर्थाने स्वावलंबी बनवायचे असेल तर देशात प्रथम भारी आणि अवजड उद्योगधंद्यांची स्थापना करणे मोक्याचे होते. लोखंड, पोलाद, सिमेंट, ॲल्युमिनियम अशा अनेक मूलभूत उद्योगधंद्यांची उभारणी झाली आणि त्यातून औद्योगिक उत्पादनासाठी यांत्रिक उत्पादनाची क्षमता निर्माण करता आली तरच त्यातून समाजाचे आधुनिकीकरण करता येईल आणि त्याबरोबरच देशाचे आर्थिक स्वातंत्र्यही साधता येईल.

म्हणजे एकदा यंत्रोत्पादनाची क्षमता वाढली तर त्यातून पुढच्या अवस्थेमध्ये ग्राहकोपयोगी वस्तूंचे उत्पादन वाढवता येईल असे मानण्यात आले होते. त्यातूनच पुढे कृषी विकासही करणे शक्य होईल कारण त्यातही ट्रॅक्टरसारखी जी यांत्रिक अवजारे लागतात ती निर्माण करण्याची क्षमता अर्थव्यवस्थेमध्ये मुळात असावी लागते. वर उल्लेखलेल्या मार्गाने औद्योगिकीकरण झाले तर त्यातूनच कृषी विकास होईल अशी अपेक्षा होती. अशा व्यापक मांडणीमध्ये कृषीक्षेत्राचा विकास अर्थातच

महत्त्वाचा होता कारण त्याच्याशी देशाच्या सुरक्षिततेचे प्रश्न निगडित होते.

परंतु त्यावर सोव्हिएट युनियनमध्ये वेगळा पर्याय शोधण्यात आला. तो म्हणजे जमीनदारीवर्गाचे उच्चाटन करून जमिनीची मालकी शासनाकडे घेण्यात आली आणि सगळ्या कृषीमालाच्या उत्पादनासाठी शेतकरी वर्गाला सामूहिक शेतीमध्ये गुंतवण्यात आले. त्यामुळे या नव्या संघटनात्मक प्रयोगातून ग्रामीण भागातले अतिरिक्त मनुष्यबळ शहरांकडे वळवण्यात आले आणि त्यांचा अधिक उपयोग औद्योगिक उत्पादनाच्या क्षेत्रात करून घेण्यात आला. ही सगळी तर्कसंगती आणि व्यूहरचना सोव्हिएट युनियनमधल्या विशिष्ट ऐतिहासिक परिस्थितीशी निगडित होती. याचा भारतासारख्या पूर्णपणे भिन्न समाज व्यवस्थेशी संबंध जोडून घेणे व्यवहाराला धरून नव्हते.

प्रत्यक्षात भारताने देशाच्या स्वयंपूर्णतेसाठी औद्योगिकीकरण स्वीकारले आणि सोव्हिएट युनियनमध्ये जी रणनीती स्वीकारण्यात आली होती तिचा मूळ भाग येथे पत्करण्यात आला. त्यानुसार भारी आणि अवजड उद्योगक्षेत्राची रचना मूलभूत मानण्यात आली. परंतु दुसऱ्या टोकाला भारतात सामूहिक शेतीचा प्रयोग हा केवळ अशक्य होता. म्हणून त्याला जवळचा वैचारिक पर्याय म्हणून सहकारी शेतीला प्रोत्साहन देण्याचे येथे ठरविण्यात आले. थोड्या औपचारिक अर्थाने प्रत्येक राज्यात सरकारी क्षेत्रात काही सामूहिक शेतीच्या संघटनाही उभ्या करण्यात आल्या परंतु नंतरच्या काळात त्याकडे कोणीच लक्ष दिले नाही. तुलनेने सहकारी शेतीचे प्रयोग झाले परंतु त्यातही अपयशच पदरी आले.

गांधीवाद्यांपैकी काँग्रेस पक्ष वजा करता जे उरलेले अनुयायी होते त्यांना मोघमपणे सर्वोदयवादी असे म्हटले जात असे. कोणत्याही कारणाने का होईना त्यांचा जमिनीच्या मालकीच्या पुनर्रचनेचा आग्रह आणि त्याबरोबर ग्राम स्वराज्याची संकल्पना या रास्त होत्या असे आजही मान्य करता येईल. यामध्ये विशेष म्हणजे गाव पातळीवर अन्नधान्याचे स्वावलंबन यावर भर होता. हे तत्त्वत: बरोबर होते, कारण कुटुंबाच्या पातळीवर जी कुटुंबे पुरेसे धान्य उत्पादन करू शकत नव्हती त्यांच्यातच दारिद्र्याचे प्रमाण सर्वाधिक होते. शिवाय त्यांची उपासमारही त्याच्याशी निगडित होती. म्हणजे ग्रामीण भागातल्या शेतकरी वर्गातल्या दारिद्र्याचे प्रमाण कमी करण्यासाठी कृषी विकास आवश्यक होता. परंतु तो कसा आणि कोणत्या मार्गाने साधायचा याचे उत्तर सर्वोदयवाद्यांकडे नव्हते. प्रत्यक्षात या विषयात अनेक वेगवेगळ्या भौगोलिक परिस्थितीमध्ये ग्रामविकासाचे खरोखरी प्रयोग झाले असते तर बहुदा सर्वोदयवाद्यांना ही दिशा सापडली असती. परंतु त्यांचा जनाधार अगदी कमी पडला आणि प्रत्यक्ष अनुभवातून विकासाचे विचार मांडण्याची शक्यता वाऱ्यावरच विरली.

ग्राम विकासाचे विविध अनुभव याचे खास महत्त्व होते, कारण त्यातूनच

सर्वोदयवाद्यांना आणखीन एक दृष्टी मिळाली असती. शेतकरी वर्गामध्ये कुटुंब आणि गावपातळीवर गरजेइतके पुरेसे धान्य उत्पादन का होत नव्हते हे कळणे आवश्यक होते. त्यासाठी सिंचन, बी-बियाणे, सुधारित शेती या सगळ्यांची गरज होती आणि त्यासाठी गुंतवणूक करावी लागली असती. हे भांडवल गुंतवणुकीचे प्रश्न टळण्यासारखे नव्हते. हे ग्रामस्वराज्याच्या पुरस्कर्त्यांना कळले नाही. तसेच कृषी उत्पादनातील अस्थिरता कमी करण्यासाठी जमीन, पाणी आणि स्थानिक पाऊसमान यांची जोड घालणे आवश्यक होते. त्यातूनच पुढे टप्प्याटप्प्याने पाणलोट विकास संकल्पनेची वाढ झाली.

अपुऱ्या धान्य उत्पादनाबरोबरच लहान शेतकऱ्याला बेरोजगारीचा प्रश्न होता आणि त्याच्याशी त्याची गरिबी जोडलेली होती. म्हणजे कृषी उत्पादनातील स्थैर्य आणि वाढ याबरोबरच गावामध्ये गरिबांना सार्वजनिक रोजगार मिळणे गरजेचे होते. ग्रामीण पातळीवर स्वयंरोजगाच्या संधी जवळपास नव्हत्याच आणि त्यामुळे सार्वजनिक रोजगार पुरवण्यात सरकारची जबाबदारी मोक्याची होती. या आणि अशा अनेक तपशीलांचा गांधीवाद्यांना स्पर्श झाला नाही. नंतर सत्तरीच्या दशकात महाराष्ट्रामध्ये रोजगार हमी कायदा झाला आणि गरीब ग्रामीण मजुरांना सार्वजनिक रोजगार पुरविण्यात आला आणि त्याची सरकारने कायद्याने हमी दिली. या क्रांतीकारी विचारांची मूळ मांडणी, प्रयोग आणि नंतर धोरण बनविण्यात माननीय वि. स. पागे यांचे योगदान होते. एका व्यापक अर्थाने श्री. पागे हेसुद्धा निष्ठावंत गांधीवादी होते आणि ते स्वत:ची ओळखही तशीच करून देत असत. त्यांची सगळी वैचारिक प्रकृती गांधीवादाची असली तरीही ते पूर्णपणे काँग्रेस पक्षाशी निष्ठांवत होते. आता देशामध्ये स्वातंत्र्यानंतरच्या पंचावन्न वर्षांनी महाराष्ट्राच्या रोजगार हमीच्या संकल्पनेचा स्वीकार करण्यात आला आहे आणि ग्रामीण भागातल्या गरिबांना सार्वजनिक रोजगार हक्काने पुरविण्याची कायदेशीर जबाबदारी केंद्र सरकार घेणार आहे. जगातल्या कोणत्याही विकसनशील देशात आणि अगदी पूर्वीच्या साम्यवादी देशातही अशी ग्रामीण गरिबांना रोजगार पुरविण्याची कायदेशीर जबाबदारी सरकारने पत्करलेली नव्हती.

विकास प्रकियेत ग्रामविकासाचे माहात्म्य मान्य करूनही सर्वोदयवाद्यांना प्रत्यक्षात व्यावहारिक पातळीवर का उत्तरे सापडली नाहीत ? हा नेहमी प्रश्न विचारला जाई. त्यांचे मुळात स्वत:चे बळ होते कारण सर्वोदयात विचारवंतांइतकीच सामान्य कार्यकर्त्यांची संख्याही भरपूर होती. तसेच त्यांच्यावरच्या गांधींच्या विचारांच्या संस्कारामुळे त्यांच्या वैयक्तिक जीवनातील चारित्र्य, तळमळ आणि निष्ठा यांचेही भांडवल भरीव होते. परंतु प्रत्यक्षात मात्र हे सगळे नैतिक पाठबळ आणि आत्मिक शक्ती वाया गेली. आश्चर्य म्हणजे विचाराच्या दुसऱ्या टोकाला अनेक वर्षांनंतर राष्ट्रीय स्वयंसेवक संघटनेच्या राष्ट्र उभारणीच्या तत्त्वज्ञानात या गांधींच्या विचारांचा समावेश झाला.

यामध्ये श्री. नानाजी देशमुख या व्यक्तीचे योगदान विशेष मानले जाते. त्यांनी गोंडा या उत्तर प्रदेशमधल्या मागास जिल्ह्याच्या विकासावर आपले सगळे लक्ष केंद्रित केलेले आहे. अधिक त्यांनी कर्नाटक राज्यातल्या चित्रकूट जिल्ह्यातही हा प्रयोग वाढवलेला आहे. त्यामध्येही गांधींच्या ग्राम विकासाच्या कल्पनांचा दीर्घकाळ प्रयोग चालू आहे.

या विचारांचा पाठपुरावा करणारी आणखीन एक विचारसरणी आहे. तिला स्वदेशी विचारांचा गट संबोधता येईल. मुळात महात्मा गांधींनी स्वातंत्र्याच्या चळवळीत याची मांडणी केली होती. एका भावनिक पातळीवर देशातल्या उद्योगांना भरवशाची बाजारपेठ उपलब्ध करून देण्याच्या दृष्टीने त्याला व्यापक जनतेची मान्यताही मिळालेली होती. त्यातूनच खादी उत्पादनाचा कार्यक्रम घेण्यात आलेला होता. विशेष म्हणजे बिगर गांधीवाद्यांपैकी काहींनी त्याचा पुरस्कार केला होता. यामध्ये स्वातंत्र्यवीर सावरकर यांचे नाव घेता येईल.

खऱ्या अर्थाने स्वदेशीच्या आग्रहाला नवा ऐतिहासिक संदर्भ आला तो नव्वदीच्या मध्यानंतर. तसेच हा आग्रह धरणारी मंडळीही गांधीवादी नव्हती. ती मुख्यत: राष्ट्रीय स्वयंसेवक संघाच्या कार्यकर्त्यांची होती. हे सर्व विचार परिवर्तन आश्चर्यकारक होते; कारण नव्वदीच्या मध्यानंतर प्रथमच देशात बिगर काँग्रेस पक्षांच्या आघाडीचे केंद्र सरकार आले आणि त्यामध्ये भारतीय जनता पक्षाचे नेतृत्व होते. हा जो बदल झाला त्याचे कारण म्हणजे जगामध्ये जागतिक व्यापार परिषदेचा (डब्ल्यूटीओ) अंमल सुरू झाला आणि सगळ्या जगातच जागतिकीकरणाची लाट पसरू लागली.

भारतानेही हा मार्ग पत्करला होता आणि त्यातूनच स्वदेशी जागरण मंच या संघटनेने स्वदेशीची चळवळ गांधीवाद्यांकडून आपल्याकडे घेतली. हे हस्तांतर अनेक दृष्टीने अजब म्हणावे लागेल कारण या स्वदेशीच्या आग्रहामध्ये देशातले अनेक डाव्या विचारांचे पक्ष आणि विचारवंत सामील झाले आहेत. याचे एक मुख्य कारण म्हणजे नियोजनाच्या चाळीस वर्षांच्या दीर्घकाळात देशामधल्या उद्योगक्षेत्राला संरक्षणाची चटक लागलेली होती आणि जगातल्या स्पर्धेला तोंड देण्याची इथल्या भांडवलदार वर्गाची मानसिकता नव्हती आणि क्षमताही नव्हती.

यामध्ये त्यांना संघटित कामगार वर्गाची साथ होती. कारण जर जगातल्या बाजारपेठेत स्थान मिळवायचे असले तर उत्पादन खर्चात बऱ्यापैकी कपात करण्याची गरज निर्माण झाली असती. त्यातूनच देशातला संघटित कामगारांचा वर्ग, शिवाय बँका, विमा आणि सरकारी क्षेत्रातील कर्मचारी या सगळ्यांना जे दीर्घकाळ संरक्षण मिळाले होते आणि त्याबरोबर सोईसवलती मिळाल्या होत्या त्यावर गदा आली असती. नेमक्या याच वर्गामध्ये डाव्या पक्षांची मक्तेदारी असल्यामुळे उद्योजक भांडवलशाही वर्गाबरोबरच कामगार आणि डाव्या विचारांचाही स्वदेशीचा ठाम आग्रह आहे. मूळच्या

गांधींच्या विचारापासून स्वदेशीची ही जी प्रगती झाली आहे त्यातून वर्तुळ पुरे झाले आहे असे म्हणता येईल.

काँग्रेस पक्षाच्या सरकारने जेव्हा नियोजनाचे धोरण स्वीकारले त्यातून पंचवार्षिक योजनांची मालिका सुरू झाली. पहिली पंचवार्षिक योजना फक्त वार्षिक योजनांचीच बेरीज होती कारण हा काळ पूर्वतयारीमध्ये आणि मुख्यत: धोरणाच्या मांडणीमध्ये द्यावा लागला. खऱ्या अर्थाने दुसऱ्या पंचवार्षिक योजनेपासून नियोजनाची सुरवात झाली आणि सध्या दहावी पंचवार्षिक योजना चालू आहे. मधल्या काही काळात काही वर्षे ही साखळी तुटली होती परंतु मागच्या जवळपास पंचावन्न वर्षात पंचवार्षिक योजना हे देशाच्या अर्थव्यवस्थेमधले सगळ्यात प्रमुख वैशिष्ट्य बनलेले आहे. नव्वदीच्या सुरुवातीपासून आणि आठव्या योजनेच्या मांडणीतून देशाने जरी उदारीकरणाचा मार्ग स्वीकारला असला तरीही नियोजनाची प्रकिया पूर्णपणे सोडून देण्यात आलेली नाही. एक संस्था आणि परंपरा म्हणून येत्या काळातही देशाचे हे वैशिष्ट्य अबाधित राहील असे समजायला हरकत नाही.

या सगळ्या पंचवार्षिक योजनेच्या मुळाशी जी विचारसरणी होती त्यामागे महालनोबीस प्रतिमान (महालनोबीस मॉडेल) होते. प्राध्यापक महालनोबीस यांची विचारधारा डाव्या विचारांची होती आणि ती पं. नेहरू यांच्या वैचारिक घडणीशी जुळलेली होती. महालनोबीस यांनी मुख्यत: सोव्हिएट युनियनमधील जी नियोजनाची मांडणी होती तिचा येथे वापर केला होता. अर्थात हा काही शब्दश: अनुवाद नव्हता. भारतातली वस्तुस्थिती लक्षात घेऊनच ही धोरणांची चौकट मांडण्यात आली होती.

सगळ्यात महत्त्वाची बाब म्हणजे भारतात खाजगी क्षेत्राचा सर्वदूर विकास झालेला होता आणि त्याला दीर्घ परंपरा होती. स्वातंत्र्याअगोदरच्या पन्नास वर्षातही औद्योगिकीकरणाची सुरुवात ठोस प्रमाणात आणि योग्य दिशेने झालेली होती. त्यामुळे देशाने आता नियोजन स्वीकारले म्हणून काही कोऱ्या पाटीवर नवी सुरुवात करता येईल अशी परिस्थिती नव्हती. उद्योग, व्यापार आणि व्यवसाय ही खाजगी मालकीचीच क्षेत्रे होती. शिवाय ग्रामीण भागात कृषी आणि व्यापार यातही खाजगी मालकी होती. त्यामुळे नियोजनाच्या कालखंडातच सार्वजनिक क्षेत्राची उभारणी करण्यात आली. शिवाय त्यात मक्तेदारीचीही सोय करण्यात आली.

यातून देशाच्या अर्थव्यवस्थेमध्ये अनेक मूलभूत दूरगामी परिणाम झाले. आताही नव्वदीच्या सुरुवातीपासून मागच्या सुमारे पंधरा वर्षात उदारीकरण स्थिरावले असले तरीही सार्वजनिक क्षेत्राचे अस्तित्व हे सरकारच्या धोरणांचा एक नैसर्गिक भाग बनलेले आहे. आणि येत्या काळातही हे आर्थिक अस्तित्व फारसे मुळापासून बदलण्याची शक्यता दिसत नाही. याचा अर्थ म्हणजे सार्वजनिक क्षेत्राची संकल्पना काही प्रमाणात आणि काही तपशिलात कालबाह्य झाली असली तरीही त्यात फारसे बदल होऊ

शकणार नाहीत. यामुळे याची किंमत कोणत्यातरी अर्थाने चुकती करावी लागेल असे दिसते.

भारताने मागच्या पंचावन्न वर्षात नियोजनाच्या माध्यमातून भरीव आर्थिक विकास साधला यावर कोणाचे दुमत नाही. फक्त जे प्रत्यक्षात मिळवले त्याहीपेक्षा अधिक मिळवता आले असते का ? असा चर्चेचा विषय आहे. नियोजनाच्या पहिल्या चाळीस वर्षात लोकसंख्येतली वाढ लक्षात घेता जो आर्थिक वाढीचा दर राहिला तो जेमतेम तीन टक्क्यांचा होता आणि त्याची हिंदू रेट ऑफ ग्रोथ अशी संभावना झाली. नव्वदीच्या उदारीकरणाच्या पर्वापासून हा आर्थिक वाढीचा दर हळूहळू वाढत आता सुमारे सहा टक्क्यांच्या जवळ पोहोचला आहे. आता २००५ सालापासून पुढच्या काही वर्षात हा दर आठ टक्क्यांच्यावर देता आला तर देशाने बराच पल्ला गाठला असे म्हणता येईल.

वाढीचा दर आणखी किती अधिक असू शकतो यावर वाद असले तरीही मागच्या पंधरा वर्षात देशाचे दारिद्र्याचे प्रमाण घटले आहे ही वस्तुस्थिती आहे. म्हणजे आर्थिक वाढीसाठी सरकारची जबाबदारी प्रमुख आहे असे यावरून म्हणण्याची गरज नाही. वाढीच्या प्रक्रियेत खाजगी क्षेत्राला पूर्ण वाव मिळाला तर भांडवल गुंतवणूक वाढते, त्यातून राष्ट्रीय उत्पन्न वाढते आणि तितकेच महत्त्वाचे म्हणजे रोजगार वाढतो हा सर्व अनुभव जमेस आहे. हा निष्कर्ष जरी वादातीत असला तरीही मूळ प्रश्न राहातोच. मूळात नियोजनाच्या पहिल्या चाळीस वर्षात विकासाच्या प्रकियेसाठी जी मूलभूत क्षमता निर्माण करण्यात आली त्यामुळेच मागच्या पंधरा वर्षात वाढीचा वेग वाढला आणि यापुढेही तो आणखी वाढेल असे नियोजनाचे पुरस्कर्ते म्हणू शकतात. खरे तर जे महालनोबीस प्रतिमान होते त्यामध्ये हेच अपेक्षित होते. देशामध्ये आज जी यांत्रिक उत्पादनाची प्रचंड शक्ती आणि क्षमता निर्माण झाली आहे त्यामध्ये भारी आणि अवजड उद्योगधंद्यातील गुंतवणूक मोलाची होती. तसेच राष्ट्रीयीकरणाच्या मार्गातून बँकिंग आणि विमा क्षेत्राचा, तसेच एकूणच वित्तक्षेत्राचा जो विकास झाला त्याचेही वाढीमधले योगदान लक्षात घ्यावे लागेल.

देश स्वतंत्र झाला आणि पहिल्या अडचणीतून उसंत मिळाल्यावर नियोजनाची चर्चा सुरू झाली. त्यावेळी खाजगी उद्योग क्षेत्रातील नामवंतांनी एकत्र येऊन एक विकासाची दृष्टी मांडली होती. त्यात ज्येष्ठ उद्योगपती टाटा या उद्योग घराण्याचा पुढाकार होता. त्याला बॉम्बे प्लॅन असे संबोधतात. हा सगळाच दृष्टिकोन लक्षात घेतला तरीही त्यावेळच्या खाजगी क्षेत्राकडे सगळ्या देशाच्या औद्योगिकीकरणाचा व्यापक आराखडा अगर दृष्टी होती असे मान्य करणे आज अवघड आहे. या दृष्टिकोनानुसार जी आर्थिक वाढ झाली असती ती अगदी हिंदू रेट ऑफ ग्रोथपेक्षाही कमी झाली असती असेच म्हणावे लागेल.

जर समजा देशाने हा मार्ग पत्करला असता तर मुळातले दारिद्र्य आणि वाढत्या लोकसंख्येतून त्यात पडणारी भर याचा विचार करता सगळे प्रश्न आटोक्यात राहिले असते असे म्हणणे अवघड आहे. कदाचित दारिद्र्याचे प्रश्न हाताबाहेर गेले असते आणि देशाचे विघटनही त्यातून होणे शक्य होते. पश्चिमेतल्या साम्राज्यवाद्यांनी देशाच्या भवितव्याविषयी जी निराशा व्यक्त केली होती त्याचा बहुदा हाच आधार असावा.

यामध्ये आणखीन एक बारकावा आहे. देशामध्ये जे केंद्रीय नियोजन आले त्यातून खाजगी क्षेत्राचे काही नुकसान कमी झाले असे म्हणण्याला जागा नाही. किंबहुना देशामध्ये जी बंदिस्त अर्थव्यवस्था निर्माण झाली त्यातून येथल्या खाजगी क्षेत्राने संरक्षित बाजारपेठांचा भरपूर फायदा घेतला. त्यांनी देशाबाहेरच्या उत्पादनाची स्पर्धा टाळली आणि देशातल्या राज्यकर्त्यांबरोबर योग्य संधान बांधून आपली वाढ करून घेतली. टाटा या नामांकित उद्योग समुहाचे अध्यक्ष रतन टाटा यांनी दिल्लीच्या बिझनेस वर्ल्ड या साप्ताहिकाला एक मुलाखत जानेवारी १४, २००५ मध्ये दिली. त्यामध्ये त्यांनी एक प्रांजल कबुली दिली. त्यांच्या मते सरकारने नियोजनाच्या काळात दीर्घकाळ संरक्षणवादी धोरणे राबवल्यामुळे कम अस्सल माल ग्राहकांच्या माथी मारणे भारतीय उद्योगपतींना शक्य झाले. त्यामुळे उत्पादन क्षेत्राचा पाया असूनही जागतिक उत्पादन केंद्र बनण्याची संधी भारताने गमावली आहे. आता चीन व काही आशियाई देश येत्या काही वर्षात जागतिक उत्पादन केंद्रे बनतील. देशातल्या उद्योगांना संरक्षण मिळाल्यामुळे दर्जाहीन माल येथल्या बाजारपेठेत खपवण्याची उद्योजकांना सवय झाली. परिणामी परिस्थिती बदलल्यावर जगातल्या वाढत्या स्पर्धेत आपल्या उद्योगाला टिकाव धरता येत नाही अशी आज परिस्थिती आहे. या उद्योगसमुहाकडे सुमारे शंभर वर्षांचा वारसा आहे. त्यांची ही कबुली म्हणजे नियोजनावरची सगळ्यात मुद्देसूद टीका आहे.

यामध्ये त्यांना नियोजनाच्या काळातील परवाने पद्धतीचा सगळ्यात चांगला उपयोग झाला. यालाच लायसेन्स ॲन्ड परमीट राज असे म्हटले जाते. देशांतर्गत भांडवल मर्यादित आहे म्हणून नियोजनकर्ते गुंतवणुकीच्या प्रकियेत नोकरशाही पद्धतीने वाटे ठरवून देत असत. याचा खाजगी उद्योगक्षेत्राने सर्वात मोठा फायदा मिळवला. त्यांनी राज्यकर्त्यांशी संगनमत करून एकमेकांमधली ही स्पर्धा कशी आटोक्यात राहील याची भक्कम व्यवस्था केली. त्यासाठी त्यांनी उद्योगाच्या वेगवेगळ्या उत्पादन क्षेत्रात लायसेन्स म्हणजे परवाने मिळवले आणि नंतर त्यावर काहीच कार्यवाही केली नाही. त्यामुळे जी प्रस्थापित उद्योजक कुटुंबे होती त्यांनी सगळी उत्पादन प्रकिया आपल्या ताब्यात ठेवली आणि त्यातून स्पर्धा वाढणार नाही याची पूर्ण काळजी घेतली.

देशामध्ये जे भ्रष्टाचाराचे पर्व सुरू झाले त्याची यातून पायाभरणी झाली. लोकशाहीमध्ये राज्यकर्ते आणि खाजगी मालकीचे क्षेत्र हे आपल्यातले संघर्ष टाळून एकमेकांच्या फायद्याचे मार्ग कसे शोधतात याचा नवा आदर्श भारताने जगापुढे ठेवला. नियोजनाच्या प्रकियेतून साम्यवादी देशातून कसा भ्रष्टाचार माजतो आणि त्यातून त्या व्यवस्था कशा ढासळतात याचे अनुभव जगापुढे आहेत. याचे सर्वात बोलके उदाहरण म्हणजे सोव्हिएट युनियनचा नव्वदीच्या अखेरीला झालेला ऱ्हास. भारतात मात्र हा भ्रष्टाचार इतका स्वाभाविकपणे सगळ्या अर्थव्यवस्थेमध्ये पसरला आणि त्यातून व्यवस्था काही कोसळली नाही. बहुदा खाजगी क्षेत्राने त्यातून आपले बळ वाढवले.

नियोजनाच्या काळात जी सार्वजनिक क्षेत्राची निर्मिती झाली तोही एक मोठा वादाचा विषय आहे. यामध्ये भांडवल गुंतवणूक सरकारने का करायची? याचे सबळ कारण म्हणजे खाजगी क्षेत्रामध्ये तशी गुंतवणूक झाली नसती अगर खाजगी क्षेत्राची तितकी क्षमता नव्हती हे आहे. परंतु त्याबरोबरच सार्वजनिक क्षेत्राला मक्तेदारी का आवश्यक आहे याचे स्वाभाविक उत्तर मिळत नाही.

एकूणच नियोजनाच्या काळात स्पर्धेला वाव नव्हता. कारण त्यातून भांडवल वाया जाईल असे गृहीत होते. नियोजनाची मूळ चौकट एकदा तत्त्वत: मान्य केल्यावर या मुद्यावर अपवाद करता येत नव्हता. परंतु याची मोठी किंमत चुकती करावीच लागते हेही देशाने अनुभवले. विशेषत: अशा अर्थव्यवस्थेमध्ये ग्राहकाला कोणतेच अधिकार आणि पर्याय मिळत नाहीत. किंबहुना ग्राहकवर्ग म्हणून त्याला कोणताच खास दर्जा अगर प्रतिष्ठा नसते. त्यामुळे कोणत्याही उत्पादनाचा अगर मालाचा दर्जा हा प्रश्नच ग्राहकापुढे उरत नाही.

जे काही उत्पादन आहे त्याचे वाटप करणारी पद्धती एकदा कागदोपत्री निर्माण केली की त्यानंतर ग्राहकाला काहीच निवडायचे नसते. त्यातूनच ग्राहकोपयोगी वस्तूंच्या विक्रीमध्ये काळाबाजार सुरू होतो आणि यातून भ्रष्टाचार एक सर्वसाधारण व्यावहारिक बाब बनते. भारतात स्वयंचलित वाहनांच्या उत्पादनात असे सगळे व्यवहार सर्वमान्य झाले होते. उद्योजकापासून वितरणव्यवस्थेमध्ये सगळ्या पातळीवर कोणत्याही अधिकृत किंमतीबरोबर जादा पैसा रोखीने द्यावा लागत होता आणि त्यातूनच काळ्या पैशाची अर्थव्यवस्था देशामध्ये फोफावली.

जसा काळ्या पैशांचा व्यवहार सार्वत्रिक झाला त्याचबरोबर उत्पादनाचे तंत्रज्ञानही मागासलेले राहिले. देशाबाहेरून तंत्रज्ञानाची आयात थांबलेली होती आणि देशांतर्गत जे उत्पादन होत होते ते कोणत्याही परिस्थितीत ग्राहक घेतच होता. त्यामुळे कोणत्याही मालाचा दर्जा सुधारावा किंवा त्याची किंमत कमी करावी अगर उत्पादनातले कौशल्य वाढवावे याचे कोणालाच महत्त्व वाटत नव्हते. त्यामुळे देशातल्या खाजगी उद्योगक्षेत्राने

तंत्रज्ञानात संशोधन आणि विकास कामांसाठी गुंतवणूक करण्याची काहीच गरज मानली नाही. याची चांगली उदाहरणे म्हणजे किर्लोस्कर आणि बजाज उद्योगसमूहाची कामगिरी. किर्लोस्कर समुहाला चांगली संधी आणि यश मिळूनही तंत्रज्ञानात कौशल्य मिळवता आले नाही. या गटाच्या किर्लोस्कर ऑईल इंजिन या कंपनीची लहान शेतीपंपाच्या बाजारपेठेत जवळपास मक्तेदारी होती. देशातल्या अनेक भागात जिरायत शेतीच्या क्षेत्रात अनेकदा कमी पावसामुळे अवर्षणाची परिस्थिती निर्माण होत असे आणि सरकार त्यासाठी शेतकऱ्यांना मोठे भांडवल पुरवत असे. अशी अनुकूल परिस्थिती असूनही या कंपनीला मात्र अनेक वर्षात पाच हॉर्स पॉवर इंजिनाच्या तंत्रज्ञानात मात्र सुधारणा करता आली नाही. तीच गोष्ट बजाज ऑटोच्या दुचाकी वाहनाची. त्यांनीही आपल्या उत्पादनाच्या यंत्र आणि डिझाईनमध्ये वर्षानुवर्षे काहीच सुधारणा केल्या नाहीत. नंतर जेव्हा उदारीकरण सुरू झाले आणि जपानच्या होंडा आणि कावासाकीची आकर्षक वहाने आली आणि स्पर्धा सुरू झाली तेव्हाच बजाजच्या उत्पादनात फरक झाला. आजही या कंपन्या यशस्वी आहेत कारण यांच्या मालाचे खरे संशोधन परदेशात होत असते.

जोपर्यंत देश बाहेरच्या जगापासून बऱ्याच प्रमाणात तुटलेला होता तोपर्यंत हे सगळे विनाअडचण चालू राहिले. परंतु जेव्हा जागतिक बाजारपेठेला तोंड द्यायची वेळ आली तेव्हा या सगळ्याची किंमत चुकवावी लागली. बहुदा याच कारणासाठी भारतातले खाजगी औद्योगिक क्षेत्र हे जागतिक व्यापार संघटनेच्या अनेक व्यापारवाढीच्या योजनांना विरोध करत असते. त्यासाठी त्यांनी स्वदेशीची घोषणा पुढे आणली आहे आणि त्यामध्ये नवेनवे स्वयंसेवक पुढे येत आहेत.

सार्वजनिक क्षेत्राची निर्मिती हा टीकेचा विषय आहे त्याला आणखीन एक गंभीर कारण आहे. आता जागतिकीकरणाच्या युगामध्ये वेगवेगळ्या देशात किती भ्रष्टाचार होतो याची दखल घेतली जात आहे आणि त्याचे मूल्यांकनही करण्यात येत आहे. जगामध्ये याचा अभ्यास करणाऱ्या नामांकित संस्था आहेत आणि त्यांच्या प्रतवारीला प्रतिष्ठा आहे. जगामध्ये वेगवेगळ्या देशात आर्थिक वाढीचा वेग वाढवायचा असला तर विदेशी प्रत्यक्ष गुंतवणूक (एफडीआय) कशी वाढेल याचा तपशिलात विचार होतो. त्याच कारणासाठी जर एखाद्या देशात अतोनात भ्रष्टाचार असला तर त्यामुळे खाजगी भांडवल गुंतवणूकही धोक्यात येऊ शकते. या कारणासाठी एखाद्या देशातला भ्रष्टाचार हा फक्त त्या देशाचा अंतर्गत विचार नसून त्याच्याशी बाहेरच्या गुंतवणूकदाराचाही नजीकचा संबंध आहे असे आज जगात मानले जाते. त्यामुळे भ्रष्टाचार हा फक्त नैतिक विषय नसून व्यावहारिक पातळीवर भांडवल गुंतवणुकीशी जोडलेला विषय आहे.

याच कारणासाठी भारताने जगामध्ये भ्रष्टाचारासाठी नाव मिळवलेले आहे. या

रोगाचे मूळही नियोजनाच्या भूमिकेशी निगडित आहे. देशाने जेव्हा केंद्रीभूत नियोजन स्वीकारले तेव्हा वर उल्लेखलेल्या अनेक कारणांसाठी सार्वजनिक उद्योगाचे क्षेत्र निर्माण करण्यात आले आणि त्यातून सरकारने विकास प्रकियेमध्ये आपली प्रमुख जबाबदारी आहे हे स्वीकारले. त्याचबरोबर या सार्वजनिक क्षेत्रामध्ये जे समाजवादी देश होते त्यांच्याबरोबर सहकार्याने अनेक गुंतवणुकीचे प्रकल्प सुरू करण्यात आले.

भारी आणि अवजड उद्योगधंद्यांमध्ये भांडवलाबरोबरच तंत्रज्ञान मिळवणे हे ध्येय होते आणि त्यासाठी जगामध्ये फक्त समाजवादी देशच तयार होते. पाश्चिमात्य औद्योगिक देशातील खाजगी भांडवलशाहीचे क्षेत्र सार्वजनिक क्षेत्रातील उद्योगात अजिबात रस घ्यायला तयार नव्हते. त्याला जशी वैचारिक कारणे होती तसेच व्यावहारिकही कारणे होती. त्यावेळच्या शीतयुद्धाच्या काळात अशा परिस्थितीत युएसएसआरच्या गटातील पूर्व युरोपातील समाजवादी देश भारताबरोबर उद्योग क्षेत्रात सहकार्य करायला तयार होते.

भारतातले नेहरूंच्या नेतृत्वाखालचे सरकार हे जे निर्णय घेत होते त्याला नव्याने सुरू होणाऱ्या शीतयुद्धाचा संदर्भ होता. स्वातंत्र्यापूर्वी जो सगळा परदेश व्यापार पाश्चिमात्य भांडवलशाही देशांशी जोडलेला होता त्यातला परावलंबनाचा धोका कमी करण्यासाठी साम्यवादी देशांबरोबर व्यापार वाढविणे आणि इतर आर्थिक सहकार्य वाढवणे देशाच्या हिताला धरून होते. शिवाय या देशांबरोबर अधिक आर्थिक सहकार्य करताना डॉलर अगर पौंड या विदेशी चलनावर अवलंबून राहावे लागत नव्हते. सोव्हिएट रशियाबरोबर तर भारत रुपयाच्या चलनात व्यवहार करत होता आणि त्यामुळे परदेशी चलनांच्या पेचप्रसंगांना तोंड देता आले.

साम्यवादी देशांबरोबर सहकार्य करताना एक तडजोड करावी लागली. ती होती तंत्रज्ञानाच्या क्षेत्रात. जेव्हा या देशांबरोबर सरकारच्या पातळीवर सार्वजनिक क्षेत्रात संयुक्त मालकीने गुंतवणूक करण्यात आली तेव्हा त्यातून मिळालेले तंत्रज्ञान नेहमी उत्तम दर्जाचे होते असे नाही. परंतु भारताची विकास प्रकियेतील प्राथमिक अवस्था लक्षात घेता अशा प्रकारचे दुय्यम दर्जाचे तंत्रज्ञानही स्वीकारणे व्यवहार्य होते आणि लगेचची गरज भागवणारे होते. या अशा व्यवहारातून आणखी काही किंमत द्यावी लागली. जेव्हा साम्यवादी देशांकडून असे दुय्यम दर्जाचे तंत्रज्ञान आणण्यात आले त्याची मूळ किंमत आणि त्यानंतर त्यातून अशा यंत्रमालाच्या देखभालीसाठी आणि दुरुस्तीसाठी ज्या सुट्या भागांची आयात करावी लागली त्याला कोणती किंमत लावण्यात येत होती याकडे फारसे लक्ष देण्यात आले नाही.

यातूनच अनेक घोटाळ्यांची सुरुवात झाली. एक सर्वात मोठा धोका देशाने पत्करला आणि तो म्हणजे या मार्गाने भ्रष्टाचार वाढू देण्यात आला. साम्यवादी देशात सरकारच्याच पातळीवर साम्यवादी पक्षाच्या पदाधिकाऱ्यांची नेमणूक करण्यात येत

असे आणि त्यांची जशी सत्तेमध्ये मक्तेदारी होती त्याचप्रमाणे ते सर्वाधिकारीही होते. भारतामध्ये मात्र लोकशाही व्यवस्थेला धरून जो राज्यकर्ता पक्ष आहे त्यांच्या कार्यकर्त्यांना प्रत्यक्ष शासनाच्या व्यवहारामध्ये स्वयंभू स्थान अगर अधिकार मिळत नव्हते. हे सर्व अधिकार जे निवडून आलेले सरकार आहे त्यांच्या मंत्रिमंडळातील मंत्र्यांना होते आणि लोकशाहीच्या मार्गाप्रमाणे सरकारच्या सगळ्या कारभाराची लोकप्रतिनिधी गृहात चर्चा आणि चौकशी होत होती.

असे असले तरीही भारतामध्ये एक अजब गोष्ट घडली. येथे ब्रिटिशांच्या राजवटीपासूनच सनदी नोकरांचा वर्ग हा शासनामध्ये प्रतिष्ठित होता आणि त्याचे अस्तित्व कायम स्वरुपी होते. किंबहुना देशाला स्वातंत्र्य मिळाल्यावर स्थैर्य मिळावे म्हणून सनदी नोकरांना घटनेमध्येच खास संरक्षण देण्यात आले होते. त्यातून एक मोठा कलंक आणि विकृती निर्माण झाली. जे लोकप्रतिनिधी होते त्यांना निवडणुकीचे नियम लागू होते आणि जे सनदी नोकर होते ते स्थायी स्वरुपात कोणत्याही अनिश्चिततेला तोंड न देता कायम होते. यातूनच भ्रष्टाचार अर्थव्यवहाराच्या सर्व कानाकोपऱ्यात पसरला.

सार्वजनिक क्षेत्रातील उद्योगांचा आणखीन एक फायदा होता. जी शासनाची स्वातंत्र्याअगोदर पासूनची चौकट होती ती बऱ्याच प्रमाणात काटेकोर होती, किचकट होती आणि म्हटले तर दिरंगाईला अनुकूल होती. जोपर्यंत सरकारची जबाबदारी कायदा आणि न्यायव्यवस्था आणि संरक्षण यापुरती मर्यादित होती तोपर्यंत त्यातून फारसे अडले नाही. किंबहुना सनदी नोकरांची संस्था ही इतक्या माहात्म्याला पोचली याचे कारण म्हणजे हीच शासनाची पोलादी चौकट होती. देशाच्या नव्या राज्यकर्त्यांनी तर तिचा इतका धसका घेतला होता आणि त्यांचे त्यांना इतके कौतुक होते की या सनदी नोकरांना राजकारण्यांपासूनच वाचविण्यासाठी प्रत्यक्ष घटनेमध्येच संरक्षण देण्यात आले. बहुधा जगामध्ये राजकारण्यांनी स्वत:वरचा इतका कमी विश्वास क्वचितच इतर कोणत्या देशात दाखवला असेल.

सुरुवातीला सार्वजनिक क्षेत्रातील उद्योग का सुरू करण्यात आले याची तात्त्विक आणि व्यावहारिक गरज आपण पाहिली. परंतु एकदा हे मार्गी लागल्यावर मंत्री आणि त्याहीपेक्षा सनदी नोकर यांना त्यातून एक मार्ग सापडला. किंबहुना त्यांना सोन्याची खाणच मिळाली. सरकारी कामकाजामध्ये जे काटेकोर आणि किचकट नियम होते ते मोडून दोषाचे धनी होण्यापेक्षा सरकारच्या बाहेरच सार्वजनिक क्षेत्रात कंपन्या आणि महामंडळे काढणे हा सोपा मार्ग शोधण्यात आला. अशा कंपन्यांच्यावरती जे संचालकांचे नियामक मंडळ नेमण्यात येत असे ते संबंधित मंत्र्यांच्या छत्रात वावरणाऱ्या आश्रितांचेच असे. शिवाय सनदी नोकर सचिव, सहसचिव, उपसचिव अशा आपल्या विभागाअंतर्गत असलेल्या नोकरांचीही नेमणूक या संचालक मंडळांवर

करत असत. म्हणजे सरकारच्या अंतर्गत जे विभागाचे सचिव होते त्यांना सरकारी नियम टाळून पर्यायी मार्गाने हवी तेवढी सत्ता उपभोगता येत होती. त्यातूनच लोकनियुक्त मंत्री आणि सनदी नोकर हे आपल्या अधिकारात हवी तशी नोकर भरती करू लागले. तसेच या सार्वजनिक उद्योगांसाठी जे आर्थिक व्यवहार रोजच्या रोज करावे लागत होते त्यामध्येही मंत्री आणि सनदी नोकरांना विनासंकोच हस्तक्षेप करता येऊ लागला. या आर्थिक व्यवहारांमध्ये बँका आणि वित्तसंस्था यांना निधीची गुंतवणूक करावी लागत होती. त्यामध्येही या मंडळींनी शिरकाव करून घेतला.

किंबहुना साठीच्या अखेरीला सरकारने पूर्वीच्या खाजगी व्यापारी बँकांचे राष्ट्रीयीकरण केले आणि अर्थव्यवस्थेमधली वित्तीय साधनांची मालकी आणि व्यवस्थापन हे सुद्धा आपल्याकडे घेतले. शिवाय केंद्र सरकारच्या वित्त विभागात बँकिंग विभाग काढून त्यातला आपला सर्वाधिकार पूर्ण केला. याबरोबरच आणि अगोदर विमा व्यवसायही सार्वजनिक क्षेत्रात होता. तसेच वेगवेगळ्या प्रकारचा वित्तपुरवठा करणाऱ्या विकासाच्या संस्थाही केंद्र आणि राज्यसरकारच्या पातळीवर सुरू करण्यात आल्या.

हा सर्व घटनाक्रम आणि घडामोडी यातून एका फार मोठ्या संकटाला आमंत्रण मिळाले. हे संकट होते भ्रष्टाचाराचे. मागच्या पंचावन्न वर्षात नियोजनाच्या काळात आणि स्वातंत्र्यानंतर देशाने काय मिळवले, काय गमावले याची अनेक अंगांनी चर्चा होऊ शकते आणि त्यात अनेक प्रामाणिक मतभेदही होऊ शकतात. परंतु हा देश भ्रष्टाचाराच्या रोगाने पूर्णपणे पछाडला आहे यावर मात्र कोणाचेच दुमत नाही. विशेष म्हणजे सगळ्या जगामध्येही भारताने आपण एक पूर्णपणे भ्रष्टाचारग्रस्त देश आहोत अशी ख्याती मिळवली आहे. देशातले राज्यकर्तेही इतके कोडगे आणि निगरगट्ट आहेत की ते भ्रष्टाचार सगळ्याच देशात आहे आणि तसाच तो भारतातही आहे अशी त्याची सफाई देतात. या भ्रष्ट आणि कलंकित देशाचे आणखीन एक वैशिष्ट्य आहे. येथले सर्व नेते आणि पक्ष आणि विचारवंत यांना या देशाला फार मोठा आध्यात्मिक आणि सांस्कृतिक वारसा आहे याचा मोठा अभिमान आहे, किंबहुना अहंकारच आहे. आपल्याला हे जाणवत नाही परंतु उरलेल्या जगातल्या लोकांना मात्र असा अनुभव येतो. त्यामुळेच शीतयुद्धाच्या काळात जो तिसरा गट होता त्यामध्ये इतर काही थोड्यांबरोबर पंडित नेहरूंचे सामूहिक नेतृत्व होते. त्यात टिटो होते, नासर होते, सुकार्नो होते परंतु नेहरूंच्या नेतृत्वाला हे देशातले नैतिकतेचे आणि आध्यात्मिक वारशाचे परिमाण होते. जगातल्या इतर देशांच्या नेत्यांना मात्र त्याचा तिटकारा होता.

देशामध्ये भ्रष्टाचाराने थैमान घातलेले आहे यावर सगळ्यांचीच सहमती आहे आणि त्यावर एक अखंड चर्चा चालू असते. परंतु यामध्ये देशाने नियोजनाच्या कालखंडात जे ध्येय आणि धोरण स्वीकारले त्यातून या भ्रष्टाचाराचा राजमार्ग खुला

झाला याची चर्चा होत नाही. यामागे मुख्य नेतृत्व पं. नेहरू यांचेच होते. त्यांचा वाढदिवस दरवर्षी नोव्हेंबरमध्ये साजरा होतो आणि त्यावेळी सगळ्याच विचाराचे अभ्यासक नेहरूंच्या धोरणामुळे किती प्रगती झाली याचा गुणगौरव करत असतात. परंतु नियोजनाच्या धोरणातून देशामध्ये भ्रष्टाचाराचा रोग सर्व अंगात पसरला याची नोंद होत नाही. अर्थात देशात नियोजनामुळे अनेक सकारात्मक गोष्टी घडल्या हे मान्य करण्यात काही अडचण असू नये. सार्वजनिक क्षेत्रामध्ये मुळापासून भ्रष्टाचार वावरत आहे हे राजकारण्यांनी आणि सनदी नोकरांनी कधीही मान्य केलेले नाही.

सनदी नोकरांच्या व्यवस्थेमध्ये सुधारणा कोणत्या आणि कशा घडवून आणायच्या हा एक या देशातला कायम चालू असलेला छंद आहे. विशेष म्हणजे सनदी नोकरच यात मोठ्या उत्साहाने पुढाकार घेतात आणि आपली व्यवस्था शुद्ध करण्याची कशी ऐतिहासिक गरज आहे याचे उरलेल्या समाजाला निरुपण करत असतात. जणू काही समाजाला सनदी नोकरांनी देशाचे किती नुकसान केले आहे याची माहितीच नाही. मागच्या अर्ध्या शतकात अनेक प्रकारच्या हितसंबंधांची हातमिळवणी झाली आहे.

असा नकारात्मक निष्कर्ष काढण्याची ही का वेळ आली? मुळात म्हटल्याप्रमाणे सार्वजनिक क्षेत्रात जी उद्योग आणि व्यापार क्षेत्रात गुंतवणूक करण्यात आली त्यातून ही वाट मोकळी झाली. मधल्या काळात सोव्हिएट युनियन आणि पूर्व युरोपमधले इतर समाजवादी देश यांच्या राजवटी कोसळल्या. त्यामध्ये अनेक कारणांबरोबर भ्रष्टाचारही हे प्रमुख कारण होते. प्रत्यक्षात सोव्हिएट युनियन, रुमानिया, अल्बानिया अशा अनेक देशात भ्रष्टाचाराने थैमान घातले होते आणि त्याचे परिणाम आजही ते देश भोगत आहेत.

याउलट भारतात मात्र या भ्रष्टाचारावर काही मात करता येईल असे चित्र दिसत नाही. याचे उत्तम उदाहरण म्हणजे निर्गुंतवणुकीचे धोरण आणि त्याला होणारा विरोध. मागच्या पंधरा वर्षात देशाने उदारीकरण स्वीकारल्यावर सार्वजनिक क्षेत्रातील उद्योगातून सरकारने बाहेर पडणे हा सगळ्यात स्वाभाविक पर्याय होता. विशेषत: जे उद्योग आणि व्यापार खाजगी क्षेत्राकडून सक्षमपणे हाताळता येतील त्यात सरकारने गुंतून पडू नये हे कोणालाही पटणारे तर्कशास्त्र आहे. परंतु देशाचे अर्थकारण आता फार गुंतागुंतीचे झाले आहे आणि त्याला तर्काचे आणि व्यवहाराचे नियम लागू पडत नाहीत.

नियोजनाच्या काळात सरकारने सार्वजनिक क्षेत्राचे धोरण इतक्या बेलगामपणे राबवले की त्यात काहीच तारतम्य राहिले नाही. मूळच्या तात्त्विक भूमिकेनुसार भारी आणि अवजड उद्योग धंद्यातली गुंतवणूक सरकारने करायची जबाबदारी घेतली. परंतु एकदा मंत्री आणि सनदी नोकर यांना हा सोपा मार्ग मिळाल्यावर त्यांना विवेकाची कोणतीच बंधने राहिलेली नाहीत. सरकारने पावाची निर्मिती करायला सुरुवात केली,

कुटुंब नियोजनासाठी निरोधचे उत्पादन सुरू केले आणि पर्यटनाला प्रोत्साहन देण्यासाठी पंचतारांकित हॉटेले चालविण्याची जबाबदारी घेतली. तसेच स्टेट ट्रेडिंग कॉर्पोरेशन, मिनरल्स ॲन्ड मेटल्स ट्रेडिंग कॉर्पोरेशन अशा अवाढव्य व्यापारी कंपन्याही सुरू केल्या. या सगळ्या सरसकट सरकारी उद्योगातून हजारो कोटी रुपयांचा व्यवहार आणि उलाढाल होऊ लागली.

आताही मागच्या पंधरा वर्षात जेव्हाजेव्हा सरकार निर्गुंतवणुकीसाठी पावले टाकते तेव्हा एक रणकंदन माजते. विशेष म्हणजे जो राज्यकर्ता पक्ष आहे आणि जो विरोधी पक्ष आहे त्यांची अदलाबदल झाली तरीही सगळ्या वादविवादाची एकच आवृत्ती असते. यामध्ये फक्त डावे पक्ष आपल्यापरीने सुसंगत आहेत; कारण त्यांचा निर्गुंतवणुकीला सरसकट विरोध आहे. त्याचे साधे कारण म्हणजे सगळ्या देशात त्यांचा जो जनाधार आहे तो फार मर्यादित आहे आणि त्यांचे मतदार संघ हे या सार्वजनिक क्षेत्रातील कामगार वर्गात आहेत. तसेच ज्या वित्त संस्था आहेत त्यांचेही कर्मचारी डाव्या पक्षांच्या अधीन आहेत. नेमक्या या सगळ्या संस्था अगोदरच्या नियोजनाच्या काळात मक्तेदारी पद्धतीच्या होत्या आणि त्यामध्ये या कर्मचाऱ्यांनी आपले भरपूर फायदे करून घेतलेले आहेत. त्यामुळे हे डावे पक्ष आपल्या मतदार संघांना अगदी थोड्या प्रमाणातही दुखवायला तयार नाहीत.

एकापरीने त्यांच्या या भूमिका सोप्या आहेत कारण त्यांच्यावर देशाचे सरकार चालवण्याची जबाबदारीच नाही. ते स्वबळावर सरकारही बनवू शकणार नाहीत आणि त्यांना कोणत्याही आघाडीच्या सरकारमध्ये सामील होऊन जबाबदारीही घ्यायची नाही. अशा परिस्थितीत विकास करण्यासाठी भांडवल गुंतवणूक कशी वाढवायची, आर्थिक वाढीचा दर कसा वाढवायचा, जगातल्या स्पर्धेला कसे तोंड द्यायचे, त्यासाठी विदेशी प्रत्यक्ष भांडवलाला देशात येण्यासाठी कसे प्रोत्साहन द्यायचे, जगातले नवे तंत्रज्ञान कसे आत्मसात करायचे यापैकी कोणत्याच प्रश्नांना डावे पक्ष तोंड देत नाहीत कारण त्यांनी तो मार्ग सोडून दिलेला आहे. त्यामुळे डावे पक्ष देशाच्या राजकारणात अगदी मर्यादित भूमिका घेऊन आपल्या ठरावीक मतदार संघांना सांभाळण्याचे धोरण यापुढेही घेत राहतील हे उघड आहे. त्यामुळेच उदारीकरणाच्या काळातही निर्गुंतवणुकीचा विषय हा दलदलीचा बनला आहे आणि त्यात कोणत्याच आघाडीच्या सरकारला पाय रोवून उभे राहता येत नाही. याचा एक दुर्दैवी परिणाम म्हणजे सार्वजनिक क्षेत्र ही एक भ्रष्टाचाराची गंगा आहे आणि यापुढेही ती अशीच वाहत राहणार आहे.

■

१.२ अर्थव्यवस्थेचा आढावा

देशाच्या अर्थव्यवस्थेमध्ये चैतन्य सळसळत आहे आणि अनेक शुभचिन्हे दिसत आहेत. साहजिकच अशा प्रसंगी एक दीर्घ काळाचा आढावा उपयोगी पडतो कारण त्यातून दिशा दिग्दर्शन होते आणि आपण कोणत्या ऐतिहासिक टप्प्यावर पोहोचलो आहोत हे समजून घेता येते. देशाला योग्य आत्मभान येण्यासाठी याचा उपयोग होतो. काही प्रमाणात राजकीय नेतृत्वाला आपल्यावर कोणत्या जबाबदाऱ्या आहेत हेही उमगण्यासाठी मदत होते.

देशातल्या अर्थतज्ज्ञांमध्ये सी. रंगराजन यांचे नाव वरचे आहे. सध्या ते पंतप्रधानांच्या आर्थिक सल्लागार मंडळाचे अध्यक्ष आहेत. त्यापूर्वी ते रिझर्व बँकेचे गव्हर्नर होते. त्यांनी जुलै २००६च्या मध्याला दि इकॉनॉमिक टाइम्स या वृत्तपत्राला एक सविस्तर मुलाखत दिली होती. त्यात त्यांनी अर्थव्यवस्थेचा एक आढावा घेतला होता. देशातल्या प्रसार माध्यमांच्या मार्गानेही देशातले आणि परदेशातले अनेक तज्ज्ञ भारताच्या आर्थिक प्रगतीचे अनेक अंगांनी अभ्यास आणि मूल्यमापन करत आहेत. विशेषत: परदेशातल्या ज्या गुंतवणूकदार संस्था आहेत त्यांना सल्ला देणाऱ्या अनेक नामांकित अर्थसंस्था असे सततचे प्रयत्न करत असतात. देशामध्ये भांडवली निधीची आयात मोठ्या प्रमाणात होत आहे आणि शेअर बाजारातही परदेशी निधीची गुंतवणूक वाढलेली आहे. साहजिकच अर्थव्यवस्थेमध्ये काय घडत आहे याचा तपशिलाने अभ्यास करणे आणि अर्थ लावणे रोजच्या गरजेचे झाले आहे.

एकूण अर्थव्यवस्थेचा विचार केला तर पहिला प्रश्न उभा राहतो तो एकूण आर्थिक वाढीचा आणि आर्थिक सुधारणांच्या भवितव्याचा. मागे एप्रिल २००३ सालापासून तीन वर्षात सरासरी आर्थिक वाढ आठ टक्क्यांनी झालेली आहे आणि चालू २००६-०७ वर्षाच्या अखेरीलाही ही पातळी टिकून राहील याची सगळ्यांना खात्री वाटत आहे. साधारणपणे रिझर्व बँक आपले अंदाज नेहमी सावधगिरी ठेवून मांडत असते. परंतु बँकेनेही चालू वर्षातली आर्थिक वाढ साडेसात ते आठ टक्क्यांच्या दरम्यान होईल असे म्हटले आहे. त्यामुळे पुढचा प्रश्न उभा राहतो. तो म्हणजे ही वाढीची पातळी टिकाऊ आहे का? आणि येत्या काळात त्यात आणखी काही भर

पडू शकते का? अकराव्या पंचवार्षिक योजनेची मांडणी चालू आहे आणि त्यात वाढीचा दर साडेआठ टक्के असेल असे गृहीत धरण्यात आले आहे. हेही सहज गाठण्यासारखे लक्ष्य आहे असे अनेकांना वाटते. फक्त अडचण आहे ती नेहमीची कृषी आणि पायाभूत सुविधा या क्षेत्रात कमी गुंतवणूक होत आहे याबाबत आहे. जर या क्षेत्रातल्या त्रुटी भरून काढता आल्या तर साडेआठ टक्क्यांची वाढ सहज शक्य आहे. परंतु नेमके हेच अवघड आहे कारण त्याच्याशी अनेक राजकीय प्रश्न आणि इच्छाशक्ती निगडित आहेत.

आजच्या सद्य:स्थितीमध्ये कृषीमध्ये काय घडते याची उद्योग क्षेत्राला अडचण होत नाही. नियोजनाच्या अगोदरच्या काळात अशी अजिबात परिस्थिती नव्हती. मागे तिसऱ्या पंचवार्षिक योजनेच्या कालखंडात लोकसंख्येला निर्वाहाच्या ज्या गोष्टी लागतात (वेज गुडस्) त्या जर पुरेशा प्रमाणात उपलब्ध झाल्या नाहीत तर औद्योगिक विकासात अडचणी येतील याची नियोजनकर्त्यांना चिंता होती. मुख्य म्हणजे जर कृषीमध्ये पुरेसे अन्नधान्य उत्पादन झाले नाही तर उद्योग क्षेत्रातल्या कामगारांना जगण्यामध्येच अडचणी येतील असा देशापुढे प्रश्न होता. सुदैवाने मधल्या काळात हे चित्र बदलले आणि आता हा प्रश्न कोणाला आठवतही नाही. म्हणजे कृषी क्षेत्रामध्ये जे काही भरीव प्रमाणात घडले त्यातून सगळी औद्योगिकीकरणाची प्रक्रिया सुरळीतपणे पार पडेल अशी वस्तु:स्थिती निर्माण झाली. हे एक यश आणि सुचिन्हच समजले पाहिजे.

पन्नास वर्षांपूर्वीचे कृषीवरचे परावलंबन संपले असले तरी या क्षेत्राची हालत काळजीचीच आहे. मुख्य काळजी आहे याचे कारण म्हणजे देशात सगळ्यात अधिक लोकसंख्या कृषीत गुंतलेली आहे आणि सगळ्यात अधिक दारिद्र्य यातच आहे. त्यामुळे नियोजनकर्त्यांना या क्षेत्रामध्ये वाढीचा किमान दर चार टक्के असला तर एकूण व्यवस्थेच्या वाढीचा दर आठ ते नऊ टक्क्यांच्या पातळीवर स्थिरावू शकेल असे वाटते. म्हणजे कृषीमध्येच भरीव वाढ झाली तर त्यावर अवलंबून असलेल्या गरीब लोकसंख्येला पुरेसा आधार मिळेल आणि ही प्रक्रिया सर्वसमावेशक बनू शकेल. जेव्हा कधी कृषीमध्ये संकटे येतात तेव्हा समाजात तणाव निर्माण होतात. तसेच एकूण व्यवस्थेमध्ये विषमता वाढते आणि या सगळ्यातून विकासाची प्रक्रिया अस्थिर होते.

कृषीवर जो मनुष्यबळाचा बोजा आहे तो हलका व्हायचा असला तर औद्योगिकीकरणाची गती वाढणे आवश्यक आहे. समजा वाढीचा दर आठ ते नऊ टक्क्यांच्या पातळीवर पोहोचला तर शेतमजुरांचे एकूण मजूर वर्गातले प्रमाण कमी होईल. काही अभ्यासकांच्या मते २०१३ ते २०१५च्या सुमारास या शेतमजुरांच्या प्रमाणात सुमारे चार ते पाच टक्क्यांची घट होईल. यांच्या संख्येत जी भर पडेल ती

बिगर कृषी क्षेत्रातल्या रोजगारात सामावून घेतली जाईल. अशा अपेक्षित गोष्टी घडल्या तरीही एकूण मजूर लोकसंख्येपैकी सुमारे निम्मे लोक कृषीवरच अवलंबून राहतील. याचा अर्थ जर कृषीमध्ये भांडवल गुंतवणूक वाढली आणि पीक रचनेत वैविध्य आले आणि पिकांची उत्पादकता वाढली तर या क्षेत्रातल्या उरलेल्या मोठ्या संख्येलाही नीट जगण्याच्या संधी मिळतील. यासाठी या क्षेत्रात कृषी मालावर आधारलेले प्रक्रिया उद्योग वाढू शकले तर त्यातूनही रोजगाराच्या संधी वाढू शकतील. यातूनच केवळ अन्नधान्याच्या शेतीपेक्षा मूल्यवृद्धीही अधिक होईल. कृषीमधल्या दारिद्र्याचा प्रश्न यातूनच सुटू शकतो.

याशिवाय पायाभूत सुविधांच्या गुंतवणुकीचे एक स्वतंत्र मोल आहे. केवळ कृषी अगर ग्रामीण क्षेत्रच नव्हे तर एकूण औद्योगिकीकरणातही पायाभूत सुविधांमधल्या त्रुटींमुळे वाढीची प्रक्रिया अडचणीत आलेली आहे. पायाभूत सुविधा म्हणजे रस्ते, पूल, रेल्वे, बंदरे, विमानतळ, दूरसंचार अशा काही बाबींमध्ये भरीव गुंतवणूक होण्याची गरज आहे. या क्षेत्रात सगळ्यात तातडीची गरज आहे ती म्हणजे विजेची उपलब्धता वाढणे. जर वीज मिळणार नसेल तर अर्थव्यवस्थेमध्ये काहीच घडणार नाही. मागच्या चार वर्षात आणि येत्या काळात देशाच्या वाढीचा दर आठ ते नऊ टक्क्यांच्या पातळीवर स्थिर व्हायचा असला तर सगळ्यात प्रथम विजेची गरज पुरी करावी लागेल. त्यासाठी चालू दहाव्या पंचवार्षिक योजनेत जितकी वीज निर्माण झाली त्याच्या दुप्पट वीजेचे उत्पादन अकराव्या पंचवार्षिक योजनेत करावे लागेल. तरच अर्थव्यवस्थेची चालू गती टिकवता येईल. या विषयात आर्थिक सुधारणांची तातडीची गरज आहे आणि त्या सहज करता येण्यासारख्या आहेत.

वीज उत्पादनात भांडवल आणि उत्पादन याचे गुणोत्तर सुधारले पाहिजे. सध्या पारेषण (ट्रान्समिशन) आणि वितरण (डिस्ट्रिब्युशन) यात तीस ते चाळीस टक्क्यांची गळती आहे आणि ती निदान पंधरा टक्क्यांपर्यंत खाली आणता येईल. हे करण्यासाठी वितरण व्यवस्थेमध्ये वेगवेगळ्या पातळीवर उच्च तंत्रज्ञान वापरावे लागेल आणि त्यातून वीजगळतीमधले नुकसान कमी करता येईल. याचबरोबर समाजातल्या सगळ्याच वर्गातील ग्राहकांकडून जी वीजेची चोरी होते त्यावर प्रबोधन आणि परिणामकारक कार्यवाही करावी लागेल. थोडक्यात म्हणजे वीजेच्या क्षेत्रात धोरण, तंत्रज्ञान आणि अंमलबजावणी अशा प्रत्येक बाबीत सुधारणा करणे शक्य आहे.

विजेच्या क्षेत्रात राजकीय इच्छाशक्ती हाही एक प्रश्न बनलेला आहे. याच्याशी संलग्न प्रश्न म्हणजे या क्षेत्रात कोण गुंतवणूक करणार? हा प्रश्न उभा राहण्याचे कारण म्हणजे जर सर्व अंगांनी वीज क्षेत्रात बदल होणार नसले तर मग गुंतवणूकदार पुढे येण्याची शक्यता कमी आहे. तात्त्विक पातळीवर विजेची चोरी होऊ नये आणि

पारेषण आणि वितरण यातली गळती कमी व्हावी याला कोणी विरोध करणार नाही. काही राज्यांनी पुढाकार घेऊन सुधारणा करून दाखवल्या आहेत आणि इतर राज्ये त्यांचे अनुकरण करू शकतात. परंतु या विषयात सगळ्यात मोठी अडचण आहे ती राज्य विद्युत मंडळांची. या मंडळांनी दीर्घकाळ मक्तेदारी अनुभवली आहे आणि यांच्या कर्मचाऱ्यांत डाव्या पक्षांच्या मजूर संघटनांचा प्रभाव आहे. राज्य पातळीवर राजकीय पक्षांनीही या मंडळांच्या व्यवस्थापनात सतत हस्तक्षेप केलेला आहे. यातून यांच्या कारभारात भ्रष्टाचार आणि अकार्यक्षमता यांचा वावर आहे.

मागची अनेक वर्षे जागतिक बँकेने राज्य विद्युत मंडळांच्या विभाजनाचा आणि खाजगीकरणाचा सल्ला दिलेला आहे; परंतु राजकीय इच्छाशक्ती नसल्यामुळे आणि डाव्या पक्षांच्या कामगार संघटनांचा विरोध असल्यामुळे राज्य विद्युत मंडळांची पुनर्मांडणी होऊ शकलेली नाही. या संदर्भात महाराष्ट्र राज्याचे उदाहरण उद्‌बोधक आहे. देशातले हे राज्य औद्योगिकदृष्ट्या सगळ्यात अधिक प्रगत आहे आणि येथे वीजेची गरज सगळ्यात मोठी आहे. परंतु येथे सरकारने मागच्या सुमारे पंधरा वर्षात वीज उत्पादनात वाढ करण्यासाठी काहीच गुंतवणूक केली नाही. याचे एक सबळ कारण म्हणजे येथे एन्‌रॉन या अमेरिकन कंपनीच्या पुढाकाराने दाभोळ येथे वीज उत्पादनाचा कारखाना होणार होता परंतु नंतर एन्‌रॉन कंपनीची दिवाळखोरी जाहीर झाल्यावर दाभोळ प्रकल्प थंड पडला. याच्या विरोधात राज्य विद्युत मंडळाने अनेक कारवाया केल्या. अखेरीस नाइलाजाने विजेच्या टंचाईला तोंड देता यावे म्हणून परत या दाभोळ प्रकल्पाचे पुनरुज्जीवन करण्यात आले. आता परत इंधनाच्या किमती परवडत नाहीत म्हणून तो प्रकल्प मोडीत काढायची वेळ आली आहे.

विजेच्या क्षेत्रात उत्पादन क्षमता अल्पकाळात इतक्या मोठ्या प्रमाणावर निर्माण करायची असली तर खाजगी उद्योगाला त्यात भरीव जबाबदारी घ्यावी लागेल आणि अशा वीज उत्पादनात सर्वाधिक भर कोळशावर आधारित औष्णिक वीज निर्मितीला द्यावा लागेल. परंतु यात नेमक्या याच कारणांसाठी काही मूलभूत धोरणाच्या बाबींना हात लावावा लागेल. सध्याच्या कायद्यानुसार खाजगी क्षेत्र कोळशाच्या उत्पादनात उतरू शकत नाही. मागची काही वर्षे हा कायदा बदलण्याचे प्रयत्न चालू आहेत आणि बहुधा २००६च्या अखेरीपर्यंत केंद्र सरकार संसदेमध्ये हा सुधारित कायदा मांडेल. सध्या ज्यांना फक्त स्वत:च्या वापरासाठी कोळसा हवा आहे त्यांना खाणकामाची परवानगी आहे. परंतु खाजगी क्षेत्राला खाणकामात फारसा फायदा दिसत नसल्यामुळे ते कोळशाच्या खाणी चालवणाऱ्यांबरोबर भागीदारी करू शकतात.

देशात जो कोळसा बनतो त्याचा दर्जा हाही एक प्रश्न आहे, कारण त्यात राखेचे प्रमाण अधिक असते. असे असले तरीही कोळसा ही एक अशी नैसर्गिक साधनसंपत्ती आहे की जिचे देशात सर्वात अधिक साठे आहेत. शिवाय ही साधने

दीर्घकाळ पुरू शकतील. याबरोबर कोळशाची आयात करून त्यावर आधारलेले प्रकल्प समुद्रकिनारी असलेल्या ठिकाणी उभे करायचे असाही एक विचार चालू आहे. म्हणजे दोन प्रकारचे वीज प्रकल्प उभे राहू शकतील. एक म्हणजे जेथे कोळशाच्या खाणी आहेत त्या खनन क्षेत्रात वीज उत्पादन करणे. अगर समुद्रकिनाऱ्याजवळच्या क्षेत्रात वीज प्रकल्प उभा करणे आणि त्यासाठी कोळशाची बाहेरून आयात करणे. आयात केलेला कोळसा महाग पडतो आणि त्यामुळे अशा पुरवठ्यावर जे औष्णिक वीज प्रकल्प उभे राहतील ते समुद्रकिनाऱ्याजवळ असले तरच खर्चाच्या दृष्टीने परवडू शकतात.

आयात केलेला कोळसा महाग आहे असा जो समज आहे त्याचे एक कारण म्हणजे मुळात इतके वर्ष देशांतर्गत कोळशाची जी किंमत आहे ती कृत्रिमरीत्या कमी पातळीवर ठेवण्यात आलेली आहे. नेहमीप्रमाणे जर मोकळ्या बाजारपेठेच्या नियमनानुसार कोळशाच्या किमती ठरू दिल्या आणि त्यात खनिज काम करणाऱ्या कंपन्यांनी प्रमुख भूमिका बजावली तर जी किंमत ठरेल ती आयात केलेल्या कोळशाच्या किमतीच्या जवळपास येईल. याचा मुख्य फायदा म्हणजे कोळशाची नैसर्गिक साधनसामग्री ज्या राज्यांमध्ये आहे त्यांना स्वामित्वधनाच्या (रॉयल्टी) रुपाने अधिक महसूल मिळेल. यासाठी स्वामित्वधन आणि कोळशाची खुल्या बाजारपेठेतील किंमत यांचा नजीकचा प्रत्यक्ष संबंध असण्याची गरज आहे. अर्थात यासाठी राजकीय इच्छाशक्ती असली तरच इंधनाच्या खऱ्या किंमती बाजारपेठेमध्ये प्रतिबिंबित होतील.

यावर एक पाऊल टाकण्यात आलेले आहे. त्यासाठी ज्या उद्योगांना केवळ स्वत:च्या वापरासाठी खनिज काम लागणार आहे त्यांना परवानगी देण्यात आली आहे. शासनाची मक्तेदारी कमी करण्याच्या दिशेने हे एक पाऊल आहे. मागच्या काही वर्षात सुधारणा कार्यक्रमांतर्गत खनिज तेलाच्या क्षेत्रात खाजगी उद्योगाला प्रवेश देण्यात आलेला आहे परंतु कोळशाच्या क्षेत्रात मात्र बऱ्याच प्रमाणात शासनाचा एकाधिकार (मोनॉपॉली) आहे. या सगळ्या गुंतागुंती लक्षात घेता यातून एकच मार्ग निघू शकतो. तो म्हणजे ऊर्जेच्या क्षेत्रात रास्त किमती ठरवण्यासाठी एकात्मिक धोरण आखणे. सरकारने ही वाट स्वीकारली तर इंधनाचे जे वेगवेगळे पर्याय आहेत त्यांच्या तुलनात्मक किमतींचा एकत्रित विचार करता येईल आणि त्यातच आयात केलेल्या इंधनांच्या किमतींचाही समावेश करता येईल.

याला धरून वायूचा प्रश्न उभा राहतो. अगदी जगाच्या बाजारातही नैसर्गिक वायूची उपलब्धता हा एक प्रश्न झाला आहे. यावर मार्ग म्हणजे ऊर्जा क्षेत्रात खुल्या बाजारपेठेच्या स्पर्धेला पुरेसा वाव दिला तर या माध्यमातूनच वेगवेगळ्या इंधनाच्या किमती परस्पर ठरतील आणि त्यातूनच कोणते इंधन निवडायचे, त्यासाठी कोणते तंत्रज्ञान वापरायचे आणि त्याबरोबरच कोणत्या स्थानावर प्रकल्प उभारायचे याचे

निर्णय उद्योजक आपल्या जबाबदारीवर घेऊ शकतील. एकदा हा पर्याय स्वीकारला म्हणजे मग फक्त खर्च आणि कार्यक्षमता यांचा एकत्रित विचार करून प्रकल्पाबाबतचे निर्णय घेतले जातील. देशाला या प्रसंगी असे नवे धोरणात्मक निर्णय घ्यावे लागतील. विजेची कमतरता आणि उत्पादन यांच्या संदर्भात जसा कोळशाचा प्रश्न मोक्याचा आहे त्याचबरोबर इंधनाचे इतर पर्याय म्हणजे खनिज तेल आणि नैसर्गिक वायू या विषयातही अनेक गुंतागुंती निर्माण झालेल्या आहेत. देशांतर्गत या नैसर्गिक साधनांची पुरेशी उपलब्धता नाही आणि आर्थिक वाढीने वेग घेतलेला आहे हे लक्षात घेता खनिज तेल आणि वायू यांच्या बाबतही कठोर निर्णय घ्यावे लागतील. नियोजनाच्या दीर्घ काळात या विषयात सरकारच्या मक्तेदारीमुळे सरकारवर अनुदानांचा मोठा बोजा पडलेला आहे. विशेष म्हणजे ही अनुदाने मध्यमवर्ग आणि उच्च उत्पन गटातील वर्ग यांना देण्यात येत आहेत आणि त्यामुळे अशा अनुदानांचे समर्थन करणेही कोणत्याही सरकारला शक्य होणार नाही. परंतु संघटित लोकमताच्या दबावामुळे सरकार या अनुदानांची जबाबदारी टाळू शकलेले नाही. मात्र आता येत्या काळात हे किती वर्षे चालू ठेवायचे याचा सरकारला विवेक करावा लागेल.

सरकारच्या पुढे निर्गुंतवणूक हाही एक वादाचा विषय आहे. सध्या २००६च्या सुरुवातीपासून सरकारने या विषयात आपले पाऊल मागे घेतलेले आहे. परंतु जर निर्गुंतवणूक करायची नाही असे ठरवले तर सरकारला आपल्या महसुलावर त्याचे काय परिणाम होतील याचा विचार करावाच लागेल. शिवाय आर्थिक सुधारणांची बांधिलकी स्वीकारल्यावर हा विषय वाऱ्यावर सोडणे योग्य होणार नाही. केंद्र सरकारने आपले वित्तीय स्वास्थ्य सुधारण्याच्या दृष्टीने महसुली तूट आणि अर्थसंकल्पीय तूट टप्प्याटप्प्याने कमी करण्याची जबाबदारी स्वीकारलेली आहे आणि तसा कायदाही केलेला आहे. त्याचबरोबर राज्य सरकारांनाही केंद्राने ही शिस्त लावलेली आहे. येत्या काळात लवकरात लवकर देशाचे चलन पूर्णपणे परिवर्तनीय करण्यासाठी अशी वित्तीय शिस्त सरकारने अंगी लावून घेणे ही एक पूर्व अट आहे. त्यामुळे निर्गुंतवणुकीची वाट कितीही काट्यांनी भरलेली असली तरीही ती सोडून देता येणार नाही.

मूळात निर्गुंतवणूक (डिसइनव्हेस्टमेंट) ही संकल्पना प्रथम १९९२ मध्ये चर्चेमध्ये आली आणि त्याची सुरुवात सी. रंगराजन यांनीच केलेली होती. त्यांच्या अध्यक्षतेखाली या विषयावर एक समिती होती आणि या समितीच्या अहवालात खाजगीकरण (प्रायव्हेटायझेशन) आणि निर्गुंतवणूक (डिसइनव्हेस्टमेंट) यात फरक करण्यात आला होता. परंतु नंतर या विषयाची जी सगळी सार्वजनिक चर्चा वाढली त्यामध्ये हा महत्त्वाचा बारकावा हरवून गेला. निर्गुंतवणूक करायची याचा अर्थ खाजगीकरण करायचे असा होत नाही. तसेच त्यातून पुढे कधीतरी खाजगीकरण होऊ द्यायचे असेही अपेक्षित नाही. आता मात्र जे धोरण राबविण्यात येत आहे

त्यानुसार सार्वजनिक क्षेत्रातील ज्या कंपन्या नफा मिळवत आहेत त्यांचे खाजगीकरण करायचे नाही असे स्वीकारण्यात आलेले आहे. परंतु जर आता कोणतीच निर्गुंतवणूक करायची नाही असा निर्णय झाला तर सरकारला आपल्या हातातला एक महसुली उत्पन्न मिळवण्याचा मार्ग सोडून द्यावा लागेल.

कोणत्याही राजकीय अडचणी आणि वाद यामुळे जर अशी वेळ आली तर हा काही फक्त साधनांच्या कमतरतेचा विषय नाही. त्यातून बाहेरच्या जगाला एक संकेत दिला जाईल. मागे एकवेळ अशी होती जेव्हा निर्गुंतवणुकीतून सरकारला भरपूर महसूल मिळाला. यातून जवळपास रु. बारा हजार कोटी सरकारच्या तिजोरीत जमा झाले. परंतु आता यातून काही फार मोठे उत्पन्न मिळणार आहे अशी कोणाची समजूत नाही. त्यामुळे या मार्गाने मिळालेले उत्पन्न थोडे असले तरीही त्याचे काही विशेष महत्त्व आहे. सध्याच्या केंद्र सरकारच्या मागे युनायटेड प्रोग्रेसिव्ह अलायन्स (यूपीए) ही आघाडी उभी आहे आणि त्यांचा एक किमान सामाईक कार्यक्रम (कॉमन मिनिमम प्रोग्रॅम) आहे. यातही निर्गुंतवणूक मान्य करण्यात आलेली आहे. अर्थात ही सहमती असली तरीही डाव्या पक्षांची याबाबत आपली एक समजूत आहे आणि ती वेगळी आहे.

केंद्र सरकारने आघाडीच्या किमान कार्यक्रमांतर्गत काही शिक्षण, ग्रामीण रोजगार आणि समाज कल्याणाच्या प्रमुख जबाबदाऱ्या स्वीकारलेल्या आहेत आणि त्यासाठी भरीव प्रमाणात साधनसामग्रीची तरतूद करावी लागणार आहे. अशा परिस्थितीत वित्तमंत्र्यांना आपल्या हातातील निर्गुंतवणुकीचा पर्याय सोडून देणे हे व्यवहारालाही धरून होणार नाही. अर्थात डाव्या पक्षांच्या विरोधामुळे केंद्र सरकार निर्गुंतवणुकीसाठी जोमाने पुढची पावले टाकत नाही यातून काही संकेत जरुर मिळतात. जर निर्गुंतवणुकीच्या विषयात प्रगती होत नसली तर दुसऱ्या काही विषयात भरीव सुधारणा करणे शक्य आहे. यासाठीच ऊर्जा, कोळसा आणि कृषी अशा क्षेत्रांमध्ये सरकार ठोस पावले टाकत आहे आणि आपली सुधारणा कार्यक्रमाची बांधिलकी सिद्ध करत आहे. सरकारच्या ताब्यात असलेल्या कारखान्यांपेक्षा या क्षेत्रामध्ये बाजारपेठेवर आधारित असलेल्या सुधारणा करता आल्या तरीही वाढीची प्रक्रिया पुढे नेता येईल.

याबरोबर सद्य:स्थितीत चलनवाढीचा धोका सतत डोळ्यापुढे ठेवावा लागत आहे. सध्या हा दर सुमारे पाच टक्के आहे आणि त्यावर विवाद होत आहेत. एका दृष्टीने हे चांगले चिन्ह आहे. यासाठी कारण अगदी थोड्या वर्षांपूर्वीच हा दर दोन आकड्यात होता आणि आज तो पाच टक्क्यांवर आला तरीही तो अधिकच वाटतो. देशात दहा वर्षांपूर्वीच चलनवाढीवर मात करण्यात आली. त्या काळात चलनवाढीचा दर सुमारे सात ते आठ टक्के असायचा आणि तो आता पूर्णपणे आटोक्यात आलेला आहे. रिझर्व बँकेने चालू २००६-०७ सालात हा दर सुमारे साडेपाच टक्के असेल

असा अंदाज केलेला आहे.

काही अभ्यासकांच्या मते किमतींची पातळी एका वर्षाच्या तुलनेत मोजणे यातून काही सगळी परिस्थिती समजते असे नाही. त्यापेक्षा किमतींचा निर्देशांक एका वर्षाच्या काळात कसा हलतो हे पाहिले तर बदलणाऱ्या किमतींचा चांगला अन्वयार्थ लावता येतो. उदाहरणार्थ मार्च २००६च्या पासून जुलै २००६ या काळात किमतींच्या पातळीत ३.२ टक्क्यांची वाढ झाली. याच काळात एक वर्षापूर्वी ही वाढ २.४ टक्के होती. साधारणपणे सप्टेंबरच्या अखेरीपर्यंत किमतींमधली वाढ ही एका सपाटीच्या पातळीवर येऊ लागते. सध्या गव्हाच्या किंमती चढ्या आहेत. तसेच कडधान्यांच्या किमतीही वरच्या आहेत. या दोन बाबींमुळे अन्नाच्या किमतींची पातळी चलनवाढ दाखवत आहे. मागच्या काही वर्षांपेक्षा आता ग्राहकांच्या किमतीच्या निर्देशांकात घाऊक किमतीच्या निर्देशांकापेक्षा अधिक वाढ दिसत आहे. त्यामुळे गहू, कडधान्ये आणि खनिज तेल यांच्या किमतींवर लक्ष ठेवणे आवश्यक झाले आहे.

सध्या सरकारने खाजगी क्षेत्राला गव्हाची खरेदी करण्याची परवानगी दिली आहे आणि त्यामुळे सरकारच्या धान्य खरेदीवर काही परिणाम होणार आहे. तसेच त्याचा अन्नाच्या किमतींवरही जो परिणाम होणार आहे त्याचा अभ्यास करण्याची गरज आहे. यावेळी शेतकऱ्याकडून प्रत्यक्षपणे फक्त व्यापाऱ्यांनीच गव्हाची खरेदी केली आहे असे नाही तर अन्न प्रक्रिया उद्योग आणि मोठ्या कंपन्या याही या खरेदीमध्ये उतरल्या आहेत. यांपैकी कार्पोरेट क्षेत्रातील खरेदीमुळे किमती वाढण्याची शक्यता नाही कारण त्यांना स्वत:लाच किरकोळ विक्रीच्या बाजारपेठेत स्थान मिळवायचे आहे. त्यामुळे त्यांना विक्रीची किंमतही खरेदी करतानाच डोळ्यापुढे ठेवावी लागणार आहे. काही असले तरी आज जगभरात गव्हासाठी मागणी अधिक आहे आणि पुरवठा कमी आहे. त्यामुळे सरकार गव्हाची आयात करून येथल्या बाजारातल्या किमती आपल्याला हव्या त्या पातळीवर ठेवू शकेल अशी शक्यता नाही.

प्रश्न राहिला तो खनिज तेलाच्या किमतीचा. यात कसे चढउतार होतील हे कोणीच सांगू शकत नाही, कारण जगातल्या राजकीय आणि आर्थिक घडामोडींवर या किमती ठरत असतात. इराकमधल्या यादवी युद्धामुळे सगळेच अनिश्चित झालेले आहे. या चलनवाढीच्या मुद्यावर सरकार आणि विशेषत: रिझर्व बँक फक्त मुद्रा पुरवठ्यावर जागरूक राहू शकते आणि ते काम बँक चोखपणे करत आहे.

देशात राज्यकर्त्यांनी मागच्या दीर्घकाळात इंधनाच्या किमती अगदी कमी पातळीवर रोखून ठेवल्या आहेत. अनेक अभ्यासकांना सरकारचा हा कृत्रिम हस्तक्षेप चुकीचा वाटतो. याविषयात अर्थकारण आणि राजकारण हे पूर्णपणे अलग आहे आणि एकमेकांच्या विरोधात आहे. अर्थशास्त्राच्या नियमांनुसार अर्थव्यवस्थेमध्ये कोणतीच गोष्ट फुकट मिळत नाही. देशाला खनिज तेलाची नक्त आयात करावी लागते आणि

त्यातूनच आर्थिक वाढीची गरज भागू शकते. परंतु बाहेरची किंमत अणि देशात ग्राहकांना पडणारी किंमत यातला फरक सरकार अनुदान देऊन मिटवत आहे. यासाठी ओएनजीसी ही सरकारी क्षेत्रातील कंपनी अडचणीत आली आहे. आता तेलासाठी रोखे काढले काय अगर अनुदान दिले काय यामुळे मूळ परिस्थितीत काही फरक पडत नाही. उलट ओएनजीसीला हा बोजा सहन करावा लागत असल्यामुळे ही कंपनी तेलाचे नवीन साठे शोधण्यासाठीही पुरेसा खर्च करू शकत नाही. म्हणजे आयातीवरचे परावलंबन अधिकच वाढते.

थोडक्यात म्हणजे आजपर्यंत राज्यकर्त्यांनी अशा या आतबट्ट्याच्या व्यवहारात जी किंमत चुकती करावी लागते ती दडवून ठेवायचे धोरणच चालवलेले आहे. यामुळे ज्या ग्राहकांना कमी किमतीत तेल आणि वायू मिळतो त्यासाठी समाजातले इतर वर्ग किंमत चुकवत असतात हे आपण उघडपणे कबूल केलेले नाही. शिवाय वेळोवेळी जेव्हा बाहेरच्या बाजारात खनिज तेलाच्या किमती वाढतात तेव्हा तो वाढीव बोजाही आपण देशांतर्गत ग्राहकांवर लादत नाही. वास्तविक पाहता जर ग्राहकांना तेलाच्या आणि वायूच्या वाढत्या किमतींना तोंड द्यावे लागले असते तर त्यातून त्यांची तेलासाठी असलेली मागणी कमी होऊ शकली असती. परंतु सरकार असे काही घडूच देत नाही आणि त्यामुळे ग्राहकांची मागणी विनाअडचण वाढतच आहे. एकूणात कोणत्याच अर्थव्यवस्थेमध्ये हे दीर्घकाळात परवडणारे नाही. परंतु जे ग्राहक वर्ग या अनुदानांचा वर्षानुवर्षे फायदा मिळवत आहेत त्यांना दुखवायला कोणताच पक्ष आणि सरकार तयार नाही.

या अर्थकारणातून एक प्रश्न निर्माण होतो. जर समजा आयात केलेल्या तेलाच्या किमती प्रत्यक्षात देशात वाढू दिल्या आणि त्यातून तेलाची मागणी कमी झाली तर त्यामुळे वाढीची प्रक्रिया मंदावेल का? यामागे सध्याची आर्थिक वाढ ही अधिक उपभोग आणि ग्राहकाची अधिक मागणी यातून होत आहे असा एक दृष्टिकोन आहे. आर्थिक वाढ होण्याचा दुसरा एक मार्ग म्हणजे अधिक गुंतवणूक होणे. काहींच्या मते हा दोन्हीमधला फरक फारसा महत्त्वाचा नाही. याचे कारण म्हणजे जेव्हा ग्राहकाची मागणी वाढते आणि ती दीर्घकाळ टिकून राहते त्यातून उत्पादक उत्पादनाची क्षमता वाढविण्यासाठी गुंतवणूक करतात आणि त्यातूनच वाढती मागणी पुरी होते. मागच्या साडेतीन वर्षात जी आर्थिक वाढ मार्गी लागलेली आहे त्याच्या सुरुवातीच्या काळात ग्राहकांची वाढलेली मागणी हे एक कारण ठळक होते. परंतु जर ही मागणी वरच्या पातळीवर टिकून राहायची असली तर मग अशा मालाच्या उत्पादनामध्ये गुंतवणूक करावीच लागते. यासाठी धोरणेही अनुकूल अशी ठेवावी लागतात. देशात नेमके असेच घडलेले आहे. अभ्यासक याची काहीवेळा चीनबरोबर तुलना करतात. एका अर्थाने चीनमध्ये जी वाढ झाली त्यात गुंतवणुकीचा भाग भरीव

होता आणि त्यामागेही ग्राहकाची मागणी याचे बळ होतेच. फक्त ही मागणी चीनमधल्या ग्राहकाची नसून अमेरिकेतल्या ग्राहकाची होती. त्याला प्रतिसाद म्हणून चीनने आपली उत्पादनाची क्षमता वाढवली आणि ग्राहकोपयोगी मालाची अमेरिकेला निर्यात केली. चीनमध्ये हे जे घडले त्यासाठी त्यांनी आपली गुंतवणूक यंत्रे आणि कारखाने आणि पायाभूत सुविधा यामध्ये केली आणि त्यातून अमेरिकेतल्या ग्राहकाची मागणी पुरी होईल असे उत्पादन केले.

सध्या जगात जी सर्वत्र आर्थिक वाढ होत आहे त्यामागे अमेरिकेतल्या ग्राहकाची वाढती मागणी ही एक प्रबळ शक्ती आहे. परंतु अमेरिकेच्या अर्थव्यवस्थेमध्ये मोठे असंतुलन आहे. त्यांचा व्यापार तुटीत आहे आणि त्यांची वित्तीय तूटही मोठी आहे. नेमक्या या कारणांमुळेच जगाची अर्थव्यवस्था ही अस्थिर होऊ शकते आणि घसरणीला लागू शकते. आजच्या जागतिक अर्थव्यवस्थेमधला हा एक मोठा विसंवाद आहे. म्हणजे अमेरिका एकाचवेळी जगातल्या आर्थिक वाढीला बळ देते आणि ती खड्ड्यातही घालू शकते. याची तर्कसंगती लावणे मोठे अवघड आहे.

आजच्या जगाची ही वस्तुस्थिती आहे आणि हे एक कोडे आहे. यामुळे या असंतुलनातून बाहेर पडण्यासाठी हळुहळू पावले टाकून समायोजन साधावे लागेल. यासाठी अमेरिका आणि ज्या देशाच्या चालू खात्यात अतिरिक्त शिल्लक आहे त्यांना एकत्रित येऊन परस्परांच्या सहमतीने कारवाई करावी लागेल. अमेरिकेतला ग्राहक आपली मागणी पुरी करण्यासाठी प्रचंड प्रमाणावर कर्जे काढत आहे आणि त्यामुळे अमेरिकेच्या चालू खात्यात वर्षानुवर्षे मोठी तूट दिसत आहे. जे देश अमेरिकेला मोठी निर्यात करतात त्यांच्या व्यापारात भरपूर शिल्लक गोळा होत असल्यामुळे आनंदात आहेत. विशेष म्हणजे हेच देश आपल्याजवळ जे प्रचंड प्रमाणावर डॉलरचे साठे गोळा होतात त्याची गुंतवणूक परत अमेरिकेच्या कोषागरात (ट्रेझरी बॉन्डस्) करत आहेत. त्यांना यावर अगदी थोडे म्हणजे जेमतेम दोन टक्क्यांचे परताव्याचे उत्पन्न मिळते. म्हणजे आशियातले जे अनेक गरीब देश आहेत ते औद्योगिकीकरणाच्या शक्तीतून आपल्या मालाची निर्यात अमेरिकेला करत आहेत आणि त्यातून मिळणारे डॉलरचे उत्पन्न परत अमेरिकेमध्येच गुंतवत आहेत. यामुळे अमेरिकेतले व्याजदर आणखी खाली येतात आणि त्यातून अमेरिकेच्या ग्राहकाची भूक आणि मागणी अधिकच वाढते. असे हे एक विचित्र वर्तुळ बनलेले आहे.

आजच्या जगातल्या वित्तीय असंतुलनात ज्या अमेरिका देशाची तूट आहे आणि जे अनेक इतर देश आहेत ज्यांच्या खात्यात शिल्लक गोळा होत आहे त्या परस्परांमधले समायोजन याचे खास महत्त्व आहे. यातल्या कोणीही अचानक आपल्यापुरते निर्णय घेतले तर सगळी जगाची अर्थव्यवस्था घसरणीला लागू शकते. उदाहरणार्थ ज्या देशांच्या चालू खात्यात भरपूर डॉलरचे साठे शिल्लक म्हणून गोळा झाले आहेत

त्यांनी त्यांची डॉलरमधली गुंतवणूक अचानक काढून घेतली आणि दुसऱ्या कोणत्या चलनांमध्ये गुंतवली तर एक कडेलोटच होईल. काळजीपूर्वक आणि हळूवार जुळवणी करायची म्हणजे या देशांनी आपल्या अर्थव्यवस्थेमध्ये ग्राहकाची मागणी कशी वाढेल आणि त्यातून आर्थिकवाढीला कसे प्रोत्साहन मिळेल अशी धोरणे अमलात आणली पाहिजेत. याचबरोबर या देशांनी आपल्या चलनाच्या मूल्यात अधिमूल्यन (ॲप्रिसिएशन) होऊ दिले पाहिजे. म्हणजे भारताचा रुपया, चीनचा युआन आणि जपानचा येन ही चलने बळकट होऊन त्यांचे बाजारातले मूल्य वाढू दिले पाहिजे. सध्या हे देश आपल्या चलनाच्या मूल्यात फारसा बदल होऊ देत नाहीत.

याबरोबरच अमेरिकेने आपली वित्तीय तूट कमी करण्याचे शिस्तबद्ध प्रयत्न केले पाहिजेत. यासाठी त्या देशातल्या ग्राहकाच्या मागणीवर थोडे बंधन आले पाहिजे आणि त्यांच्या नागरिकांनी आपली स्वत:ची अधिक बचत केली पाहिजे. सध्या अमेरिकेचा ग्राहक जवळपास काहीच बचत करत नाही. बाहेरचे इतर गरीब देश आपली बचत करून ती अमेरिकेत गुंतवत असल्यामुळे त्यांची दिवाळी चालली आहे. याचा अर्थ असंतुलन ज्यांच्यामुळे झाले आहे त्यातल्या दोन्हीही पक्षांनी समजूतदारपणा दाखवून एकमेकांशी जुळवून घेतले पाहिजे. ही जबाबदारीची जाणीव दोन्ही बाजूच्या देशांनी मनोमनी स्वीकारणे आणि त्यातून आपले वर्तन सुधारणे हे महत्त्वाचे आहे. सध्या अमेरिका आणि चीन या दोन्ही आर्थिक महासत्ता केवळ बोलण्याच्या पातळीवर ही जबाबदारी दाखवत आहेत.

चीनला आपल्या स्वत:च्या हिताला धरून आपली अर्थव्यवस्था तापू देणे आणि आर्थिक वाढीचा दर आटोक्याबाहेर जाणे यातले काहीच परवडणारे नाही. तेथे आर्थिक क्षेत्रात भांडवलशाही आहे आणि राजकीय सत्तेमध्ये एकाधिकारशाही आहे. अशा परिस्थितीत त्या देशाचे नेते कोणता आणि काय विचार करतात आणि कोणत्या गोष्टींना प्राधान्य देतात याचा जगात कोणालाच थांगपत्ता नाही. याउलट अमेरिका ही एक खुली लोकशाही व्यवस्था आहे आणि तेथे राजकीय नेते अधिक जबाबदारी दाखवतील अशी जगात सगळ्यांचीच अपेक्षा आहे. परंतु अमेरिकेने आपली एक खास शैली बनवली आहे. जगामध्ये कदाचित मंदी येईल असे कारण सांगून अमेरिकेतले राज्यकर्ते कोणतीही ठोस कारवाई करण्याचे टाळत आहेत. त्याचबरोबर त्या देशाच्या अध्यक्षांनी जे राजकीय निर्णय घेतलेले आहेत त्याचे सगळ्या जगावर आणि अमेरिकेवरही गंभीर परिणाम झालेले आहेत. तो देश दहशतवादाचा मुकाबला करायचा आहे या नावाखाली इराकमध्ये यादवीयुद्धाला तोंड देत आहे. खुद्द अमेरिकेमधले जनमत अध्यक्षांच्या विरोधात आहे आणि इराकमधून आपले सैन्य मागे बोलवावे असा तेथे दबाव आहे. थोडक्यात म्हणजे अमेरिकेची वित्तीय तूट आणि त्यांच्या व्यवस्थेमधले संतुलन या गोष्टी त्या देशाच्या राजकीय

निर्णयांवर अवलंबून आहेत. थोडक्यात म्हणजे जगाच्या वित्तीय संतुलनात जे दोन देश, अमेरिका आणि चीन, काही ठोस योगदान देऊ शकतात ते आजमितीला हतबल आणि निष्क्रिय बनलेले आहेत.

जेव्हा कधी जगातले हे वित्तीय असंतुलन कमी होऊ लागेल त्यावेळी भारताने कोणती तयारी करून दाखवावी? एका व्यापक अर्थाने सध्या जे जगात असंतुलन आहे त्यात भारताचा काहीच वाटा नाही. भारताच्या चालू खात्यात २००५-०६ सालात माफक प्रमाणात तूट होती. ती जीडीपीच्या तीन टक्क्यांच्या आत होती आणि त्याचे काही महत्त्व नव्हते. त्यापूर्वीच्या काही वर्षात भारताच्याही चालू खात्यात सतत शिल्लक दिसत होती परंतु नंतर ती परिस्थिती बदलली. चालू २००६-०७ वर्षातही ही चालू खात्यातील तूट बहुधा आहे त्या पातळीवरच स्थिर राहिली. त्यामुळे जगातल्या असंतुलनावर जशी इतर देशांनी एकमेकांबरोबर समजुतीने कारवाई करण्याची गरज आहे तशी कोणतीच जबाबदारी आपल्यावर नाही. परंतु हे इतर देश आपल्या सहमतीमधून जी परिस्थिती निर्माण करतील त्याला मात्र आपल्याला तोंड द्यावे लागेल. त्यामुळे जेव्हा कधी नवीन परिस्थिती निर्माण होईल त्याला कसा प्रतिसाद द्यायचा याचा आत्ताच विचार करणे शक्य आहे. जर अमेरिकेमध्ये मुद्राधोरण आणखी आवळले तर त्याचा आपल्यावर परिणाम होईलच कारण तेथून येथे येणाऱ्या भांडवलाची आयात कमी होईल. काही प्रमाणात भांडवलाची आयात कमी झाली तर त्यातून फार मोठी काळजीची परिस्थिती निर्माण होईल असे नाही. त्याचे एक कारण म्हणजे देशातल्या परदेशी चलनाचे साठे अगोदरच भक्कम आहेत. परंतु यावर दक्ष राहावे लागेल कारण जर हे साठे झपाट्याने कमी होऊ लागले तर आत्ता आपल्या चालू खात्यात जी तूट आहे त्याचे निराकरण करणे थोडेसे बिकट होईल. जेव्हा कधी जगातले असंतुलन कमी होईल त्यातून काही प्रमाणात व्यापार कमी होऊ शकतो. ही शक्यता लक्षात घेऊन आपल्याला आपली निर्यात टिकवून धरण्यासाठी ती अधिक स्पर्धेला कशी तोंड देऊ शकेल यासाठी आत्ताच प्रयत्न करावे लागतील. एका दृष्टीने जगात संतुलन येणे यासाठी जे इतर देश प्रयत्न करतील ते अधिकाधिक सगळ्यांच्या फायद्याचे असतील आणि म्हणून ते सुरळीत पार पडले पाहिजेत. त्यात अचानक कोणतेही धक्के बसू नयेत.

जर व्याजदर आणखी वाढले तर भारताचा आर्थिक वाढीचा दर सध्याच्या वरच्या पातळीवर टिकून राहू शकेल का? वित्त आणि मुद्रा धोरण ठरवणाऱ्यांना याचाही विचार आज करावा लागेल. भारतासारख्या विकसनशील देशात खरा व्याजदर हा विकसित देशातल्या दरांपेक्षा अधिक असणे अगदी स्वाभाविक समजले पाहिजे. जेव्हा अर्थव्यवस्था बंदिस्त असते त्यावेळी जो खरा व्याजदर असतो तो अर्थव्यवस्थेच्या वाढीच्या दराइतका असतो. म्हणजे जोपर्यंत भांडवलाची किंमत ही भांडवलाच्या

एकूण साठ्यावर जो परतावा मिळतो त्याच्या इतकी असते तोपर्यंत आर्थिक वाढ चालू राहील. यालाच वाढीचा दर असे समजतात. याच्या दुसऱ्या टोकाला जेथे अर्थव्यवस्था पूर्णपणे खुली असते तेथे खरा व्याजदर हा जागतिक अर्थव्यवस्थेच्या वाढीच्या दराइतका असतो. भारताचे स्थान या दोन टोकांच्या मधले आहे. येथे परदेशातल्या भांडवलाला मर्यादित प्रमाणात मोकळीक आहे. त्यामुळे येथे जो खरा व्याजदर असेल तो आर्थिक वाढीच्या दरापेक्षा थोडा कमी असेल. परंतु तुलनेने तरीही तो वरच्या पातळीवरच असेल. त्यामुळे सध्या रिझर्व बँक आपल्यापरीने व्याजदर कठीण करत आहे. परंतु त्यामुळे आर्थिक वाढीवर काही नकारात्मक परिणाम होईल असे समजण्याचे कारण नाही.

येत्या काळात आर्थिक वाढीची उंचावलेली पातळी टिकवून धरण्यासाठी कोणती धोरणे उपयोगी आहेत? मागे १९९१ पासून जो सुधारणा कार्यक्रम स्वीकारण्यात आला तो काही बदलणाऱ्या परिस्थितीशी जुळवून घेण्याचा एक नित्यक्रम होता असे नाही. त्यामध्ये एका नव्या दिशेचा स्वीकार होता आणि त्यातून अनेक मूलभूत बदल घडून यायचे होते. त्या अगोदरच्या सुमारे चाळीस वर्षात जो केंद्रीय नियोजनाचा कालखंड होता त्यात मूळ तत्त्वज्ञान, शासनाची जबाबदारी, औद्योगिकीकरणाचा मार्ग आणि कार्यपद्धती अशा अनेक बाबींची एक वेगळी मांडणी होती. त्यावेळच्या राजकीय नेतृत्वाने त्याचे प्रयोजन केले होते आणि पूर्ण जबाबदारी घेतलेली होती. परंतु या चाळीस वर्षांच्या काळात ज्या गोष्टी घडल्या आणि ज्या घडल्या नाहीत याचे पूर्ण चिंतन आणि मूल्यमापन करून राजकीय नेतृत्वाने उदारीकरणाची नवी भूमिका आणि तत्वज्ञान स्वीकारलेले होते. त्यामुळे आता पंधरा वर्षांनी ही नवी दिशा पुढे चालू ठेवायची आहे. त्यात काही बदल करण्याची वेळ आलेली नाही.

परंतु या नव्या दिशेने जी वाटचाल होत आहे त्यातले तपशील बदलता येतील आणि त्याची गती वाढवता येईल. तात्त्विक पातळीवर या नव्या वाटचालीत शासनाने आणि राजकीय नेतृत्वाने मुख्यत: स्पर्धा (कॉम्पिटिशन) आणि कार्यक्षमता (एफिशियन्सी) यांचा पुरस्कार आणि पाठपुरावा केला पाहिजे. यातूनच जनतेला सुराज्य आणि सुशासन मिळणार आहे. या नव्या शोधात खरे म्हणजे नव्या कल्पनांची आणि नव्या आदर्शवादाची गरज आहे. सामाजिक मंथनातून अशा काही संकल्पना पुढे येत आहेत. याचे उदाहरण म्हणजे जनतेला माहितीचा अधिकार (राईट टू इन्फरमेशन) आता कायद्याने देण्यात आलेला आहे. देशात मागची अनेक दशके जो भ्रष्टाचाराचा प्रश्न गंभीर झाला आहे त्यावर या माहितीच्या अधिकारातून बराच इलाज करता येईल. तसेच समाजातले जे दुर्बल आणि संघटित गट आहेत त्यांचेही मनोबल यातून वाढवता येईल. याला जोडूनच सरकारने शासनात माहिती तंत्रज्ञानाचा व्यापक प्रमाणात वापर करण्याचे ठरवलेले आहे. याला ई-गव्हर्नन्स असे म्हणतात. अशा

पद्धतीने शासन व्यवस्था समाजाची बांधिलकी अधिक प्रामाणिकपणे अमलात आणू शकेल. शासनाची पारदर्शकता वाढविण्यासाठीही माहितीचा अधिकार आणि माहिती तंत्रज्ञानाचा पूर्ण स्वीकार यांची मोठी मदत होणार आहे.

थोडक्यात म्हणजे चांगल्या कल्पना, समजदार धोरणे आणि कालबद्ध अंमलबजावणी या तीन पायाभूत बाबींवर शासन आणि अर्थव्यवस्था उभी राहिली तर आर्थिक वाढीची प्रक्रिया सहज तोलून नेता येईल. या तीन बाबींना सारखेच महत्त्व आणि वजन दिले पाहिजे. येत्या काळात जर इतके मोठे ध्येय गाठायचे असले तर राजकीय वर्गाची भूमिका सगळ्यात मोक्याची आहे. त्यांच्या माध्यमातूनच जनतेचे प्रबोधन होणार आहे आणि आपल्यापुढे कोणते पर्याय आहेत याची जाणीव जागृत होणार आहे. त्यामुळेच जेव्हा पाश्चिमात्य जगात भांडवलशाही अर्थव्यवस्थेची दोनशे वर्षांपूर्वी जी मांडणी झाली त्याला अर्थशास्त्र असे न म्हणता पोलिटिकल इकॉनॉमी म्हणजे राजकीय अर्थव्यवस्था असे संबोधण्यात आले होते. आजही एकूण अर्थव्यवस्थेचे भविष्य ठरवताना राजकीय वर्गाच्या नेर्तृत्वाची भूमिकाच मुख्य आहे.

■

१.३ चांगल्या संस्थांची गरज

जगभरात आर्थिक वाढीच्या आणि विकासाच्या प्रकियेचा अभ्यास करणारे सध्या एका गोष्टीचा आग्रह धरत आहे. आर्थिक विकास वेगाने होण्यासाठी सरकारने योग्य ते प्रोत्साहन देण्याची गरज आहे आणि त्यानुरुप नियम केले पाहिजेत. या विषयात अनेक अभ्यास करण्यात आले आहेत आणि त्यातून कायद्याच्या संस्था बळकट करण्यातून आर्थिक विकास वेगाने होतो असा निष्कर्ष काढण्यात आला आहे.

नव्वदीच्या दशकाच्या सुरुवातीपासून जगात अनेक महत्त्वाच्या घटना घडल्या. सगळ्यात महत्त्वाची म्हणजे जागतिकीकरण, उदारीकरण आणि मुक्त व्यापार या नव्या युगाची सुरुवात. एकदा आर्थिक सुधारणा कार्यक्रम अनेक देशात मार्गी लागल्यावर काही मूलभूत प्रश्न निर्माण झाले. त्यातला एक प्रश्न शासन व्यवस्थेच्या दर्जाचा होता. दुसरा प्रश्न समाजातल्या भ्रष्टाचाराचा होता. उदारीकरणात भांडवलाच्या आयातीनिर्यातीवरची बंधने हटविण्याची कल्पना होती. तसेच व्यापारावरची बंधने कमी करून मुक्त स्पर्धेला वाव मिळेल अशी अपेक्षा होती. जेव्हा एकदा या प्रकिया मार्गी लागल्या तेव्हा विकसनशील देशात दारिद्र्याचे प्रश्न आणि शासनाचा हस्तक्षेप आणि त्याचे देशाच्या वाढीवर होणारे परिणाम यांची चर्चा सुरू झाली.

अशा घडामोडींच्या पार्श्वभूमीवर अनेक अभ्यासकांनी एका महत्त्वाच्या मुद्यावर बोट ठेवले आहे. त्यांच्या मते कायदा आणि न्याय यांच्याशी निगडित ज्या संस्था आहेत त्यांचा दर्जा कोणता आहे हा प्रश्न महत्त्वाचा आहे. याच्या उत्तरावर देशाची आर्थिक वाढ किती होईल आणि देशाचे दारिद्र्य किती कमी होईल हे अवलंबून आहे. साहजिकच चांगल्या कायद्याच्या संस्था म्हणजे काय याचे उत्तर शोधले पाहिजे.

ज्या नियमांच्या चौकटीतून मुक्त बाजारपेठा समर्थपणे कार्यरत होतात ते नियम चांगले असे म्हणता येईल. या उलट बाजारपेठांची व्याप्ती आणि स्वातंत्र्य ज्या नियमांमुळे मर्यादित होते ते फारसे चांगले नियमन नाही असेही म्हणता येईल. काही देशांच्या अभ्यासातून जेथे भरभराट आली आहे त्याची वैशिष्ट्ये सांगता येतात. अशा

देशात मालकी हक्काला प्रतिष्ठा आणि संरक्षण आहे आणि कराराअंतर्गत जे हक्क आणि जबाबदाया येतात त्यांना संरक्षण मिळते. येथे नियमन करणाया संस्था स्वायत्त आणि स्वतंत्र असतात. विमा आणि वित्त बाजार विकसित झालेले असतात. न्याय संस्था प्रामाणिक असते आणि कायद्याचे राज्य अस्तित्वात असते. या तुलनेने ज्या देशांमध्ये या संस्था आणि ही वैशिष्ट्ये नसतात त्या देशांमधला आर्थिक विकास रखडला जातो असे पुरावे आहेत.

जागतिकीकरणाच्या प्रवाहात या नव्या अनुभवांची चर्चा सुरू झाली आहे आणि त्याविषयीचा आग्रह वाढला आहे. त्यामुळे आर्थिक सुधारणांच्या कार्यक्रमांना एक नवा संदर्भ आणि आशय मिळाला आहे. या नव्या आदर्शवादाचा पाठपुरावा म्हणून जागतिक बँक, आंतरराष्ट्रीय नाणे निधी आणि एशियन डेव्हलपमेंट बँक या जागतिक संस्थांनी विकसनशील देशात न्यायसंस्थांच्या सुधारणांना प्राधान्य दिलेले आहे. यालाच सुधारणांची दुसरी पिढी (सेकंड जनरेशन रिफॉर्मस्) असे म्हटले जाते. यातून पहिल्या सुधारणांची फेरी बळकट होईल अशी अपेक्षा आहे. अर्थातच याचा मूळ विषय खाजगीकरण, उदारीकरण आणि जागतिकीकरण हाच आहे आणि तो कसा अधिक दृढ होईल याचे हे प्रयत्न आहेत.

हा न्यायसंस्थांच्या सुधारणांचा आग्रह बरोबर आहे. परंतु प्रत्यक्षात ज्या पद्धतीने त्या राबविण्याचा प्रयत्न होत आहे त्यातून काही प्रश्न निर्माण झालेले आहेत. त्यातला एक प्रश्न म्हणजे विकसनशील देशात जे राज्यकर्ते आहेत त्यांनी एक सोपी समजूत करून घेतली आहे. ज्या कायद्याच्या संस्था विकसित औद्योगिक देशात आहेत त्याच खया चांगल्या संस्था आहेत असा हा समज आहे. दुसरा अधिक अवघड प्रश्न म्हणजे विकसनशील देशात ज्या संस्था आहेत त्या पाश्चिमात्य देशांमधल्या संस्थांबरोबर किती मिळत्याजुळत्या आहेत यावर त्यांचा दर्जा ठरविण्यात येतो. जे अभ्यासक न्यायसंस्थेच्या सुधारणांना महत्त्व देतात त्यांनी पाश्चिमात्य देशातल्या न्यायसंस्थांचा आदर्श आणि प्रतिमान डोळ्यापुढे ठेवलेले आहेत. त्यांच्या मते जेथे अशा संस्था अस्तित्वात आहेत त्या देशांनी आर्थिक वाढ जोमाने केलेली आहे.

एशियन डेव्हलपमेंट बँकेने या सगळ्या विषयाचा एक अभ्यास करून अशासारखे निष्कर्ष मांडले आहेत. या अभ्यासानुसार आशियामध्ये ज्या सहा सर्वात अधिक वेगाने वाढणाऱ्या अर्थव्यवस्था आहेत तेथल्या न्यायसंस्था पश्चिमेतल्या विकसित देशांबरोबर सर्वात अधिक जुळणाऱ्या आहेत. या सहा देशांच्या अर्थव्यवस्था भरभराटीला येण्याचे हेच एक प्रमुख कारण आहे असा बँकेच्या अभ्यासाचा निष्कर्ष आहे.

हा निष्कर्ष एका मर्यादित संदर्भात ठीक आहे. परंतु अर्थशास्त्राच्या मूळ

मांडणीनुसार याचे कोणते स्थान आहे याचा विचार करता येईल. कायदा आणि न्यायसंस्था याचे अर्थशास्त्र पाहिले तर आर्थिक व्यवहार पार पाडण्यासाठी काही किंमत द्यावी लागते आणि वेगवेगळ्या देशात कायद्याचे राज्य भिन्न असल्यामुळे ही किंमतही वेगळी असते. म्हणजे वेगवेगळ्या कायद्याच्या अमलातून वेगवेगळे परिणाम निर्माण होतात. परंतु खरा प्रश्न पुढे आहे. पाश्चिमात्य देशामधले जे कायदे आहेत आणि जी न्यायव्यवस्था आहे तीच उच्च दर्जाची आहे असे गृहीत धरण्याची आवश्यकता आहे का? जर आर्थिक विकास हेच मुख्य उद्दिष्ट मानले तर जगामध्ये केवळ कोणतीही एक न्यायव्यवस्था सरस आहे असे मानण्याची गरज नाही. म्हणजे जर कायद्याचे वेगवेगळे नियम असले तर बऱ्याच प्रमाणात एकमेकाशी सुसंगत असणारे परिणाम मिळू शकतात.

अर्थशास्त्रातल्या या मांडणीनुसार इतिहासाचा दाखलाही असाच आहे. तीन अभ्यासक, बर्कोविज, पिस्टर आणि रिचर्ड यांनी ४९ देशांच्या कायदाव्यवस्था आणि आर्थिक विकास प्रकिया यांचा एक तुलनात्मक अभ्यास केला आहे. यामध्ये विकसित आणि विकसनशील या दोन्ही प्रकारातील नमुने आहेत. या अभ्यासाच्या निष्कर्षानुसार कोणतीही एकच कायद्याची व्यवस्था सर्वांना लागू पडते अगर उपयोगी आहे असे समजण्याचे कारण नाही. अनेकदा काही एकमेकासारखे दिसणारे कायदे प्रत्यक्षात अमलात आणल्यावर त्याचे वेगळेच आर्थिक परिणाम दिसून आलेले आहेत. याचे कारण म्हणजे प्रत्येक देशात समाजाची बाहेरून आणलेले कायदे किती प्रमाणात स्वीकारायचे याची एक स्वत:ची प्रकृती असते. त्यामुळे केवळ एखादी कायद्याची संकल्पना चांगली आहे म्हणून ती जशीच्या तशी अमलात येईल ही शक्यता कमी.

सुधारणाकार्यक्रमांना एक जागतिक संदर्भ आहे आणि त्यामुळे या तुलनात्मक अनुभवांचे आपले एक स्थान आहे हे मान्य करूनही दुसऱ्या एका पातळीवर भारताचा स्वतंत्रपणे विचार करणे गरजेचे आहे. त्याचे कारण म्हणजे देशाचा आकार आणि लोकसंख्या यामुळेच देशांतर्गत खूप वैशिष्ट्ये आहेत आणि वैविध्य आहे. शिवाय जगात भारत हे एक असे लक्षणीय उदाहरण आहे ज्यामध्ये लोकशाही आणि केंद्रीय नियोजन या दोन्हीच्या अर्धशतकाच्यापेक्षा अधिक परंपरा आहेत. किंबहुना त्यातूनच देशात एक अपूर्व वास्तव निर्माण झालेले आहे त्याची येथे दखल घ्यावी लागेल.

भारतात सगळ्याच विषयांवर अनेक मतप्रवाह आणि भिन्नता आहे. परंतु एकाच विषयावर एकमत आहे. ते म्हणजे देशाच्या सर्व अंगात आणि स्तरांवर भ्रष्टाचार पसरलेला आहे. किंबहुना सगळी व्यवस्था भ्रष्टाचारानी पोखरलेली आहे. देशातला भ्रष्टाचार हा व्यापक प्रश्न आहे परंतु कायदा आणि न्यायव्यवस्था आणि

पोलिस प्रशासन यातला भ्रष्टाचार हा एक स्वतंत्र अध्याय आहे. या व्यवस्थेमध्ये पोलिस यंत्रणा, पोलिस तपास, तुरुंग प्रशासन, विविध स्तरांवरची न्यायालये आणि त्यांची कार्यपद्धती, त्यातली नोकरशाही, खाजगी आणि सरकारी वकिलांचा वर्ग अशा अनेक पातळ्यांवर भ्रष्टाचार सर्वमान्य झालेला आहे.

विशेष म्हणजे सर्वसाधारण लोकमताच्या पातळीवर हे एक अपरिहार्य वास्तव म्हणून स्वीकारले गेलेले आहे. विशेषत: आर्थिक विषयात जे मोठे गुन्हे होतात त्यावर कोणालाच शिक्षा होत नाही आणि कायद्याची प्रकिया दीर्घ काळ रेंगाळत राहते असे सगळ्यांनी अनुभवले आहे. याचे उत्तम उदाहरण म्हणजे हर्षद मेहतांच्या शेअर बाजारातल्या घोटाळ्याचे. यामध्ये देशातल्या राष्ट्रीयीकृत आणि परदेशी बँका, सार्वजनिक वित्त संस्था, रिझर्व बँक आणि खाजगी क्षेत्रातील उद्योजक आणि त्यांच्या कंपन्या सगळ्याच सामील झालेल्या होत्या. अनेक वर्षे हे खटले चालू राहिले, संसदीय समितीने चौकशी अहवाल दिले आणि जेव्हा हर्षद मेहतांचा मृत्यू झाला तेव्हाच हा विषय संपला.

त्याचप्रमाणे सध्या तेलगी प्रकरणाची चर्चा आणि चौकशी सुरू आहे. यामध्ये बनावट स्टँपपेपर तयार करून ते विकण्यात आले आणि सरकारचा महसूल बुडवण्यात आला. या बेनामी प्रकरणाची व्याप्ती नेमकी किती आहे याचा अंदाज नाही, परंतु हा आकडा काही हजारो कोटींच्या आसपास आहे असे अधिकृतपणे सांगण्यात आलेले आहे. यातही सरकारी कर्मचारी, बँका आणि वित्त संस्था तसेच प्रतिष्ठित खाजगी कंपन्या या सगळ्यांनी मिळून सरकारला फसवलेले आहे.

जशी कायदा आणि न्यायव्यवस्था भ्रष्टाचारात आकंठ बुडालेली आहे त्याचप्रमाणे देशातल्या इतर स्वायत्त संस्था किती प्रमाणात आपले स्वत्व राखून आहेत हे बघण्यासारखे आहे. आर्थिक व्यवहारात रिझर्व बँकेचे स्वयंभू स्थान आहे. परंतु हर्षद मेहता यांच्या घोटाळ्यात रिझर्व बँकेच्या अध्यक्षांनी कोणतीही जबाबदारी घेण्याचे नाकारले. सगळी व्यवस्थाच कोलमडून पडली असे सांगून बँकेचे गव्हर्नर श्री. व्यंकटरामन यांनी हात झटकून टाकले. खरे तर सगळी व्यवस्था कधीही कोलमडून पडण्याची वेळ येऊ नये यासाठीच केवळ रिझर्व बँक निर्माण करण्यात आलेली आहे. परंतु या बँकेचे प्रमुखच रिलायन्स कंपनीचे धिरुभाई अंबानी यांच्याशी निगडित होते आणि त्यांच्या नेमणुकीतही अंबानींचा प्रभाव होता.

मागच्या काही वर्षात निवडणूका आणि भ्रष्टाचार या विषयांमध्ये केंद्रीय निवडणूक आयोगाने आपले कर्तृत्व दाखवलेले आहे. या आयोगाच्या कठोर नियमनामुळे देशामध्ये मागची अनेक वर्षे केंद्र आणि राज्य सरकारांच्या पातळ्यांवरची निवडणूक प्रकिया अनेक दृष्टीने नियमित झालेली आहे. बिहार आणि उत्तर प्रदेश अशा

राज्यांमध्ये गुन्हेगारांनी राजकारण ताब्यात घेतल्यामुळे सगळी लोकशाही प्रक्रिया गढूळ झालेली आहे. परंतु निवडणूक आयोगाच्या शिस्तीमुळे काही प्रमाणात ही प्रक्रिया सुधारण्याची सुरुवात झालेली आहे. आणखीही बरीच सुधारणा होऊ शकेल परंतु राजकीय इच्छाशक्ती नसल्यामुळे यावर मर्यादा आलेल्या आहेत.

आर्थिक व्यवहारात शेअर बाजार या संस्थेचे अपूर्व स्थान आहे. या संस्थेला दीर्घ इतिहास आहे तसेच शेअर बाजारात काम करणाया दलालांचा त्यावर एक जबरदस्त पगडा आहे. मागच्या दशकात संगणकाचे तंत्रज्ञान शेअर बाजारात आणल्यामुळे तेथे एक क्रांती झालेली आहे. त्याचबरोबर सरकारने नॅशनल स्टॉक एक्चेंज अशी एक दुसरी संस्था निर्माण करून या व्यवहारांमध्ये एक स्पर्धा निर्माण केलेली आहे. त्याचे अनेक फायदे ग्राहकांना मिळत आहेत आणि त्यामुळे शेअर बाजार या संस्थेचा दर्जा आणि उपयुक्तता अनेक पटींनी वाढलेली आहे. अधिक महत्त्वाचे म्हणजे या शेअर बाजाराचे देखरेख आणि नियमन करण्यासाठी सरकारने सिक्युरिटीज ॲन्ड एक्सचेंज बोर्ड ऑफ इंडिया म्हणजे सेबी ही एक स्वायत्त संस्था निर्माण केलेली आहे. या संस्थेने काही थोड्याफार चुका केल्या आणि त्यांचा परिणाम तिच्या विश्वासार्हतेवर झाला. परंतु या संस्थेच्या कामकाजात सतत सुधारणा होत आहेत आणि नजीकच्या काळात ही संस्था आपल्याला दिलेले काम चोखपणे करू शकेल असा सगळ्यांना भरवसा वाटत आहे.

याबरोबर केंद्रीय दक्षता आयोगाचा (सेंट्रल व्हिजिलन्स कमिशन) उल्लेख करावा लागेल. या आयोगामध्ये मध्यंतरी विठ्ठल नावाचे एक कर्तबगार प्रमुख होते ज्यांनी भ्रष्टाचाराच्या विरोधात कडक भूमिका घेतली होती. परंतु सरकारने त्याकडे दुर्लक्ष केले. म्हणजे दक्षता आयोग काय आणि निवडणूक आयोग काय येथे कायदे आहेत आणि त्या सरकारबाहेरच्या स्वायत्त संस्था आहेत. परंतु तेथे जेव्हा काही निश्चित भूमिका आणि ध्येयवाद असलेल्या व्यक्ती प्रमुख म्हणून येतात तेव्हा ते आपल्या अधिकाराच्या जोरावर समाजातल्या गैरकृत्यांवर प्रभाव टाकू शकतात असे वेळोवेळी दिसून आले आहे. परंतु या व्यक्ती बदलल्यानंतर परत एक अनास्था आणि असहायता याचे वातावरण पसरते.

मुळात कायदे केले आणि संस्था निर्माण केल्या म्हणून समाजात मूलभूत बदल होतील अशी अपेक्षा व्यवहाराला धरून नाही. याचे कारण म्हणजे जी सर्व शक्तीमान राजकीय व्यवस्था आहे तिच्यापुढे कोणता ध्येयवाद आहे याचे महत्त्व आहे. देशामध्ये मागच्या सत्तावन्न वर्षात सर्वच राजकीय पक्षांनी अनेक तडजोडी करत भ्रष्टाचाराचा भस्मासूर निर्माण केलेला आहे.

एका अर्थाने जर कायद्याचे राज्य नसेल आणि न्यायसंस्था असहाय्य असतील

आणि भ्रष्टाचाराने ठाण मांडलेले असेल तर आर्थिक विकास होणे हे जवळपास अशक्य आहे असा निष्कर्ष काढता येईल. या सर्वांची जबाबदारी राजकीय पक्षांवरच ठेवावी लागेल. यातले दुर्दैव म्हणजे या सगळ्याची किंमत सर्वसाधारण जनता देत असते आणि त्यामुळे त्यांची या दुर्दशेतून सुटका कशी होणार हा प्रश्न अनुत्तरीत राहतो. जोपर्यंत लोकांची ही मुक्तता होत नाही तोपर्यंत विकासाचे प्रश्नही लांबच राहतील. भारतातली ही विदारक परिस्थिती पाहता कायदा आणि न्याय व्यवस्था ही किती मूलभूत सुधारणा आहे या विषयी फारसे वाद व्हायला जागा नाही.

■

१.४ नव्या वित्त संस्था

देशातल्या वित्त व्यवस्थांमध्ये काही नवीन संस्थांची भर पडत आहे. या संकरित संस्थांमध्ये वेगवेगळे गुण असतात. त्यांना सरकारचा पुरस्कार आणि पाठिंबा असतो आणि त्यांना खाजगी क्षेत्रातील व्यवस्थापनात जे स्वातंत्र्य आणि अधिकार असतात त्याचाही फायदा मिळतो. देशात प्रथम जेव्हा आर्थिक सुधारणांना आरंभ झाला त्याबरोबर सरकारने नव्या संस्था आणि कंपन्या यांना जन्म दिला. नेहमीच्या पारंपरिक सार्वजनिक उद्योग अगर उपक्रम (पीएसयू) यांच्यापेक्षा या संस्थांची रचना वेगळी होती. यातल्या बऱ्याच संकल्पना वित्त व्यवस्थेमधल्या होत्या. यामध्ये मालकीचे हक्क सरकारकडेच आहेत. बऱ्याचदा हे अप्रत्यक्ष आहेत कारण मध्यस्थ म्हणून सार्वजनिक क्षेत्रातील बँका आणि विमा कंपन्या यांना वापरण्यात आलेले आहे. परंतु या कंपन्यांचा तोंडावळा खाजगी क्षेत्रातील कंपन्यांसारखा आहे. एक बाब म्हणजे या संस्थांमधले उच्च स्तरावरचे व्यवस्थापन हे खुल्या बाजारातून निवडण्यात आलेले आहेत. हे विशेष समजायचे कारण आपले ज्येष्ठ नोकरशहा अगर सार्वजनिक उद्योगातील आणि बँकांमधील अधिकारी या संस्थांमध्ये नेमण्याचा मोह सरकारने टाळला. साहजिकच यांना नव्याने नेमलेल्या व्यवस्थापकांना बाजारात प्रचलित असलेल्या पातळीवरचे वेतन देण्यात येऊ लागले. यातल्या काही संस्थांमध्ये तर या व्यवस्थापकांना समभागांची मालकीही (स्टॉक ऑप्शन) देण्यात आली. हे ज्येष्ठ व्यवस्थापक अनेकवेळा परदेशात प्रवास करतात आणि त्यांना त्यासाठी सरकारची पूर्व परवानगी मागावी लागत नाही. थोडक्यात म्हणजे सरकारी नोकरीतली संस्कृती येथे नांदत नाही.

आज मितीला बाजारात अशा किमान तीन ते चार संस्था काम करत आहेत. यातली पहिली वित्त संस्था म्हणजे इन्फ्रास्ट्रक्चर लीजिंग अ‍ॅन्ड फिनॅन्शियल सर्व्हिसेस लिमिटेड. ही वित्त संस्था पायाभूत प्रकल्पांसाठी लागणाऱ्या वित्तीय साधनांची उभारणी करते. त्यानंतर नॅशनल स्टॉक एक्सचेंज (एनएसई) ही राष्ट्रीय शेअर बाजाराची संस्था निर्माण झाली. या नव्या संस्थेमुळे जी जुनी आणि पारंपरिक बॉम्बे स्टॉक एक्सचेंज होती तिच्या मक्तेदारीला आव्हान निर्माण झाले. तसेच जेव्हा खाजगी क्षेत्रात नवीन बँका येऊ लागल्या त्यावेळी देशातल्या युनिट ट्रस्ट ऑफ इंडिया (यूटीआय) या म्युच्युअल फंडाच्या संस्थेला आपली स्वत:ची यूटीआय बँक स्थापन

करण्यास परवानगी देण्यात आली. त्यावेळी एक राकेश मोहन यांच्या अध्यक्षतेखाली पायाभूत क्षेत्रावर समिती काम करत होती आणि तिच्या शिफारशीनुसार इन्फास्ट्रक्चर डेव्हलपमेंट अॅन्ड फायनान्स कॉर्पोरेशन निर्माण करण्यात आली. तसेच आणखी दोन डिपॉझिटरही कंपन्या सुरू करण्यात आल्या. यातली नॅशनल सिक्युरिटीज् डिपॉझिटरी लिमिटेड ही कंपनी एनएसईने आणि सेंट्रल सिक्युरिटीज् डिपॉझिटरी लिमिटेड ही कंपनी बीएसईने निर्माण केली. या दोन्हीही संस्थांमध्ये नेहमीच्या सरकारी नोकरशाहीची व्यवस्था काम करत नाही. मागच्या काही वर्षात आणखी एक पायाभूत प्रकल्पांच्या वित्तसामग्रीसाठी एक कंपनी निर्माण करण्यात आली आहे आणि तिचे नाव आहे इंडिया इन्फास्ट्रक्चर फायनान्स कंपनी लिमिटेड. या कंपनीवर पायाभूत प्रकल्पांसाठी वित्तीय साधने उभारण्याची सर्व जबाबदारी सोपविण्यात आलेली आहे. अर्थात या कंपनीला अजून पुरेसा वेळ मिळालेला नाही आणि त्यामुळे एकूण वित्तीय व्यवस्थेवर तिचा ठसा उमटावा इतके तिचे काम झालेले नाही.

या नव्या वित्त संस्था सरकारी क्षेत्रातील इतर उद्योगांपेक्षा खरोखरी वेगळ्या आहेत का? या दोन प्रकारांमध्ये काही ठोस फरक आहे. या नव्या संस्थांना नोकरभरती करण्याचे स्वातंत्र्य आहे आणि त्यात त्यांना सरकारच्या कार्यवाहीची अडचण नाही. त्यांना सरकारी अगर पीएसयूमधल्या अधिकाऱ्यांना जी वेतनश्रेणी मिळते त्याचे बंधन नाही. शिवाय त्यांच्या नोकरभरतीमध्ये मागासवर्गीय जाती आणि आदिवासी जमाती यांच्यासाठी राखीव जागा ठेवण्यात आलेल्या नाहीत. विशेष म्हणजे त्यांना प्रत्येक गोष्ट प्रथम इंग्रजीतून लिहायची आणि नंतर तिचे हिंदीत भाषांतर करायचे असा नियम नाही. या नव्या संस्था सरकारपासून एक अंतर राखून असल्यामुळे त्यांना सरकारी यंत्रणा आणि सरकारी कामकाज यातून मुक्ती मिळालेली आहे.

या वित्त संस्थांची कामगिरी इतर पीएसयूजच्या तुलनेने कशी आहे? एकूणात त्या सरस आहेत असा निष्कर्ष निघतो. त्यांना मिळालेली स्वायत्वता नीट राबवण्यात आली आहे आणि त्यामुळे त्याचे परिणामही दिसत आहेत. विशेषत: वरिष्ठ व्यवस्थापकांना निवडण्याचे आणि त्यांना योग्य ते वेतन देण्याचे स्वातंत्र्य उपयोगी पडले आहे. तसेच या संस्थामध्ये जो शासन व्यवहार होतो तोही वाखाणण्यासारखा आहे. काही वेळा मात्र या संस्थांची मालकी असलेल्या सरकारबरोबरच काही मतभेदाचे प्रसंग निर्माण झालेले आहेत. या संस्थांच्या शैलीमधला एक महत्त्वाचा फरक म्हणजे यांचे व्यवस्थापकच कित्येकदा असे अनेक निर्णय घेतात जे मुळात त्यांच्या शेअरधारकांनी घेणे अपेक्षित असते. उदाहरणार्थ भांडवलात वाढ करायची का? तसेच शेअरधारकांना पुरेसा परतावा दिला आहे का? अशा विषयांवर व्यवस्थापकांचा पगडा अधिक आहे असे दिसते? याचे एक कारण म्हणजे या कंपन्यांमध्ये जे शेअरधारक आहेत ते तुटक पद्धतीने विभागलेले असतात आणि त्यामुळे व्यवस्थापनाच्या हातात प्रत्यक्षात निर्णय घेण्याची सत्ता गोळा होते. त्यामुळेच या संस्था आपल्या शेअर धारकांना किती

परतावा द्यायचा यावरही व्यवहारात निर्णय घेताना दिसतात.

कोणत्याही संस्थेमध्ये शेअरधारक आणि व्यवस्थापन यांच्या वेगवेगळ्या जागा असतात आणि जबाबदाऱ्या असतात. परंतु जर यांची सरमिसळ झाली तर बऱ्याचदा अशा कंपन्यांच्या नजीकच्या आणि लांबच्या उद्दिष्टांमध्ये धुसरपणा येऊ शकतो. या नव्या वित्तसंस्थांच्या संकरित रचनेमुळे त्या टिकून राहिल्या आहेत आणि प्रगती करून दाखवत आहेत. याचे एक कारण म्हणजे ज्यांच्या संचालक मंडळातच तुटकपणा असल्यामुळे त्यातला कोणताही एक शेअरधारकांचा गट आपले मत दुसऱ्यांवर लादू शकत नाही. याचा नेमका फायदा व्यवस्थापनाला मिळत आहे. यातून काही नकारात्मक परिणाम संभवतात. अशा संचालक मंडळाला व्यवस्थापनात योग्यवेळी उत्तराधिकारी नेमणे जमत नाही. लांबचा विचार करता असे व्यवस्थापन काहीवेळा दिशाहीन होण्याची भीती असते. मग जेव्हा अशी कधी परिस्थिती निर्माण होते तेव्हा सरकार अचानकपणे हस्तक्षेप करते. असे काही घडणे याचाच अर्थ या संस्था निर्माण करताना त्यांना जी स्वायत्तता दिली होती त्याचाच हा पराभव समजला पाहिजे.

सरकारने वित्तीय व्यवस्थेमध्ये या नव्या संस्था निर्माण केल्या आहेत आणि त्यांच्यावर फार मोक्याची जबाबदारी आहे. यांच्याशी तुलना करताना दुसऱ्या टोकाला खाजगी क्षेत्रातील वित्तसंस्था आहेत. यांची नावे म्हणजे आयसीआयसीआय बँक आणि एचडीएफसी. या दोन्हीही संस्थांमध्ये देशातून आणि बाहेरून अनेक प्रकारचे शेअरधारक आहेत परंतु यातला फरक म्हणजे या खाजगी क्षेत्रातील संस्थांमध्ये त्यांची संचालक मंडळे खूपच कार्यक्षम आहेत. ही मंडळे धोरण ठरवतात दिशा दिद्रर्शन करतात आणि मार्गदर्शनही करतात. तसेच कोणती उद्दिष्टे डोळ्यापुढे ठेवायची आणि कोणती लक्ष्ये गाठायची यावरही ही संचालक मंडळे सक्रीय असतात. याचा परिणाम कोणालाही दिसेल असाच आहे. बाजारपेठेमध्ये आयसीआयसीआय बँक आणि एचडीएफसी यांची कामगिरी सगळ्यात सरस समजली जाते. हा विचार केला तर सरकारने ज्या नवीन वित्तसंस्था निर्माण केल्या आहेत त्यांनी अजून असे बाजारातले नामांकन मिळवलेले नाही असे म्हणावे लागेल. अर्थात सरकारच्या या नव्या वित्त संस्थांमध्ये सरकारचा हस्तक्षेप होत नाही हाच मूळात एक आश्चर्याचा भाग समजला पाहिजे. यामुळे या संस्थांच्या व्यवस्थापनाला जे स्वातंत्र्य आणि स्वायत्तता मिळाली आहे त्याचे एक अप्रुप आहे. परंतु फक्त इतक्या भांडवलावर या संस्था किती कल्पकता दाखवू शकतील हे त्यांच्या येत्या काळातल्या कामगिरीवरच अवलंबून आहे. खाजगी क्षेत्राप्रमाणेच या संस्थांनाही संचालक मंडळाकडून धोरण आणि दिशा दिग्दर्शन यांची शक्ती मिळाली असती तर अधिकच चांगले झाले असते. येत्या काळात त्याची वाट बघावी लागेल.

■

१.५ जागतिकीकरण, दारिद्र्य आणि संस्कृती

भारताच्या आर्थिक धोरणात मागे १९९१ मध्ये जो विदेशी चलनाचा पेचप्रसंग निर्माण झाला त्यातून अनेक बदल झाले. साधारणपणे यालाच जागतिकीकरण आणि उदारीकरण असे समजण्यात येते. बऱ्याच प्रसंगी या बदलांवर टीकाही झालेली आहे. तसेच या बदलांचा जो ऐतिहासिक संदर्भ आहे तोही देशाने अजून नीट समजून घेतलेला नाही.

या विषयातली जमेची आणि खर्चाची बाजू बाजूला ठेवली तरीही जागतिकीकरण देशात आले म्हणजे देशाची अर्थव्यवस्था जगाच्या अर्थव्यवस्थेशी अधिक प्रमाणात जोडली गेली असे म्हणता येईल. यात व्यापार, विदेशी प्रत्यक्ष गुंतवणूक (एफडीआय) आणि भांडवलाचे प्रवाह अभिप्रेत आहेत. खरे तर १९९१ नंतर जे बदल झाले त्यातून देशाच्या एकूण व्यापाराचे जीडीपीशी गुणोत्तर १० टक्क्यांपासून आता सुमारे २५ टक्क्यांपर्यंत वाढले आहे. तसेच भांडवलाची आवक आणि जावक बऱ्याच प्रमाणात मुक्त झाली आहे आणि त्यातून एफडीआयची आवक वाढली आहे. याचे जीडीपीबरोबर गुणोत्तर आता जवळजवळ एक टक्का झाले आहे. जे युपीए आघाडीचे नवे केंद्र सरकार आहे त्यांनीही पायाभूत सुविधांच्या क्षेत्रात भरीव गुंतवणुकीची गरज असल्यामुळे एफडीआयच्या आयातीवर भर दिलेला आहे.

जागतिकीकरण आवडो अथवा न आवडो, परत आता सत्तरी आणि ऐंशीच्या दशकातलं लायसेन्स आणि परमिटराज परत यावे. असे कोणीच म्हणणार नाही. अगदी डाव्या पक्षांनाही, ज्यांना सार्वजनिक उद्योगातील निर्गुंतवणूक अगर समभागांची विकी मान्य नाही त्यांनाही परमिटराज हवे होते असे म्हणता येणार नाही. डाव्या विचारवंतांचा विरोध हा मुळात निर्यातीला प्राधान्य देण्यावर आणि एफडीआयच्या आयातीला मुभा देण्याला आहे. अशा धोरणांमुळे देशांतर्गत रोजगार निर्मितीवर भर देऊन गरिबांना आर्थिक शक्ती देण्याकडे दुर्लक्ष होते असे त्यांना वाटते. त्यामुळे रोजगार हमी योजना या दिशेने डाव्यांचा आग्रह असतो.

एका दृष्टीने ही एक गुंतागुंत आहे. कारण एफडीआयची आयात वाढली आणि उद्योगांची निर्यात करण्याची क्षमता वाढली तर त्यातूनही रोजगार वाढू शकतो.

त्यामुळे मुळात परदेशी भांडवल आले म्हणून देशातील उद्योग कमकुवत होतील आणि रोजगार कमी होईल अशी अजिबात शक्यता नाही. तसेच जे सरकारी क्षेत्रात उद्योग आहेत ते तेथे व्यावसायिक शिस्तीप्रमाणे चालवले जात नाहीत असा आजपर्यंतचा अनुभव आहे. त्याचे मुख्य कारण म्हणजे राज्यकर्त्या पक्षाचे राजकीय हस्तक्षेप आणि नोकरशाहीची अनास्था. अशा परिस्थितीत हे उद्योग आजारी पडलेले आहेत आणि त्यांचे बाजारात कर्ज उभे करून पुनर्वसन करता येईल अशी शक्यता नाही. त्यामुळे डाव्या पक्षांचा निर्गुंतवणुकीला जो विरोध आहे त्यामध्ये वैचारिक दुराग्रहच जास्त आहेत आणि त्यांचे समर्थन करण्यासाठी रोजगार हमी योजनेचा आग्रह हा एक उपचार आहे.

आश्चर्य म्हणजे डाव्या पक्षांच्या पूर्णपणे वैचारिक विरोधात असलेल्या दुसया एका गटाचा जागतिकीकरणाला विरोध आहे. हा गट म्हणजे स्वदेशी जागरण मंच जो भारतीय जनता पक्षाशी संलग्न आहे. या मंचाला देशातल्या उद्योगांना संरक्षण देणे ही राष्ट्रीय हिताची बाब वाटते. तसेच यांना जागतिकीकरणाबरोबर जी मूल्ये येतात त्यामुळे देशाची संस्कृती धोक्यात येते असे बहुधा वाटते. त्यामुळे जागतिकीकरणाला ज्या दोन प्रमुख विचारधारांचा विरोध आहे त्यामध्ये एका गटाला गरिबाविषयी कणव आहे आणि दुसऱ्या गटाला स्वदेशी उद्योजक आणि त्यांचे उद्योग, आणि संस्कृती हे जवळचे वाटतात.

या विषयात एक भाग आहे जागतिकीकरण आणि दारिद्र्य. मागे १९९१ मध्ये जेव्हा देशात धोरणात बदल झाले त्यावेळी निर्यातीला प्रोत्साहन द्यायचे हे अजिबात मुख्य उद्दिष्ट नव्हते. खरा प्रयत्न होता तो नियोजनाच्या काळात आयातीला जे विशेष स्थान होते ते दूर करण्याचा. दुसऱ्या शब्दात मांडायचे म्हणजे व्यापाराच्या धोरणात आयात आणि निर्यात याबाबत तटस्थ राहण्याची गरज होती. यामागे एक सर्वसाधारण कल्पना होती. भारतामध्ये जी साधनसामग्री आहे त्यात श्रमशक्ती जर सगळ्यात मुबलक आहे तर तिचा अधिक वापर होईल आणि त्यातून श्रमप्रधान उत्पादनाची निर्यात होईल. यातूनच देशात रोजगार वाढेल. १९९१ पासून जे बदल झाले त्यात निर्यात क्षेत्राची कामगिरी बघितली तर बऱ्याच अंशी हे धोरण यशस्वी झाले असे म्हणण्यास जागा आहे.

त्याचबरोबर राष्ट्रीय उत्पादनात श्रमशक्तीचा वाटा वाढत नाही हे सुद्धा खरे आहे. मागच्या दशकात जेव्हा अनेक देशात जागतिकीकरणाचा विस्तार झाला त्यातून एक गोष्ट घडली आहे. ती म्हणजे आता जगातल्या कोणत्याही एका देशातून श्रमप्रधान उत्पादनाची दुसऱ्या देशात बदली होऊ शकते. यामध्ये दूरसंचाराच्या माध्यमात आणि विदेशी प्रत्यक्ष भांडवलाचा जवळजवळ सर्वत्र मुक्तसंचार शक्य झाल्यामुळे ही उत्पादनातली क्रांती घडून आलेली आहे. यामध्ये माध्यम आहे ते

बहुराष्ट्रीय कंपन्यांच्या उत्पादन व्यवस्थेचे. या कंपन्या जगातल्या अनेक देशात आपल्या मालाच्या उत्पादनाची आणि पुरवठ्याची व्यवस्था करतात आणि त्यामध्ये जी अकुशल कामगारांची श्रमशक्ती लागते तिच्यावर याचा परिणाम विशेष होतो. त्याचे कारण म्हणजे अकुशल कामगार कोणत्याही देशात सहज मिळू शकतात.

वेगवेगळ्या देशात अशी उत्पादन प्रकिया संघटित होऊ लागल्यामुळे विकसित आणि विकसनशील देशातील अकुशल कामगारांची सौदा करण्याची क्षमता कमी झालेली आहे. जेव्हा माहिती तंत्रज्ञानाची भारतासारख्या देशाकडून निर्यात होते त्यावेळी विकसित देशातील कामगाराचे स्थान अस्थिर होते. त्याचप्रमाणे जेव्हा विकसनशील देशातील कामगारावर असा परिणाम होतो तेव्हा तो अधिक गंभीर असतो कारण या देशामध्ये बेरोजगारीला तोंड देता येईल अशी विम्याची सोय नसते. एका अर्थाने रोजगार हमी योजनेमध्ये ही त्रुटी भरून काढण्याचा प्रयत्न आहे. म्हणजे असंघटित आणि गरीब वर्गांना सामाजिक सुरक्षितता देता येईल अशा योजनांमध्ये सरकारने आपणहून अधिक जबाबदारी घ्यावी आणि गुंतवणूक करावी असे जागतिकीकरणात अभिप्रेत आहे. जागतिकीकरण स्वीकारले म्हणून सरकारने या जबाबदारीपासून दूर जावे असे कोणीच म्हणणार नाही. परंतु याचा आणखीन एक अर्थ आहे. अशा मोक्याच्या नव्या जबाबदाया घ्यायच्या आहेत म्हणूनच सरकारने नागरी हवाई वाहतूक, हॉटेल अशा कमी गरजेच्या जबाबदाऱ्यांतून बाहेर पडण्याची गरज आहे.

जेव्हा विकसनशील देशात नव्वदीच्या दशकापासून जागतिकीकरण स्वीकारले जाऊ लागले तेव्हापासून सरकारने अर्थव्यवस्थेमध्ये कोणत्या जबाबदाऱ्या घ्याव्या हा खरा चर्चेचा विषय आहे. भारतात जेव्हा पन्नास वर्षांपूर्वी नियोजनाचे तत्त्वज्ञान स्वीकारण्यात आले त्यावेळी सरकारने मोक्याच्या जागात (कमांडिंग हाइट्स) गुंतवणूक करावी असे मानण्यात आले. त्याचे एक कारण म्हणजे व्यवस्थेच्या अनेक क्षेत्रात खाजगी मालकीचे उद्योजक उपलब्ध नव्हते आणि त्यामुळे सरकारने उत्पादन प्रकियेच्या सगळ्या भागात जबाबदाऱ्या घ्याव्यात असा पायंडा पडला.

आता नियोजनाच्या पंचावन्न वर्षांनंतर सरकारने आपल्या किमान जबाबदाऱ्या कोणत्या क्षेत्रामध्ये असाव्यात याचा मुळापासून विचार करण्याची गरज आहे. सरकारी यंत्रणा समाजाच्या सगळ्या क्षेत्रात पसरल्यामुळे तिची परिणामकारिता संपलेली आहे आणि तिच्यावर होणारा खर्च हाताबाहेर गेलेला आहे. त्याचा एक परिणाम म्हणजे नोकरशाहीने आपला एक हितसंबंधी वर्ग निर्माण केलेला आहे आणि तो विकास प्रकियेच्या प्रत्येक धोरणात फक्त आपल्या हिताचे रक्षण करत आहे. राज्यकर्तेही या नोकरशाहीला नाराज करू शकत नाहीत आणि एका परीने सगळा राजकीय वर्ग हा नोकरशाहीच्या ताब्यात गेलेला आहे.

अर्थात सरकारचे अनेक क्षेत्रात अपयश आहे आणि त्यामध्येच सामाजिक सुरक्षितताही येते. परंतु त्यामुळे जागतिकीकरणाच्या विरोधात काही टीका करणे रास्त होणार नाही. किंबहुना नेमक्या या कारणासाठीच सार्वजनिक क्षेत्रातील अनेक उद्योगांचे खाजगीकरण करणे समर्थनीय होईल. त्यामध्ये अगदी नफा मिळवणाऱ्या कंपन्यांचाही अपवाद करण्याचे कारण नाही. मुळातच सरकारने उद्योग आणि व्यापाराच्या क्षेत्रात जर जबाबदारी घेण्याचे कारण नाही तर मग त्यातल्या कोणत्या कंपन्या तोटा करतात आणि कोणत्या नफा करतात असाही फरक करण्याची गरज नाही. देशातले डावे पक्ष मात्र या मुद्यावर अडलेले आहेत.

जागतिकीकरण यामध्ये स्पर्धा वाढावी आणि कार्यक्षमता वाढावी हे मुळात अभिप्रेत आहे. भारतातल्या खाजगी क्षेत्रातही याचा अंमल होण्याची गरज आहे. देशामध्ये विकास प्रकियेत ज्या सार्वजनिक आणि सामाजिक हिताच्या योजना अपयशी ठरल्या ते मुळात नियोजनाचे अपयश आहे. त्यासाठी सगळा दोष जागतिकीकरणावर ठेवणे तर्कसुसंगत नाही. देशामध्ये या सगळ्या नियोजनाच्या अपयशाचे नीट मूल्यमापन आणि विश्लेषण झालेले नाही आणि त्यामुळे त्या सगळ्यासाठी जागतिकीकरणाला जबाबदार धरणे हे विषयाला सोडून आहे. डाव्या पक्षाने या गोंधळाचे भांडवल केलेले आहे.

■

१.६ ज्ञानाचा आधार

भारताच्या अर्थव्यवस्थेने मागच्या काही वर्षात आपले स्वत:चे एक स्थान निर्माण केलेले आहे. तिचे एक वैशिष्ट्य म्हणजे या व्यवस्थेमध्ये ज्ञानाचा आधार विस्तृत आहे आणि भक्कम आहे. देशाच्या राष्ट्रीय उत्पन्नात निम्म्याहून अधिक वाटा सेवाक्षेत्राचा आहे. त्यातही माहिती तंत्रज्ञानाच्या क्षेत्रात जगाच्या औद्योगिक व्यवस्थेमध्ये भारताने आपले उच्च स्थान सिद्ध केलेले आहे.

देशाच्या अर्थकारणात मागच्या ५९ वर्षात जे घडले आहे त्यामध्ये एक अपूर्वाई आहे. लोकशाही प्रक्रियेने सगळे सार्वजनिक जीवन व्यापलेले आहे. यामुळे आर्थिक जीवनातील एकही बाब राजकारणापासून मोकळी राहिलेली नाही. बहुदा विकसनशील देशात हे अपरिहार्यपणे घडत असावे, कारण सगळ्या समाजातले वेगवेगळे घटक शासनाकडून काहीतरी अपेक्षा ठेवत असतात. राजकीय पक्षांना ही एक सुवर्णसंधी वाटत असते. त्याचा एक परिणाम म्हणजे शासनाला सगळ्या लहानमोठ्या गोष्टीत हस्तक्षेप करण्याचा नैतिक हक्क मिळतो आणि समाजाचे शासनावरचे परावलंबन कल्पनेपलीकडे वाढते. नेमके शिक्षणाच्या क्षेत्रात हे झालेले आहे. याचे खूप गंभीर परिणाम आहेत आणि त्याच्यातून ज्या दुष्ट प्रवृत्ती निर्माण झाल्या आहेत त्याचे परिणाम टाळता येणार नाहीत.

सरकारपुढे एक जटिल प्रश्न उभा आहे. दक्षिणेतील जी राज्ये आहेत तेथे शिक्षणाचा प्रसार आणि दर्जा हा वरचा आहे. केरळ या राज्याने तर प्राथमिक शिक्षणात जे अपूर्व यश मिळविले ते देशातच नव्हे तर जगातही सर्वमान्य झालेले आहे. या राज्यांमधील विद्यार्थीवर्गाच्या आकांक्षा वाढलेल्या आहेत आणि त्यांचा दबाव राज्य सरकारांवर आहे. या दक्षिणेतील राज्यांमध्ये खाजगी शिक्षण संस्थांचे प्राबल्य आहे आणि त्यांच्यामुळे व्यावसायिक शिक्षण बरेच महाग झालेले आहे. दुसया बाजूने राज्य सरकारे आर्थिक टंचाईला तोंड देत आहेत आणि जो काही विकासनिधी शिक्षणावर खर्च होतो तो प्राथमिक शिक्षणासाठी प्राधान्याने देण्याची गरज आहे. अशा परिस्थितीत उच्च शिक्षण देणाया संस्था पूर्वीप्रमाणे सरकारकडून हवा तितका निधी मिळवू शकत नाहीत आणि उच्च शिक्षणाचा खर्च वाढवण्याशिवाय

पर्याय राहिलेला नाही. त्याचबरोबर खाजगी शिक्षण संस्था आणि सरकारचा धोरणविषयक हस्तक्षेप हा संघर्ष सर्वोच्च न्यायालयात पोहोचलेला आहे.

देशाच्या अर्थकारणात आपण आणखीन एक कमावले आहे. समाजाने आणि सत्ताधाऱ्यांनी आपल्यापरीने प्रश्न निर्माण करायचे आणि त्याची उत्तरे न्यायालयाने द्यायची अशी एक नवी परंपरा सुरू झाली आहे. पाण्याचे वाटप असो अगर शिक्षण असो कोणत्याच लहान आणि मोठ्या विषयात शासन आपण योग्य निर्णय घ्यायची जबाबदारी घेत नाही. जेव्हा जबाबदारी पेलत नाही आणि समाजात क्षोभ निर्माण होतो तेव्हा हे प्रश्न सर्वोच्च न्यायालयाच्या दारात नेऊन सोडले जातात.

या परंपरेला धरून यापूर्वीही वेळोवेळी खाजगी शिक्षण संस्था आणि त्यांचे शुल्क ठरवण्याचे स्वातंत्र्य यावर वाद होऊन त्यावर सर्वोच्च न्यायालयाने निर्णय दिलेले आहेत. आता परत एकदा सर्वोच्च न्यायालयाने ऑगस्ट २००५च्या सुरुवातीला यावर शिक्कामोर्तब केले आहे. या नव्या निर्णयानुसार ज्या खाजगी शिक्षण संस्था आहेत त्यांच्यावर सरकारने ठरवून दिलेल्या आरक्षणाचे बंधन असणार नाही. तसेच ज्या अल्पसंख्य समुदायाच्या शिक्षण संस्था आहेत त्यांच्यावरही सरकार काही लादू शकणार नाही. सर्वोच्च न्यायालयाने खाजगी शिक्षण संस्थांच्या स्वायत्ततेबाबत जो धाडसी निर्णय दिलेला आहे त्याचे येत्या काळात खूप गंभीर परिणाम होणार आहेत.

जे राजकारणी आहेत त्यांनी या निर्णयाच्या विरोधात आपला सूर लावलेला आहे. तामिळनाडूच्या मुख्यमंत्री जयललिता यांनी या निर्णयाचा फेरविचार करावा यासाठी सर्वोच्च न्यायालयात परत दाद मागण्याचे ठरवले आहे. तसेच त्यांनी पंतप्रधानांना या विषयात सरकारने कोर्टाचे निर्णय स्वीकारू नयेत आणि आपला स्वतंत्र कायदा करावा असेही आवाहन केलेले आहे. थोडक्यात म्हणजे येत्या काळात यावर खूपच राजकारणाची धुळवड रंगणार आहे. राजकारण्यांना यावर अखेरीस काहीही निर्णय झाला तरीही फिकीर नाही. त्यांच्या दृष्टीने नजिकच्या काळात ज्या राज्यांमध्ये निवडणुका होणार आहेत त्यासाठी ही धुळवड उपयोगाची आहे.

शिक्षणाच्या क्षेत्रात अर्थातच अनेक भरीव गोष्टी घडलेल्या आहेत. त्यात काही फक्त राजकारणच घडले असे नाही. परंतु शिक्षणाच्या क्षेत्रात देशाला इतकी मोठी क्षमता असूनही आज जे बिकट प्रश्न उभे राहिलेले आहेत त्याची जबाबदारी राजकीय पक्षांवरच ठेवावी लागेल. सर्वोच्च न्यायालयापुढचा प्रश्न हे त्याचे एक प्रतिबिंब आहे.

देशाची जेव्हा घटना बनली तेव्हापासूनच या दुराचाराला सुरुवात झाली. किंबहुना घटनेतच त्याची तरतूद होती. शिक्षकांच्यासाठी वेगळे मतदारसंघ ठेवण्यात आले आणि त्यातूनच पुढे त्या क्षेत्रात सर्वदूर राजकारण पसरले. वास्तविक पाहता शिक्षकीपेशा हा इतर कोणत्याही व्यावसायिकांप्रमाणेच समजता आला असता. डॉक्टर, वकील असे व्यावसायिकांचे अनेक गट आहेत आणि त्यांना काही वेगळे मतदार संघ

ठेवण्यात आलेले नाहीत. त्यामुळे शिक्षणाच्या क्षेत्रात शिक्षक आणि प्राध्यापक राजकारण खेळतात असा आरोप त्यांच्यावर ठेवताही येत नाही. तसे हक्काने करण्याची त्यांना मुभाच आहे.

स्वातंत्र्यापूर्वी अनेक दशके शिक्षण संस्था या समाज सुधारक व्यक्तींनी पुढाकार घेऊन सुरू केलेल्या होत्या आणि त्यांना समाजातून ज्या देणग्या मिळत होत्या त्यातून त्यांचे भागत होते. एकोणीसाव्या शतकाच्या मध्यानंतर स्वातंत्र्यासाठी जनतेला संघटित करण्याची गरज होती आणि समाज सुधारकांनी शिक्षणापासून त्याची सुरुवात केली. अर्थात त्यावेळच्या परकीय इंग्रजी सत्तेनेही आपल्यापरीने या शिक्षणाच्या प्रसारासाठी योगदान दिले. त्यामागे त्यांचा स्वार्थ होता कारण भारतासारख्या मोठ्या देशाचे प्रशासन चालविण्यासाठी इंग्लंडमधून पुरेसे मनुष्यबळ येथे कधीच आणता आले नसते. त्यामुळे येथल्या जनतेलाच शिक्षण देऊन शासन चालवण्यासाठी जो नोकरवर्ग मोठ्या संख्येने लागतो तो येथे निर्माण करण्याचा इंग्रजांचा हेतू होता. कारणे काहीही असली तरीही परकीय राज्यकर्ते आणि देशातले समाज सुधारक यांची शिक्षणाच्या प्रसार करण्यामागे एक युती झाली होती.

परंतु स्वातंत्र्यानंतर येथल्या राज्यकर्त्यांनी हे सगळे बदलले. शिक्षणाचा मोठा प्रसार झाल्यामुळे शिक्षक वर्गाची संख्या भरपूर वाढली आणि त्यांच्या लोकप्रतिनिधींना विधिमंडळात त्यांचे वेगळे हितसंबंध सांभाळण्याची संधी मिळाली. त्यातूनच लोकानुनय करण्याच्या लालसेपोटी राज्यकर्त्यांनी शिक्षक आणि शिक्षकेतर कर्मचायांना सरकारी कर्मचाऱ्यांप्रमाणे संरक्षण देण्याचा निर्णय घेतला. यामुळे वेगवेगळ्या खाजगी विश्वस्त मंडळांनी ज्या शिक्षण संस्था चालवल्या होत्या त्यांचे सगळे खर्च सरकारने आपल्या उत्पन्नातून भागविण्याचा निर्णय घेण्यात आला.

ही एक फार धोक्याची प्रक्रिया होती आणि याचे नंतर गंभीर परिणामही झाले. पहिली बाब म्हणजे जी विश्वस्त मंडळे व्यवस्थापन करत होती त्यांचा आपल्या कर्मचाऱ्यांवर व्यवहारात कोणताच अधिकार उरला नाही. सगळ्या शिक्षक आणि शिक्षकेतर कर्मचाऱ्यांना आपण एका व्यापक शासन संस्थेचे सदस्य झाल्यामुळे मोठे संरक्षण मिळाले आणि त्यांच्या मानसिकतेमध्ये बदलही झाले. त्यांची जबाबदारी सरकारने घेतल्यामुळे त्यांना वेतन आणि नोकरीच्या अटी यात पूर्ण संरक्षण मिळाले परंतु इतर सरकारी कर्मचाऱ्यांप्रमाणे त्यांना बदलीच्या अडचणींना कधीच तोंड द्यावे लागले नाही. तसेच सरकारी कर्मचाऱ्यांपेक्षा शिक्षणाचे स्वरुप वेगळे असल्यामुळे त्यांच्या कामाचे मोजमापही पूर्वीप्रमाणेच होत राहिले. त्यामुळे या कामात मिळणाऱ्या सुट्या इत्यादींचा फायदा उघड होता.

याचबरोबर आणखी एका महत्त्वाच्या गोष्टीवर पाणी फिरले. शिक्षणाचा प्रसार ज्या वेगाने होत होता त्यातून तितक्याच वेगाने शिक्षणाचा दर्जा ढासळत होता.

त्यासाठी शिक्षकांच्या हितसंबंधांना धरून अनेक गोष्टी स्वीकारण्यात आल्या. अर्थात राज्यकर्त्यांना लोकानुनय करण्याची त्यात सोयही होती. यामुळे प्राथमिक आणि माध्यमिक वर्गांमध्ये जी मूल्यमापन पद्धती स्वीकारण्यात आली तीही अगदी ढिसाळ होती. तसेच दहावी आणि बारावी या दोन पातळ्यांवरच्या ज्या परीक्षा घेण्यात येतात त्याचेही एक तंत्र बनवण्यात आले. या सगळ्या व्यवस्थेमध्ये शिक्षणाचा दर्जा हा सगळ्यात चिल्लर विषय समजला गेला.

राज्यकर्ते स्वत:च यातल्या फायद्यातोट्याविषयी जागरूक असल्यामुळे सगळ्यात प्रथम त्यांना यात काहीही गुंतवणूक न करता सगळा फायदा मिळवता येतो याचा अंदाज आला. शिक्षणसंस्था काढणे हा एक असा उद्योग आहे ज्यामध्ये उद्योजकाला कोणतीच गुंतवणूक करावी लागत नाही. एका बाजूने समाजातल्या सगळ्याच वर्गांची शिक्षणाची भूक वाढत आहे त्यामुळे शिक्षण पुरवण्याची गरज तर मोठी आहे. तसेच राज्यकर्त्यांच्या दृष्टीनेही हा एक रास्त प्राधान्यक्रम आहे. त्यामुळे सगळ्याच राजकीय पक्षांच्या कार्यकर्त्यांनी आपापले संधान बांधून सरकारकडून शिक्षण संस्था काढण्याचे परवाने मिळवले. मुळात देशाच्या केंद्रीय नियोजनाच्या चाळीस वर्षांच्या काळात उद्योग क्षेत्रात परवाने पद्धती (लायसन्स परमीटराज) ही कार्यरत होती. या पद्धतीमुळे देशाचे किती नुकसान झाले आणि त्यातून भ्रष्टाचार कसा समाजात सर्वदूर पसरला याची भरपूर चर्चा झालेली आहे. परंतु तुलनेने हेच सगळे शिक्षण क्षेत्रात घडले आणि त्याचे सगळे फायदे राजकीय पक्षांनी घेतले याची पुरेशी जाणीव समाजाला झालेली नाही.

राजकारण्यांनी शिक्षणात किती धुमाकूळ घातला आहे याचे तपशील बघण्यासारखे आहेत. महाराष्ट्र राज्यातल्या चारही प्रमुख राजकीय पक्षांनी जेव्हा आपल्या हातात सत्ता आली तेव्हा आपल्या कार्यकर्त्यांची जगण्याची सोय म्हणून या शिक्षणाच्या प्रसाराकडे पाहिले. त्यांनी लायसन्स परमीटमध्ये आणखी एक सुधारणा केली. उद्योजक सरकारकडे उद्योग सुरू करण्यासाठी परवाने मागत असत. त्यामध्ये दोन प्रकार होते. एक म्हणजे स्वत: एखादा विशिष्ट उद्योग सुरू करणे आणि दुसरा म्हणजे आपल्या विरोधक उद्योजकांना त्याची परवानगी मिळणार नाही याची व्यवस्था करणे.

यातली दुसरी बाब अर्थातच त्यांच्या हातात नव्हती. म्हणून त्यांनी नामी शक्कल काढली. त्यांना स्वत:ला उद्योग सुरू करायचा नसला तरीही त्यांनी लायसन्स स्वत:साठी मिळविले आणि त्यावर काहीच कारवाई केली नाही. अशा पद्धतीने विरोधकांची कोंडी करण्याचे तंत्र खाजगी उद्योगाने विकसित केले. यामध्ये देशातील खाजगी क्षेत्रातील सर्व उद्योजकांच्या घराण्यांनी हा मार्ग अवलंबिला आणि आपल्या पोळीवर तूप वाढून घेतले. या सगळ्याचा एकत्रित परिणाम म्हणून अर्थव्यवस्थेमध्ये नेहमीच मागणीपेक्षा पुरवठा कमी होत राहिला आणि त्यातून जी कृत्रिम टंचाई निर्माण

झाली त्याचा फायदा किंमती वाढवण्यासाठी झाला. त्याचबरोबर एक काळ्या पैशाची समांतर अर्थव्यवस्था फोफावली. एकदा कायद्याच्या बाहेर इतका काळा पैसा निर्माण होऊ लागल्यावर राजकारणी, नोकरशाही आणि उद्योजक यांनी आपापसात या पैशाच्या वाटपाचीही समजूतदार वाटणी करून घेतली. देशामध्ये यातून एक भ्रष्टाचाराची संस्कृती निर्माण झाली आणि तिला प्रतिष्ठाही मिळाली.

राजकारण्यांनी शिक्षणात हा धडा गिरविला. जे राज्यकर्ते होते त्यांच्या कार्यकर्त्यांना प्रथम विनाअनुदानित शाळा सुरू करण्याचे तंत्र सुचले. नंतर लगेचच राज्यकर्त्यांवर दडपण आणून त्याला मान्यता मिळवता येऊ लागली. एकदा ही मान्यता मिळाली म्हणजे संस्थेचा सगळाच खर्च सरकारकडून अनुदान म्हणून मिळू लागला आणि त्यांना अनुदानित संस्था असा दर्जा मिळाला. एकदा सरकारकडून हा निधी मिळू लागल्याबरोबर तो किती द्यायचा हे विद्यार्थ्यांच्या संख्येवर ठरविण्यात येऊ लागले. मग ही विद्यार्थ्यांची संख्याच वाढवून दाखवायची आणि त्यासाठी खोटे हजेरीपट निर्माण करायचे याचे तंत्र संस्थाचालकांनी आत्मसात केले.

यात सगळ्यांनाच आनंद होता कारण सरकार विद्यार्थ्यांची संख्या वाढली म्हणून शिक्षणाचा प्रसार किती वाढला याचा डंका पिटू शकत होते. जिल्हा परिषदेतील कर्मचारी आणि लोकप्रतिनिधी यांच्या पूर्ण सहकार्यातूनच ही चलाखी करण्यात येत होती आणि त्यामुळे त्यांनाही या खोट्या अनुदानामधून हक्काचा वाटा मिळत होता. वेळोवेळी जे सत्ताधारी पक्ष होते त्यांचे स्थानिक कार्यकर्ते अर्थातच खुश होते कारण एकदा शासन मान्यता मिळाली की राज्यकर्ते बदलले तरीही त्यांच्या पोटापाण्याच्या सोयीमध्ये काही खंड पडू शकत नव्हता. असा हा शिक्षणाच्या सार्वत्रिकीकरणाचा प्रयत्न लोकशाही मार्गाने सगळ्या राजकीय पक्षांनी उत्साहाने राबविला.

राजकारण्यांना एकदा शिक्षणातून पैशाचा ओघ आपल्याकडे वळवता येतो हे लक्षात आल्यानंतर त्यांनी त्यात आणखी एक पाऊल पुढे टाकले. शिक्षणाचा प्रसार नक्की होणार आहे आणि त्यामुळे शिक्षकांची गरज भरपूर वाढणार आहे. त्यामुळे त्यांनी शिक्षक निर्माण करण्याचे कारखाने सुरू केले. त्यासाठी बी.एड्. आणि डी.एड्. यांची महाविद्यालये काढण्याची कंत्राटे आपल्या कार्यकर्त्यांना वाटून दिली. या महाविद्यालयात प्रवेश मिळविण्यासाठीच लाखालाखाच्या देणग्या देण्यासाठी विद्यार्थी जीवाचे रान करीत होते आणि त्यातून संस्था चालकांना बिनहिशेबी पैसा प्रचंड प्रमाणावर गोळा करता येत होता.

याच पद्धतीने सरकारने वसतीगृहे याचीही कंत्राटे आपल्या राजकीय कार्यकर्त्यांना वाटून दिली. मागासवर्गीय, आदिवासी, भटके आणि विमुक्त अशा दुबळ्या गटांसाठी ज्या शिक्षण संस्था आणि वसतीगृहे विकासाच्या निधीमधून सुरू करण्यात आल्या त्यांचे वाटप या पद्धतीने झाले. याचा सगळ्यात दुर्दैवी परिणाम म्हणजे या दुबळ्या

गटांच्या शिक्षणाची विलक्षण हेळसांड झाली आणि परिणामी त्यांच्या शैक्षणिक पात्रतेमध्येही अनेक उणीवा राहिल्या. एका बाजूने या वर्गाच्या शिक्षणावर भरपूर खर्च झाला आणि दुसऱ्या बाजूने त्यांच्या शैक्षणिक क्षमतेमध्ये पुरेशी वाढ होऊ शकली नाही. त्याचा एक परिणाम म्हणजे या सगळ्या दुबळ्या समाज घटकांची सरकारच्या नोकरीतल्या आरक्षणांवर भिस्त राहिली. मागच्या काही वर्षांत सरकारमध्ये फारशी नोकरभरती होऊ शकलेली नाही आणि ज्या मागासवर्गीय घटकांची भरती करायची होती त्यासाठीही पुरेसे उमेदवार मिळालेले नाहीत. राज्यामध्ये शिक्षणाची भूक इतकी वाढलेली आहे की समाजातल्या दुबळ्या घटकांना हे शिक्षण ही एकच मत्ता त्यांच्याजवळ आहे आणि तरीही या शिक्षणाचा दर्जा खालावलेला आहे. या सगळ्या अपयशामध्ये सगळ्या राजकीय पक्षांच्या नेतृत्वाचे अपयश आहे आणि ही एक प्रकारची गुन्हेगारीच आहे असे म्हणावे लागेल. राजकीय पक्षांनी जेव्हा सत्ता मिळवली तेव्हा याच पद्धतीने सहकारी क्षेत्रात साखर कारखाने, सूत गिरण्या, दूध उत्पादक सोसायट्या यांचे वाटप केले. परंतु त्यांनी हा जो प्रयोग शिक्षणात केला त्याचे परिणाम खूपच गंभीर आहेत कारण या अशा शिक्षणाच्या सुमार दर्जामुळे समाजातले जे खरोखरी दुबळे आणि वंचित घटक आहेत त्यांचे कायमचे नुकसान झाले आहे. यासाठी राजकारण्यांना समाज क्षमा करणार नाही.

■

१.७ मध्यमवर्गाची वाढ

मागच्या पंधरा वर्षात देशामध्ये मध्यमवर्गाच्या संख्येत भरपूर वाढ झालेली आहे. ही घडामोड लक्षणीय आहे कारण सगळ्यांनीच त्याची दखल घेतली आहे. याचे वर्णन ग्रेट इंडियन मिडल क्लास अशा शब्दात करण्यात येते. याचा अर्थ भारतात आता मध्यमवर्गाची दखल घ्यावी असे हे परिमाण झाले आहे. प्रत्येक देशाच्या विशिष्ट ऐतिहासिक संदर्भात समाजात वेगवेगळे गट आणि वर्ग असतातच. भारतातही जातीव्यवस्थेच्या दीर्घ इतिहासामुळे जे वर्ग मागासलेले होते आणि ज्यांना प्रतिष्ठा नव्हती त्यांची खास वेगळी दखल घ्यावी लागली. स्वातंत्र्यानंतर त्यांच्यासाठी घटनेमध्ये विशिष्ट संरक्षणाच्या तरतुदी करण्यात आल्या. त्याचप्रमाणे आदिवासी समुदायांसाठी घटनेमध्ये वेगळी धोरणे राबविण्याचे शासनावर बंधन आले. या संदर्भात देशात एक मध्यमवर्ग पूर्वीही होताच. परंतु मागच्या पंधरा वर्षात उदारीकरणाचा मार्ग स्वीकारल्यावर या वर्गाच्या संख्येमध्ये भरीव वाढ झालेली आहे. त्यामुळे या वर्गाचे जसे वजन आणि प्रतिष्ठा वाढली आहे त्याचप्रमाणे या मध्यमवर्गाची संख्या किती आहे याच्यावर बऱ्याच चर्चा चालू आहेत. जे वेगवेगळे मालाचे उत्पादक आहेत आणि सेवा पुरवणारे आहेत ते आपल्या दृष्टीने हा ग्राहकांचा आकडा किती आहे याचे अंदाज व्यक्त करत आहेत. काहींच्या मते या मध्यमवर्गात किमान पाच कोटी ग्राहक आहेत. आणखी काहींच्या मते हा आकडा दहापटीने मोठा आहे. साधारणपणे हा खरा आकडा सुमारे वीस ते पंचवीस कोटींच्या दरम्यान आहे यावर एक सहमती आहे.

खरे म्हणजे देशातल्या मध्यमवर्गीय ग्राहकांची ही संख्या कोणी कशी काढली यावर फारशी माहिती उपलब्ध नाही. परंतु परदेशात ज्या मोठ्या बहुराष्ट्रीय कंपन्या आहेत त्यांनी भारताच्या बाजारपेठेत प्रवेश करताना हे अंदाज डोळ्यापुढे ठेवलेले आहेत. साहजिकच जेव्हा काही उत्पादकांना त्यांचा माल येथे अपेक्षेप्रमाणे विकता आला नाही तेव्हा ते अडचणीत आले. अशा अनुभवांमुळे त्यांनी अशा मध्यमवर्गीय ग्राहकांच्या संख्येविषयी शंका दाखवायला सुरुवात केली. त्यांच्या मते काही मालांच्या विक्रीचा व्यापार फायद्याचा होण्यासाठी ग्राहकाकडे जी खरेदीची शक्ती असते ती येथे

पुरेशा प्रमाणात नाही. ही मध्यमवर्गाची ग्राहकपेठ हा एक भ्रम आहे असा काहींनी निष्कर्ष काढला.

देशातला मध्यमवर्ग खरे म्हणजे अनेक दशके वाढत होता. फक्त अनेक कारणासाठी त्याची दखल घेण्यात आली नव्हती. एकतर ग्राहकवर्ग, ग्राहकांची मागणी, ग्राहकांच्या आवडी आणि पसंती या विषयी शास्त्रशुद्ध आकडेवारी उपलब्ध नाही. काहीवेळा अशी माहिती उपलब्ध असली तरीही देशातली सगळी वस्तु:स्थिती त्यातून प्रतिबिंबित होईल असेही नाही. जेव्हा भारतीय ग्राहकाच्या कुटुंबाला त्याच्या उत्पन्नाची माहिती विचारली जाते तेव्हा तो आपले उत्पन्न कमी दाखवतो. प्राप्तीकर किती लोकांनी भरला ही काही भरवशाची माहिती नसते. तसेच कृषी उत्पन्नावर कोणताच कर नाही. त्यामुळे ग्राहकांचा एक मोठा वर्ग त्यातून सुटतो. शिवाय व्यापार आणि उद्योग क्षेत्रातून अनेक कुटुंबे प्राप्तीकर देण्याचे टाळतात. याबरोबर अनेक व्यावसायिक ज्यांचा स्वयंरोजगार आहे तेही कराच्या बंधनातून सुटलेले असतात.

देशात मध्यमवर्गाची जी वाढ झाली ती दुर्लक्षित राहिली याचे एक ठोस कारण म्हणजे स्वातंत्र्यानंतर पहिली चाळीस वर्षे येथे केंद्रिय नियोजनाचे प्राधान्य होते आणि त्यात समाजवादी विचारसरणी आणि सरकारची बंधने याचे माहात्म्य होते. मुख्य म्हणजे सरकारनेच सार्वजनिक क्षेत्रातून आपल्याकडे मक्तेदारी ठेवून अनेक मूलभूत उद्योग सुरू केले होते आणि खाजगी क्षेत्राने कोणत्या मालाचे किती उत्पादन करावे यावरही कडक बंधने होती. यालाच परवाने पद्धतीचे राज्य (लायसन्स अँड परमिट राज) असे म्हणत असत. याचा एक अर्थ असा की बाजारपेठेमध्ये जो माल आणि सेवा उपलब्ध होत होत्या त्याबाबत ग्राहकाला निवडीचा आणि पसंतीचा पर्यायच नव्हता.

नियोजनाच्या चाळीस वर्षांच्या दीर्घ काळात मालाच्या उत्पादनाला दर्जा अगर दुरुस्ती आणि देखभालीच्या सेवा अशा कोणत्याच बाबीला काही महत्त्व नव्हते. स्पर्धा मर्यादित केल्यामुळे जो माल बाजारात उपलब्ध होईल तोच स्वीकारण्याची ग्राहकाला परिस्थितीमुळे सक्ती होती. तसेच एखादा माल अगर वस्तू मिळवायची असली तर प्रतीक्षायादीमध्ये दीर्घ काळ वाट बघावी लागत असे. अशा प्रतीक्षायादीमधून भ्रष्टाचारही वाढीला लागलेला होता. जे उत्पादक होते आणि त्यांच्या वितरण संस्था होत्या त्या मिळून एखाद्या ग्राहकोपयोगी वस्तूची उपलब्धी मर्यादित करीत असत. अनेकांना बजाज कंपनीची स्कूटर अगर प्रिमियर ऑटोमोबाईल कंपनीची फियाट गाडी मिळविण्यासाठी किती धावपळ करावी लागत होती याचा अनुभव आलेला आहे. तसेच प्रतीक्षा यादीतून वाट बघण्यापेक्षा ही वस्तू लवकर मिळण्यासाठी अधिकृत किमतीपेक्षा किती अधिक पैसे मोजावे लागत होते हेही सगळ्यांनी पाहिलेले आहे. विशेष म्हणजे जेव्हा अशी वाढीव किंमत दिली जात असे तेव्हा असे सगळे

व्यवहार रोखीमध्ये केले जात असत. अशा प्रकारच्या व्यापक उलाढालीमधून अर्थव्यवस्थेमध्ये काळा पैसा वापरात येऊ लागला आणि त्यातून एक पर्यायी मुद्रा व्यवहार सर्वमान्य झाला. अशा प्रकारच्या अर्थव्यवस्थेमध्ये ग्राहकाला कोणतेच स्थान अगर हक्क नव्हते हे उघड आहे. या अशा अनेक कारणांमुळे नियोजनाच्या काळात मध्यमवर्गात काय घडत होते याची कोणी फारशी दखल घेतलेली नाही.

मध्यमवर्गाचे अनेक पद्धतीने वर्णन करण्यात येते आणि त्याच्या व्याख्याही बऱ्याच आहेत. यामध्ये बऱ्याचदा सामाजिक वर्ग अगर विशिष्ट वर्गाची संस्कृती यावर भर असतो. काही वेळा यात शिक्षणाची पातळी अभिप्रेत असते. तसेच ग्राहकांची पैसे खर्च करण्याची अगर मालाचा उपभोग घेण्याची कोणती रीत आहे आणि त्यामागे कोणते मानसिक व्यवहार आहेत यांचा विचार केला जातो. एका दृष्टीने ही सगळी परिमाणे काही प्रमाणात ठोस नाहीत असे म्हणता येईल. त्यापेक्षा वर्गवारी करण्याच्या दृष्टीने उत्पन्नाचा निकष हा सगळ्यात वस्तुनिष्ठ आणि समजायला सोपा असे म्हटले पाहिजे.

यात एक अडचण म्हणजे भारतात कुटुंबाच्या उत्पन्नाची तपशीलवार आकडेवारी दीर्घकाळासाठी उपलब्ध नाही. त्यामुळे याच्याशी संबंधित काही प्रश्न विचारले जातात. ही आकडेवारी एका कालावधीसाठी कशी मोजायची? ही आकडेवारी कोणी द्यायची? आजच्या उदारीकरणाच्या संदर्भात अशी माहिती जितकी क्षेत्रीय आणि स्थानिक पातळीवर मिळेल तितका त्याचा अधिक उपयोग आहे. फक्त देशाच्या पातळीवर जी आकडेवारी मिळते त्याचा उपयोग आहे पण मर्यादा जास्त आहेत. त्यामुळे ग्राहकवर्गाच्या उत्पन्नावर आणि खर्च करण्याच्या पद्धतीवरची आकडेवारी राज्याच्या पातळीवर आणि शहरांच्या पातळीवर उपलब्ध झाली तर तिचा अधिक उपयोग आहे. या संदर्भात दिल्लीच्या नॅशनल कौन्सिल ऑफ ॲप्लाईड इकॉनॉमिक रिसर्च (एनसीएईआर) या संस्थेने हे मोलाचे काम केलेले आहे. त्यांनी द् ग्रेट इंडियन मिडल क्लास असा ग्रंथ प्रसिद्ध केलेला आहे.

या आकडेवारीवरून देशात संपत्ती जोमाने वाढत आहे असे दिसते. मागच्या काळात लोकसंख्येची वाटणी एका प्रकारची होती. त्यात पिरामिडच्या शिखराला एक लहान संख्येचा श्रीमंत वर्ग आणि तळाशी मोठ्या संख्येने गरीब वर्ग अशी रचना होती. या तळाच्या कमी उत्पन्न गटातूनच काही कुटुंबे मध्यमवर्गात प्रवेश करत होती. आता मागच्या काही दशकात हे सगळे प्रतिमान बदललेले आहे.

मध्यमवर्गाविषयी आजच्या समजुती वेगळ्या आहेत. त्यात ज्या कुटुंबांचे वर्षाचे उत्पन्न हे रु. २ लाख ते रु. १० लाख (सुमारे ४हजार ते २१ हजार डॉलर) या दरम्यान असणे अपेक्षित आहे. शिवाय त्यात वर्षाला १५ टक्क्यांची भर धरलेली आहे. सन १९९५-९६ ते २००१-०२ या काळात मध्यम वर्गातल्या कुटुंबांची

संख्या दुप्पट झाली. हा आकडा ४५ लाख (४.५ मिलियन) वरून १ कोटी ७० हजार (१०.७ मिलियन) कुटुंबे इतका झाला. विशेष म्हणजे २००९-१०च्या सुमारास हा आकडा २ कोटी ८४ लाख (२८.४ मिलियन) कुटुंबे इतका होईल. मागच्या २००१-०२ सालात देशातल्या मध्यमवर्गापैकी दोन तृतीयांश कुटुंबे नागरी क्षेत्रात होती. त्या अगोदर १९९५-९६ मध्ये हे प्रमाण ५८ टक्के होते.

एनसीएइआरच्या आकडेवारीनुसार मध्यमवर्गाच्या तळाशी एक वर्ग असा आहे की ज्यांना मध्यमवर्गात प्रवेश करायचा आहे आणि त्यांनी तो उंबरठा ओलांडलेला आहे. या वर्गात ज्या कुटुंबांचे वार्षिक उत्पन्न रु. २ लाख ते रु. ५ लाख (४ हजार ते १० हजार डॉलर) यांचा समावेश होतो. यांची संख्या सुमारे ९ मिलियन आहे आणि १९९५-९६ ते २००१-०२ या काळात या संख्येत दरवर्षी १५ टक्क्यांनी भर पडली. बाजारपेठेमध्ये ग्राहकोपयोगी वस्तू आणि सेवा यांच्यासाठी जी मागणी आहे ती बरीचशी या वर्गातून आलेली आहे. यातल्या दर तीन कुटुंबांपैकी एकाजवळ मोटर आहे. शिवाय यापैकी सुमारे ७० टक्के कुटुंबांजवळ रंगीत दूरचित्रवाणी संच आणि शीतकपाटे आहेत. या तुलनेने वातानुकूलित यंत्रे फक्त १३ टक्के कुटुंबांकडे आहेत.

आणखी एक वर्ग आहे जो मध्यमवर्गाच्या वरच्या पातळीवर आहे. यांची संख्या सुमारे १७ लाख (१.७ मिलियन) कुटुंबे आहेत. यांचे वार्षिक उत्पन्न रु. ५ लाख ते रु. १० लाखाच्या (१० हजार ते २० हजार डॉलर) दरम्यान आहे. हा जो मध्यमवर्गातला उच्च उत्पन्नाचा गट आहे त्याची वैशिष्ट्ये अधिक ठळक आहेत. त्यांच्या उत्पन्नात जी वर्षाला १८ टक्क्याने वाढ होत आहे तीही अधिक आहे. यातल्या दर दोन कुटुंबांपैकी एकाकडे मालकीची मोटर आहे. शिवाय सुस्थितीत असलेल्या श्रीमंत कुटुंबाकडे असणाऱ्या सगळ्याच गोष्टी आहेत. हा उच्च उत्पन्न गटातला वर्ग २९ इंचाचा दूरचित्रवाणी संच, मोठ्या आकाराच्या मोटारी, मोठ्या आकाराची निवासस्थाने घेऊ शकतो.

नव्वदीच्या दशकाच्या दुसऱ्या मध्यात आर्थिक वाढीचा दर वर्षाला ६.१ टक्के होता आणि त्यामुळे मध्यमवर्गाची उत्पन्नाची पातळी भरपूर वाढली आणि त्यातूनच ग्राहकांची मागणीही वाढली. आता मागच्या तीन वर्षात आर्थिक वाढीचा दर वर्षाला आठ टक्क्यांच्या वर आहे आणि येत्या चार वर्षात हा वाढीचा दर दहा टक्क्यापर्यंत नेण्याचे सरकारचे धोरण आणि प्रयत्न आहेत. अगदी जरी येत्या काळात हा वाढीचा दर आठ टक्क्यांच्या भोवतीच स्थिर झाला तरी त्यातून बरीच संपत्ती वाढणार आहे आणि मध्यमवर्गाचा आकारही त्याबरोबर वाढणार आहे. जगातल्या सगळ्याच औद्योगिक देशांना भारताच्या या वाढत्या मध्यमवर्गाचे आणि वाढत्या बाजारपेठेचे मोठे आकर्षण वाटत आहे.

ही जी संपत्ती आणि भरभराट वाढत आहे ती काही थोडी मोठी शहरे आणि थोडी प्रगत राज्ये यांच्यापुरतीच मर्यादित आहे का? अर्थातच मुंबई आणि दिल्ली अशी शहरे अधिक श्रीमंत झाली. दिल्लीमध्ये मध्यमवर्गाच्या संख्येत २ लाख ६० हजार (०.२६ मिलियन) वरून १२ लाख १ हजार (१.२१ मिलियन) कुटुंबे इतकी वाढ झाली. दिल्ली प्रमाणेच मुंबईतही ही मध्यमवर्गाची संख्या वाढली. परंतु फक्त मोठ्या शहरातच असे काही घडले असे नाही. जी तुलनेने लहान शहरे होती त्यातही मध्यमवर्गाची संख्या भरपूर प्रमाणात वाढली. नागपूर, वडोदरा, अहमदाबाद, सुरत, विजयवाडा ही त्याची उदाहरणे आहेत.

थोडक्यात म्हणजे येत्या काळात देशाच्या अर्थव्यवस्थेमध्ये मध्यमवर्गाचे स्थान आणि माहात्म्य बरेच वाढणार आहे. त्याच्याशी ग्राहकाच्या मागण्यांचे अर्थशास्त्रही निगडित आहे. देशात यावर अजून बरेच अभ्यास येत्या काळात करावे लागतील. ■

१.८ सवंग राजकारण

देशात आर्थिक विकासाच्या क्षेत्रात अनेक गोष्टी घडत आहेत. त्या शुभ आहेत आणि उत्साह वाढवणाऱ्या आहेत. एका दीर्घ काळानंतर आणि एका अर्थाने प्रथमच असे चैतन्याचे वातावरण आपल्याकडे अनुभवास येत आहे. उरलेले जगही या नव्याने उभ्या राहणाऱ्या भारताची दखल घेत आहे. अर्थात एकदा एखाद्या देशाला जगातल्या महासत्तांबरोबर बसण्याची आणि विचारविनिमय करण्याची संधी मिळाली म्हणजे त्याबरोबरच अनेक जबाबदाऱ्याही येतात. ही सगळी जमेची बाजू झाली.

आता प्रश्न आहे तो देशातल्या राजकारणाचा. या नव्या क्षितिजांवर जुन्या वळणाचे राजकारण ही एक मर्यादा बनून राहिली आहे आणि येत्या काळातल्या आर्थिक वाढीमध्ये तिचा अडथळा होणार आहे. आपल्या राजकीय पक्षांनी आणि राजकारण्यांनी हे कितपत समजून घेतले आहे असा सार्वजनिक जीवनात वारंवार प्रश्न उभा राहात आहे. याचे उदाहरण म्हणजे नुकतेच जून २००७च्या सुरुवातीला राजस्थानमध्ये गुज्जर समुदायाने हिंसक आंदोलन केले आणि राज्याचे अर्थव्यवहार थांबवले. तसेच भोवतालच्या राज्यातील रस्ते आणि रेल्वे यांचे दळणवळणही थोपवण्यात आले. गुज्जर समुदायाचे आपला समावेश इतर मागासवर्गीय (ओबीसी) गटात न होता एसटी म्हणजे अनुसुचित जमातींमध्ये व्हावा असे मागणे होते. मुख्यमंत्री वसुंधरा राजे भाजपाच्या असून त्यांनी मागच्या निवडणुकीत हे आश्वासन गुज्जर समुदायाला दिले होते. त्यांच्या राजवटीला तीन वर्षे झाली आणि हे आश्वासन प्रत्यक्षात उतरत नव्हते म्हणून संघर्ष आणि हिंसा झाली. हे एक उदाहरण झाले आणि तो काही अपवाद नाही.

सर्वच राजकीय पक्षांनी छोट्या छोट्या गरीब आणि दुबळ्या समुदायांना सरकारी नोकऱ्या आणि शिक्षण संस्था यामध्ये वेगळे वाटे (कोटा) देण्यासाठी कायद्याचे संरक्षण कबूल केलेले आहे. त्यावरच अनेक राज्यांमध्ये सार्वजनिक जीवन गढूळ झालेले आहे. म्हणजे एका बाजूला देशाची अर्थव्यवस्था एका ऐतिहासिक टप्प्यावर पोहोचली आहे आणि त्यातून आर्थिक वाढीची पातळी सरासरी आठ टक्क्यांच्या पुढे पोहोचली आहे. जगामध्ये आर्थिक वाढीच्या विषयात आपला दुसरा

नंबर लागतो आणि चीनमध्ये वाढीचा दर अनेक वर्षे सरासरी दहा टक्क्यांच्या वर आहे म्हणून त्यांचा पहिला क्रमांक आहे. पुढच्या काही वर्षात आपणही या चीनबरोबर तितक्याच दमदारपणे आर्थिक वाढ करून दाखवू अशी चिन्हे दिसत आहेत. अशा या इतिहासाच्या मोक्याच्या टप्प्यावर भारतातले राजकारण मात्र छोट्या छोट्या जातींना कायद्याचे संरक्षण देण्याचे समाजकारण करत आहे.

देशाची अर्थव्यवस्था कोणत्या वळणावर आहे? नुकत्याच संपलेल्या एप्रिल २००६ ते मार्च २००७ वित्त वर्षात सुधारित अंदाजानुसार आर्थिक वाढीचा दर ९.४ टक्के होता. हा कोणाच्याही अपेक्षेपलीकडचा होता. शिवाय एकूणात देशांतर्गत बचत आणि ठोस भांडवल गुंतवणूक यातले अंतरही अगदी कमी होते. ही स्वागताची बाब आहे पण मग एक प्रश्न पुढे येतो. जर आपल्या बचतीमधूनच देशात सगळी गुंतवणूक होत आहे तर मग बाहेरच्या जगातून येथे गुंतवणूक निधीचा ओघ चालू आहे त्याचे काय होते? हा ओघ थांबत नाही आणि थांबण्याची चिन्हेही दिसत नाहीत आणि त्यामुळे रुपया डॉलरच्या नात्यात महाग होत आहे. एकूण घडामोडींचा हा एक भाग आहे. दुसरा भाग म्हणजे येथे देशात एक नवीन मुद्रा परिस्थिती निर्माण झालेली आहे. आपल्याकडे आत येणाया डॉलरचा परिणाम कमी होण्यासाठी रिझर्व बँक चलनबाजारात हस्तक्षेप करत आहे आणि डॉलरची खरेदी करत आहे. यातून बाजारात अधिक मुद्रा पुरवठा होत आहे. यातूनच मागचे चार महिने चलन वाढीचा धोका राज्यकर्त्यांपुढे आहे आणि ते ही चलनवाढ सुमारे साडेचार ते पाच टक्क्यांपर्यंत आणू असे लोकांना वायदे करत आहेत. याचे गांभीर्य मोठे आहे कारण आर्थिक वाढ कितीही वेगाने झाली तरीही भाववाढ झाली म्हणजे सत्ताधारी पक्ष निवडणूक हरतो हे आजच्या राज्यकर्त्यांना चांगले माहीत आहे. तसेच देशाच्या परदेश व्यवहारात परदेशी चलनाचे साठेही भरमसाठ म्हणजे दोनशे बिलियन डॉलरच्या पातळीवर पोहोचले आहेत. यामुळे भारत ही परदेशातली बचत देशांतर्गत का वापरू शकत नाही असा प्रश्न उभा राहिला आहे.

याचे एक उत्तर आहे ते म्हणजे आपले सवंग राजकारण. आपल्या अर्थव्यवस्थेमध्ये पायाभूत सोईसुविधांच्या क्षेत्रात मोठ्या उणीवा आहेत आणि त्यात अग्रक्रमाने भरीव भांडवल गुंतवणूक होण्याची गरज आहे. अगदी ज्या सुविधा आज व्यवहारात उपलब्ध आहेत त्यांची परिस्थितीही चिंताजनक आहे. आपल्याकडे एकूणात जितकी वीज निर्मिती होते त्यातली सुमारे निम्मी वीज फुकट वापरली जाते. फुकट याचा अर्थ तिची चोरी होते. शिवाय त्यात पारेषण आणि वितरण यातून नुकसान होते. यासाठी राजकारणालाच जबाबदार धरावे लागेल आणि दोष द्यावा लागेल. विशेष म्हणजे सगळेच पक्ष विना अपवाद हे करतात. यातला एक राजमान्य मार्ग म्हणजे शेतकऱ्यांना फुकट वीज देण्याचे आश्वासन देण्यात येते. अनेकदा यातून शेतकरी अविवेकाने

गरजेपेक्षा जास्त पाणी शेताला देतो आणि आपल्या जमिनी खराब करून घेतो. शिवाय सरकारी वीज कंपन्या पारेषण आणि वितरणासाठी जी पायाभूत गुंतवणूक करायला पाहिजे अगर तिची नीट दुरुस्ती आणि देखभाल करायला पाहिजे त्याकडे दुर्लक्ष करतात आणि त्यामुळे तांत्रिक कारणासाठीही वीजेची गळती प्रमणाबाहेर होते. यामुळेच वीज उत्पादनात गुंतवणूक करण्यास कोणी पुढे येत नाही.

सरकारमधल्या मंत्र्यांना आदेश द्यायला नेहमी आवडते. ती त्यांची सवय असते आणि तो त्यांना शासनाचा हक्क वाटतो. त्यामुळे विजेच्या क्षेत्रात इतक्या अडचणी उभ्या राहिल्यावर हे मंत्री आता खाजगी क्षेत्रालाही आदेश देत आहेत आणि वीज निर्मितीमध्ये अधिक गुंतवणूक करावी असे सांगत आहेत. परंतु हेच राजकारणी मात्र लोकांनी विजेची चोरी करू नये असे स्पष्टपणे का सांगत नाहीत? ज्या क्षेत्रामध्ये सरसकट इतकी चोरी होते तर खाजगी गुंतवणूकदारांनी आपण कष्टाने मिळवलेला पैसा का गुंतवावा? सरकारला ही अडचण नाही कारण ते विकासाच्या नावाखाली जनतेकडून हक्काने कर गोळा करत असते आणि या पैशाच्या खर्चाला फक्त सरसकट पातळीवर जबाबदार असते. त्यामुळे अशा सरकारांनी वीज उत्पादनात पैसे गुंतवले आणि त्या वीजेची चोरी झाली आणि त्या उत्पादनाचा नीट कार्यक्षमतेने वापर झाला नाही तरी कोणीच सरकारला दोष देत नाही. सरकार मात्र आपण सोडून इतरांवर हा दोष ठेवू शकते.

थोडक्यात म्हणजे वीजेची चोरी थांबवावी आणि ही चोरी करणाऱ्यांना शिक्षा द्यावी अशी सरकारची मानसिकताच नाही. मागे ब्रिटिश राजवटीमध्ये विल्यम बेंटिंग हे गव्हर्नर असताना त्यांनी ठगांचा कायमचा बंदोबस्त केला आणि त्यानंतर परत ठगांच्या गुन्हेगारीचा समाजाला त्रास झाला नाही. परंतु आपल्या सरकारकडे वीजेची चोरी करणाऱ्यांना पकडण्याची आणि शिक्षा करण्याची इच्छाच नाही तर मग कितीही वित्तीय नियोजन केले तरी गुंतवलेल्या भांडवलावर पुरेसा परतावा कसा मिळणार? अखेरीस खाजगी क्षेत्रातील गुंतवणूक ही काही लोकांच्या कल्याणासाठी केलेली नसते. त्यावर परतावा मिळावाच लागतो. सरकार चोर पकडत नाही यातली आणखी एक अडचण आहे. ती म्हणजे फक्त विजेचे ग्राहकच चोरी करत नाहीत तर त्यामध्ये राज्य विद्युत मंडळातील सरकारी कर्मचारीही सामील असतात.

याचा अर्थ वीज उत्पादनात गुंतवणूक खाजगी क्षेत्राने केली काय आणि सरकारने केली काय तरीही त्याचे नियम सारखेच आहेत. रस्त्याचे उदाहरण पाहता येईल. रस्ते बांधणीसाठी सार्वजनिक क्षेत्रात सरकारने पैसे खर्च करणे अगदी स्वाभाविक आहे. सरकार आपल्या कराच्या महसुलातून अगर कर्ज काढून रस्ते बांधू शकते. जर अशा रस्ते बांधणीतून काही महसूल परत मिळाला नाही तर सरकारला अशी गुंतवणूक चालू ठेवण्यासाठी आणखी काही कर बसवावे लागतील. किंवा कर्ज

काढले असल्यास त्यावर व्याज द्यावे लागेल आणि कर्जफेड करावी लागेल. अशा रस्ते बांधणीतून अधिक उत्पन्न आणि अधिक रोजगार निर्माण होईल आणि त्यामुळे कराच्या महसुलात वाढ होईल. ही प्रक्रिया कशीही अमलात आणली तरीही रस्ते बांधणीसाठी लोकांवर कर बसवावे लागतील हे नक्की. अशावेळी कराच्या महसुलातून दोन प्रकारची गळती होऊ शकते. एक म्हणजे रस्ते बांधणीपेक्षा प्राथमिक शिक्षण अगर आरोग्य यांना प्राधान्य देण्याचे समर्थन करता येते. दुसरी गळती म्हणजे सरकारच्या व्यवस्थेमध्येच एक भ्रष्टाचार आणि अकार्यक्षमता असते. त्यातून नुकसान होऊ शकते.

आता अशा प्रकारचा रस्ते बांधणीचा कार्यक्रम खाजगी क्षेत्राकडून होऊ शकतो. यात रस्त्यांचा वापर करणाऱ्या ग्राहक वर्गाकडून पथकर गोळा केला तर खाजगी रस्ते बांधणीवर काही किमान परतावा मिळू शकतो. असे झाले तर सरकारचा करातून गोळा झालेला निधी रस्ते बांधणीसाठी न वापरता इतर काही दुसऱ्या गरजेच्या क्षेत्रात गुंतवता येऊ शकतो. उदाहरणार्थ सरकारला संरक्षण, कायदा आणि व्यवस्था अगर सार्वजनिक रुग्णालये यावर खर्च करावा लागतो. तसेच अतिवृष्टी, पूर, वादळे आणि भूकंप अशा नैसर्गिक आपत्तींच्या प्रसंगी सरकारलाच खर्च करावे लागतात. काही अभ्यासकांनी खाजगी गुंतवणुकीतून रस्ते बांधणीच्या पर्यायाचा अभ्यास केला आहे. त्यांच्या मते जर अशा रस्त्यांवरून दर दिवसाला किमान १५,००० प्रवासी वाहनांची वाहतूक झाली तर अशी गुंतवणूक परवडू शकते. परंतु मग राजकारणी माणसे अशा प्रकारचा पथकर प्रवासी वाहनांवर बसवू देतील का?

देशात आजच्या प्रसंगी शहरांची जोमाने वाढ होत असताना जमिनीची मोठी गरज निर्माण झालेली आहे. त्यामुळे शहरातल्या आणि भोवतालच्या परिसरातल्या स्थावर मालमत्तांच्या किंमती भरपूर वाढल्या आहेत. मोठ्या महानगरांमध्ये सर्वसाधारण कमी उत्पन्न गटाच्या नागरिकांना आपल्या मालकीचे घर घेणे आता परवडत नाही. परंतु शहरांमध्ये जमिनीची मर्यादित उपलब्धता ही काही प्रमाणात कृत्रिम आहे. यासाठी सरकार धोरणे बदलू शकते. मागच्या १९७५ सालापासून केंद्र सरकारने मोठ्या शहरांमध्ये नागरी कमाल जमीन धारणा कायदा (यूएलसीए) अमलात आणला आणि त्यातून एक मोठी विकृती निर्माण झाली. नंतर पंचवीस वर्षांनी आपले हे धोरण फसले हे सरकारला कबूल करावे लागले आणि देशातल्या बहुतेक सगळ्या राज्यांनी हा कायदा रद्द केला. परंतु महाराष्ट्र राज्यात मात्र सरकारने मोठ्या शहरांमध्ये हा कायदा रद्द करण्याचे टाळलेले आहे. आता केंद्र सरकारच्या दबावामुळे २००७ सालच्या अखेरीपर्यंत सरकारने हा कायदा रद्द करण्याचे आश्वासन दिले आहे. त्याचबरोबर सरकारने शहरांच्या परिसरात असलेल्या जमिनी बिगर शेतीसाठी वापरण्याची तरतूद नगर नियोजनात करण्याची गरज आहे. यातून शेतकऱ्याला आपल्या जमिनीचे

बाजारभावाप्रमाणे मूल्य मिळेल आणि वाढत्या किमतींचा फायदा घेता येईल. शिवाय सगळ्या मोठ्या शहरांमध्ये जी दाट वस्तीची गावठाणे आहेत तेथून शहरांच्या पूर्व नियोजित विकसित उपनगरांमध्ये लोकसंख्येचे हस्तांतरण होईल अशा प्रकारचे नगर नियोजन करणे शक्य आहे. उदाहरणार्थ, जुन्या ऐतिहासिक शहरांच्या गावठाणात अनेक घाऊक मालाच्या बाजारपेठा काम करत होत्या. परंतु शहरामधील लोकसंख्या वाढल्यावर अशा बाजारपेठा अधिक सुनियोजित पद्धतीने शहराबाहेर नेणे शक्य आहे. समजा अशा प्रकारचे नियोजन नव्या शहरांसाठी करायचे असले तर मोठे रस्ते बांधावे लागतील आणि काही प्रसंगी जुन्या लहान रस्त्यांवरील व्यावसायिकांचे दुसरीकडे पुनर्वसन करावे लागेल. तत्त्वत: नगर नियोजनात हे सगळे शक्य आहे परंतु आजच्या नागरी जीवनामध्ये अशा प्रकारची कठोर भूमिका राजकारणी घेऊ शकतील का असा प्रश्न आहे.

औद्योगिकीकरण आणि शेतकऱ्यांच्या जमिनी यावर २००५ सालापासून वाद आणि संघर्ष चालू झाले आहेत. त्यात हिंसाही होत आहे. सरकारने खाजगी क्षेत्राच्या उपक्रमातून औद्योगिक मालाचे उत्पादन वाढावे आणि निर्यातीत भर पडावी यासाठी स्पेशल इकॉनामी झोन म्हणजे खास आर्थिक क्षेत्र (एसईझेड) संकल्पना पुढे आणली आणि त्यासाठी आकर्षक कर सवलती देण्याचे ठरवले. परंतु यासाठी शेतकऱ्यांच्या जमिनी देण्याच्या प्रश्नावरून वादळे निर्माण झाली आहेत. सरकारने शेतकऱ्यांच्या जमिनींचे संपादन करून तेथे खाजगी क्षेत्राला एसईझेड राबवू द्यायची अशी कल्पना आहे. परंतु अनेक ठिकाणी शेतकऱ्यांचा त्याला विरोध आहे. नेहमीप्रमाणे या विषयात राजकारण शिरलेले आहे आणि आता सरकारने शेतकऱ्यांच्या संमतीशिवाय राज्य सरकारांनी भूसंपादन करू नये असे जून २००७ मध्ये नव्याने ठरवले आहे. यावर तोडगा म्हणून काही राजकारण्यांनी यात सरकारने अजिबात पडू नये असे सुचवले आहे. त्यानुसार खाजगी उद्योजक आणि उद्योग समूह आणि शेतकरी यांनी परस्परांत बोलणी करून हे व्यवहार करावेत अशी कल्पना पुढे आली आहे. खरोखरी सरकारने एकहाती भूसंपादन केले नाही तर एसईझेडची कल्पना व्यवहारात उतरणे केवळ अशक्य आहे.

मुळात सगळे शेतकरी एकावेळी कोणत्याही एका किंमतीवर संमती देतील ही कल्पनाच व्यवहाराला धरून नाही. म्हणजे मोठ्या आकाराची एसईझेड येथे निर्माण करता येणार नाहीत. एसईझेडचा आकार मोठा असावा ही कल्पना मुळात चीनच्या अनुभवातून घेण्यात आली होती. तसेच अशा मोठ्या क्षेत्रावर औद्योगिक उत्पादन करतानाच अगदी प्रथम दर्जाची पायाभूत सुविधाही निर्माण करावी आणि त्यातच अद्ययावत निवासी उपनगरे असावीत असे नियोजन होते. आता अशा मोठ्या क्षेत्रासाठी मोठ्या संख्येने शेतकऱ्यांची संमती घ्यायची हे व्यावहारिक नाही. तसेच

उद्योजक आणि शेतकरी यांनी परस्पर व्यवहार करावा हे म्हणणेही सोपे आहे परंतु त्यातून प्रत्यक्षात काही घडेल ही शक्यता कमी आहे. राजकारण्यांनी आपल्या पक्षांची सोडवणूक करून घेतली आहे. या बरोबरच त्यांचा स्वहिताला धरून यात एक डाव आहे. मागे १९७५ पासून नागरी कमाल जमीन धारणा कायद्याच्या अमलातून अनेक विकृती निर्माण झाल्या. त्यातली एक म्हणजे राजकारण्यांनी शहराभोवतीच्या ग्रामीण परिसरातील जमिनी मोठ्या प्रमाणात विकत घेतल्या आणि त्यामध्ये भ्रष्टाचारातून मिळवलेला पैसा गुंतवला. त्यामुळे आता या राजकारण्यांना सरकारने अशा जमिनींचे भूसंपादन करणे अडचणीचे वाटत आहे कारण त्यातून त्यांचे बेनामी व्यवहार उघड होण्याच्या दाट शक्यता आहेत. त्यापेक्षा शेतकऱ्यांनी उद्योजकांबरोबर परस्पर बोलणी केली तर राजकारणी माणसे अशा व्यवहारांमध्ये मध्यस्थाची भूमिका समर्थपणे बजावू शकतात आणि त्याचबरोबर आपले पैसे गुंतवलेल्या जमिनींचेही फायदेशीर व्यवहार करू शकतात.

मागच्या साठ वर्षांप्रमाणेच यापुढेही शहरीकरणाचा वेग वाढणार आहे कारण खाजगी क्षेत्रातून औद्योगिकीकरण वेगाने होत आहे. तसेच सेवा क्षेत्रेही वाढत आहेत आणि त्यामुळे शहरांमध्ये शिक्षणाबरोबरच तरुण मनुष्यबळाला रोजगाराच्या संधीही मोठ्या प्रमाणावर उपलब्ध होऊ लागल्या आहेत. यातून वाढणारा मध्यमवर्ग आणि त्यांच्या निवासी घरांच्या वाढत्या गरजा लक्षात घेतल्या तर शहरे आणि शहरांभोवतालचा ग्रामीण परिसर यातल्या जमिनीच्या अर्थकारणाचे महत्त्व येत्या काळात खूपच वाढणार आहे. परंतु याचबरोबर जनमतही जागरूक होत आहे आणि शेतकऱ्यांचे गटही या नव्या अर्थकारणात जोमाने भाग घेत आहेत. परंतु आपले राजकीय पक्ष आणि राजकारण यांच्या मागच्या पन्नास वर्षातल्या नियोजन काळातल्या सवयी अजून बदललेल्या नाहीत. तसेच या नियोजनातील धोरणांमुळे राजकारण्यांचे अनेक हितसंबंध जमिनींच्या व्यवहारांशी आणि बांधकाम व्यावसायिकांच्या गटांशी जुळलेले आहेत. तसेच भ्रष्टाचारातून मिळालेला बेहिशोबी काळा पैसा अशा जमिनींच्या व्यवहारामध्ये जिरवण्याचे तंत्र राजकारण्यांनी विकसित केलेले आहे. आता नव्वदीच्या सुरुवातीपासून मागच्या सोळा वर्षात सुधारणा कार्यक्रमाच्या अंतर्गत खाजगीकरणाचा मार्गही स्वीकारण्यात आलेला आहे आणि त्यातूनही भ्रष्टाचाराचा प्रश्न अधिकच बिकट झाला आहे.

आश्चर्य म्हणजे याच काळात जनतेला माहितीचा अधिकार मिळाला आहे आणि त्यामुळे सत्ताधाऱ्यांचे असे काळे व्यवहारही लोकांपुढे येत आहेत. शिवाय प्रसिद्धी माध्यमे यात आपले योगदान देत आहे. त्यामुळे काहीवेळा सुधारणा कार्यक्रमांमुळेच अधिक भ्रष्टाचार होत आहे असा काहींनी सार्वजनिक चर्चेमध्ये समज करून घेतलेला आहे. परंतु वस्तुस्थिती मात्र वेगळी आहे. राजकारणी आपल्या जुन्या दुराचरणापासून बदललेले नाहीत आणि ते नव्या आर्थिक व्यवहारांमध्येही आपला वैयक्तिक फायदा

कसा वाढवता येईल याकडे वळलेले आहेत. एका अर्थाने आर्थिक सुधारणांमधून भ्रष्टाचार कमी होणे, जनतेला सुशासन मिळणे, सरकार पारदर्शी होणे अशा अनेक अपेक्षा होत्या. परंतु देशातल्या राजकारण्यांच्या जुन्या सवयी या नव्या प्रवाहाच्या विरोधात काम करत आहेत. त्यातूनच देशात जुने राजकारण आणि नवे अर्थकारण यात विसंवाद निर्माण झाला आहे.

■

१.९ अर्थशास्त्राचा आधार

अर्थशास्त्राचा आणि त्यातूनही विकासाच्या अर्थशास्त्राचा मूळ आधार बदलायची वेळ आली आहे का असा प्रश्न अनेकांना पडला आहे. तसेच या शास्त्रामध्ये प्रत्येक देशासाठी वेगळा विचार करावा अशी काही पद्धत नाही. परंतु आता मात्र भारताच्या बाबत ही वेळ आली आहे. देशात आर्थिक वाढीने बघता बघता वेग पकडला आहे आणि व्यवस्थेच्या सगळ्या अंगांमध्ये चैतन्य पसरले आहे. इतकी वर्षे जगामध्ये फक्त चीनची चर्चा होत होती कारण तेथे आर्थिक वाढ आटोक्यात कशी ठेवायची यासाठी आटापिटा करावा लागत होता. भारत आता चीनच्या पंक्तीला येऊन बसत आहे. सगळ्यांनाच अर्थात खूप उत्साह आणि काही थोड्या आशंका वाटत आहेत. त्यापैकी एक म्हणजे ही वाढीची प्रक्रिया अशीच स्थायी स्वरुपात टिकेल का? ही वाढ पेलायची असली तर योग्य धोरणांची चौकट आपण स्वीकारली आहे का? वाढीच्या सगळ्या आकांक्षा आणि इमले यावरच चढणार आहेत.

प्रथम आर्थिक वाढीच्या अर्थशास्त्राविषयी थोडे अधिक समजून घेतले पाहिजे. जगभरात या विषयाकडे बराच काळ दुर्लक्ष झाले होते. जवळपास १९८६ पर्यंत अर्थशास्त्राच्या पाठ्यपुस्तकात या विषयाला फारशी जागा नव्हती. परंतु नंतर सगळेच बदलले. विशेषत: मागच्या पंधरा वर्षात विकासाचे अर्थशास्त्र हे सगळ्यांच्याच दृष्टीने केंद्रस्थानी आहे. आता नवीन पाठ्यपुस्तकात जवळपास एक तृतीयांश जागा या विषयाने व्यापलेली असते. या विषयात इतके लोक रस घेऊ लागले त्याची सुरुवात एका संशोधनाने झाली. पॉल रोमर यांनी १९९० मध्ये एक संशोधन लेख लिहिला. त्याचे नाव होते इनक्रिजिंग रिटर्नस् ॲन्ड लाँग रन ग्रोथ. यामध्ये उत्पादकता आणि त्यातले बदल यावर मुख्य भर होता. जर आर्थिक वाढ वेगाने हवी असेल तर दरडोई उत्पादनाच्या दरात कशी वाढ होईल यावर लक्ष देण्याची गरज आहे. हे करण्यासाठी सगळ्या अर्थव्यवस्थेमध्ये ज्ञानामध्ये गुंतवणूक व्हावी आणि नवीन शोध लागावेत यासाठी सर्वात उदारपणे प्रोत्साहन देण्याची गरज आहे.

अर्थशास्त्रज्ञ नेहमीच तंत्रज्ञान आणि ज्ञानाची खास क्षेत्रे यांच्या प्रगतीतूनच आर्थिक विकास होतो असे मानत आलेले आहेत. परंतु मागची काही वर्षे सोडली तर

नव्या शोधांमधून आणि नव्या तंत्रज्ञानातून उत्पादकता आणि उत्पादन नेमके कसे वाढते याचे उत्तर मिळालेले नव्हते. आता जो नवीन पुरावा मिळालेला आहे त्यातून या कूट प्रश्नांवर उजेड टाकण्यात आलेला आहे. या पुराव्यानुसार तंत्रज्ञानातील प्रगती आणि उत्पादन प्रक्रियेमधील नवे नवे बदल हे तर महत्त्वाचे आहेतच परंतु प्रत्यक्षात ही प्रक्रिया कशी काम करते याचीही मांडणी करणे शक्य झाले आहे. शिवाय या प्रक्रियेमध्ये संस्थांचा सहभाग किती मोक्याचा असतो याचाही शोध घेण्यात आला आहे.

खरे म्हणजे उत्पादकता आणि आर्थिक वाढ ही काही फक्त तंत्रज्ञानावर अवलंबून नाही. त्याहीपेक्षा महत्त्वाचे म्हणजे नवीन तंत्रज्ञान विकसित करणे आणि त्याचा वापर करणे हे आहे. या अर्थाने या नवीन अर्थव्यवस्थेसाठी शिक्षणाची पातळी उंचावणे गरजेचे आहे. त्यातच उच्च तंत्रज्ञानातील कौशल्य आणि शिक्षणाच्या संधी यांचे योगदान येते. आता नव्या शतकात माहितीचे नवीन युग जगाने स्वीकारलेले आहे आणि त्यामध्ये आयुष्यभर ज्ञान मिळवणे याचे विशेष मोल आहे. अशा प्रकारची ज्ञानाची साधना करण्यासाठी समाजाची सगळी दारे खुली ठेवण्याची गरज आहे. हीच नव्या जगाची खूण आहे.

या सगळ्या विचारसरणीतून आर्थिक वाढीचे एक नवे अर्थशास्त्र बनत आहे. त्यात सगळ्यात अधिक भर तंत्रज्ञानातील शोध आणि प्रगती यावर आहे. यासाठी संशोधन आणि विकास याचा ध्यास घेण्याची गरज आहे. खाजगी आणि सार्वजनिक क्षेत्रात कामगार वर्गाकडे जी कौशल्ये आहेत त्यात सतत भर आणि सुधारणा यांचा पाठपुरावा करावा लागणार आहे. याचे कारण म्हणजे जे आर्थिक बदल घडवून आणणार आहेत त्यांना ज्ञानातून शक्ती मिळणार आहे आणि धोका पत्करण्याची क्षमता वाढणार आहे. यातूनच उत्पादनाची प्रक्रिया सतत बदलण्याची आणि सुधारण्याची सोय आहे.

ही जी ज्ञानावर आधारलेली आर्थिक वाढीची व्यवस्था आहे ती स्पर्धेच्या वातावरणात फुलणार आहे. त्यामुळे खर्च कमी होतील आणि किमतीही कमी होतील. परंतु ही शोधाची प्रक्रिया ज्ञानाचा ध्यास घेतल्यामुळे पुढे जाणार आहे. पूर्वीच्या काळात फक्त भरपूर भांडवल ओतले म्हणजे आर्थिक वाढ होते असा रिवाज होता. परंतु आता या नव्या अर्थव्यवस्थेमध्ये स्पर्धा अधिक तीव्र होईल असे वातावरण निर्माण होते. हा फरक लक्षात ठेवावा लागेल. आता जसा बदल होईल आणि जसे नवे शोध घेण्यात येतील त्यातून अधिकाधिक ग्राहकांना फायदे मिळणार आहेत आणि समाधान मिळणार आहे. त्यामुळे देशातल्या कोणत्याही सरकाराला आर्थिक स्पर्धा कशी वाढवता येईल यावर लक्ष द्यावे लागणार आहे. त्यासाठी व्यापार वाढावा आणि त्यावरची शुल्के कमी व्हावीत, तसेच सगळ्याच क्षेत्रांमध्ये नियंत्रणे हटवावीत

याचा स्वीकार करावा लागणार आहे. थोडक्यात म्हणजे सगळ्याच आर्थिक व्यवहारांमध्ये बाजारपेठांचा वापर कसा अधिक होईल याचा विचार राज्यकर्त्यांना करावा लागेल.

या आर्थिक वाढीच्या नव्या अर्थशास्त्रामध्ये जगाची आर्थिक रचना एकसंघपणे जुळून यावी हे सूत्र प्रमुख राहणार आहे. त्यासाठी व्यापार आणि उद्योग करण्याचा खर्च सतत कमी होणार आहे. तसेच विचारविनिमय आणि देवाणघेवाणीचे निर्णय कसे सुलभ आणि कमी खर्चात होतील याकडे लक्ष द्यावे लागणार आहे. अशा या नव्या युगात जगातला व्यापार, उद्योग आणि व्यवसाय वाढत राहणार आहे आणि कोणत्याही सरकारला जर आर्थिक वाढीला प्रोत्साहन द्यायचे असले तर त्यांना आर्थिक स्पर्धा कशी वाढेल यावर भर द्यावा लागणार आहे.

भारताच्या हिताच्या दृष्टीने येत्या काळात विज्ञान, तंत्रज्ञान, कौशल्य आणि शिक्षण यामध्ये सतत अधिक गुंतवणूक करावी लागणार आहे. त्याचबरोबर वित्तीय शिस्त कशी अमलात आणायची याचेही महत्त्व आहे. जर राज्यकर्त्यांना या शिस्तीचे महत्त्व मनोमनी पटले तर त्यातून व्याजदर कमी होतील आणि अधिक गुंतवणूक आणि अधिक आर्थिक वाढ याचे चक्र सुरू होईल. यासाठी सरकारचा उपभोक्ता म्हणून खर्च कमी होईल आणि ही साधने अधिक उत्पादक बाबींसाठी उपलब्ध होतील याचा विचार करावा लागेल. आता जगाच्या नव्या अर्थव्यवस्थेमध्ये सगळ्याच देशांना आपली बेशिस्त वित्त व्यवस्था चालू ठेवता येणार नाही. किंबहुना जर वित्तीय शिस्त स्वीकारली नाही तर आर्थिक वाढ वेगाने होणार नाही याची निश्चिती आहे. तसे झाले तर जनतेला समृद्धीही अनुभवता येणार नाही. सरकारची क्षमता यावरच जोखली जाईल. जर सरकारने वित्तीय शिस्त अंगी बाणली आणि आपली कर्जाची पातळी आटोक्यात आणली तरच बँकांची वित्तीय साधने पुरवण्याची क्षमता वाढणार आहे. म्हणजे अशी शिस्त सरकारांनी स्वीकारणे ही आर्थिक विकासाची पूर्व अटच आहे.

आजच्या परिस्थितीत विचार केला तर भारताच्या वित्तव्यवस्थेने फारशी काही शिस्त मनापासून स्वीकारलेली नाही. जर अधिक आर्थिक वाढ हवी असेल आणि जनतेच्या उत्पन्नाची पातळी वर जायची असेल तर गुंतवणुकीची पातळी वाढावी लागेल. आणि जर सरकारी व्यवस्था शिस्तबद्ध झाली तर मग साधने योग्य पद्धतीने गुंतवणुकीसाठी उपलब्ध होतील. आता केंद्र सरकारमध्ये जुन्या अर्थशास्त्राला धरून सगळा विचार आणि व्यवहार होत आहे. त्यातून आर्थिक वाढीची गती उंचावता येणार नाही आणि ती वर स्थिरावेल याचाही भरवसा देता येणार नाही. म्हणूनच विकासाच्या नव्या अर्थशास्त्राचा स्वीकार करावा लागेल.

■

१.१० भारताची नवी सुरुवात?

या नव्या एकविसाव्या शतकाच्या पहिल्या दशकातल्या मध्याला जगामध्ये अनेक प्रमुख देश भारताच्या आर्थिक विकासातल्या यशाची दखल घेत आहेत. मागच्या नव्वदीच्या दशकाच्या उत्तरार्धात पूर्व आशियातले वाघ आणि चीन यांच्या आर्थिक विकासाच्या नेत्रदीपक कामगिरीची चर्चा आणि कौतुक झाले. यामागे मागच्या पन्नास वर्षातील काही विशिष्ट ऐतिहासिक घडामोडी आणि या सरकारांनी जी विकासाची नेमकी धोरणे अमलात आणली याचे बळ होते. आर्थिक विकासाच्या विषयात यावर अनेक अंगांनी चर्चा झालेल्या आहेत. या विकासामध्ये येथल्या सरकारांनी जी धोरणे राबवली ती गरजेची जरूर होती परंतु ती काही पुरेशी होती असे म्हणता येणार नाही. या देशांनी खरोखरीच लक्षणीय आर्थिक विकास करून दाखवला. या सगळ्या ऐतिहासिक संदर्भामध्ये भारताचे आज कोणते स्थान आहे? चालू २००६च्या सुरुवातीच्या काळात भारत आणि अमेरिका यांचा अणुसंशोधन आणि विकास यावर एक सहकार्याचा करार होऊ घातलेला आहे. जे सगळे भोवतालचे ऐतिहासिक संदर्भ बदलले त्यामुळे असा सहकार्याचा करार शक्य झाला का? मागच्या साठ वर्षात या दोन देशांच्या संबंधात अनेक वादळे आणि अनेक चढउतार झालेले आहेत. खरे म्हणजे हे असे कसे घडू शकले हाही एक संशोधनाचा स्वतंत्रच विषय आहे.

भारतापुरते बोलायचे म्हटले तर मागच्या दशकात जीडीपीतल्या वाढीच्या दरापेक्षा व्यापारातली वाढ अधिक वेगाने झालेली आहे. यामुळे या पहिल्या दशकाच्या मध्यानंतर एकूण परदेश व्यापाराचे जीडीपीशी गुणोत्तर ३५ टक्के आहे. मागे १९९१च्या सुमारास हे जेमतेम १० टक्केच होते. अधिक सोप्या शब्दात सांगायचे म्हणजे भारताच्या उत्पन्नातल्या दर तीन रुपयांपैकी एक रुपया हा आयात अगर निर्यात व्यापारातून निर्माण झालेला असतो. यापूर्वी कधी नव्हते इतक्या प्रमाणात भारताचे आर्थिक स्वास्थ्य जगाच्या अर्थव्यवस्थेशी जुळलेले आहे. नियोजनाच्या ऐन बहरात देशात स्वयंपूर्णता, स्वावलंबन आणि आत्मनिर्भरता याचे कौतुक होते. परदेशातली मदत मात्र पाहिजे होती परंतु तीही आपल्या स्वहिताला धरून अशी राज्यकर्त्यांची दृष्टी होती.

नियोजनाच्या पहिल्या चाळीस वर्षांच्या या अमलानंतर देशाने उदारीकरण स्वीकारले आणि त्यानंतर अनेक उत्साह वाढवणाऱ्या गोष्टी घडल्या. एक श्रेयाची बाब म्हणजे देशाचा परदेशी चलनाचा साठा भरपूर झाला आहे. एकेकाळी हा साठा पुरेसा नसल्यामुळे रुपया दुबळा होता आणि सतत अवमूल्यनाच्या मानहानीचा विचार करावा लागत होता. आता सगळे चित्रच बदलले आहे. अभ्यासकांना हे चलनाचे साठे वाढत आहेत आणि असेच वाढत राहिले तर काय करायचे याच्या चिंतेने घेरले आहे. शिवाय रुपया डॉलरच्या नात्यात बळकट झाल्यामुळे रिझर्व बँक चलनबाजारात हस्तक्षेप करून रुपयाचे मूल्य एका प्रमाणाबाहेर वाढू देत नाही.

भारत स्वतंत्र झाल्यानंतर हे असे चित्र प्रथमच दिसत आहे. देशात इतकी परदेशी चलनाची आवक का होत आहे? बँकर याचे उत्तर देईल. परदेशी वित्त संस्था (एफआयआय) येथल्या शेअर बाजारात गुंतवणूक करत आहेत. तसेच विदेशी गुंतवणूकदार येथल्या कंपन्यांबरोबर भागीदारी करत आहेत. हा असा एफआयआयचा गुंतवणूक निधी आत येत असला तर हा देशाची आर्थिक वाढ होत आहे म्हणून आहे. हा निधी आल्यामुळे आर्थिक वाढ होत आहे असे काही मूळ कारण सांगता येणार नाही. मागच्या नव्वदीच्या मध्यापासून देशात माहिती तंत्रज्ञानाच्या उद्योगात क्रांती झाली आणि त्यातून सगळ्या बदलांची सुरुवात झाली.

मागचे शतक संपण्यापूर्वी जगभरात माहितीतंत्रज्ञानाच्या क्षेत्रात आणि संगणक-तज्ज्ञांची एक प्रचंड मोठी मागणी निर्माण झाली. याला वायटूके प्रसंग असे म्हणतात. याचा अर्थ विसावे शतक संपण्यापूर्वी सगळ्या पाश्चिमात्य औद्योगिक जगात त्यांच्या संगणकाच्या वापराच्या व्यवस्थेमध्ये एक मूलभूत बदल करण्याची तातडीची गरज होती. जर हे सगळे संगणकाचे जग नव्या एकविसाव्या शतकासाठी सामोरे जाण्यासाठी तयार झाले नसते तर पाश्चिमात्य देशाच्या अर्थव्यवस्था शून्यावर येऊन थांबल्या असत्या. यासाठी माहिती तंत्रज्ञानाची आणि संगणकतज्ज्ञांची ताबडतोब गरज होती. या अशा अभूतपूर्व ऐतिहासिक परिस्थितीतून भारताच्या माहिती तंत्रज्ञानाच्या उद्योगाला भरभराटीचे दिवस आले. प्रथम मोठ्या संख्येने संगणव तज्ज्ञ परदेशात या मोक्याच्या कामासाठी नेण्यात आले आणि त्याबरोबरच अनेक प्रकारचे नेहमीचे कार्यालयीन काम भारतातून करून घेण्याची नवीन पद्धत सुरू झाली.

जगात असा समर प्रसंग निर्माण झाला हे खरे. परंतु यातून भारताला महत्त्व का आले? याचे कारण अगदी सोपे होते. जगात कमी खर्चात कामे करून घेता येतील असे अनेक देश होते. परंतु भारत थोड्या देशांपैकी असा एक देश होता ज्यात इंग्रजी भाषेचा सगळ्यात अधिक सराव होता. आणखी दुसरे एक तितकेच महत्त्वाचे कारण म्हणजे उच्च प्रशिक्षित मनुष्यबळ येथे मोठ्या संख्येने उपलब्ध होते. या दोन्ही बाबी वरकरणी दिसायला सोप्या आहेत पण त्यांची पार्श्वभूमी बघण्यासारखी आहे.

खरे म्हणजे देशातल्या सरकारने इंग्रजीचा प्रसार व्हावा म्हणून काहीच केलेले नव्हते. जे घडले ते अनावधानाने घडले. किंवा अपघाताने घडले असेही म्हणता येईल. जेव्हा स्वातंत्र्याची देशभरात चळवळ झाली तेव्हा त्यात हिंदी भाषिक राज्यांचा पुढाकार होता आणि त्यांना दक्षिणेतील बिगर हिंदी भाषिक राज्यांना बरोबर न्यायचे होते. त्यामुळे देश स्वतंत्र झाल्याबरोबर हिंदी आणि इंग्रजी या दोन्ही भाषा सरकारने अधिकृत म्हणून मान्य केल्या. किंबहुना जी प्रमुख हिंदी भाषिक मोठ्या आकाराची राज्ये आहेत तेथल्या सरकारांनी शिक्षणाच्या प्रसारात हिंदीचा वापर शिक्षणाचे माध्यम म्हणून करण्याचे हेतूपूर्वक स्वीकारले. त्याचबरोबर जी बिगर हिंदी भाषिक राज्ये आहेत त्यांनीही इंग्रजीच्या ऐवजी आपापल्या स्थानिक भाषांना प्रोत्साहन दिले. अशा या ऐतिहासिक चुकामुकीतून भारतात इंग्रजीचा सराव असलेले मोठ्या संख्येचे मनुष्यबळ आज उपलब्ध झालेले आहे. विशेष म्हणजे यातूनच भारताला चीनपेक्षा अधिक फायदा मिळवता आलेला आहे. बहुधा आणखी सुमारे दहा वर्षे हा फायदा भारताला मिळू शकेल असे दिसते.

दुसरी बाब आहे ती म्हणजे उच्च विद्याविभूषित तरुण मनुष्यबळाची. देशात एकूणात शिक्षणाच्या विकासाचे जे धोरण राबविण्यात आले त्याला या सगळ्याचे फारसे श्रेय देता येणार नाही. मागच्या साठीच्या दशकापासून राज्यांनी जे शिक्षणाचे धोरण अवलंबले आहे त्याचा हेतू बहुधा एकच दिसतो. जो वाढता मध्यमवर्ग आहे त्यांची मुले रस्त्यावर भरकटू नयेत आणि त्यांना कोणत्यातरी शिक्षणात गुंतवून ठेवावे इतकाच मर्यादित हेतू राज्यकर्त्यांच्या मनात असावा. किंबहुना सगळ्याच राज्यसरकारांना या सुशिक्षित बेरोजगारांच्या प्रचंड संख्येचे काय करायचे अशी एक कायमची डोकेदुखी झालेली आहे. अनेक खाजगी क्षेत्रातील उद्योजक सध्याच्या तांत्रिक विषयातल्या शिक्षणाविषयी आपली नाराजी व्यक्त करत आहेत. औद्योगिक यंत्रमालाच्या उत्पादनात जे सक्षम आणि तांत्रिक विषयात प्रशिक्षित मनुष्यबळ लागते ते आजच्या उच्च शिक्षणातून उपलब्ध होऊ शकत नाही अशी सगळ्यांची टीका आहे. म्हणजे एका बाजूला औद्योगिक उत्पादनात जे विविध प्रकारचे प्रशिक्षित मनुष्यबळ लागते ते उपलब्ध झालेले नाही. आणि दुसया बाजूला जी अभियांत्रिकी विषयामध्ये पदवीधारकांची प्रचंड मोठी संख्या आहे त्यांना माहिती तंत्रज्ञानातील उद्योग सतत सामावून घेत आहेत. अशी ही एक अजब असंतुलित परिस्थिती आहे.

यातला मुख्य मुद्दा म्हणजे मागच्या पंधरा वर्षात देशामध्ये माहिती तंत्रज्ञानाच्या क्षेत्रात जी नेत्रदीपक वाढ झाली त्याचा खरोखरी सरकारच्या नियोजनाशी आणि धोरणांशी कोणताच संबंध नव्हता. जगामध्ये दूरसंचार क्षेत्रातल्या तंत्रज्ञानात जी अभूतपूर्व क्रांती झाली आणि त्याबरोबर औद्योगिक देशांमध्ये माहिती तंत्रज्ञानाची प्रचंड मागणी निर्माण झाली त्यातूनच भारतातल्या या उद्योगाला प्रोत्साहन मिळाले.

विशेष म्हणजे अगदी अमेरिकेतही जे घडले त्याच्याशी तेथल्या सरकारचा फारसा काही संबंध नव्हता. जी क्रांती घडली ती खाजगी उद्योगाच्या क्षमतेमधूनच शक्य झाली. परंतु त्यातून अमेरिकेचे सगळे अर्थकारण बदलले आणि तेथल्या सरकारची तूट प्रथमच संपली.

थोडक्यात म्हणजे भारतात जे आर्थिक वाढीचे नवे चित्र उभे राहत आहे त्यामध्ये सेवा क्षेत्राच्या निर्यातीचे योगदान भरीव आहे. मागची काही वर्षे जी देशाच्या चलनाच्या साठ्यात सतत वाढ होत आहे त्याचे ते एक कारण आहे. यापूर्वी फक्त पर्यटनाच्या उद्योगातून असा निधी देशाला मिळत होता आणि त्याबरोबर खाडी क्षेत्रात जे कामगार काम करत होते ते मायदेशी आपली बचत पाठवत होते. विशेष म्हणजे भारताला माहिती तंत्रज्ञानाच्या सेवांच्या निर्यातीतून जो निधी मिळत आहे त्याचे एक वैशिष्ट्य आहे. या सेवांचा फायदा घेऊन अमेरिकेतल्या कंपन्या युरोपातल्या देशातल्या कंपन्यांच्यावर आघाडी मिळवत आहेत. आणि आधुनिक तंत्रज्ञानातील स्पर्धा हा त्याचा आधार आहे.

मुळात अमेरिकेतल्या कॅलिफोर्निया राज्यात सिलीकॉन व्हॅली असा एक भाग आहे की जेथून माहितीतंत्रज्ञानाची क्रांती सुरू झाली. आता जे घडत आहे ते म्हणजे या सिलीकॉन व्हॅलीमध्ये जो तंत्रज्ञानाचा आधार होता तो भारतात बंगलोर आणि इतर ठिकाणी हस्तांतरित होत आहे. एका दृष्टीने हे हस्तांतरण नैसर्गिक आहे असेही म्हणता येईल. याचे कारण म्हणजे मुळात सिलीकॉन व्हॅलीमध्ये जी क्रांती घडू लागली त्यात भारतातून गेलेल्या अनिवासी भारतीयांचे योगदान सगळ्यात मोठे होते. याची तुलना हाँगकाँगचे जे महत्त्व चीनला आहे त्याच्याशी करता येईल. या हाँगकाँग मधूनच औद्योगिक उत्पादनाची क्षमता चीनमधल्या मागासलेल्या भागात हस्तांतरित झाली. त्याचप्रमाणे माहिती तंत्रज्ञानाच्या क्षेत्रात अमेरिकेमध्ये जे घडत आहे त्याचा भारताशी अगदी निकडीचा संबंध आहे. मागच्या काही वर्षात अमेरिका आणि भारत यांचे संबंध अधिक हार्दिक आणि जवळचे होत आहेत यामागे अशी काही ऐतिहासिक कारणे आहेत. जेव्हा दोन मोठ्या देशांमधले संबंध बदलण्याच्या मार्गावर असतात तेव्हा त्याला एक व्यापक ऐतिहासिक संदर्भ असतो. याचे भान भारताने ठेवले पाहिजे.

■

१.११ भारतीय नियोजनाबाबत मिल्टन फ्रीडमन यांची भूमिका

मागच्या शतकात एक नामांकित ज्येष्ठ अर्थशास्त्रज्ञ म्हणून मिल्टन फ्रिडमन यांचे नाव झाले होते. त्यांना अर्थशास्त्राचे नोबेल पारितोषिक देण्यात आले. त्यांनी आर्थिक स्वातंत्र्याचा नेटाने पुरस्कार केला आणि केन्सच्या पारंपरिक विचाराला विरोध केला. त्यांचा सगळ्यात मोठा प्रभाव अमेरिकेचे अध्यक्ष रोनाल्ड रेगन आणि ब्रिटनच्या पंतप्रधान मार्गारेट थॅचर यांच्या आर्थिक धोरणांवर झाला.तसेच शीतयुद्धात पूर्व युरोपातल्या कम्युनिस्ट देशांमध्ये साम्यवादाला विरोध करण्यातही त्यांच्या विचाराचे योगदान आहे. त्यांनी अर्जेंटिनाचे हुकूमशहा पिनोचे यांनाही सल्ला दिला आणि त्यावर वाद झाले. त्यांनी भारताच्या वित्त मंत्रालयामध्येही सल्लागार म्हणून काम केले होते याची फारच थोड्यांना माहिती आहे. त्यांच्याबरोबर अमेरिकेतले दुसरे नामवंत प्राध्यापक जे.के. गालब्रेथ यांनीही भारताला सल्ला दिलेला होता. देशाने नियोजनाच्या मार्गाने जाण्याचा निर्णय घेतल्यावर औद्योगिकीकरणाची नवी नीति ठरवण्यामध्ये फ्रिडमन, गालब्रेथ आणि इतर अनेक मान्यवरांचा सल्ला घेण्यात आला होता.

गालब्रेथ आणि फ्रिडमन ही दोन नावे एकमेकातल्या विरोधी विचाराची दोन टोके होती. अर्थव्यवस्थेमध्ये शासनाची भूमिका कोणती आणि बाजारपेठेच्या अर्थव्यवस्थेची भूमिका कोणती? याच्याशीच या दोन नामवंतांची नावे जोडलेली होती. या दोघांचेही २००६ सालात निधन झाले. गालब्रेथ हे व्यक्तिश: केनेडी आणि नेहरू यांच्या जवळचे होते. गालब्रेथ यांच्यावर केन्सचा प्रभाव होता आणि त्याला धरून त्यांनी भारताला सल्ला दिला. देशाच्या नियोजनात शासनाने मोक्याची भूमिका घ्यावी याला प्राधान्य होते आणि त्यामागे गालब्रेथ यांचा विचार होता. यालाच नियोजनात कमांडिंग हाईटस् असे म्हणतात. याचा अर्थ शासनाने काही मोक्याच्या विषयात आपले आधिपत्य राखणे आवश्यक आहे म्हणजे उरलेल्या अर्थव्यवस्थेवर त्यातून आपले वर्चस्व ठेवणे सहज शक्य होते. देशाच्या केंद्रीय नियोजनाच्या मोलाच्या अनुभवात या संकल्पनेचे मोठे माहात्म्य होते आणि त्याचे अनेक गंभीर परिणामही झाले.

या उलट मिल्टन फ्रिडमन यांनी भारत सरकारला ५ नोव्हेंबर १९५५ या दिवशी एक मोलाची टिप्पणी सादर केली होती. आणि त्यांचा रोख केंद्रीय नियोजनाच्या संकल्पनेच्या पूर्णपणे विरोधात होता. या विद्वत्तापूर्ण मांडणीमध्ये त्यांनी दुसया महायुद्धानंतर जी आर्थिक वाढ दिसत होती तिचा शेवट होईल असा अंदाज व्यक्त केला होता. तसेच त्यासुमारास चलनवाढ आणि चलनसंकोच याचा एकत्रित अनुभव असलेली अवस्थाही (स्टॅग्फ्लेशन) संपेल असे म्हटले होते. भारतामध्ये केंद्रीय नियोजनातून आर्थिक विकास घडवून आणण्याची भूमिका संख्याशास्त्रज्ञ पी.सी. महालनोबिस यांनी मांडली होती आणि पंतप्रधान नेहरू त्याचा पुरस्कार करत होते. आता दुसऱ्या पंचवार्षिक योजनेच्या अमलापासून पन्नास वर्षे उलटून गेली आहेत आणि मागे वळून मिल्टन फ्रिडमन यांच्या सल्ल्याचे पुनर्मूल्यांकन करण्याची वेळ आली आहे. देशात नव्वदीच्या सुरुवातीपासून मागची सोळा वर्षे नवीन आर्थिक धोरण राबविण्यात येत आहे आणि त्याचा चेहरा फ्रिडमन यांच्या विचारांशी मिळताजुळता आहे.

फ्रिडमन यांच्या मते भारताला आपली आर्थिक वाढ करून घेण्यासाठी पाच टक्के वाढीचा दर हवा होता आणि तो गाठणे सहज शक्य होते. याचे कारण म्हणजे देशाकडे शास्त्रीय आणि तंत्रज्ञानाची मोठी क्षमता उपलब्ध होती आणि ती प्रत्यक्षात वापरात आणणे शक्य होते. यासाठी देशाने एक विवेकी मुद्राधोरण आखणे जरूर होते. तसेच मनुष्यबळ आणि पायाभूत सुविधा यात गुंतवणूक करण्यास प्राधान्य देण्याची गरज होती. याबरोबर अर्थव्यवस्थेमध्ये आर्थिक स्वातंत्र्य घेण्याची संधी सगळ्यांना मिळणे याचेही स्थान होते. भांडवल गुंतवणूक करताना निविष्टा आणि उत्पादन यांचे तांत्रिक गुणोत्तर (कॅपिटल इनपुट आउटपुट रेशोज्) यावर सगळा भर देण्याविषयी त्यांच्या मनात काही शंका होत्या. त्यांच्या मते भांडवलाच्या निविष्टा आणि उत्पादन यांचे नाते हे नेहमी थोडेसे धूसर राहणार कारण त्यातल्या उत्पादकतेमागे माणसांचे निर्णय महत्त्वाचे असतात. हे नाते काही तांत्रिक आणि निश्चित स्वरुपाचे असत नाही. त्यामुळे या गुणोत्तरांच्या तांत्रिक मांडणीवर फार भर देणे योग्य नाही.

फ्रीडमन यांनी सार्वजनिक क्षेत्रातल्या गुंतवणुकीमध्ये जे अंतर राहील त्याची भरपाई करण्यासाठी काही उपाय सुचवले होते. त्यातला एक म्हणजे उत्पादन क्षमतेमध्ये वाढ करणे आणि दुसरा म्हणजे परदेशातील साधनसामग्रीचा वापर करणे. या उलट देशातील राज्यकर्ते उपलब्ध वापरातील साधने दुसरीकडे वळवण्याचा विचार करत होते. त्यासाठी त्यांच्यासमोर कर आकारणीमध्ये वाढ करणे आणि काही प्रमाणात सक्तीच्या बचत योजना राबवणे असे पर्याय होते. त्यामुळे व्याजदर वाढले असते आणि त्याशिवाय चलनवाढीतही भर पडली असती. नियोजनकर्त्यांनी या पर्यायांचा अवलंब केला तर मग सार्वजनिक क्षेत्रामध्ये अधिक गुंतवणूक जरूर झाली

असती. परंतु खाजगी क्षेत्रामध्ये जी अधिक उत्पादक गुंतवणूक झाली असती त्यावर पाणी सोडावे लागले असते. म्हणजे शेवटी यातून चलनवाढ झाली असती आणि त्याचबरोबर अनेक प्रकारची प्रत्यक्ष नियंत्रणे शासनाला घालावी लागली असती. चलनवाढ काय आणि नियंत्रणे काय,यातून कमी असलेली साधनसामग्री वाया जाणार हे उघड होते. म्हणजे फ्रिडमन यांच्या मते जर उत्पादक साधनसामग्री सार्वजनिक क्षेत्रात हस्तांतरित केल्यामुळे इतके नकारात्मक परिणाम होणार असले तर त्याची इतकी मोठी किंमत का द्यायची? त्यापेक्षा अशा सार्वजनिक क्षेत्रातील गुंतवणुकीवर मर्यादा आणणेच चांगले झाले असते.

स्वातंत्र्य मिळाल्यानंतर राज्यकर्त्यांना कमीतकमी वेळात खूप गोष्टी करायच्या होत्या. त्यात स्वातंत्र्य मिळवल्याचा उत्साह तर होताच पण अधिक महत्त्वाचे म्हणजे देशापुढचे प्रश्नच इतके गंभीर होते की कदाचित इतके मोलाचे स्वातंत्र्यही टिकवता येईल किंवा नाही याचे दडपण होते. त्यामुळे सार्वजनिक क्षेत्रात काहीतरी भरीव कामगिरी करून दाखवायची असा राष्ट्रीय नेतृत्वाने ध्यास घेतला होता. यामुळे महायुद्धानंतर युरोपातल्या देशांचा काय अनुभव होता याकडे कोणी फारसे लक्ष दिले नाही. देशापुढचे अनेक प्रश्न खूप मोठे होते आणि साधनसामग्री मर्यादित होती आणि त्यामुळे फक्त सरकारच या जबाबदाऱ्या स्वत:च्या डोक्यावर घेऊ शकत होते.

या मोठ्या प्रश्नांचा एक अर्थ म्हणजे पायाभूत सुविधांची गरज. म्हणजे जे प्रश्न समाजातले इतर वर्ग हाताळू शकत होते त्यांची सरकारने जबाबदारी घेण्याचे कारण नव्हते. यामुळे खाजगी क्षेत्राचे अगदी तपशीलवार आणि कडव्या पद्धतीने नियंत्रण करण्याचे सरकारचे प्रयत्न विफल झाले. जी खाजगी बचत आणि गुंतवणूक झाली असती ती न होता खर्चात वाया गेली. किंवा लोकांनी सोन्यामध्ये पैसे गुंतवले. बाजारपेठेमध्ये जे नियमन झाले असते आणि ज्यातून कोणते उद्योग उत्पादक आहेत याचे निर्णय झाले असते ते न होता सनदी नोकरांवर हे निर्णय घेण्याची जबाबदारी आली. त्यांना उद्योग, व्यापार आणि धंदे यातला कोणताच अनुभव नव्हता. त्यांना फक्त प्रशासन चालवणे हे माहीत होते. शिवाय खाजगी क्षेत्रालाही कोडकौतुक करून घेण्याची चटक लागली आणि सरकारच्या संरक्षणाशिवाय आपण खाजगी उद्योग चालवू शकू असा आत्मविश्वास उरला नाही. खरे म्हणजे स्पर्धा असणे हेच खाजगी क्षेत्राचे एकमेव समर्थन होते. त्यातूनच नवे उद्योग शोधणे आणि नव्या बाजारपेठा काबीज करणे शक्य झाले असते. त्याऐवजी नियोजनाच्या सावलीखाली खाजगी क्षेत्राला आपली अकार्यक्षमता लपवणे सोपे गेले.

देशाने स्वातंत्र्यानंतरच्या मागच्या सुमारे साठ वर्षात राष्ट्र उभारणी, केंद्रीय नियोजन आणि मागची पंधरा वर्षे उदारीकरण यात खूप व्यापक अनुभव गोळा केलेले आहेत. या संदर्भात मिल्टन फ्रिडमन यांना देशाच्या केंद्रीय नियोजनाविषयी

आणि औद्योगिकीकरणाच्या धोरणाविषयी ज्या आशंका होत्या त्यात काही तथ्य होते असे आज आपण म्हणू शकतो. पंचवार्षिक योजनांच्या माध्यमातून अनेक गोष्टी साधण्यात आल्या. परंतु देशातल्या भौतिक पायाभूत सुविधांमध्ये आणि मनुष्यबळामध्ये पुरेशी गुंतवणूक झाली नाही असे म्हणावे लागेल. त्याचा परिणाम म्हणून अर्थव्यवस्थेची उत्पादक क्षमता पुरेशा प्रमाणात वापरात आली नाही आणि आर्थिक वाढीची पातळी आणि दर अगदी सुमार राहिला. साठीपासूनच्या तीन दशकात सरासरी वार्षिक वाढीचा दर जेमतेम तीन टक्के राहिला आणि त्याची हिंदू रेट ऑफ ग्रोथ अशी चेष्टा झाली. मुद्रा धोरण आणि वित्त धोरण यात अनाचार झाला आणि खरे व्याजदर भडकले. त्यातून वित्त व्यवस्था रुळावरून घसरली आणि सार्वजनिक कर्जाचा मोठा डोंगर उभा राहिला. सगळ्यात मोठा दुष्परिणाम झाला तो अनेक प्रकारची प्रत्यक्ष नियंत्रणे वेगवेगळ्या क्षेत्रात राबविण्यात आल्यामुळे देशाच्या औद्योगिक क्षेत्राची स्पर्धेला तोंड देण्याची क्षमताच राहिली नाही. ही अधोगती आश्चर्याची म्हटली पाहिजे कारण अठराव्या आणि एकोणीसाव्या शतकात ब्रिटनसारख्या साम्राज्यवादी सत्तेला भारताची भीती वाटत होती. तेथल्या मँचेस्टरमधल्या कापड उद्योगाला भारतातून मोठे आव्हान मिळालेले होते. नियंत्रणे (कंट्रोल्स) आणि परवाने पद्धती (लायसेन्स ॲन्ड परमीट राज) यातून समाजाच्या सर्व अंगात भ्रष्टाचार पसरला. या अर्थाने नियोजनाची खूपच मोठी किंमत देशाने चुकती केली असे म्हणावे लागेल.

या परमीट राज म्हणजे परवाने पद्धतीतून प्रत्यक्षात काय घडले? महालनोबीस यांच्या मांडणीनुसार गुंतवणुकीयोग्य भांडवल कमी असल्यामुळे खाजगी क्षेत्राला हा निर्णय बाजारपेठेच्या नियमनानुसार करू देता येणार नव्हता. त्यासाठी सरकारने एकूण मागणीचा विचार करून आवश्यकतेनुसार खाजगी क्षेत्राला उद्योग सुरू करण्याचे अगर चालू क्षमतेमध्ये वाढ करण्याचे परवाने द्यावेत असे त्याचे समर्थन होते. एकदा शासनाच्या हातात अशी मोक्याची सत्ता गेल्यावर राज्यकर्त्या पक्षाच्या आवडीप्रमाणे असे निर्णय होणार हे अटळ होते. त्याप्रमाणेच नेमके सगळे घडले. शिवाय आणखीही काही अनपेक्षित घडले. खाजगी क्षेत्रातील उद्योजकांनी भराभरा वेगवेगळ्या उत्पादनांसाठी परवाने मिळवले आणि त्यासाठी भरपूर भ्रष्टाचार केला. परंतु हे परवाने मिळाल्यावर उत्पादन करावे आणि त्यातून फायदा मिळवावा आणि त्यातून ग्राहकालाही त्याच्या पैशाचे मोल द्यावे अशी अजिबात कल्पना नव्हती.

उद्योजकांनी एक नामी युक्ती शोधली. त्यांनी ज्या बाबींच्या उत्पादनासाठी परवाने मिळवले त्याचे उत्पादनच केले नाही. याचा ग्राहकोपयोगी मालाच्या क्षेत्रामध्ये प्रचंड परिणाम झाला. बाजारात ग्राहकाची मागणी होती परंतु सतत पुरवठा कमी होता. शिवाय सरकार आयातीला परवानगी देणार नव्हते त्यामुळे यातून ग्राहकाची कोंडी झाली. त्यातूनच प्रचंड प्रमाणावर काळ्यापैशाची अर्थव्यवस्था निर्माण झाली.

ग्राहकोपयोगी वस्तूंच्या या निर्धारित किंमती होत्या त्यापेक्षा कितीतरी प्रमाणात अधिक किंमत ग्राहक द्यायला तयार होता आणि या पैशाचे वाटप वितरक आणि उद्योजक आपापसात करून घेत होते. असा अतिरिक्त नफा आणि पैसा करपद्धतीपासून मुक्त होता आणि पर्यायाने त्यातून एक काळ्या पैशाची अलग समांतर अर्थव्यवस्था निर्माण झाली. साहजिकच रिझर्व बँकेचा अशा अर्थव्यवस्थेवर कोणताच ताबा अगर प्रभाव उरला नाही. यातून चलनवाढीचे भूत सगळ्या अर्थव्यवस्थेवर राज्य करू लागले. साहजिकच याचे अनेक क्षेत्रात दुष्परिणाम झाले. चलनवाढीमुळे जनतेमध्ये असंतोष वाढला, काळ्या पैशामुळे रिझर्व बँकेची मुद्राधोरणे फोल ठरली आणि सरकारच्या वित्त विभागाची करपद्धती अपयशी झाली. यातूनच पुढे १९७५-७६च्या सुमारास देशात आणीबाणी पुकारावी लागली. सगळ्यात दुर्दैवाचे म्हणजे पन्नाशीच्या दशकापासून नियोजनाच्या माध्यमातून नियंत्रणे आणि परवाने पद्धती यांनी धुमाकूळ घातला आणि त्यातून समाजाच्या सर्व अंगांमध्ये भ्रष्टाचार पसरला. आता नियोजनाचा मूळचा पारंपरिक मार्ग सोडून दिला तरीही भ्रष्टाचार मात्र या व्यवस्थेमध्ये ठाण मांडून बसलेला आहे. किंबहुना उदारीकरणातही या भ्रष्टाचाराला आणखी संधी आणि प्रतिष्ठा मिळत आहे. जगामध्ये आपण सगळ्यात अधिक भ्रष्ट आहोत अशी आपली ख्याती झाली आहे आणि येथल्या जनतेनेही ही आपली न चुकणारी नियती आहे असे मानले आहे.

आता मागच्या सुमारे वीस वर्षात संरक्षण आणि नियंत्रणे यांचे प्रमाण बऱ्यापैकी कमी करण्यात आलेले आहे. त्याबरोबर पायाभूत सोईसुविधा आणि मनुष्यबळ यांच्या गुंतवणुकीवरही बराच भर देण्यात आलेला आहे. अर्थात इतकी वर्षे नियोजन राबवल्यामुळे काही सवयी अंगी रुजलेल्या आहेत आणि त्या अजून सुटत नाहीत. त्यामुळे राज्यकर्त्यांचा इनपुट आऊटपुट मॉडेल आणि त्यावर आधारलेले निविष्टा आणि उत्पादनाचे आराखडे यावर अजून विश्वास आहे. तसेच व्यावसायिक मत्ता या सार्वजनिक क्षेत्रातील मालकीच्याच असणे समाजाच्या हिताचे आहे असा सगळ्यांचा समज आहे. मागे नव्वदीपासून उदारीकरणाबरोबर परदेशी भांडवलाला येथे गुंतवणूकीच्या मोठ्या संधी मिळाल्या. याचा अर्थ परदेशी भांडवल पूर्वीही उपलब्ध झाले असते आणि त्यातून देशाच्या वाढीचा दर हिंदू दरापेक्षा सरस राहिला असता. फ्रिडमन यांनी भारताच्या आणखी एका सामर्थ्यावर बोट ठेवले होते. या देशाकडे फार मोठ्या प्रमाणावर शास्त्रीय ज्ञानाची आणि तंत्रज्ञानाची क्षमता आहे आणि येथे शिक्षणाच्या प्रसारामुळे मनुष्यबळ प्रशिक्षित आहे हे त्यांनी ओळखले होते. आता मागच्या दहा वर्षात भारताने माहिती तंत्रज्ञानाच्या आणि सेवा क्षेत्रातील निर्यातीमधून आपले सामर्थ्य दाखवून दिलेले आहे आणि उरलेल्या जगानेही ते मान्य केलेले आहे.

फ्रीडमन यांच्या विचारसरणीमध्ये अवजड आणि कुटीर उद्योग यावर टोकाचा

भर देण्यावर विरोध होता. त्यामुळे जे श्रमप्रधान उद्योग आहेत त्यांच्याकडे दुर्लक्ष होईल अशी त्यांना भीती वाटत होती. भारताच्या विशिष्ट संदर्भात अवजड आणि कुटीर उद्योग यांची जागा फारशी योग्य नव्हती. अवजड उद्योगात खूप अधिक भांडवल लागत होते आणि त्यात अगदी कमी श्रमशक्ती वापरली जात होती. भारतात नेमके भांडवल कमी होते आणि श्रमशक्ती भरपूर होती. तसेच कुटीर उद्योगामध्ये श्रमशक्तीचा वापर जरूर होत होता परंतु त्याबरोबर भांडवलाचा वापर मात्र अगदीच माफक होता. त्यामुळे हे कुटीर उद्योग स्पर्धेला तोंड देऊ शकत नव्हते. समजा जर बाजारपेठेच्या प्रक्रिया काम करत असत्या तर देशातल्या उद्योजकांनी योग्य ते निर्णय घेतले असते. याचा अर्थ त्यांनी श्रमशक्तीचा अधिक वापर होईल अशा प्रकारची ग्राहकोपयोगी उत्पादने निर्माण केली असती. याची उदाहरणे म्हणजे सायकली, शिवणयंत्रे आणि रेडिओ. परंतु नियोजनाच्या काळात देशाने जे धोरण अमलात आणले त्यातून पूर्व आशियातल्या देशांना आणि चीनला काही क्षेत्रे मोकळी मिळाली आणि त्यातून त्यांनी श्रमप्रधान औद्योगिक उत्पादनात आघाडी मिळवली. अशा क्षेत्रांमध्ये भारत मागे पडला. किंबहुना सुमारे दोनशे वर्षांपूर्वी ज्या वस्त्रोद्योगात भारताचे स्थान वरचे समजले जात होते त्यातूनही देशाची पीछेहाट झाली आणि या उद्योगात पूर्व आशियातील देश बलवान झाले.

फ्रीडमन यांच्या मते प्रत्यक्ष कर जमा होतात तो वाटा लहान आहे आणि त्याचा अर्थ या कर पद्धतीची मूळ व्यवस्था चुकीची आहे. त्यांनी प्रत्यक्ष कराचा पाया अधिक व्यापक असावा आणि त्यात फार थोड्या बाबींमध्ये सूट द्यावी असे सुचवले होते. तसेच अप्रत्यक्ष करातून पसरत जाणाऱ्या परिणामांचीही दखल घेण्याची गरज सांगितली होती. काही विशिष्ट प्रकारची उत्पादन पद्धत संरक्षित ठेवण्यासाठी कर पद्धतीचा वापर करू नये असे त्यांचे मत होते. उदाहरणार्थ कुटीर उद्योगांना असे संरक्षण दिल्यामुळे त्यातून फक्त अकार्यक्षमतेला प्रोत्साहन मिळाले आणि साधनांचा वापरही चुकीचा झाला. अशा वेळी करातून जो अधिक महसूल मिळाला असता त्याचा काही भाग श्रम करणाया कामगारांच्या प्रशिक्षणासाठी खर्च करता आला असता. त्यांच्या या विचारसरणीची दिशा आता देशामध्ये ज्या कर पद्धतीत सुधारणा करण्यात येत आहेत त्याच्याशी अगदी सुसंगत होती. यातच मूल्यवर्धित कराचाही (व्हॅट) उल्लेख करावा लागेल. त्यांनी आणखी एक सूचना केली होती. उत्पादनावर एक समान कर लावावा हे अजूनही मान्य झालेले नाही.

फ्रीडमन यांनी भारताच्या मर्यादित परदेशी चलनाचा जरूर विचार केला होता. परंतु त्यांच्या मते चलनाचे मूल्य कृत्रिमरीत्या नियंत्रित करण्यापेक्षा ते बाजारपेठेत चलते राहावे हा पर्याय व्यावहारिक होता. चलनाचे मूल्य सरकार ठरवू लागले म्हणजे त्यातून पक्षपात होऊ लागतो आणि सत्तेच्या जवळपास वावरणाऱ्या उद्योजकांना

त्यातून एकापरीने अनुदान मिळण्याची सोय होऊ लागते. शिवाय त्यातून नोकरशाहीला भ्रष्टाचारही करता येतो. विशेष म्हणजे एकूण अर्थव्यवस्थेमध्ये अकार्यक्षमता वाढू लागते. यावर मार्ग म्हणजे परदेशी चलनाचे लिलाव करणे हा एक दुय्यम पर्याय म्हणता येतो. यातून सरकारचा महसूल वाढतो आणि कार्यक्षमता वाढण्यावर त्यातून भर दिला जातो. नव्वदीच्या दशकात देशाचा परदेशी चलनाचा प्रश्न निकालात निघाला आणि त्यामागे फ्रिडमन यांनी सुचवलेले चलनाचे तरते मूल्य कारणीभूत होते असे मान्य करावे लागेल.

अर्थात इतिहासाच्या व्यापक संदर्भात जेव्हा अशा तुलना केल्या जातात आणि वेगवेगळे सल्ले आणि पर्याय यांचे मूल्यमापन केले जाते त्यातही काही मर्यादा आहेत याचे भान ठेवले पाहिजे. आता मागच्या पंधरा वर्षात देशाने उदारीकरण स्वीकारले आहे आणि त्याचे ठोस फायदे देशाला मिळालेले आहेत हे मान्य करता येईल. परंतु ही कारणे फक्त देशाच्या अर्थकारणाशी निगडित नाहीत. नव्वदीच्या सुरुवातीलाच जगातल्या राजकारणाची चौकट बदलली होती आणि त्या अगोदरच्या पंचेचाळीस वर्षात ज्या शीतयुद्धाने थैमान घातले होते त्याचा शेवट झालेला होता. त्यामुळे दुसऱ्या महायुद्धानंतर आणि पन्नाशीच्या दशकापासून भांडवलशाहीचे आणि अमेरिकेच्या आर्थिक महासत्तेचे जे संबंध होते त्याचे सगळे संदर्भ शीतयुद्धाच्या अखेरीनंतर मुळापासून बदलले. तसेच जगामध्ये जागतिक व्यापाराचे वारे वाहू लागले आणि त्यातून जागतिक व्यापार संघटना अधिक प्रभावी बनली. यातूनच विकसनशील देशाला आपल्या बिकट प्रश्नांवर मात करण्याची संधी मिळू लागली. भारत, चीन, ब्राझील अशा अनेक गरीब देशांनी आपले यश यातून सिद्ध करून दाखवले.

भारताच्या नियोजनात औद्योगिकीकरणाचे धोरण याची चर्चा करताना पन्नाशीच्या आणि साठीच्या दशकात कृषीच्या क्षेत्रात देश अगदी परावलंबी होता आणि त्याचा देशाच्या स्वातंत्र्याशी आणि सुरक्षिततेशीही संबंध होता हे लक्षात ठेवले पाहिजे. आता मागच्या साठ वर्षात सरकारने विकासाची जी क्षमता निर्माण केली आहे त्यामागे देशाचे औद्योगिकीकरण आणि अन्नाची सुरक्षा याचे एक मोलाचे योगदान आहे. त्यामुळे देशाने स्वातंत्र्य मिळाल्यानंतर सुरुवातीच्या दहा वर्षात ज्या परिस्थितीला तोंड दिले ती वस्तुस्थिती लक्षात घेण्याची आवश्यकता आहे. त्या काळात पंतप्रधान पं. नेहरूंनी जे वैचारिक आग्रह धरले आणि त्यातून ज्या पर्यायांचा विचार केला त्याचे आता साठ वर्षांनी पुनर्मूल्यांकन करताना इतिहासातले बदललेले संदर्भ लक्षात घेणे आवश्यक आहे. ते गृहीत धरले गेले तर देशाच्या नेतृत्वाने वेळोवेळी कोणत्या वस्तुस्थितीला तोंड दिले याची दखल घेतली जाणार नाही आणि ते अन्यायाचे होईल.

■

१.१२. पंचवीस वर्षानंतरचा भारत आणि अन्य विकसनशील देश

विसावे शतक संपले आणि एकविसाव्या शतकाची पहिली सहा वर्षे संपली. सगळे जग बदलले आणि फार वेगाने बदलले. मागच्या पंधराव्या शतकापासून आधुनिकीकरणाचे युग सुरू झाले. त्यात औद्योगिकीकरण आणि शहरीकरण यातून सगळा समाज घुसळून निघाला. तसेच राजेशाही आणि सरंजामशाही यांचे दिवसही संपले. सगळ्यात महत्त्वाचे म्हणजे धर्मसत्ता आणि राज्यसत्ता अलग झाली आणि धर्मनिरपेक्ष शासनव्यवस्था निर्माण झाली. तिची लोकांना बांधिलकी वाटू लागली आणि त्यातून लोकशाही व्यवस्था विकसित झाली. या सगळ्याला कल्चरल रेनेझान्स म्हणजे सांस्कृतिक पुनरुज्जीवन असे म्हणतात. याची सगळी जडणघडण युरोपात झाली. यातले वैशिष्ट्य म्हणजे यातल्या प्रत्येक शतकात जे बदल आणि परिवर्तन घडत होते त्याचा वेग सतत वाढत होता; त्यामुळे मागच्या दशकापासून बदल होणार किंवा नाही हा कोणाच्या आवडीनिवडीचा प्रश्न राहिलेला नाही. प्रश्न आहे तो कोणत्या वेगाने हे बदल होणार?

मागच्या शतकाच्या अखेरच्या पंचवीस वर्षात, विशेषत: १९८० नंतर भारतात अर्थव्यवस्था खुली होऊ लागली आणि आर्थिक वाढ वेग धरू लागली. या सुमारास अनेक विकसनशील देशात अशा काही गोष्टी घडू लागल्या. त्यात चीनचा अनुभव ठळक आहे. या बदलाच्या संक्रमणकाळातून देशातल्या आणि जगातल्या जनतेचे जीवन पार बदलून गेले. याचा अनेकांना अनुभव आला. तो म्हणजे कोणत्याही देशातले काम दुसऱ्या देशात नेण्याचा नवा उपक्रम सुरू झाला. याला बिझनेस प्रोसेस आऊटसोर्सिंग म्हणजे थोडक्यात बीपीओ असे म्हणतात. भारतात या बीपीओमधून किती नाट्यमय बदल झाले हे तर सगळ्या जगाने बघितले आहे. त्यापूर्वीच्या काळात सेवा क्षेत्रातला रोजगार हा एका देशातून दुसऱ्या देशात हस्तांतरित होऊ शकेल याची कोणी कल्पनाही केली नव्हती. यामुळे जेव्हा अमेरिकेतल्या बाल्टीमोरमधून भारतातल्या बंगलोरमध्ये फार मोठ्या संख्येने रोजगाराचे हस्तांतरण झाले त्यातून आश्चर्याला

पारावार राहिला नाही आणि कटू वादावादीही सुरू झाली. या नव्या प्रयोगात बाल्टीमोर शहरातल्या एका मध्यमवर्गीय चाकरमान्याचा रोजगार कमी झाला आणि साहजिकच तेथे असंतोष वाढला हे खरे. परंतु हा रोजगार बंगलोरमध्ये आल्यामुळे बाल्टीमोरच्या कंपनीची उत्पादकता वाढली, खर्च कमी झाला आणि नफाही वाढला आणि शेअरधारकाचा फायदा झाला. तसेच ग्राहकाला कमी खर्चात सेवा/माल मिळाला. यातून तेथल्या अर्थव्यवस्थेला चालना मिळाली आणि पर्यायाने रोजगारही वाढला. आणखी फायदा म्हणजे भारतात नव्याने रोजगार निर्माण झाला. या नव्या व्यापाराच्या घडामोडीत भारताची निर्यात वाढते त्याचबरोबर त्याला आपली आयातही वाढवावी लागते. या आयातीमध्ये निविष्टा, ऊर्जा, तंत्रज्ञान आणि भांडवली माल अशा काही बाबी असतात. थोडक्यात म्हणजे या खेळामध्ये एकाचा तोटा आणि दुसयाचा फायदा असे नसते. यात दोन्ही बाजूचा फायदा आणि अधिक फायदा असा हिशोब असतो.

मागच्या पंचवीस वर्षात फक्त बीपीओमधून रोजगार वाढला असे नाही. याशिवाय अनेक गोष्टी घडल्या. मागच्या १९८० पासून जगातले उत्पन्न दुपटीने वाढले. आणि १९९० पासून सुमारे ४५ कोटी (४५० मिलियन) गरीब कुटुंबे दारिद्र्यरेषेच्यावर आली. नेमक्या याच सुमारास भारतात आर्थिक सुधारणांचा कार्यक्रम स्वीकारण्यात आला आणि या वाटचालीमधूनच आजची प्रगती दिसत आहे. याचा अर्थ आता हा देश जे ठरवेल आणि राज्यकर्ते जी धोरणे अमलात आणतील त्यावरून पुढच्या पंचवीस वर्षांनी म्हणजे सुमारे २०३० सालच्या सुमारास देशाचे आणि जगाचे चित्र बदलणार आहे. ही येणारी पंचवीस वर्षे सगळ्यात रोमांचक असतील आणि आव्हानाची असतील. येथल्या कारखान्यात औद्योगिक रोजगार वाढेल आणि ग्राहकोपयोगी मालाचे उत्पादन वाढेल. येथल्या शाळांमधून शिक्षण वाढेल आणि सर्वसामान्य माणसाच्या जीवनाचा दर्जा वाढेल.

मागे १९८० ते २००० या काळात विकसनशील देशात सरासरी आर्थिक वाढीचा वार्षिक दर ३.२ टक्के होता. त्यानंतर २०००-०५ या काळात या वाढीची गती उंचावली आहे आणि हा दर आता वर्षाला पाच टक्के आहे. सगळ्या विकसनशील देशांच्या जीडीपीमध्ये २००६ सालात सात टक्क्यांनी आर्थिक वाढ झाली. भारत आणि चीन यांच्या वाढीचा दर बराच वरचा होता आणि म्हणून तो वगळला तरीही उरलेल्या विकसनशील देशांमध्ये ५.५ टक्क्यांनी वाढ झाली. विशेष म्हणजे २००६ सालात सुमारे ७५ देशांमध्ये आर्थिक वाढ पाच टक्के आणि त्यापेक्षा अधिक दराने झाली.

भारतात २००६ सालात दमदार आर्थिक वाढ झाली आणि त्यामुळे दक्षिण आशियातल्या देशांची सरासरी वाढ ८.२ टक्क्यांच्या पातळीवर पोहोचली. या

प्रगतीमध्ये दुसया देशांनी आपल्यापरीने योगदान दिले. भारतातल्या बिगर कृषी क्षेत्रामध्ये दहा टक्क्यांनी वाढ झाली. पाकिस्तानमध्ये औद्योगिक उत्पादन बारा टक्क्यांनी वाढले. यात वस्त्रोद्योग आणि तयार कपड्याची निर्यात यांचा वाटा अधिक होता. मालदीवज् हा लहान देश आहे आणि तेथे सुनामीचे संकट मोठा विध्वंस करून गेले होते. तेथे पुनर्वसन वेगाने झाले आणि पर्यटन व्यवसायात भरपूर वाढ झाली. याचा परिणाम म्हणून तेथे जीडीपीमध्ये १९ टक्क्यांनी भर पडली. या तुलनेने फक्त नेपाळमध्ये जे घडले ते निराशाजनक होते. तेथे राजकीय अस्थिरतेमुळे आर्थिक वाढ फक्त १.९ टक्क्यांनी झाली.

येत्या नजिकच्या काळात आर्थिक वाढीची प्रक्रिया जवळपास अशीच दमदार राहील असे दिसते. भारतात २००७ सालात वाढीचा दर ७.७ टक्के असेल असा एक अंदाज आहे. काही प्रमाणात गुंतवणुकीतली वाढ मंदावू शकते कारण अमेरिकेतली वाढ थोडीशी घसरली आहे. येथे व्याजदर वाढत आहे आणि रिझर्व बँक मुद्राधोरण कठीण करत आहे. चलनवाढीवर बँक लक्ष ठेवून आहे. याबरोबर ग्राहकाची मागणी थोडी कमी झाली तरीही एकूणात बाजारपेठेत मागणीचा दबाव आहे आणि सरकारचाही नियोजनातला खर्च वाढता आहे. मागच्या अनेक वर्षात कृषीमधली गुंतवणूक खालावली आहे आणि या क्षेत्राचा वाढीचा दर अगदीच किरकोळ आहे. नियोजनकर्त्यांना यात वर्षाला फक्त चार टक्के वाढ हवी आहे परंतु ती जेमतेम एक ते दोन टक्क्यांच्या दरम्यान घोटाळत आहे. केवळ कृषीक्षेत्रामुळे वाढीच्या एकूण क्षमतेवर दुष्परिणाम झाला आहे. देशात आर्थिक वाढीच्या प्रक्रियेत काय काय घडेल यामध्ये देशाबाहेरच्या घटनांचेही पडसाद उमटत असतात. काही प्रमाणात जगाची अर्थव्यवस्था थोडी मंदावत आहे आणि मागच्या तीन वर्षात आर्थिक भरभराटीने वेग घेतल्यामुळे तापलेली व्यवस्था थोडी खालच्या पायरीवर येत आहे. यामुळे आपल्याला सांभाळू शकेल अशा वाढीची पातळी सगळ्यांच्याच हिताची आहे असे म्हटले पाहिजे.

मध्यम कालावधीत काय घडू शकेल? सुधारणा कार्यक्रमातील मुद्यांवर अंमल झाला तर वाढीचा दर आणखी उंचावता येईल. यात व्याजदर खालच्या पातळीवर राहिले आणि खाजगी उद्योगक्षेत्राला प्रोत्साहनाचे वातावरण मिळाले तर त्यातून बऱ्याच गोष्टी साधता येतील. कुटुंबाची बचत वाढेल आणि जगाच्या अर्थव्यवस्थेबरोबर आपले बंध अधिक जुळून येतील. यातून देशाची वाढीची प्रक्रिया नऊ ते दहा टक्क्यांच्या पातळीवर जाऊन तेथे ती स्थिरावू शकेल.

येथपर्यंत पोचणे आणि ते एकूण अर्थव्यवस्थेला पेलणे याचे लांबच्या पल्ल्याचा विचार करताना महत्त्व आहे. मग २०३०च्या सुमारास जगाच्या अर्थरचनेचा चेहरा कसा असेल? अभ्यासकांच्या मते जगातील उत्पादन दुपटीने वाढेल आणि ही पातळी ७२ अब्ज डॉलरची असेल. सन २०३०च्या सुमारास विकसनशील देशातील

१.२ अब्ज लोकसंख्या ही मध्यमवर्गात पोहोचलेली असेल. त्यावेळी जगाच्या लोकसंख्येच्या १.२ अब्ज हा आकडा १५ टक्के असेल. म्हणजे सध्या मध्यमवर्गाचा जो आकडा आहे त्यामध्ये आणखी पंचवीस वर्षांनी चार पटीने वाढ झालेली असेल.

हा १.२ बिलियन मध्यमवर्गीय लोकांचा आकडा जगातल्या बाजारपेठेत भाग घेऊ लागेल आणि या पिढीच्या मुलाबाळांसाठी जागतिक दर्जाचे शिक्षण पाहिजे अशी मागणी उठाव घेईल. इतकी मोठी लोकसंख्या आपल्या देशाच्या हद्दी सोडून जगात प्रवास करू लागेल आणि जगातल्या एकूण क्रयशक्तीपैकी निम्मी शक्ती यांच्या खिशात असेल. या मध्यमवर्गाचा देशांतर्गत सुधारणा व्हाव्यात म्हणून आग्रह वाढेल आणि शासन आणि उद्योग आणि व्यापार यांचे व्यवहार अधिक पारदर्शी असावेत अशी मागणी होईल. सध्याच्या सार्वजनिक जीवनातल्या भ्रष्टाचाराच्या विरोधात लोकांचा उठाव होईल. तसेच न्यायव्यवस्था अधिक कार्यक्षम व्हावी अशी जनतेची अपेक्षा राहील. अशा नव्याने उभ्या राहिलेल्या मध्यमवर्गाच्या आकांक्षा आणि मागण्या यातूनच समाजव्यवस्थेमध्ये अनेक दूरगामी बदल होऊ लागतील. येती पंचवीस वर्षे या अर्थाने समाज प्रबोधनाची आहेत असे म्हणता येईल. मागच्या काही वर्षात जसा आर्थिक वाढीने वेग पकडला आहे आणि भरभराट पसरत आहे त्याबरोबरच लोकांच्या अपेक्षांना उधाण आले आहे. याचेच प्रतिबिंब प्रसारमाध्यमातून दिसत आहे. राजकीय सार्वजनिक जीवनातील भ्रष्टाचाराच्या गोष्टी लोकांपुढे उघड होत आहेत. जनतेच्या प्रक्षोभामुळे पोलीस यंत्रणा यातला भ्रष्टाचार आणि अमानुषता याचे प्रदर्शन रोज होत आहे. याची दखल घेऊन सर्वोच्च न्यायालयापासून सगळी न्यायालये आपापल्यापरीने कठोर न्यायाचे निर्णय देत आहेत.

आणखी पंचवीस वर्षांनी विकसनशील देशांचा जागतिक उत्पादनातला वाटा एक तृतीयांश असेल. आज तो एक पंचमांश आहे. देशातल्या अगदी मागासलेल्या राज्यांमधूनही औद्योगिक उत्पादन होऊ लागेल आणि ते बाहेरच्या देशांना निर्यात होईल. विकसनशील देशातील दरडोई उत्पन्नाची सरासरी पातळी आजच्या मानाने तिप्पट होईल आणि हा आकडा सुमारे अकरा हजार डॉलर असेल. अर्थात श्रीमंत देशात दरडोई उत्पन्नाची जी पातळी असेल त्याच्या फक्त एक चतुर्थांश उत्पन्न विकसनशील देशातील लोकांचे असेल. परंतु महत्त्वाची बाब म्हणजे श्रीमंत देश आणि विकसनशील देश यांच्या उत्पन्नातील विषमता कमी झालेली असेल. जे गरीब दिवसाला एक डॉलरपेक्षा कमी उत्पन्नात जगतात त्यांना अती गरीब समजले जाते. अशा अती गरीब लोकांची संख्या पंचवीस वर्षांनी प्रत्यक्षात कमी झालेली असेल. सध्या अशा गरिबांचा आकडा १.१अब्ज (१.१ बिलियन) आहे तो २०३० सालात सुमारे ५५ कोटी (५५० मिलियन) इतका होईल. या काळात जगाच्या लोकसंख्येत १.५ बिलियनची भर पडणार आहे हे लक्षात घेता गरिबांच्या लोकसंख्येचा आकडा

प्रत्यक्षात कमी होणे विशेष समजले पाहिजे.

भारताच्या लोकसंख्येचा मोठा आकडा लक्षात घेता येथे काय घडू शकेल? येत्या पंचवीस वर्षात जगाची लोकसंख्या वाढेल त्यात एक पंचमांश वाटा भारताचा असेल. हा आकडा ३२ कोटी (३२० मिलियन) इतका मोठा आहे. इतका मोठा आकडा असलेली अतिरिक्त लोकसंख्या भारतासारख्या सगळयात गर्दी असलेल्या देशात राहणार आहे. आणि या समाजात उत्पन्नातील विषमता अधिक आहे हे लक्षात ठेवण्याची गरज आहे. म्हणजे आणखी पंचवीस वर्षांनी जर समजा सरकारच्या धोरणांचा हस्तक्षेप झाला नाही तर सध्याच्या उत्पन्नाच्या विषमतेमध्ये आणखी भरच पडणार आहे असे दिसते. सध्या आर्थिक वाढीच्या प्रक्रियेमध्ये समाजात सुबत्ता येत आहे आणि त्यात ज्या मनुष्यबळाकडे ज्ञान आणि कौशल्य आहे त्यांचे उत्पन्न झपाट्याने वाढत आहे. याचे एक प्रमुख कारण म्हणजे आर्थिक जीवनात नव्या तंत्रज्ञानाने क्रांती केलेली आहे आणि त्यातून उच्चशिक्षित आणि अधिक कौशल्ये असलेल्या मनुष्यबळाला रोजगार मिळत आहे. अशा व्यवस्थेमध्ये ज्यांना शिक्षण नाही आणि ज्यांना कोणतेही कौशल्य नाही अशा प्रौढ मनुष्यबळाला रोजगार मिळविण्यात अनेक अडचणी येणार आहेत. याचा आणखी एक तपशील म्हणजे देशात शिक्षण आणि दारिद्र्य या दृष्टीने जी मागासलेली राज्ये आहेत त्यांच्याकडे सरकारच्या प्रोत्साहनामुळे जर औद्योगिकीकरण झाले तर तेथे बाहेरून आलेल्या मजुरांना अधिक सहजपणे रोजगार मिळेल. स्थानिक मनुष्यबळ मात्र शेतीसारख्या मागासलेल्या क्षेत्रात गुंतून पडेल. यातून देशात कोणते प्रादेशिक असंतुलन निर्माण होईल आणि वेगवेगळ्या गटात कोणती आर्थिक विषमता निर्माण होईल याचा अंदाज बांधता येतो.

अर्थात पंचवीस वर्षांनी असे काही घडणार असले तर त्यावर काही मार्ग काढता येतो. त्यासाठी काही धोरणे आतापासूनच विचारात घ्यावी लागतील. आता अर्थव्यवस्थेमध्ये भरवशाची वाढ होत असल्यामुळे त्यातून उत्पन्न आणि संपत्ती वाढत आहे. याचा फायदा घेऊन करव्यवस्थेचा पाया वाढवता येईल आणि सरकारच्या हातात अधिक साधने आल्यावर त्याची गुंतवणूक शिक्षणामध्ये करता येईल. अशा गुंतवणुकीमधून तरुण मनुष्यबळाला अधिक कौशल्ये मिळवून देता येतील आणि अधिकाधिक अकुशल मजुरांना कुशल मजूरवर्गात प्रवेश करण्याची संधी देता येईल. एकदा अर्थव्यवस्थेमध्ये वृद्धी होऊ लागली म्हणजे सरकारच्या हातातील साधने मुबलक होतील आणि कामगारांना अडचणीच्या वेळी सुरक्षा उपलब्ध करून देण्यासाठी कल्याणकारी योजना बनवता येतील. तसेच मागासलेल्या भागात औद्योगिकीकरणाची प्रक्रिया नेली म्हणजे तेथे कृषीमधून बाहेर पडणाऱ्या मनुष्यबळाच्या पुनर्वसनाच्या योजनाही राबवता येतील. एकूणात समाजातल्या वेगवेगळ्या वयाच्या मजूर गटांना

प्रशिक्षणाच्या संधी उपलब्ध करून देता आल्या तर मजूरवर्गाला नव्या तंत्रज्ञानाशी जुळवून घेणे अधिक सोपे जाईल. या शिक्षणाच्या आणि रोजगाराच्या वाढत्या संधीमध्ये मुली आणि स्त्रिया यांचा प्राधान्याने विचार करणे आवश्यक आहे. थोडक्यात म्हणजे आता अर्थव्यवस्थेमध्ये वाढ आणि चैतन्य यांचा प्रभाव दिसत असतानाच पुढच्या पंचवीस वर्षांनी भारताचे चित्र काय असेल याचा विचार करण्याची गरज आहे. यामध्ये सध्याच्या आर्थिक सुधारणा का रखडल्या आहेत आणि त्यांचा अंमल आणखी कसा परिणामकारक होईल याचा येत्या अकराव्या पंचवार्षिक योजनेत विचार होऊ शकतो. नियोजनकर्त्यांनी रोजगार वाढवणे, दुबळ्या आणि मागासवर्गाला दर्जेदार शिक्षण आणि आरोग्य यात अधिक संधी देणे, पायाभूत सुविधांमध्ये भरीव गुंतवणूक करणे असे काही प्राधान्यक्रम ओळखलेले आहेत. यातूनच अर्थव्यवस्थेच्या वाढीची क्षमता वाढणार आहे आणि जगातल्या अर्थव्यवस्थेबरोबरचे नाते अधिक दृढ होणार आहे. यामुळे येत्या काळात फक्त पंचवार्षिक योजनेचा विचार न करता पुढच्या पंचवीस वर्षाचा काळ देशाने डोळ्यापुढे ठेवण्याची गरज आहे

■

१.१३. चांगले शासन आणि आर्थिक सुधारणा

देशात आर्थिक प्रगतीच्या विषयात सगळे अभ्यासक आणि टीकाकार एक चूक करतात. ती म्हणजे शासन यंत्रणेचे प्रश्न आणि आर्थिक सुधारणांचे प्रश्न एकच आहेत अशी त्यांची समजूत असते. जरी यातल्या काही बाबी निगडित असल्या तरी या दोन गोष्टी भिन्न आहेत. त्या एकमेकात मिसळल्या तर निष्कर्ष चुकू शकतात. याचा अर्थ आर्थिक सुधारणांच्या अंतर्गत जे उदारीकरण करायचे आहे त्यावर अंमल झाला म्हणजे चांगले शासन अनुभवाला येईल असे नाही.

हे कोणालाही मान्य होऊ शकेल. याचे कारण म्हणजे उदारीकरणात बाजारपेठेच्या आर्थिक शक्तीला अधिक वाव मिळतो आणि चांगले शासन द्यायचे असले तर संस्था आणि सार्वजनिक सेवा यांचा दर्जा सुधारायचा असतो. तसेच कायद्याचे राज्य आणि वृत्तपत्रे आणि प्रसार माध्यमे यांचे स्वातंत्र्य याचेही एक स्वतःचे स्थान आहे. देशाच्या आर्थिक व्यवस्थेबाबत जी आकडेवारी उपलब्ध आहे त्याचा आढावा घेतला तर आर्थिक सुधारणा आणि उदारीकरण यांचा स्वीकार झाल्यावर चांगले परिणाम दिसत आहेत. परंतु देशात चांगले शासन आहे का याचे मात्र उत्तर मिळत नाही.

देशातल्या आर्थिक घडामोडींवरची आकडेवारी फारशी भरवशाची नाही असा एक समज प्रचलित आहे. त्यातूनही दारिद्र्याविषयीच्या आकड्यांबाबत काहींना शंका आहेत. मते काही असली तरीही या आकड्यांमधून काही संकेत जरूर मिळतात. निदान बदलांची दिशा काय आहे हे सुसंगतपणे मांडता येते. उदाहरणार्थ नॅशनल सँपल सर्व्हे (एनएसएस) म्हणजे राष्ट्रीय नमुना पाहणीच्या उपलब्ध माहितीनुसार दरडोई खर्चामधून अन्नावर होणाऱ्या खर्चाचा वाटा कमी होत आहे. मागच्या १९९३-९४ पासूनच्या मधल्या काळात ही घट आठ टक्क्यांची दिसत आहे. यावरून दारिद्र्याविषयी ठोस माहिती मिळत नाही. अर्थशास्त्रात एन्जेल्स लॉ नावाचा एक सिद्धांत आहे. एनएसएसची जी अन्नावरच्या खर्चाच्या प्रमाणात घट होत आहे ही जी आकडेवारी आहे ती फक्त हा एन्जेल्स लॉ सिद्ध करते असे म्हणता येईल.

या सिद्धांतानुसार जेव्हा कुटुंबाचे उत्पन्न वाढते तेव्हा त्यातले तातडीच्या गरजांवरचा खर्च करण्याचे प्रमाण कमी होते. या गरजांमध्ये अन्न आणि वस्त्रे यांचा

समावेश होतो. तसेच शिक्षण आणि आरोग्य यांचा विचार सुरू होतो. अर्थात या दोन बाबींना तातडीची गरज समजायची का यावर काही मतभेद होऊ शकतो. उत्पन्न वाढल्यावर ज्या इतर गरजा आहेत त्यावरचा खर्च वाढतो. यात ग्राहकोपयोगी वस्तू, सणासुदीवरचा खर्च, प्रवास आणि करमणूक अशा काही गोष्टींचा उल्लेख करता येईल. कुटुंबाच्या खर्चात अन्नाच्या तुलनेने या कमी गरजेच्या आणि अगदी चैनीच्या गोष्टीही समजता येतील. सोप्या शब्दात म्हणजे केवळ कुटुंबाचे उत्पन्न वाढले म्हणून काही तांदूळ आणि गहू या पदार्थांच्या सेवनाचा खर्च दुप्पट होत नाही. परंतु एनएसएसच्या आकडेवारीनुसार सर्वसाधारण भारतीय कुटुंबाचे उत्पन्न वाढत आहे असे जरूर म्हणता येईल. तसेच उदारीकरण आले म्हणून काही कुटुंबांच्या सरासरी उत्पन्नात घट झाली नाही हे नक्की आहे.

याचबरोबर आणखी एक निरीक्षण नोंदवले पाहिजे. मागच्या दहा वर्षात कुटुंबाचा आरोग्यावरचा खर्च चार टक्क्यांनी वाढलेला आहे. याची एक शक्यता म्हणजे जे गरीब आहेत तेही बहुधा खाजगी आरोग्याच्या सेवांचा उपयोग करून घेत आहेत असे दिसते. अगदी देशाच्या कानाकोपऱ्यात असलेल्या दुर्गम भागातही ही परिस्थिती दिसत आहे. सुधारणा कार्यक्रमाच्या मागच्या पंधरा वर्षात सरकारचा नियोजनातला शिक्षण आणि आरोग्यसेवा यांच्यावरचा खर्च कमी झालेला आहे. किंबहुना एकूणातच विकास कार्यक्रमांवरचा खर्चही कमी झालेला आहे कारण नियोजनबाह्य खर्चावर बंधन राहिलेले नाही. सरकारी कर्मचाऱ्यांच्या वेतनावरचा खर्च, उभारलेल्या कर्जावर द्याव्या लागणाऱ्या व्याजाचा बोजा आणि योजनेतर देण्यात येणारी अनुदाने यातच सरकारचा सगळा महसूल संपत आहे. याचा नक्त परिणाम म्हणून विकास कार्यक्रमांवरचा खर्च कमी झाला आहे आणि त्यातही जे शिक्षण आणि आरोग्य असे सामाजिक कल्याणाचे विषय आहेत त्यांच्याकडे अधिकच दुर्लक्ष झालेले आहे. यातले काही परिणाम बहुधा एनएसएसच्या कौटुंबिक खर्चाच्या आकडेवारीमध्ये दिसत असावेत.

खरे म्हणजे कोणत्याच विकासाच्या तत्त्वज्ञानात सार्वजनिक गरजा खाजगी क्षेत्रातून भागवता येतील असे मानण्यात आलेले नाही. या अर्थाने देशात जेव्हा विकासाच्या मूळ गरजांकडे दुर्लक्ष होते त्यातून जे कोणी गरीब आहेत त्यांच्यावर अन्याय होणार असे म्हणता येईल. त्यामुळे गरिबांना ज्या सेवा सार्वजनिक क्षेत्रातून सरकारने द्यायच्या होत्या त्या जर त्यांना मिळाल्या नाहीत आणि त्यासाठी त्यांना जर आपल्या खाजगी उत्पन्नातून खर्च करावा लागला तर त्यांच्या हिताला धक्का पोहोचला असा निष्कर्ष निघतो. याचे उदाहरण म्हणजे जर गरीब कुटुंबाला सरकारच्या आरोग्य केंद्रातून औषधोपचार करून घेता आले नाहीत तर मग त्याला खाजगी वैद्यकीय सेवांसाठी आपल्या उत्पन्नातून खर्च करावा लागेल. मग अशा परिस्थितीत गरीब

माणसाच्या कुटुंबाच्या दुसऱ्या कोणत्यातरी तातडीच्या गरजांकडे दुर्लक्ष होऊ शकते.

सुधारणा कार्यक्रमाचे सगळे समर्थन मान्य केले तरीही सरकारने विकास कार्यक्रमातील काही मूलभूत बाबींवरचा खर्च का कमी करावा? विशेषत: जर सरकारी कर्मचाऱ्यांवरचा खर्च वाढता असला तर विकास कार्यक्रमांकडे दुर्लक्ष करणे म्हणजे त्याचे अधिकच गंभीर परिणाम होतात असे म्हटले पाहिजे. उदाहरणार्थ सिंचन व्यवस्था, रस्ते आणि पूल बांधणी या विकासाच्या पायाभूत सुविधांकडे आर्थिक साधने नाहीत म्हणून जे दुर्लक्ष होत आहे त्यातून ग्रामीण भागाची उपेक्षा होत आहे. त्याचा एक परिणाम म्हणजे कृषीचे क्षेत्र दुर्लक्षित राहिले आहे आणि त्याची उत्पादकता कमी होत आहे.

सिंचन व्यवस्थेमधूनच कृषीचे स्थैर्य वाढू शकते. परंतु मागच्या पंधरा वर्षात कृषीमधली भांडवल गुंतवणूक कमी झालेली आहे. तसेच कृषीचा जीडीपीतला वाटा कमी झालेला आहे. याचा एकूण जीडीपीतल्या वाढीवरही परिणाम होत असतो. विशेषत: आता आर्थिक वाढीचा दर वर्षाला आठ टक्क्यांच्या वरून तो नऊ आणि दहा टक्क्यांवर न्यायचा असला तर कृषीच्या वाढीचे त्यातले योगदान महत्त्वाचे आहे. याच क्षेत्रात सगळ्यात अधिक प्रौढ मनुष्यबळ गुंतलेले आहे आणि त्यामुळे यात उत्पादन आणि रोजगार वाढला नाही तर त्याचे अर्थव्यवस्थेच्या एकूण स्थैर्यावर आणि स्वास्थ्यावर गंभीर परिणाम होणार आहेत. आर्थिक सुधारणेच्या एकूण चर्चेमध्ये हा दृष्टिकोन लक्षात घ्यावा लागेल कारण याचा एक परिणाम म्हणजे चांगली शासन व्यवस्थाही कृषीची फरपट झाली तर संकटात येऊ शकते.

रिझर्व बँकेने आणखी काही आकडेवारी दिलेली आहे. त्यानुसार १९६०-६१ ते १९९७-९८, म्हणजे सुमारे चाळीस वर्षात, हरियाना, पंजाब आणि महाराष्ट्र ही मोठी राज्ये सगळ्यात वेगाने विकसित झाली. या तुलनेने उत्तर प्रदेश, बिहार आणि मध्यप्रदेश यांची वाढ सगळ्यात मंद होती. नंतर १९९१-९२ ते २००२-०३ हा सुधारणा कार्यक्रमाचा काळ लक्षात घेतला तर फक्त वेगाने वाढणाऱ्या राज्यांच्या नावात फरक झाला आहे. आता पुढे असलेली राज्ये म्हणजे गुजरात, महाराष्ट्र, पश्चिम बंगाल आणि कर्नाटक. आता ही उत्तर प्रदेश आणि बिहार यांचे खालचे क्रमांक आहे तेथेच आहेत. बिहार आणि उत्तर प्रदेशमध्ये एकूणात पंचवीस टक्के लोकसंख्या आहे हे लक्षात घेता या राज्यातल्या जनतेचे सरासरी उत्पन्न कमी होत आहे हे उघड आहे. याच राज्यातून बंगाल, पंजाब आणि हरियाना या राज्यात मजूर वर्ग रोजगारासाठी जात आहे आणि तो आपल्या जन्म गावातल्या कुटुंबीयांना उदरनिर्वाहासाठी पैसे पाठवत आहे. अर्थात त्यामुळे काही मोठा परिणाम होतो असे दिसत नाही.

एका दृष्टीने या कटू वास्तवाचा उदारीकरणाशी काय संबंध आहे? मर्यादित

अर्थाने नाही परंतु व्यापक अर्थाने नक्की आहे. उदारीकरणाची सुरुवात १९९१मध्ये झाली आणि त्यातून फक्त बाजारपेठेच्या प्रक्रियांना स्वातंत्र्य मिळाले. तसेच सरकारची काही क्षेत्रात जी एकाधिकारशाही होती अगर खाजगी क्षेत्राला जी परवाना पद्धतीची (परमिट आणि लायसन्स राज) बंधने होती ती हटविण्यात आली. अर्थात या सगळ्यातून भरीव गोष्टी घडल्या आणि त्यातून अर्थव्यवस्थेची शक्ती वाढली हे जरी खरे असले तरी प्रत्यक्षात जे गरीब आहेत त्यांच्या जीवनात काहीच फरक पडला नाही. जो शहरात आणि औद्योगिक जीवनात भाग घेणारा मध्यमवर्ग आणि कामगारवर्ग होता त्यांच्या जीवनाला झळाळी आली. त्यातूनच देशांतर्गत ग्राहकाची मागणी भरीव झाली आणि गुंतवणुकीला चालना मिळाली. शिवाय ज्या वित्त संस्था होत्या त्यांचे व्याजदर कमी झाल्यामुळे विकासासाठी वित्त पुरवठाही भरपूर वाढला. यामुळेच आता देशात आर्थिक वाढीचा दर उंचावलेला आहे आणि एका व्यापक अर्थाने रोजगाराच्या संधी वाढलेल्या आहेत. या नव्या संदर्भात गरिबांनाही अधिक संधी मिळतील अशा आशा आता जाग्या झाल्या आहेत.

आर्थिक विकासाच्या विषयात सुधारणा कार्यक्रमाची दखल यासाठी घ्यावी लागते; कारण १९९१ पासून वाढीचा दर उंचावला आहे आणि त्यामुळे ग्राहकाला निवडीचे स्वातंत्र्य मिळाले आहे याचा सगळ्यांनी अनुभव घेतलेला आहे. हे रास्त आहे आणि त्याचे स्वागत करण्यासारखे आहे हे मान्य करूनही या नव्या संदर्भात सरकारने काही किमान सार्वजनिक सेवा गरिबांना पुरवण्याच्या आपल्या काही जबाबदाऱ्या आहेत हे विसरता कामा नये.

वेगवेगळ्या राज्यात जे घडत आहे ते बघण्यासारखे आहे. गुजरातचे उदाहरण घेता येईल जेथे काही वर्षांपूर्वी बरेच राजकीय अस्थैर्य वावरत होते. परंतु तेथे ज्या भरीव आर्थिक घडामोडी दिसत आहेत त्यावरून एका अर्थाने तेथे राजकारणाचे संदर्भ निरर्थक झाले आहेत असे म्हणता येईल. या दृष्टीने या राज्यात उदारीकरणातून सगळ्या जनतेचाच फायदा झालेला आहे. या तुलनेने उत्तर प्रदेश आणि बिहार या राज्यात औद्योगिकीकरण पुढे सरकत नाही असे दिसते. तेथे मात्र प्रादेशिक आणि जातीय राजकारणाने धुमाकूळ घातलेला आहे आणि तेथे चांगले शासन नसण्याचे दुष्परिणाम गरिबांसकट सगळ्यांनाच भोगायला लागत आहेत. जेथे राजकीय आणि शासनव्यवस्था इतकी निर्णायकी आहे तेथे गरिबांना शिक्षण आणि आरोग्याच्या सेवा पुरवण्यासाठी कोणीच जबाबदार नाही. या अर्थाने या राज्यात अंधार आहे असे दुर्दैवाने म्हणावे लागते.

यावरही काही आर्थिक उपाय असू शकतात का? चालू २००६ सालात स्पेशल इकॉनॉमिक झोन (एसइझेड) म्हणजे विशेष आर्थिक क्षेत्र अशी एक संकल्पना पुढे आलेली आहे आणि त्यातून खाजगी औद्योगिक क्षेत्राला निर्यात करता यावी

म्हणून औद्योगिक उत्पादनावर अनेक सवलती देण्यात येणार आहेत. त्यासाठी केंद्र सरकारपेक्षाही काही राज्ये पुढे येऊन स्पर्धा करत आहेत आणि यातून बहुधा जी बिहार, उत्तरप्रदेश, हिमाचलप्रदेश, ओरिसा, झारखंड, मध्यप्रदेश, छत्तीसगड अशी मागासलेली राज्ये आहेत तेथे औद्योगिकीकरणाची प्रक्रिया सुरू होऊ शकेल. जे पुढारलेल्या राज्यांमधले उद्योजक आहेत ते बहुधा या मागासलेल्या राज्यांमध्ये जाण्यासाठी पुढाकार घेतील कारण त्यांना सध्याच्या कामगार कायद्यांचा जाच होत आहे. सुधारणा कार्यक्रमांतर्गत कामगार कायद्यात जे बदल आणि लवचीकता यायची होती त्याला डाव्या पक्षांचा विरोध आहे आणि सगळ्याच संघटित कामगार क्षेत्रांचा यावर संघर्षाचा पवित्रा आहे. अशा परिस्थितीत कदाचित जो प्रस्थापित उद्योजकांचा वर्ग आहे त्यांना मागासलेल्या राज्यांमध्ये जाण्याचे आकर्षण वाटू शकते.

या एसइझेडसारख्या संकल्पनांना धरून ऊर्जा आणि नैसर्गिक साधनांच्या विकासाबाबतचे आजपर्यंतचे पारंपरिक धोरणही मूळापासून बदलण्याची गरज आहे. सगळ्या आर्थिक वाढीच्या प्रक्रियेत मागच्या काही वर्षांत ऊर्जा क्षेत्रातील अपयशामुळे किती गंभीर अडथळे आले हे देशाने अनुभवले आहे. त्यामुळे ऊर्जाक्षेत्राचा मुळापासून पुनर्विचार चालू आहे. यातच कोळसा, लोखंड, पोलाद आणि वीज अशा सगळ्या नैसर्गिक साधनांच्या विकासाबाबतचे प्रश्न गुंतलेले आहेत. आता २००६ सालच्या अखेरीपर्यंत कोळशाच्याबाबत नवीन कायदा बनेल असे वातावरण निर्माण झालेले आहे.

या विशिष्ट नैसर्गिक साधनांच्या विकासाचा प्रश्न मोक्याचा आहे याची दोन ठोस कारणे आहेत. एक म्हणजे जी नेमकी मागासलेली राज्ये आहेत तेथे ही नैसर्गिक साधनसामग्री भरपूर प्रमाणात आहे. तसेच नेमक्या या राज्यामध्येच औद्योगिकीकरणाचे प्रमाण कमी आहे आणि कृषीक्षेत्रही मागासलेले आहे. त्यामुळे एकूणात येथे दारिद्र्य सगळ्यात अधिक आहे. म्हणजे जर आजपर्यंतची नियोजनातली धोरणे सोडून दिली आणि खाजगी क्षेत्राला पूर्ण स्वातंत्र्य दिले तर कोळसा, लोखंड, पोलाद अशा उद्योगांसाठी देशातून आणि बाहेरूनही मोठी गुंतवणूक होईल. तसेच त्यातून वीज निर्मितीला मोठी चालना मिळेल. याशिवाय आणखीन एक फायदा म्हणजे स्थानिक पातळीवर रोजगार वाढेल.

थोडक्यात म्हणजे जरी चांगले शासन आणि सुधारणा कार्यक्रम हे वेगळे विषय असले तरी त्यात परावलंबन अधिक आहे. मागच्या नियोजनाच्या चाळीस वर्षात आणि नंतर उदारीकरणाच्या पंधरा वर्षात राज्याराज्यांमध्ये विकासाची प्रक्रिया असंतुलित पद्धतीने पुढे गेली. आताही आर्थिक सुधारणांच्यामुळे वेगवेगळ्या राज्यांमध्ये असंतुलन वाढत आहे असे दिसते. त्यातूनही गरिबांचे प्रश्न अधिकच बिकट होत आहेत. हे सगळे घडत आहे हे मान्य केले तरीही हा दोष काही आर्थिक सुधारणांच्यामुळे

निर्माण झाला आहे असे म्हणता येणार नाही. काही राज्यांमध्ये जी चांगली शासन व्यवस्था नांदू शकली नाही हे खरे मागासलेपणाचे प्रमुख कारण आहे. अर्थात त्यामध्ये जी धोरणे अडचणीची होती ती आता उदारीकरणामध्ये बदलता येतील आणि त्यातूनच राजकारणातल्या अनावस्थेवर उत्तर शोधता येईल. यातूनच बहुधा गरिबांनाही न्याय मिळेल.

■

१.१४ विकास कामांवरचा खर्च

गरीब देशांच्या विकास प्रकियेमध्ये नेहमी निधीची तरतूद यावर भरपूर चर्चा होते. विशेषत: जेव्हा केंद्र आणि राज्य सरकारे आपले अर्थसंकल्प सादर करतात तेव्हा या निधीच्या तरतुदीचे एक स्वतंत्र महत्त्व असते. भारताला मागच्या सुमारे पंचावन्न वर्षात विकासाच्या अर्थशास्त्रात गहन अनुभव मिळालेला आहे. केंद्राच्या वित्त मंत्र्यांनी २८ फेब्रुवारी २००५ सालात २००५-०६ या वर्षाचा अर्थसंकल्प सादर करताना यापुढे विकासाच्या कामांसाठी नुसत्या निधीच्या तरतुदींचा विचार न करता त्या खर्चातून प्रत्यक्षात कोणता फायदा मिळाला याकडे अधिक लक्ष दिले जाईल अशी भूमिका घेतली. या दिशेने येत्या काळात खरोखरी काही पावले पडली तर ते एक नवे पर्व सुरू होईल.

मागच्या काही वर्षात विकास निधीवरचा खर्च हाच मुळी वादाचा विषय झालेला आहे. एक म्हणजे १९९७ मध्ये तेव्हाच्या आघाडी सरकारने पाचव्या वेतन आयोगाच्या शिफारशी स्वीकारल्या आणि तेव्हापासून सरकारी कर्मचाऱ्यांवरचा आणि यंत्रणेवरचा खर्च हाताबाहेर गेला. त्याच सुमारास सरकारांनी बाजार पेठेतून चढ्या व्याजदरावर भरमसाठ कर्जे उभारली. तेव्हापासून नंतरच्या काळात सरकारच्या हातात कररूपाने गोळा होणारा सगळा महसूल कर्मचाऱ्यांचे पगार आणि कर्जावरचे व्याज यातच संपून जात आहे. परिणामी विकासकामांसाठी अगदी जेमतेम निधीची तरतूद केली जाते आणि त्यामुळे सगळीच विकासाची प्रकिया अगदी रखडली आहे.

अशा वेळी केंद्र सरकारने आणखीन एक शक्कल लढवली आहे. ते आपल्या अर्थसंकल्पात तरतुदी करतात परंतु त्याबरोबरच राज्य सरकारांनी अनुरूप निधी पुरवावा अशा अटी घातल्या जातात. राज्य सरकारे आपल्यापरीने वित्तीय संकटात बुडाली असल्यामुळे असा निधी दिला जात नाही आणि पर्यायाने केंद्राचे पैसे खर्च होत नाहीत. असे झाले म्हणजे आम्ही निधी पुरवला परंतु राज्य सरकारांनी बेफिकिरी दाखवली असे केंद्राला सहज म्हणता येते. केंद्राच्या अर्थसंकल्पातल्या तरतुदींवर जेव्हा चर्चा होते तेव्हा राज्यांच्या अडचणी कोणत्या आहेत याची कोणी फिकीर करत नाही.

निधीच्या तरतुदींचा विचार आणखी एका कारणासाठी मोक्याचा झाला आहे. केंद्र सरकारच्या आघाडीमध्ये डावे पक्ष आहेत. ते सरकारमध्ये सामील नाहीत पण त्यांचा बाहेरून पाठिंबा आहे. या आघाडीने एक समान किमान कार्यक्रम (कॉमन मिनिमम प्रोग्रॅम) तयार केलेला आहे आणि त्याच्या आधारे डावे पक्ष सरकारवर सतत दबाव आणत असतात. त्यांना लोकांपुढे आपण गरिबांचे तारणहार आहोत आणि आपण या सरकारला गरिबांच्या कार्यक्रमावर कार्यवाही करण्यासाठी दडपण आणत असतो याचे प्रदर्शन करायचे असते.

राजकारणातल्या या चढाओढी आणि बारकावे यांची फार दखल घ्यायची नाही असे म्हटले तरीही पुरेसे नाही कारण डाव्या पक्षांनी सरकारला खरोखरीच कात्रीत धरलेले आहे. या सर्व वरवरच्या कारणांमुळे केंद्र सरकारला समान कार्यक्रमानुसार आपण भरीव तरतुदी केल्या याचे पुरावे सतत लोकांपुढे मांडावे लागतात. येथे डाव्या पक्षांचा गरिबांच्या प्रश्नाविषयीचा आग्रह हा टीकेचा अजिबात मुद्दा नाही. टीका यासाठी करण्याची वेळ आली आहे कारण विकास कार्यक्रमात केवळ निधीची तरतूद केली आणि त्यानंतर तो सगळा खर्च केला येथे विषय संपत नाही. खरे तर तेथूनच विषय सुरू होतो असे आज म्हणण्याची वेळ आलेली आहे.

वित्तमंत्र्यांनी यावेळी जेव्हा २००५-०६ वर्षाचा अर्थसंकल्प सादर केला तेव्हा समान कार्यक्रमातील अनेक कार्यक्रमांवर आपण किती अधिक निधी वाढवून दिला आहे यावर ते सतत बोट ठेवत होते. एकूणात या गरिबांच्या निगडित असलेल्या कार्यक्रमांवर मागच्या वर्षीपेक्षा येत्या वर्षात सुमारे रु. २५,००० कोटी अधिक खर्च होणार आहेत. यासाठी एकूण निधीची तरतूद सुमारे रु. ७५,००० कोटी इतकी आहे. हा जो खर्च होणार आहे त्यामध्ये निधीपेक्षा अंमलबजावणीची एकूण प्रक्रिया सगळ्यात महत्त्वाची आहे. विशेष म्हणजे त्यात राज्य सरकारांना सगळ्यात महत्त्वाची भूमिका बजावायची आहे. ही वस्तुस्थिती असताना अर्थसंकल्पात निधीची तरतूद केली म्हणून एकमेकाची पाठ थोपटणे ही एक स्वत:ची फसवणूक होऊ शकते.

शिक्षणाचे उदाहरण बघण्यासारखे आहे. केंद्राच्या अर्थसंकल्पात सर्व शिक्षा अभियान यावरची तरतूद रु. ३,०५७ वरून रु. ४,७५४ कोटी इतकी वाढवली. या योजनेबाबत पंतप्रधानांनी नापसंती व्यक्त केली होती कारण या योजनेमध्ये गळतीचे प्रमाण ५० टक्क्यांपेक्षा अधिक आहे. या योजनेचे पश्चिम बंगालमध्ये प्रतिची या संस्थेने मूल्यमापन केले आहे आणि त्यामध्ये पाच वर्षाचे शिक्षण झाल्यानंतरही जेमतेम सात टक्के मुलांना त्यांचे नाव लिहिता येते असा निष्कर्ष काढला आहे. दुसऱ्या एका प्रोब संस्थेने अभ्यास करून सरकारी शाळांमध्ये मोठ्या प्रमाणावर गैरहजेरी दिसून येते असे म्हटले आहे.

भारत आपल्या जीडीपीच्या ४.१ टक्के शिक्षणावर खर्च करतो. चीनमध्ये हे

प्रमाण जीडीपीच्या फक्त २.२ टक्के आहे. परंतु तेथे साक्षरता मात्र ९१ टक्के आहे. श्रीलंका आणि इंडोनेशिया हे देश आपल्या जीडीपीच्या फक्त १.३ टक्के खर्च शिक्षणावर करतात आणि तेथे साक्षरतेचे प्रमाण अनुकमे ९२.५ टक्के आणि ८८ टक्के आहे. अगदी ब्रिटन आणि अमेरिका हे श्रीमंत देशही आपल्या उत्पन्नाच्या अनुक्रमे ४.४ टक्के आणि ४.९ टक्के सार्वजनिक शिक्षणावर खर्च करतात. भारतातल्या आघाडीच्या केंद्र सरकारच्या समान कार्यक्रमात हे लक्ष्य ६ टक्के ठरवून देण्यात आलेले आहे. म्हणजे सत्ताधारी पक्षांनी शिक्षणावर अधिक खर्च करणे हेच या प्रश्नावरचे अंतिम उत्तर आहे अशी समजूत करून घेतलेली आहे.

यावरची आणखी आकडेवारी उद्‌बोधक आहे. भारतात दर विद्यार्थ्यामागे सार्वजनिक खर्च २०.८ टक्के आहे. ही पातळी काही कमी नाही कारण अमेरिकेतही इतकाच खर्च केला जातो. शिवाय ब्रिटन (१५.८ टक्के), चीन (११.५६ टक्के), श्रीलंका (६.१ टक्के) आणि इंडोनेशिया (६.० टक्के) असे इतर देशात दर विद्यार्थ्यामागे प्रमाण आहे. याचा अर्थ स्पष्ट आहे. भारतात शिक्षणावरचा खर्च हा मुख्य प्रश्न नाही तर त्या शिक्षणाचा दर्जा सुमार आहे हा प्रश्न आहे.

शिक्षणाचा दर्जा खराब असल्यामुळे विद्यार्थ्यांच्या गळतीचे प्रमाण अधिक आहे. भारतात फक्त ५९ टक्के विद्यार्थी पाचवी पर्यंतचे शिक्षण पुरे करतात. बांगला देश मध्ये हे प्रमाण ६५ टक्के आहे, व्हिएतनाममध्ये ८५ टक्के आणि इंडोनेशियामध्ये ८९.५ टक्के आहे. या सगळ्याच देशात शिक्षणावरच्या खर्चाचे जीडीपीशी गुणोत्तर भारतापेक्षा कमी आहे.

शिक्षणाप्रमाणे देशाच्या पातळीवर रोजगार हमी योजनेला केंद्र सरकारने स्थान दिलेले आहे. त्यासाठी निधीमध्ये रु. ४,०२० कोटीवरून रु. ११,००० कोटी इतकी वाढीव तरतूद करण्यात आलेली आहे. हे ग्रामीण भागातल्या गरिबांना हक्काचा रोजगार देण्याला जे प्राधान्य देण्यात आले आहे ते नक्की समर्थनीय आहे. परंतु प्रश्न योग्य आहे, खर्चाची तरतूदही समर्थनीय आहे हे सगळे मान्य करूनही केवळ खर्च झाल्यामुळे परिस्थितीत सुधारणा होईल असे समजणे चुकीचे होईल. मागचे पंतप्रधान राजीव गांधी यांच्यापासून सार्वजनिक चर्चेत एक मुद्दा नेहमी मांडला जातो. जर विकास कामांवर एक रुपया खर्च केला तर त्यातले फक्त १५ पैसे गरिबांपर्यंत पोहोचतात असे नेहमी म्हटले जाते. राजीव गांधींनी हे उद्‌गार काढल्यापासून सुमारे वीस वर्षे उलटून गेली आणि मधल्या काळात विकासकामांच्या अंमलबजावणीचा आणि सरकारी प्रशासनाचा दर्जा पार रसातळाला गेलेला आहे. यात बिहार राज्याचे नेहमी उदाहरण घेतले जाते. इतर अनेक राज्यांतही जवळपास अशी परिस्थिती आहे आणि ही वस्तुस्थिती लक्षात घेता विकास कामांवर अधिक खर्च केला म्हणजे प्रश्नाचे उत्तर सापडले अशी सगळ्याच राजकीय पक्षांनी एक ढोबळ मानसिकता तयार करून

घेतलेली आहे.

शिक्षण काय, ग्रामीण रोजगार काय आणि सार्वजनिक आरोग्य काय या विषयात प्रश्न नक्कीच बिकट आहेत. नॅशनल सँपल सर्व्हे ऑर्‌गनायझेशनच्या (एनएसएसओ) सर्वेक्षणातून ग्रामीण दारिद्र्यावर आकडेवारी मिळते. ही आकडेवारी १९८७-८८, १९९३-९४ आणि १९९९-०० या काळासाठी आहे. केंद्राच्या अर्थसंकल्पात (२००५-०६) या वर्षासाठी किती मनुष्य दिवस रोजगार आहे याचे आकडे दिले आहेत. पहिल्या १९८७-८८ ते १९९३-९४ या काळात मनुष्य दिवसाच्या रोजगारात भरपूर वाढ झाली. हा आकडा ६७ कोटी ५० लाख (६७५ मिलियन) वरून १०७ कोटी ३० लाख (१०७३ मिलियन) इतका वाढला.

या तुलनेने ग्रामीण दारिद्र्याचे प्रमाण अगदी माफक म्हणजे ३९.१ टक्क्यांवरून ३७.३ टक्क्यांवर खाली आले. त्यानंतर १९९५ पासूनच्या काही वर्षात केंद्रामध्ये बिगर काँग्रेस पक्षांच्या राजवटी होत्या आणि या काळात मनुष्य दिवसांच्या रोजगाराचा आकडा जवळपास निम्म्याने खाली आला आणि ही पातळी सन १९९९-०० मध्ये ५४६ अब्ज (५४६ बिलियन) इतकी होती. परंतु असा रोजगार कमी होऊनही ग्रामीण दारिद्र्याचे प्रमाण मात्र एकदम २७.१ टक्क्यावर खाली आले. म्हणजे एका ढोबळ अर्थाने देशामध्ये जो ग्रामीण भागात रोजगार होता त्याचा दारिद्र्याशी निकटचा संबंध आहे असे म्हणणे अवघड दिसते.

ग्रामीण भागात रोजगार पुरवण्याइतके विकासाच्या स्थायी मत्ता निर्माण करणे तितकेच महत्त्वाचे आहे. केवळ तेथे खर्च केला म्हणून त्याचा गरिबाला फायदा झाला असे गृहीत धरणे धोक्याचे आहे. या विषयात महाराष्ट्र राज्याचे उदाहरण लक्षणीय आहे. येथे मागच्या सुमारे तीस वर्षात ग्रामीण भागात रोजगार हमी योजना सातत्याने राबविण्यात आली. त्यामध्ये जशी शासनाने रोजगार पुरवण्याची कायद्याने हमी दिली त्याबरोबरच त्यातून विकासाच्या उत्पादक मत्ता निर्माण होतील याची काळजी घेतली. विशेषत: हा रोजगार पुरवताना कामाप्रमाणे दाम या तत्त्वाचा अंमल झाला आणि त्यामुळे खर्चाचे नाते उत्पादक मत्तांशी जोडले गेले. आताही देशात सर्वत्र ही योजना राबविताना सगळ्यात अधिक दक्षता या मुद्याचीच घ्यावी लागेल. अन्यथा राज्य सरकारे हा खर्च गरिबांवर झाला असे प्रमाणपत्र देतील आणि त्याची शहानिशा करता येणार नाही. त्यामुळे गरिबांना रोजगार पुरवावा या मताचा आग्रह धरणारे विचारवंतही हा खर्च योग्य पद्धतीने होईल आणि तो पारदर्शक असेल याचा आग्रह धरत आहेत. सगळया शंकेखोरांच्या समोर बिहार राज्याचे उदाहरण आहे जेथे नुसती प्रशासकीय यंत्रणाच कोलमडून पडली नाही तर कायद्याचाच वावर संपलेला आहे.

आणखी एका एकात्मिक बाल विकास सेवांच्या कार्यक्रमावर केंद्राने भर दिलेला आहे. येत्या २००५-०६ वर्षासाठी यावरची तरतूद रु. १,६२३ कोटींवरून

रु. ३,१४२ कोटी इतकी वाढविण्यात आली आहे. त्यात प्रत्येक गावासाठी एक अंगणवाडी सुरू करण्याचे प्रस्तावित आहे. बालके आणि गरोदर स्त्रिया यांचे कुपोषण, आजारपणे, मृत्यूदर असे अनेक प्रश्न लक्षात घेता अंगणवाडीची संकल्पना नक्कीच आकर्षक आहे. परंतु या विषयातला आजपर्यंतचा अनुभव अगदी निराशाजनक आहे.

हे वास्तव लक्षात न घेता केवळ निधीची तरतूद वाढली तर खरोखरी काहीच साधणार नाही. पैशाचा मात्र अपव्यय होईल. अनेक अभ्यासातून अशा अंगणवाड्या काम करत नाहीत याचे पुराव्यासकट विश्लेषण झालेले आहे. जो प्रश्न गावातल्या शाळेच्या शिक्षकाचा आहे, प्राथमिक आरोग्य केंद्राच्या डॉक्टर, नर्स आणि इतर सेवकांचा आहे तोच अंगणवाडीच्या सेविकांचा आहे. शिवाय नुसत्या अंगणवाडीमुळे परिस्थिती सुधारणार नाही. त्याच्याशी निगडित अनेक सोयी आणि सेवा उपलब्ध झाल्या तरच अंगणवाडीचे माध्यम उपयोगाचे ठरेल. पिण्याचे पाणी, बारमाही रस्ता, स्वस्त धान्याचे दुकान असे अनेक तपशील आहेत ज्यातून विकासाची प्रकिया सुसंगतपणे पुढे जाऊ शकते. केवळ अंगणवाडी आहे म्हणून तान्ह्या मुलांचा प्रश्न सोडवता येणार नाही.

या विषयाला धरून सार्वजनिक वितरण व्यवस्था सशक्त करण्याचे ठरविण्यात आले आहे त्यासाठी अंत्योदय योजनेवर भर देण्यात आला आहे. याही विषयात अनेक मूल्यमापन अभ्यास झालेले आहेत आणि त्यातून किती मोठ्या प्रमाणावर गळती होते याचे पुरावे पुढे आलेले आहेत. कृपाशंकर या अभ्यासकांनी पूर्व उत्तर प्रदेशमधल्या खेड्यांचा अभ्यास करून त्यावर एक लेख लिहिलेला आहे (इपीडब्ल्यू २००४). त्यानुसार जर गरिबाला एक रुपया मिळायचा असेल तर सरकारचे वीस रुपये त्यासाठी खर्च करावे लागतात असे म्हटले आहे. दुसया एका यूएनडीपीच्या अभ्यासात उत्तर प्रदेशचा उल्लेख आहे. त्यानुसार चार गावांपैकी तीन गावांमध्ये दारिद्र्यरेषेखाली कुटुंबांना कोणतेच धान्य विकले गेले नव्हते. अशा पद्धतीने जे गरिबांसाठी धान्य आहे ते खुल्या बाजारपेठेत वळवले जाते त्याचे काही अंदाज करण्यात आले आहेत. अहलुवालिया (१९९३) यांच्या अभ्यासानुसार हे प्रमाण ४० ते ८३ टक्के इतके आहे. परिख (१९९४) यांनी राष्ट्रीय नमुना पाहणीची आकडेवारी तपासून उत्तर प्रदेश सारख्या सर्वात मोठ्या राज्यात ९८ टक्के ग्रामीण कुटुंबे पीडीएस (स्वस्त धान्य दुकाने) मधून काहीच खरेदी करत नाहीत असा निष्कर्ष काढला आहे.

अशी सूर्यप्रकाशासारखी उघड परिस्थिती असता वर्षानुवर्षे केंद्र सरकार मात्र यावरचा निधी वाढवत आहेत. वित्तमंत्र्यांनी पंचायती राज्य संस्था या अधिक जबाबदारी घेतील आणि त्यातून गळती आणि अपहार कमी होईल अशी आशा व्यक्त केली आहे. या आशा आणि अपेक्षा रास्त असल्या तरीही गावपातळीपासून पंचायती राज

संस्था राजकारण्यांनी आपल्या हाताने खिळखिळ्या करून ठेवलेल्या आहेत आणि आता एकदम त्या जबाबदारीने काम करतील ही अपेक्षा रास्त नाही. सगळ्या राजकीय पक्षांनी सत्तेमधला सहभाग आणि सत्तेचे वाटप यावर मूलभूत सहमती निर्माण केल्याशिवाय या स्थानिक पातळीवरच्या संस्था अपेक्षेप्रमाणे कार्यरत होऊ शकणार नाहीत. त्यांच्या कामात पारदर्शकता आली तरच भ्रष्टाचार कमी होईल आणि स्थानिक विकासातील गुंतवणूक कारणी लागेल. मुख्य म्हणजे यातल्या कोणत्याच गोष्टी वाढीव निधीच्या तरतुदींशी निगडित नाहीत. सगळी अंमलबजावणीची प्रक्रिया कशी शुद्ध आणि परिणामकारक करता येईल याचा हा प्रश्न आहे.

याच व्यापक संदर्भात केंद्र सरकारने भारत निर्माण कार्यक्रमाची अर्थसंकल्पात घोषणा केली आहे. त्यामध्ये प्रत्येक गावाला वीज, पिण्याचे पाणी, दूरसंचार व्यवस्था आणि खेड्यांना जोडणारे बारमाही रस्ते मिळतील असा प्रस्ताव आहे. ज्या पायाभूत सुविधा द्यावयाच्या आहेत त्यामध्ये भ्रष्टाचार आणि अपव्यय आहे. विशेषत: राज्य सरकारच्या पातळीवर हे प्रमाण जास्त आहे.

परंतु त्याहीपेक्षा अधिक भ्रष्टाचार हा कल्याणकारी योजनांच्या अंमलबजावणीत आहे. त्यामुळेच शाळा, आश्रम शाळा, वसतीगृहे, प्राथमिक आरोग्य केंद्रे, अंगणवाड्या अशासारखे कल्याणकारी कार्यक्रम मोठ्या प्रमाणावर निरुपयोगी ठरत आहेत. त्यातल्या सरकारी कर्मचाऱ्यांवर प्रचंड खर्च होत आहे आणि त्याचा त्यांच्या कार्यक्षमतेशी कोणताच संबंध राहिलेला नाही.

याबरोबरच गाव आणि तालुका पातळीवर ज्या सरकारी संस्था आहेत त्याही स्थानिक राजकारणाशी जोडल्या गेलेल्या आहेत. एकापरीने सगळी सरकारी यंत्रणा अशा स्थानिक पातळ्यांवर पूर्णपणे कोलमडून पडलेली आहे. या कर्मचाऱ्यांच्या संघटना अतिशय प्रबळ आहेत आणि सगळे राजकीय पक्ष त्यांच्या प्रभावाखाली आधीन आहेत. आजपर्यंत इतकी वर्षे या कार्यक्रमांवर जो खर्च होत आहे तोच कसा अधिक परिणामकारक होईल अशा उपाययोजनांचा विचार केला तर या सगळ्या गुंतवणुकीची उत्पादकता अनेक पटींनी वाढू शकेल. या सुधारणा आणखी किती वाढीव निधी दिला जातो याच्याशी अजिबात निगडित नाहीत.

परिणामकारिता वाढविण्यासाठी स्थानिक संस्थांना अधिक अधिकार देण्याची गरज आहे. उदाहरणार्थ ग्रामपंचायतीला शिक्षकांचे पगार देण्याचा अधिकार दिला तर त्या शाळेतल्या शिक्षणाचा दर्जा सुधारू शकतो. तीच गोष्ट गावचा तलाठी आणि ग्रामसेवक आणि कृषीखात्याच्या कर्मचाऱ्यांबाबत खरी आहे. केरळ राज्याने आणि श्रीलंकेमध्ये संपूर्ण साक्षरता साधण्यात आली आणि त्यासाठी केंद्रीय निधी किती भरपूर आहे हा प्रश्न महत्त्वाचा नव्हता. महाराष्ट्र राज्याने जेव्हा रोजगार हमी योजना राबवली तेव्हाही केंद्राने निधी पुरवला नव्हता. परंतु त्यामुळे काही गोष्टी अडल्या

नाहीत. हा सगळा अनुभव लक्षात घेता वारंवार निधीची तरतूद वाढवली म्हणजे आपण योग्य पावले टाकली अशा भ्रमात सरकारने गाफील राहू नये. आघाडीसरकारमधले डावे पक्ष आपल्या पक्षहिताला धरून राजकारण करत आहेत आणि त्याचे प्रदर्शन करत आहेत. त्यांना खरोखरी या सगळ्या गरिबांच्या प्रश्नात काही भरीव साधायचे आहे असे दिसत नाही. सरकारला मात्र जबाबदारी पार पाडायची आहे आणि लोकांना तोंड द्यायचे आहे.

■

१.१५ अनुदाने म्हणजे विकास नव्हे

मागच्या दोन वर्षात विकास प्रक्रियेने जोर धरल्यावर एका क्षेत्रामध्ये ती अडखळताना दिसते. हे आहे कृषीचे क्षेत्र. पंतप्रधानांनी दहाव्या पंचवार्षिक योजनेत पहिल्या तीन वर्षात कृषीमधली वाढ कुंठित झाली होती आणि त्यामुळे देशाच्या विकासाचा सरासरी दर सात टक्क्यांच्या आतच घुटमळला असे म्हटले. परंतु हा प्रश्न अधिक बिकट आहे आणि तो केवळ आधीच्या केंद्र सरकारच्या कामगिरीशी निगडित नाही. हे पंतप्रधान जाणतातच कारण ते राजकारणी बनण्यापूर्वी मुळात अर्थशास्त्रज्ञ होते. शिवाय हा संदर्भ अवघड आहे कारण पंधरा वर्षापूर्वी तेही स्वत: यास जबाबदार होते.

मागच्या पंधरा वर्षात कृषी क्षेत्र खंगले आहे हाच एक पेचप्रसंगाचा भाग नाही. अधिक दुर्दैवाचे म्हणजे ज्यांनी मोठ्या उत्साहाने आर्थिक सुधारणा कार्यक्रम पुढे आणला त्यांच्या नजरेला ही त्रुटी आलीच नाही. मागे १९९१ मध्ये अर्थमंत्री डॉ. सिंग यांनी जेव्हा आर्थिक सुधारणांचा कार्यक्रम देशापुढे मांडला तेव्हा त्यांनी आर्थिक धोरणे आणि राजकीय व्यवस्था यामध्ये एक स्पष्ट रेघ ओढली होती. जे तज्ज्ञ आणि अभ्यासक आहेत त्यांनी आर्थिक धोरणांची जबाबदारी घ्यावी आणि उरलेले राजकारणाचे क्षेत्र राजकारण्यांसाठी सोडून द्यावे अशी ही सोयीस्कर मांडणी होती. एकदा अशी मांडणी केल्यावर साहजिकच ज्या प्रश्नांना राजकारणाचे अंग होते त्यांना धोरण बनवणाऱ्या तज्ज्ञांनी हात लावायचा नाही हे उघड होते. कामगार कायदे आणि कृषी ही अशी दोन क्षेत्रे होती ज्यात राजकारण भरपूर होते आणि म्हणून सुधारणा कार्यक्रम त्याच्या जवळपाससुद्धा फिरकला नाही. यातूनच आजची दु:स्थिती निर्माण झालेली आहे.

यापैकी जे कामगार कायदे होते त्याकडे दुर्लक्ष करणे फारसे महागात पडले नाही. जो शिक्षित मध्यमवर्ग होता त्याला सुधारणांच्यामुळे ज्या विकासाच्या संधी वाढल्या त्यातून नोकऱ्याही वाढल्या आणि त्या बदलण्याची संधीही वाढली. त्यामुळे कामगार संघटनांकडून नोकरी टिकविण्याची जी सुरक्षा मिळत होती त्याचे फारसे महत्त्व वाटेनासे झाले. शिवाय स्वेच्छा निवृत्तीचा पर्याय अनेकांनी आपल्या फायद्याचा

म्हणून निवडला आणि त्यामुळे मालक वर्गाला कामगार काढून टाकण्यापेक्षा त्यांना निवृत्तीच्या मार्गाने बदलण्याचे स्वातंत्र्य मिळाले.

हे सगळे खुल्या अर्थव्यवस्थेच्या मार्गातून सुलभपणे पार पडले. अनेकदा स्वेच्छा निवृत्तीला कामगार पुढाऱ्यांचा विरोध असतानाही अनुयायांनी आपला स्वहिताचा मार्ग ओळखला. मागच्या अनेक वर्षात एकूणच कामगार संघटनांचे प्राबल्य बऱ्यापैकी कमी झालेले आहे. खाजगी औद्योगिक क्षेत्रात अनेक नव्या नोकर भरतीच्या प्रथा सगळ्यांनीच स्वीकारलेल्या आहेत. काही प्रमाणात सरकारी कर्मचारी आणि सार्वजनिक क्षेत्रातील कामगार संघटना यांनी मात्र आपले स्थान सोडलेले नाही. नेमक्या याच कारणासाठी सध्या केंद्रामध्ये युनायटेड प्रोग्रेसिव्ह अलायन्सचे जे आघाडी सरकार आहे त्याला सगळ्या डाव्या पक्षांनी पाठिंबा दिलेला आहे. सरकारला मोक्याचा पाठिंबा दिल्याची चोख किंमत डावे पक्ष वसूल करत आहेत. त्याचसाठी त्यांचा सरकारी क्षेत्रातील निर्गुंतवणुकीला विरोध आहे कारण त्यांना आपल्या मतदार संघाचे हितसंबंध टिकवून ठेवायचे आहेत.

मग सुधारणांच्या झपाट्यातून उरले कृषीक्षेत्र. येथे अगदीच विपरित घडले. अगोदरच्या नियोजनाच्या काळात या क्षेत्राचे सरकारी मदतीवरचे परावलंबन खूपच वाढले होते. राष्ट्रीयीकृत बँकांनी कर्जे पुरविणे, तंत्रज्ञान, सिंचन अगर किमती अशा सगळ्याच क्षेत्रात सरकारचा हस्तक्षेप होता आणि कृषीला पाठिंबा देणारी अनुदानाची धोरणे होती. यातल्या प्रत्येक बाबीत जनतेला संघटित करून दबाव आणला जात होता. कर्ज हवे असलेल्या लाभधारकांचे मेळावे भरविण्यात येत होते आणि सार्वजनिक पद्धतीने राष्ट्रीयीकृत बँकांना कर्जाचे वाटप करायला लावण्यात येत होते. त्यामुळे बँकांचे व्यवहार अडचणीत आले. सरकारी संस्था आणि सरकार पुरस्कृत संस्था जे बी बियाणांचे नवीन वाण बाजारात आणत होत्या त्यातून पूर्वीच्या हरितक्रांती प्रमाणे मोठे फायदे मिळाल्याचे दिसत नव्हते. नियोजनातल्या स्थानिक राजकारणाच्या दबावामुळे सिंचनाचे प्रकल्प सुरू झाले तरी अनेक वर्षे पुरे होत नव्हते. त्यामुळे प्रत्यक्षात सिंचनाचे फायदेही शेतकऱ्याला मिळत नव्हते. तसेच सिंचनावर जी पाणीपट्टी लावण्यात येत होती ती अगदी क्षुल्लक होती. त्यातून या प्रकल्पांचे चालू खर्चही भागत नव्हते. शिवाय शेतकऱ्याला दरवर्षी ज्या किमान किमती ठरवून देण्यात येत होत्या त्यात सतत वाढ करून एक प्रकारची अनैसर्गिक बाजारपेठ निर्माण करण्यात आली. सरकार सतत तूट सहन करीत होते आणि त्यातून अन्नधान्याच्या किमती वाढतच राहतील अशी एक मार्गी सोय करण्यात आली. अनेक वर्षाच्या अन्नधान्याच्या तुटीनंतर जेव्हा अर्थव्यवस्थेमध्ये शिल्लक दिसू लागली त्यावेळी अशा पद्धतीने किमती चढ्या ठेवणे हे सगळे महागात पडत होते.

नव्वदीमध्ये सुधारणा सुरू झाल्या आणि मागच्या काही वर्षात तर कृषीचे

स्वास्थ्य आणखीनच बिघडले. ज्या राष्ट्रीयीकृत बँका होत्या त्यांना अधिकाधिक स्वायत्तता मिळू लागली आणि त्यामुळे त्यांच्यावर कृषीला कर्ज देण्याचे जे पूर्वी बंधन होते त्याची बांधिलकी राहिली नाही. खरे म्हणजे मागच्या अनेक वर्षात व्याजदर बऱ्यापैकी खाली आलेले आहेत आणि तोही सुधारणा कार्यक्रमाच्या यशाचा भाग समजला जातो. परंतु कृषी क्षेत्रात पाऊसमानाशी संबंधित जे धोके आहेत त्यामुळे त्यात कर्जाच्या परतफेडीचे प्रमाण कमी आहे आणि कर्ज बुडविण्याचे प्रसंगही अनेक आहेत. मुळातच कृषीचा प्रश्न व्यापक स्वरूपाचा असल्यामुळे त्यात प्रथमपासूनच राजकारण अधिक आहे आणि सगळ्याच राज्य सरकारांनी वेळोवेळी बुडणारी कर्जे माफ केलेली आहेत. त्यामुळे एकूणातच कृषीला दिलेले कर्ज फेडायचे असते अशी ग्रामीण भागात मानसिकता नाही आणि त्यामागे सगळ्याच पक्षांचे अनुनयाचे राजकारण भक्कमपणे उभे आहे.

सर्वसाधारण जनतेलाही सरकारने अनुदान देणे, मदत देणे आणि माफी देणे हा एक प्रकार आहे आणि बँकांनी दिलेल्या कर्जांना माफी देणे हा दुसरा प्रकार आहे यातला फरक फारसा कळत नाही. सरकार आपल्या महसुली उत्पन्नातून कोणताही निर्णय घेऊ शकते. परंतु बँका या मुळात ठेवीदारांनी विश्वासाने ठेवलेल्या ठेवींच्या आधारावरच समाजातल्या वेगवेगळ्या घटकांना कर्जे देत असते. त्यामुळे कोणतीही रास्त कारणे असोत अगर राजकारण असो बँकांची कर्जे बुडविणे म्हणजे शेवटी ठेवीदारांना बुडविणे असेच आहे.

जगातल्या कोणत्याच बँकेच्या व्यवस्थेमध्ये हे कधीही मान्य होणार नाही. सगळ्याच राज्य सरकारांनी वेळोवेळी कर्जमाफीची धोरणे अमलात आणली आहेत आणि त्यामुळे ग्रामीण भागात आपल्याला मिळालेले कर्ज परत फेडायचे असते अशी सर्वसाधारण जनतेची मानसिकता राहिलेली नाही. यामुळे अर्थातच कृषीची मोठी हानी झालेली आहे. बहुधा याचे प्रतिबिंब म्हणून मागच्या काही वर्षात शेतकऱ्यांनी कर्जाच्या बोज्याखाली आत्महत्या करण्याची संख्याही वाढलेली आहे.

जेव्हा अर्थव्यवस्था खुली झाली तेव्हा बाहेरच्या जगाशी जोडून घेण्यासाठी निर्यातीचे प्रस्थ वाढले. म्हणजे जर निर्यात करायची असली तर स्पर्धेमध्ये टिकून राहावे लागते आणि मग त्यासाठी ज्या निविष्टा वापराव्या लागतात त्यांची किंमतही बाहेरच्या बाजारपेठेप्रमाणे असावी लागते. त्यामुळे औद्योगिक उत्पादनांना स्वस्त मालाची आयात करण्याची परवानगी मिळाली आणि जे कृषी मालाचे देशांतर्गत उत्पादन होत होते त्याच्या उत्पादकांना अडचणी निर्माण झाल्या. उदाहरणार्थ देशामध्ये रेशीम उत्पादनाचा उद्योग चांगला विकसित होत होता परंतु चीनमधून स्वस्त कच्च्या रेशमाची आयात होऊ लागल्याबरोबर येथे अडचणी आल्या.

या सगळ्या उलटसुलट प्रवाहांमुळे देशाच्या पंतप्रधानांना एक गोष्ट कबूल

करावी लागली आहे. सगळी अर्थव्यवस्था जर अधिक दराने वाढायची असली तर जोपर्यंत कृषी क्षेत्र सुस्थितीत येत नाही तोपर्यंत ते शक्य होणार नाही. तसेच कृषीमधल्या अडचणी आणि संकटे यांना तोंड देण्यासाठी वेळोवेळी जे निर्णय घेण्यात आले त्यातूनही काही एकत्रित परिणाम झाला नाही. फक्त राजकारणाची थोडी सोय झाली. संसदेमधले जे खासदार आहेत त्यांचा त्यांच्या स्थानिक मतदार संघात विकास करण्यासाठी एक वेगळा निधी काढून ठेवण्यात आलेला असतो. त्यातून मुख्यत: ग्रामीण भागातल्या अडचणी सुटाव्यात अशी अपेक्षा आहे. परंतु खासदारांच्या मतदार संघांसाठी काही थोडे कोटी रुपये बाजूला काढून ठेवले म्हणून काही खरोखरी ग्रामीण अर्थव्यवस्था बदलता येणार नाही. खासदार निधीच्या वापरातून त्यामुळेच ग्रामीण परिस्थितीत काहीच फरक पडलेला नाही. किंबहुना या निधीच्या दुरुपयोगाचेच अनेक प्रसंग लोकांपुढे आलेले आहेत.

मागच्या काळात जेव्हा कधी कृषीच्या एखाद्या मालामध्ये संकट निर्माण होत असेल तेव्हा सरकारी खरेदीची आधारभूत किंमत जाहीर करण्याचा सरसकट प्रघात होता. परंतु बाजारपेठेत ज्या किमती टिकणार नाहीत त्यापेक्षा अधिक सरकारची खरेदी किंमत असली तर त्यातून नुकसानच अधिक होते असा अनुभव आलेला आहे. त्यामुळे एकतर देशांतर्गत जे कृषी मालाचे उत्पादन आहे ते अधिकच महाग होते आणि स्पर्धेमध्ये टिकत नाही. तसे एकदा झाले म्हणजे शेतकरी वर्ग अगर सरकार यापैकी कोणाकडे तरी मोठा साठा गोळा होतो आणि तो विकला जात नाही. मग त्याचेच प्रश्न अंगाशी येतात.

सत्तरच्या दशकात जेव्हा हरितक्रांतीला वाट मिळाली त्यावेळी आधारभूत किंमती या संकल्पनेचे कृषी विकासात काही महत्त्व होते. त्याचे भरपूर फायदेही झाले. परंतु आता जगाच्या बाजारात प्रवेश करताना उत्पादन खर्च कसा कमी होईल याकडे अधिक लक्ष पुरविण्याची गरज आहे. जर उत्पादनाच्या दर घटकाचा खर्च कमी झाला तर त्याचा फायदा मिळविण्याचा एक मार्ग म्हणजे उत्पादनात वाढ करणे हा असू शकतो. वेगवेगळ्या स्थानिक पातळ्यांवर जे ठरावीक अडथळे आहेत ते हटवले तर कृषीच्या विकासात भर पडेल. उदाहरणार्थ रेशीम उत्पादनात काही पायाभूत सुविधांची कमतरता आहे आणि त्यांची सोय केली तर उत्पादन आणि दर्जा या दोन्हीतही भरीव वाढ होऊ शकेल.

अर्थात हरितक्रांतीच्यावेळी उत्पादनात जी भरघोस वाढ झाली तशीच आत्ताही होऊ शकेल अशी परिस्थिती नाही. जेव्हा हरितक्रांती सुरू झाली तेव्हा सगळ्याच कृषीमालाच्या उत्पादनाची पातळी अगदी खालची होती. त्यामुळे सुरुवातीला लक्षणीय वाढ दिसू शकली. आता अशी परिस्थिती नाही. तसेच सिंचनामध्ये गुंतवणूक करून सिंचनात वाढ होईल अशी सोपी परिस्थिती नाही. शिवाय अनेक नद्यांच्या

खोऱ्यांमधले पाणी धरणातून अडवायचे म्हणजे वेगवेगळ्या राज्यांमध्ये एक सहमती निर्माण झाल्याशिवाय शक्य होणार नाही. सिंचनाचे मोल वाढल्यामुळे आता वेगवेगळ्या लाभधारकात आणि अगदी वेगवेगळ्या जिल्ह्यांमध्येही सम न्यायाने पाणी वाटप करणे हा एक वादाचा आणि संघर्षाचा विषय बनलेला आहे. देशामध्ये राष्ट्रीय पक्षांचे माहात्म्य कमी झालेले आहे आणि राज्य पातळीवर वेगवेगळ्या प्रादेशिक अस्मितांवर उभे असणारे क्षेत्रीय पक्ष प्रबळ झालेले आहेत. अशा पूर्णपणे बदललेल्या राजकीय पार्श्वभूमीवर सिंचनासारख्या नाजुक प्रश्नावर सहमती निर्माण करणे महाकठीण काम आहे.

येत्या काळात सरसकट उत्पादन खर्चावर भर देण्यापेक्षा ज्या किमती खऱ्या खर्चावर आधारित आहेत त्यांचा पाठपुरावा करणे योग्य होईल. अर्थात अशा कृषी मालाच्या उत्पादनात ग्रामीण भागात ज्या पायाभूत सोयीसुविधा पुरवाव्या लागतील आणि त्यासाठी जो मोठा भांडवली खर्च करावा लागेल त्याचे प्रतिबिंब या उत्पादन खर्चात पडण्याची गरज नाही. आणि अशा प्रकारचा भांडवली खर्च अनुदानातून करता येईल. तो खर्च विकासासाठी आहे असे मानता येईल. त्याचप्रमाणे अशा प्रकारची अनुदाने ही कोणत्याही एका कृषी मालासाठी देण्यात येणार नाहीत आणि त्यामुळे डब्ल्यूटीओच्या अटींशी ते सुसंगतही असेल.

जे सुधारणा कार्यक्रमांचा आग्रह धरतात त्यांना ग्रामीण भागात अनुदान द्यावे लागेल हे समजून घेण्यात नेहमी अडचणी असतात. परंतु कृषीमधली गुंतवणूक आणि वाढ मोक्याची आहे कारण त्यावरच देशाच्या आर्थिक वाढीचे भवितव्य अवलंबून आहे आणि दारिद्र्याच्या प्रश्नाशीही ते निगडित आहे. तसेच देशाच्या कृषी मालाला विदेशातल्या बाजारपेठेत टिकून राहायचे असले तर कृषीमध्ये काही प्रकारची अनुदाने यापुढेही द्यावी लागतील हे मान्य करावे लागेल. या पुढच्या काळात कृषीच्या विकासासाठी अनेक कल्पक धोरणे शोधावी लागतील. यापूर्वी त्यांची गरज पडली नाही. परंतु आता कृषीमधला खालावलेला विकासाचा दर असा आहे ज्याकडे देशाला दुर्लक्ष करणे परवडणार नाही.

■

१.१६ गाडी रुळावरून घसरेल काय?

जगात परदेशी गुंतवणूकदार संस्था (एफआयआय) भारतात जीडीपीतली वाढ वर्षाला दहा टक्क्यांनी होणार आहे असे उत्साहाने सगळ्यांना पटवून देत आहेत. त्यामुळे परदेश निधीची येथे गुंतवणूक सतत वाढत आहे. त्याचा एक परिणाम म्हणजे मुंबईचा शेअर बाजार कसा वागेल याचा कोणालाच अंदाज बांधता येत नाही. जेव्हा दसरा, दिवाळीसारखे वातावरण निर्माण होते, सगळ्यांचाच उत्साह भरभरून वहात असतो, शेअर बाजार निर्देशांक उसळून सतत पुढे जात असतो तेव्हा गुंतवणुकदारांनी आणि त्यातही अननुभवी सामान्य माणसाने सावध राहण्याची वेळ आलेली असते. शेअर बाजारातील या भरतीची आणि ओहोटीची मानसिकता ही एक खास बाब आहे. तिला सारासार विवेकाचे बंधन आणि सावधगिरीचे बांध नको असतात. परंतु सगळ्याच स्थानांवर जे धोरण ठरविणारे आणि निर्णय घेणारे अभ्यासक असतात त्यांना येत्या २०१० सालापर्यंत कोणत्या गोष्टी चुकू शकतील आणि ही गाडी रुळावरून कधी घसरेल काय हे प्रश्न टाळता येणार नाहीत.

धोके दोन प्रकारचे आहेत. एक अंतर्गत आणि दुसरा बाहेरचा. पहिल्यामध्ये आता सरकार जो आपल्या कर्मचाऱ्यांसाठी नवा सहावा वेतन आयोग नेमणार आहे त्याचा क्रमांक सर्वात वरचा आहे. मागच्या पाचव्या वेतन आयोगाने १९९७ मध्ये केंद्र आणि राज्यसरकारांच्या वित्त व्यवस्था उध्वस्त केल्या. त्यामुळे पायाभूत सुविधांसाठी गुंतवणूक करता आली नाही, विकास कार्यक्रम लांबणीवर पडले आणि ज्या शिक्षण आणि आरोग्य अशासारख्या सामाजिक सेवा आवश्यक होत्या त्यांची हेळसांड झाली. या ज्या दरडी कोसळल्या त्यातून मागच्या नऊ वर्षात सरकारे अजून बाहेर आली नाहीत. खरे म्हणजे पाचव्या वेतन आयोगाने पगार आणि निवृत्तिवेतन यात भरीव वाढ सुचवली होती परंतु त्याची सांगड नोकरशाहीचा आणि सरकारचा आकार कमी करण्याशी घातलेली होती. दुर्दैवाने त्यावेळचे आघाडीचे कमकुवत सरकार लोकानुनय करण्याच्या आमिषाला बळी पडले. त्यांनी कर्मचायांना भरपूर वाढ दिली आणि नोकरांच्या संख्येला अजिबात कात्री लावली नाही. आता २००६ सालातही जे काँगेसचे आघाडी सरकार आहे त्यातही डाव्या पक्षांच्या दबावाला बळी पडून मागच्या

वेतन आयोगाच्याच सगळ्या चुका परत उगाळेल असे चित्र दिसते.

वेतन आयोग हे केंद्र सरकारसाठी असते, परंतु मागे १९९८ मध्ये राज्य सरकारांनाही त्याचे राजकारण करण्याचा मोह आवरला नाही. अर्थात त्यावेळी राज्य सरकारांनी आपल्याला न विचारता केंद्र सरकारने परस्पर निर्णय घेतला आणि त्यामुळे आपल्यावर दबाव आला अशी नाराजी दाखवली होती. परंतु यातही लबाडीचे राजकारण होतेच. आताही ही राज्ये केंद्राकडे आपले म्हणणे मांडू शकतात. जो सहावा वेतन आयोग आहे त्यांनी राज्यांच्या दुर्बल अर्थव्यवस्थाही लक्षात घ्याव्या असा आग्रह धरता येईल. पण असे काही घडणार नाही, कारण राज्य सरकारेही लोकानुनय करण्यात मागे नाहीत.

दुसरा एक अंतर्गत धोका म्हणजे व्याजदर वाढण्याचा आणि चलनवाढीचा. जर वेतन आयोगाच्या शिफारशीतून सरकारांच्या वित्तव्यवस्था अडचणीत आल्या तर हे परिणाम संभवतात. भारतामध्ये १९९८ पासून २००३ सालापर्यंत मंदीचे सावट होते आणि आत्ताच मागच्या दोन तीन वर्षात येथे आर्थिक वाढीने वेग धरलेला आहे. त्यामुळे मागच्या मंदीच्या काळात वित्तीय तूट वाढली आणि कर्जाचा बोजा वाढला तरीही खाजगी क्षेत्राची कर्जाची गरज भागू शकली नाही (क्रऊडिंग आउट इफेक्ट) अशी परिस्थिती नव्हती. त्यामुळे व्याजदर वाढले नाहीत. परंतु आता गुंतवणुकीने वेग घेतलेला आहे त्यामुळे व्याजदरांवरचा दबाव वाढलेला आहे. खरे म्हणजे आत्ता सरकार वित्तीय तूट टप्प्याटप्प्याने आटोक्यात आणत आहे परंतु व्याजदर वाढण्याच्या दिशेनेच दबाव आहे.

देशांतर्गत परिस्थितीचा विचार केला तर विजेची कमतरता हा सगळ्यात बिकट प्रश्न बनलेला आहे. औद्योगिक क्षेत्र, कृषी, माहिती तंत्रज्ञान आणि इतर सेवा, आणि शहरातला नागरिक वर्ग या सगळ्यांनाच विजेची कमतरता भासत आहे. याचे सगळ्यात उद्‌बोधक उदाहरण म्हणजे महाराष्ट्र राज्य जे देशात सगळ्यात प्रगत औद्योगिक राज्य समजले जाते. केंद्रातल्या वित्त विभागाच्या इकॉनॉमिक सर्व्हेनुसार सगळ्या राज्यांच्या विद्युत मंडळांची जी अनुदानाची रक्कम आहे ती २००५-०६ सालात रु. १२,००० कोटीच्या वर आहे. आणि २००६-०७ सालात हा अनुदानाचा आकडा रु. १८,००० कोटी असेल. यातला सगळ्यात मोठा प्रश्न म्हणजे विजेच्या चोरीचा. वीज उत्पादनाच्या सुमारे २० ते ३० टक्क्यांची चोरी होते. यावर कोणतेच उत्तर सापडलेले नाही. जर एखाद्या उत्पादनात इतकी मोठी चोरी होत असेल तर तो उद्योग टिकण्याची अजिबात शक्यता नाही.

उदार धोरणांच्या विरोधात पावले टाकली तर चौथा धोका निर्माण होऊ शकतो. औषध उद्योगाच्या उत्पादनांवर किमतींची बंधने परत लादण्यात येऊ लागली आहेत. तेलाची किंमत तर प्रशासकीय पातळीवर ठरतच आहे. जे खाजगी टपाल

वाहतूक (कुरिअर) करतात त्यांनी ५०० ग्रॅम वजनाच्या आतील टपाल नेऊ नये म्हणजे सरकारच्या डाक सेवेला काम मिळेल असा निर्णय घेण्यात येत आहे. केंद्र सरकार ज्या नामांकित शिक्षण संस्थांना पुरस्कार आणि मदत देते त्यामध्ये प्रवेशासाठी मागास विद्यार्थ्यांना जवळपास निम्म्यापर्यंत वाटा राखीव ठेवावा असा निर्णय झालेला आहे. तसेच खाजगी उद्योग क्षेत्रात रोजगारासाठी जातीनिहाय राखीव वाटे ठेवावेत असा सरकारमध्ये एक प्रबळ मतप्रवाह आहे. याला खाजगी क्षेत्राचा प्रखर विरोध आहे आणि त्यातून सध्याचे सौहार्दाचे वातावरण बिघडण्याचीच शक्यता आहे.

वाढीची प्रक्रिया घसरण्याची एक पाचवी शक्यता म्हणजे सुधारणा कार्यक्रमाचे भवितव्य. केंद्र सरकारने आपल्या पातळीवर निदान यातला बराचसा भाग पार पाडलेला आहे. आघाडीच्या सरकारच्या राजकारणाचा भाग म्हणून त्यांना पाठिंबा देणाया डाव्या पक्षांनी सतत अडवणुकीचे धोरण चालू ठेवलेले आहे. त्यांनी सरकारमध्ये भाग घेतलेला नाही आणि बाहेरून पाठिंबा दिलेला आहे. त्यामुळे त्यांना सरकार चालविण्याची कोणतीच नैतिक अगर घटनात्मक जबाबदारी नाही. आणि या सरकारच्या कामगिरीबाबत त्यांचे लोकांना काहीच उत्तरदायित्व नाही. आघाडीची सरकारे कशी चालवावीत आणि कशी चालवू नयेत याबाबत भारतीय लोकशाहीमध्ये नवीन वस्तुपाठ निर्माण होत आहेत आणि त्यात डाव्या पक्षांचे योगदान भरीव आहे.

या मुद्याला धरूनच राज्य पातळीवरची सरकारांची कामगिरी अधिकच चिंतेची आहे. अनेक राज्यांमध्ये क्षेत्रीय हितसंबंधांना बांधली गेलेली राजकीय पक्षांची सरकारे आहेत आणि त्यांना सुधारणा कार्यक्रमात अजिबात रस नाही. या सगळ्या राज्य सरकारांमध्ये एक समान सूत्र म्हणजे जो नवा विजेचा कायदा आहे तो कोणालाच मनोमनी मान्य नाही आणि राज्य वीज मंडळांची पुनर्रचना करण्यामध्ये अनेक अडचणी येत आहेत. काही वेळा या राज्य सरकारांची दृष्टीही संकुचित आहे असे म्हणावे लागेल. याचे उदाहरण म्हणजे ओरिसाचे सरकार. यांना आपल्या राज्यातील वीज उत्पादन करणाऱ्या खाजगी उद्योजकांनी शेजारच्या राज्यातील ग्राहकांना वीज विकू नये असे वाटते. यात स्वत:च्या फायद्याचाही विचार नाही.

देशभरात सगळ्याच पातळीवर शासनाचा दर्जा खालावत आहे आणि शासन व्यवस्था ढासळत चाललेली आहे. याचा एक परिणाम म्हणजे कधीतरी कायदा आणि सुव्यवस्था याचे प्रश्न निर्माण होतील आणि त्यातून खाजगी उद्योग क्षेत्रालाही हानी पोहोचेल. मग अशा देशांनी आर्थिक वाढीचा दर दहा टक्के करू असा भ्रम का बाळगावा? देशामध्ये मागच्या काही वर्षात खून, दरोडेखोरी आणि भ्रष्टाचार याची अनेक उदाहरणे सार्वजनिक चर्चेमध्ये गाजत आहेत आणि त्यातून या देशात जे श्रीमंत आणि सत्ताधीश आहेत त्यांना कोणतेच कायदे लागू होत नाहीत असा संदेश जनतेला मिळत आहे. आर्थिक वाढीची गती उंचावायची असेल तर समाजामध्ये

कायद्याचे राज्य आहे आणि त्यात न्यायव्यवस्था सगळ्यात विश्वासार्ह आणि प्रतिष्ठित आहे असा सगळ्यांनाच विश्वास वाटला पाहिजे. देशामध्ये आज तरी तशी परिस्थिती नाही.

देशात कायद्याचे राज्य किती आहे? एकूणातल्या सहाशे जिल्ह्यांपैकी १५३ जिल्ह्यांमध्ये नक्षलवादाने हिंसाचार वाढवलेला आहे. अर्थात यात प्रमाणाचे भान ठेवून अतिशयोक्ती करण्याचे कारण नाही. जमशेदपूरच्या भोवताली नक्षलवाद्यांचा प्रभाव असलेले जिल्हे असले तरीही तेथे औद्योगिक उत्पादनात भरभराट होत आहे हे खरे. परंतु पलीकडच्या नेपाळ देशात जे राजकीय संतुलन बिघडले आहे त्यातून नक्षलवादासारखे अतिरेकी विचार किती प्रभावी होऊ शकतात याचा पुरावा मिळतो. त्यामुळे जेथे नक्षलवाद्यांच्या कारवाया चालू आहेत तेथे त्याचा मुकाबला करावाच लागेल.

सगळ्या जगात जे घडत आहे त्याचा भाग म्हणून भारततही इस्लामच्या धार्मिक अतिरेक्यांचा धोका वाढत आहे. यातून देशामध्ये आजपर्यंत जे सामाजिक आणि धार्मिक सामंजस्याचे वातावरण दीर्घकाळ नांदत आहे त्यात तणाव आणि संघर्ष येऊ शकतात. देशात मुसलमान धर्माच्या नागरिकांची संख्या १२ कोटी ५० लाख (१२५ मिलियन) आहे आणि जगात इंडोनेशिया नंतर येथे ही संख्या सगळ्यात मोठी आहे. आजपर्यंत देशामध्ये मुसलमानांच्या विरोधात छोटेमोठे दंगेधोपे झाले असले तरीही येथे धार्मिक सामंजस्याचे प्रमाण सगळ्यात अधिक आहे असे जगाने मान्य केलेले आहे. स्वातंत्र्यानंतर सगळ्याच सरकारांनी हा विवेक समर्थपणे दाखवलेला आहे. परंतु मागच्या काही वर्षात अल् कायदाच्या अतिरेक्यांनी दहशतवादी कारवाया हळूहळू वाढवलेल्या आहेत असे पुरावे मिळत आहेत. देशामध्ये या वाढत्या धोक्याला तोंड देऊ शकेल असे नेतृत्व असले तरीही या विषयात अखंडपणे सावधान असण्याची गरज आहे. भारत पूर्वीप्रमाणेच हे सगळे धोके सहज पचवू शकेल असे गृहीत धरणे यापुढे शहाणपणाचे होणार नाही.

देशाच्या आर्थिक वाढीला देशाबाहेरून कोणते धोके संभवतात? मागच्या तीन वर्षात अमेरिकेतल्या ग्राहकाने सतत मागणी वाढवत ठेवून उरलेल्या जगातल्या सगळ्याच देशातल्या अर्थव्यवस्थांना भरपूर बळ आणि चालना दिलेली आहे. अगदी आफ्रिकेमध्येही जीडीपीतला वाढीचा दर साडेपाच टक्क्यांपर्यंत उंचावला आहे जे पूर्वी कधी घडले नव्हते. अमेरिकेतल्या कुटुंबाचा बचतीचा दर हा त्याच्या खर्चाच्या उत्पन्नाच्या उणे १.७ टक्के आहे. ही एक मुळात सर्वसाधारण रास्त परिस्थिती समजता येणार नाही. ही एक अपवादात्मक बाब आहे.

अमेरिकेतल्या नागरिकांनी आपल्या खर्चाच्या उत्पन्नात उणे बचत दाखवावी. जगातल्या इतर गरीब देशांनी बचत करावी आणि अमेरिकेच्या डॉलरमध्ये गुंतवणूक

करावी. तसेच अमेरिकेतल्या ग्राहकाची मागणी सतत वाढती राहील अशी अपेक्षा करावी म्हणजे त्यातून चीन, भारत आणि इतर विकसनशील देश अमेरिकेला वाढीव निर्यात करत राहतील या सगळ्या अपेक्षा अर्थशास्त्रातल्या तर्काला धरून नाहीत. जेव्हा कधी सर्वसाधारण परिस्थिती निर्माण होईल त्यावेळी अमेरिकेतल्या नागरिकांनी त्यांच्या खर्चाच्या उत्पन्नापैकी अगदी फक्त दोन टक्के बचत केली तरीसुद्धा त्या ग्राहकांच्या मागणीत जी भरीव घट होईल ती त्यांच्या जीडीपीच्या ३.७ टक्के असेल. ही घटना फारच गंभीर असेल कारण त्यातून सगळ्या जगातच मंदी येईल. अर्थात हे काही लगेचच घडेल असे मानून घाबरून जायचे कारण नाही. परंतु येथून चार पाच वर्षांनी म्हणजे २०१०च्या आसपास असे काहीतरी अमेरिकेच्या अर्थव्यवस्थेमध्ये घडू शकते.

समजा असे काही आक्रीत घडले तर काय होईल? डॉलरचे मूल्य कोसळेल. त्यातून सगळ्या चलन आणि निर्यात बाजारपेठांमध्ये धक्क्यांची लाट येईल. सध्या अमेरिका त्यांच्या जीडीपीच्या पाच टक्के इतक्या प्रमाणात व्यापारातली तूट दाखवते. आशियातल्या सेंट्रल बँका यांच्या डॉलरच्या रोख्यांची खरेदी करते आणि त्यातून ही तूट भरून काढली जाते. अर्थातच ही एक असाधारण परिस्थिती आहे. जेव्हा कधी आशियातल्या सेंट्रल बँका ही डॉलरची खरेदी थांबवतील तेव्हा डॉलरचे मूल्य घसरणीला लागेल आणि त्यातून अभूतपूर्व पेचप्रसंग निर्माण होईल. आणखीन एक धोकादायक शक्यता म्हणजे या डॉलरबरोबरच चीनच्या युआॅनचे मूल्यही कोसळेल. भारताच्या दृष्टीने हे हानीकारक आहे कारण आपल्या औद्योगिक मालाच्या निर्यातीला जो स्पर्धेचा फायदा आहे तो निघून जाईल. शिवाय जेव्हा डॉलरचे मूल्य असे ढासळेल तेव्हा आपल्या माहिती तंत्रज्ञान आणि बीपीओ उद्योग करणाया कंपन्या यांचाही आज होणारा मोठा नफा विरून जाईल. या कंपन्यांना जो महसूल मिळतो तो डॉलरमध्ये असतो परंतु त्यांचा जो येथला खर्च असतो तो रुपयामध्ये होत असतो. थोडक्यात म्हणजे ही एक सगळ्यांनाच धोकादायक परिस्थिती निर्माण होईल.

जगात काही भौगोलिक क्षेत्रात तणावाची परिस्थिती आहे आणि ती कधीही हाताबाहेर जाऊ शकते. उदाहरणार्थ इराण देशाने जागतिक लोकमताच्या विरोधात जाऊन आपल्या अणुसंशोधन आणि विकास कार्यक्रमाचा पाठपुरावा करायचा आपला सार्वभौम अधिकार आहे आणि त्यात आपण इंचभर पाऊल मागे घेणार नाही अशी भूमिका घेतलेली आहे. याच्या दुसऱ्या टोकाला अमेरिकेची भूमिका आहे आणि त्यांच्या मनात इराक नंतर इराण आणि उत्तर कोरिया यांना धडा शिकवायचा आहे. जेव्हा प्रत्यक्ष संघर्षाचा प्रसंग उभा राहील तेव्हा इराणकडून होणारे खनिज तेलाचे उत्पादन आणि निर्यात थांबविण्यात येईल. असे जर झाले तर तेलाची किंमत बॅरलमागे १२० डॉलर होईल. म्हणजे सध्याच्या किंमतीच्या सुमारे दुप्पट किंमत

होईल. यातून जगभरात मंदी येईल आणि अनेक देशांच्या अधिदान शेषांमध्ये आणीबाणी निर्माण होईल.

जेव्हा अशा अकल्पित घडामोडी होतील तेव्हा विकसनशील देशांमधून भांडवल काढून घेतले जाईल आणि त्यातून एक घबराट पसरेल. मागच्या तीन वर्षात भारतासारख्या सगळ्याच विकसनशील देशामध्ये विदेशी भांडवलाची भरपूर गुंतवणूक झालेली आहे आणि त्यामुळे या देशातील शेअर बाजारात उत्साह सळसळत आहे. परंतु ही लाट कधीतरी ओसरू शकते.

मागच्या पंधरा वर्षात तंत्रज्ञानातील प्रगती खूपच वेगाची आहे. ही प्रगती अशीच चालू राहील अशी चिन्हे आहेत आणि त्यातून मग यंत्रमानवाच्या तंत्रज्ञानाचा (रोबोटिक्स) विकास होऊन सध्याच्या उत्पादन पद्धती मुळापासून बदलल्या जाऊ शकतील. उदाहरणार्थ वस्त्रमाल आणि चामड्याच्या वस्तूंची उत्पादनपद्धती यंत्रमानवाच्या आधाराने पूर्णपणे बदलली जाईल. मग सध्या जी या उत्पादनात श्रमशक्ती लागते त्याची गरजच उरणार नाही.

इस्लाम धर्माच्या कडव्या अतिरेक्यांनी सगळ्या जगात आपल्या अस्तित्त्वाची आणि शक्तीची चुणूक दाखवलेली आहे. त्यांनी हिंसेचे सूक्ष्म तंत्रज्ञानही आत्मसात केलेले आहे. या सगळ्या धार्मिक अतिरेक्यांच्या विचारसरणीचे ढोबळमानाने वर्णन अल् कायदा या नावाने केले जाते. अल् कायदा ही काही एकसंघ संघटना नाही. तिच्या नावाने अनेक अतिरेकी गट आपापल्या पातळीवर हिंसक कारवाया करत असतात. याचे चांगले उदाहरण म्हणजे इराकचे आहे. येथे मुळात सद्दाम हुसेनच्या राजवटीत अल् कायदाच्या धार्मिक अतिरेक्यांना अजिबात वाव नव्हता. परंतु मागच्या तीन वर्षात सद्दामची हुकूमशाही राजवट संपल्यावर तेथे एक यादवी युद्ध सर्वदूर पसरलेले आहे. त्यातूनच अल् कायदाच्या अतिरेक्यांनी तेथे प्रवेश मिळवून आपले बस्तान बसवलेले आहे. त्यांचा प्रभाव मोठा आहे आणि त्यामुळे इराकमध्ये लोकनियुक्त सरकारही निरर्थक बनले आहे. तसेच तो एक देश म्हणून टिकू शकेल का असाही आज प्रश्न आहे. इराणप्रमाणेच इराकही एक प्रमुख तेल उत्पादक देश आहे. आता तेथे दहशतवाद पसरल्यावर या तेल पुरवठ्यावर काय परिणाम होऊ शकतो हे उघड आहे.

वर उल्लेख केलेले देशाबाहेरचे धोके हे काही कोणत्या अतिशयोक्तीवर आधारलेले नाहीत. येत्या काळात काय घडू शकते या विषयीच्या त्या फक्त शक्यता आहेत. सगळ्याच देशांना या अशा प्रकारच्या शक्यतांना सामोरे जावे लागणार आहे. त्यामुळे या अडचणी काही फक्त भारताला भेडसावणार आहेत असे नाही. भारताची अर्थव्यवस्था ही आपल्यापुरती सामर्थ्य मिळवून उभी आहे आणि ती कोणाहीपेक्षा अधिक संकटांना समर्थपणे तोंड देऊ शकते. जगातल्या उलटसुलट घडामोडींमुळे

येथली अर्थव्यवस्था उध्वस्त होईल अशी अजिबात परिस्थिती नाही. या अर्थाने भारत हा काही एखादा कोरिया अगर तैवान अगर मलेशिया असा देश नाही.

देशांतर्गत जी बाजारपेठ आहे त्याचीच व्याप्ती आणि खोली मोठी आहे. जर कृषी विकासाचे क्षेत्र अधिक वाढीच्या दराने विकसित होऊ शकले तर जी सुमारे पस्तीस कोटी गरीब कुटुंबांची संख्या आहे त्यांच्या रोजगारात आणि उत्पन्नात भरपूर वाढ होऊ शकेल आणि त्यातूनच अर्थव्यवस्थेला मोठी चालना आणि चैतन्य मिळू शकेल. त्यामुळे येत्या काळात भारताला देशांतर्गत आणि देशाबाहेरून कोणत्या अडचणींना आणि धोक्यांना तोंड द्यावे लागेल याची चर्चा करताना अनेक मोठी परिमाणे लक्षात ठेवावी लागतील. हे भान सुटले तर अर्थव्यवस्थेची गाडी सहज रुळावरून घसरेल असा चुकीचा निष्कर्ष निघेल.

■

१.१७ अर्थव्यवस्था आणि धोरणातील बदल

केंद्र सरकार आणि सगळी राज्य सरकारे यांची एकत्रित वित्तीय तूट नव्या शिखराला पोहोचली आहे त्यामुळे देशाची एकूण अर्थव्यवस्था धोक्यात येणार का असा प्रश्न परत उसळून आला आहे. विशेष म्हणजे त्याची चर्चा होत नाही आणि सगळ्यांच्याच मनात काळजीने ठाण मांडलेले आहे. लॅटिन अमेरिकेतल्या आपल्यापेक्षा अधिक शक्तिमान असलेल्या ब्राझील आणि अर्जेंटिना अशा देशांची उदाहरणे समोर आहेतच. सर्वसाधारण लोकमत या प्रश्नाविषयी बरेचसे अनभिज्ञ आहे कारण एकापरीने हा विषय तांत्रिक आणि गहन आहे. यात खूप आकडेवारी बघावी लागते आणि त्याचे सगळ्यांनाच वावडे आहे. पण आश्चर्य म्हणजे लोकसभेमध्ये या विषयाची जी सर्व अंगांनी तपासणी करावी लागते तसे आपल्याकडे अजिबात घडत नाही. तसेच वृत्तपत्रे आणि प्रसार माध्यमे यांनी या विषयात जो अभ्यास आणि चिकाटी दाखवावी लागते त्याचाही येथे अभावच आहे. त्यामुळे सर्वात बिकट विषयावर सर्वात अधिक शांतता नांदत आहे.

नुकताच एक मॅक्रोइकॉनॉमिकस आणि मोनेटरी पॉलिसी : इशूज फॉर ए रिफॉर्मिंग इकॉनॉमी असा ग्रंथ प्रसिद्ध झाला आणि तो अहलुवालिया, रेड्डी आणि तारापोर यांनी संपादित केला आहे. या ग्रंथावर हा लेख आधारित आहे.

अहलुवालिया यांनी आपल्या लेखात एक मांडणी केली आहे. त्यांच्या मते देशाच्या अर्थव्यवस्थेत पुरेशा वित्तीय सुधारणा झाल्या नाहीत आणि बँकिंग क्षेत्राची पुनर्रचनाही पूर्ण झाली नाही. ही टीका मान्य करूनही याबरोबर काही सकारात्मक नोंदी कराव्या लागतील. एक म्हणजे देशाकडे परदेशी चलनाचा मोठा साठा आहे आणि त्यात सारखी भर पडत आहे. किंबहुना हे कितपत चालू द्यायचे असा नवा प्रश्न बनला आहे. देशाच्या विदेशी विनिमयाचा दर ठरू देण्यात बरीचशी लवचिकता आलेली आहे आणि भांडवलाच्या उलाढालीवर रिझर्व बँक दक्ष असल्यामुळे परदेशात निर्माण होणाऱ्या संकटांमुळे आपण अडचणींपासून मुक्त राहिलो आहोत. त्याचबरोबर अजूनही सार्वजनिक क्षेत्रातील बँकांची मालकी आणि नियंत्रण सरकारकडे आहे आणि त्याचबरोबर सरकारने अनेक प्रकारच्या हमी दिल्यामुळे कधीतरी बँकिंग क्षेत्रात

पेचप्रसंग निर्माण होऊ शकतो. म्हणजे अर्थव्यवस्थेमध्ये स्थैर्य आहे आणि सुरक्षा आहे परंतु त्याबरोबर काही किंमत चुकती करावी लागत आहे. बँकांची कार्यक्षमता कमी आहे आणि वित्तीय तूट हाताबाहेर गेल्यामुळे खाजगी गुंतवणुकीला कमी जागा उरली आहे.

सारासार विचार केला तर स्वातंत्र्यानंतरच्या नियोजनाच्या दीर्घकाळात राज्यकर्त्यांनी एकूण अर्थव्यवस्थेमध्ये व्यापक धोरणे बऱ्याच प्रमाणात समाधानकारकपणे राबवली. या क्षेत्रात चलनवाढ, बेरोजगारी, विदेश विनिमयाचे दर, व्यापारचक्रे आणि वित्त आणि मुद्रा धोरणे यांचा समावेश करावा लागेल. या तुलनेने जे क्षेत्रनिहाय विषय होते त्यामध्ये मात्र धोरणांच्या आखणीत आणि अंमलबजावणीत बऱ्याच कमतरता राहून गेल्या. यामध्ये औद्योगिक, कृषी, व्यापार, कामगार आणि कर विषयक धोरणांचा उल्लेख करता येईल. तुलनेने अधिदान शेषामध्ये (बॅलन्स ऑफ पेमेंटस्) थोड्या वेळेलाच पेचप्रसंग निर्माण झाले. ती वर्षे होती १९५६-५७, १९६६ आणि १९९१ मध्ये हे प्रसंग आले परंतु त्यावर मात करता आली. एकूण विचार करता भारताने अर्थव्यवस्थेच्या व्यापक परिमाणात खूपच स्थैर्य दाखवलेले आहे. या स्थैर्याच्या आधारावरच स्वातंत्र्यानंतरच्या पहिल्या तीन दशकात एक निश्चित वाढीची प्रकिया मार्गी लागली. ही वाढीची पातळी तुलनेने खालची होती आणि या तीन दशकात काही क्षेत्रात धोरणेही चुकलेली होती. परंतु तरीही वाढीची दिशा स्थिर राहिली हे महत्त्वाचे.

आश्चर्य म्हणजे देशातल्या तपशीलवार क्षेत्रांचा अभ्यास बराच झाला परंतु एकूण अर्थव्यवस्थेचा अभ्यास कमीच झाला. त्यामुळे वर उल्लेखिलेल्या ग्रंथाचे महत्त्व खास आहे. या ग्रंथात आर्थिक वाढ, चलनवाढ आणि व्यापारचक्रे, मुद्रा, बँकिंग आणि वित्त संस्था तसेच पायाभूत सुविधांसाठी वित्त पुरवठा अशा अनेक किचकट क्षेत्रांचा अभ्यास करण्यात आलेला आहे आणि हे अभ्यास करण्यासाठी अनेक मान्यवर अभ्यासकांचे साहाय्य घेण्यात आलेले आहे.

जगातल्या सर्वच देशातल्या सेंट्रल बँकांच्या प्रमुखांना एका प्रश्नाला तोंड द्यावे लागते. तो प्रश्न आहे मुद्रा धोरणे आखण्यासाठी कोणती उद्दिष्टे असली पाहिजेत ? तसेच त्यासाठी कोणती साधने वापरावीत? याचाही विचार बँक ऑफ इंटरनॅशनल सेटलमेंट या बँकेच्या ॲन्ड्रु कॉकेट यांनी भारतीय प्रश्नांचा या संदर्भात चांगला शोध घेतला आहे.

कोणत्याही मुद्रा धोरणाच्या मांडणीत मुख्य निकष असतो तो म्हणजे चलनवाढीचा योग्य दर कोणता असावा? अधिक सोप्या शब्दात म्हणजे चलनवाढ वीस टक्क्यांची, की दहा टक्क्यांची, की पाच टक्क्यांची असली तर ती योग्य समजायची. का शून्य टक्के दरवाढ असली तर ती अधिक चांगली? अभ्यासकांचे सध्याचे जे प्रचलित मत आहे

त्यानुसार औद्योगिक आणि प्रगत देशासाठी हा चलनवाढीचा दर एक ते तीन टक्क्यांच्या दरम्यान असला तर ते समर्थनीय आहे. अगदीच शून्य चलनवाढ असण्यापेक्षा हा माफक दर का पत्करायचा याची तीन कारणे सांगण्यात येतात. पहिले कारण काहीसे तांत्रिक आहे. त्यानुसार जेव्हा चलनवाढीचे मोजमाप होते त्यावेळी ते व्यवहारात असणाऱ्या चलनवाढीपेक्षा अधिक असते. म्हणजे जेव्हा दोन टक्के चलनवाढीचा दर मोजला जातो त्यावेळी प्रत्यक्षात फक्त एकच टक्क्याची चलनवाढ अनुभवास येते. म्हणजे जे मोजमाप होते त्याची पातळी व्यवहारापेक्षा वरची असते. दुसरे कारण म्हणजे किमती आणि वेतन यात घट करणे साधारणपणे अवघड असते. त्यामुळे जर शून्य टक्क्याची भाववाढ असली तर किमतींमधली जुळवाजुळव होणे अवघड जाते. तिसरे कारण म्हणजे नाममात्र व्याजदर साधारणपणे सकारात्मक असतात. त्यामुळे नकारात्मक व्याजदर असले तर काही वेळा मंदीच्या काळात अर्थव्यवस्थेला उत्तेजित करणे शक्य होते आणि थोडीफार चलनवाढ असल्याशिवाय हा परिणाम साधता येत नाही.

पुढचा प्रश्न हा आहे की भारतासारख्या विकसनशील देशांसाठी चलनवाढीचा कोणता दर योग्य मानावा ? कोकेट यांचे मत हा दर सहा ते सात टक्क्यांच्या दरम्यान असावा असे आहे. रिझर्व बँकेचे मागचे प्रमुख रंगराजन यांनीही याचा पुरस्कार केलेला आहे. या वरच्या दराच्या चलनवाढीचे समर्थन दोन कारणांसाठी आहे. चलनवाढ आठ टक्क्यांच्या आत झाली तर त्याचे फारसे नकारात्मक परिणाम झाल्याचा अजून अनुभव नाही. दुसरे कारण थोडे गुंतागुंतीचे आहे. विकसनशील देश जेथे विकास वेगाने होत आहे अशा अर्थव्यवस्थांमध्ये उत्पादकतेमधली वाढ बरीच मोठी असते. विशेष म्हणजे सेवा क्षेत्रापेक्षा ज्या मालाचा व्यापार होतो त्यामध्ये ही वाढ अधिक असते. त्यामुळे अशा मालाच्या उलाढालीत ग्राहक किमतींचा निर्देशांक हा त्या क्षेत्रातल्या स्थैर्याशी सुसंगत असतो आणि देशाबाहेर बाजारात पुरेसा स्पर्धात्मकही असतो. ही मांडणी जर मान्य करता आली तर सध्या भारतात जो चलनवाढीचा दर आहे तो बराच कमी आहे असा निष्कर्ष काढावा लागेल. तसेच अशा परिस्थितीत मुद्राधोरण अधिक उदार ठेवण्याचेही समर्थन करता येईल.

अर्थव्यवस्थेचा व्यापक अभ्यास करणाऱ्यांना अशा व्यवस्थेची मुख्य परिमाणे कोणती याचाही शोध घ्यावा लागतो. नोबेल पारितोषिक विजेते लॉरेन्स क्लाईन आणि टी पॅलनवेल यांनी यावर एक संयुक्त शोध निबंध लिहिला आहे. यांनी या अभ्यासात भारताची अर्थव्यवस्था आणि त्यातील प्रमुख परिमाणे याचा एक संख्याशास्त्रीय आकृतीबंध मांडला आहे. त्यात खरा जीडीपी, ठोक किमतींचा निर्देशांक, ठोस गुंतवणूक, निर्यात, आयात आणि १९९५-९६ ते २००४-०५ या काळातली करंट अकाऊंटमधली शिल्लक अशी मुख्य परिमाणे लक्षात घेण्यात आलेली आहेत.

या संशोधनानुसार १९९५-९६ ते १९९८-९९ या काळात किती जीडीपी असेल याचा अंदाज वस्तुस्थितीशी बराचसा जुळणारा आहे. परंतु १९९९ - २००५ या काळासाठी हा अंदाज सात टक्क्यांनी वरच्या पातळीवर आहे. अर्थात जर अर्थव्यवस्था पुढच्या दोन वर्षात जर वर्षाला आठ टक्क्यांनी वाढू शकली तर ही सात टक्क्यांची वरची पातळी असणार नाही.

अहलुवालिया, रेड्डी आणि तारापोर यांनी संपादित केलेल्या ग्रंथात नियोजनाच्या काळात वित्त संस्था आणि वित्तीय धोरणे यांचा विकास कसा झाला याचा चांगला शोध घेतलेला आहे. विशेषत: रेड्डी यांनी भारतातल्या वित्त संस्थांचा विकास मोठा अभ्यास करून मांडला आहे त्यामध्ये मागच्या शतकातील सुरुवातीच्या दशकातील वित्त संस्थांच्या अडचणी आणि त्यानंतर नजिकच्या दशकातल्या उदारीकरणाचा काळ याचा एकत्रित आढावा वाचण्यासारखा आहे. शंकर आचार्य यांनी आशियातील देशांमध्ये जो वित्तीय पेचप्रसंग निर्माण झाला त्यावेळी भारतात विनिमय दर आणि मुद्रा धोरणे कशी आखण्यात आली याचा आढावा घेतला आहे. प्रसाद आणि राकेश मोहन यांनी रोखे बाजार आणि पायाभूत सवलतींसाठी वित्त पुरवठा हा अवघड विषय मांडला आहे.

या अभ्यासपूर्ण ग्रंथामध्ये एक त्रुटी आहे त्याची नोंद करावी लागेल. येत्या काळात देशामधला वित्त बाजार आणि परदेशी विनिमय बाजारातील बंधने हटवल्यावर काय गोष्टी घडतील याची मांडणी दिलेली नाही. विशेषत: वित्तीय मत्तांची बाजारपेठ देशामध्ये अजून पूर्णपणे विकसित झालेली नाही आणि त्यामध्येही सार्वजनिक क्षेत्रातल्या संस्थांचे वर्चस्व आहे. तसेच आजही परदेशी भांडवलाच्या विषयात पूर्ण परिवर्तन (फुल कन्व्हर्टीबिलिटी) कधी होईल हे सांगता येत नाही. त्यामुळे या ग्रंथात यापुढच्या येत्या काळात भारत कोणत्या दिशेने विकास करेल यावर काही भाष्य मिळत नाही.

■

१.१८ राजकारण आणि अर्थकारण

आपल्या देशात निवडणुका हा एक मोठा मोक्याचा क्षण असतो. तसेच सर्वसामान्य जनतेसाठी मोठा सोहळा असतो. नेहमीच्या कंटाळलेल्या दिनचर्येमध्ये अशा प्रसंगी करमणूकही खूप असते. मागच्या सुमारे साठ वर्षात अनेक निवडणुका झाल्या आणि त्यातून याचे एक तंत्र आणि व्यवस्थापन विकसित झाले आहे. जगामध्ये बहुधा आपला एकच देश असा असावा जेथे लोकशाही व्यवस्था राबविण्यासाठी निवडणुकीचे तंत्र इतक्या पूर्णत्वाला पोहोचले आहे. अर्थातच या निवडणुकांविषयी चांगले आणि वाईट असे बोलण्यासारखे बरेच काही आहे. परंतु ही टीका मुळात येथल्या लोकशाही व्यवस्था आणि राजकीय चारित्र्य यांच्याशी निगडित आहे. आपल्याकडे फक्त निवडणूक व्यवस्थाच भ्रष्ट झाली आहे असे म्हणणे न्यायाला धरून होणार नाही. याचे एक कारण म्हणजे मागच्या अनेक वर्षात देशातल्या निवडणूक आयोगाने आपली स्वायत्तता सिद्ध केली आहे आणि निवडणूक पद्धतीमध्ये सुधारणा करण्याचे भगीरथ प्रयत्न केलेले आहेत. समाजातल्या अभ्यासकांनी आणि टीकाकारांनीही निवडणूक आयोगाच्या या स्वतंत्र प्रतिभेचे आणि कर्तृत्वाचे कौतुक केलेले आहे.

या निवडणुकांच्या निमित्ताने एक प्रश्न सगळ्यांच्या मनात असतो. तो म्हणजे जो पक्ष सत्तेवर असतो त्याला आपण राबवलेल्या आर्थिक कार्यक्रमांचा फायदा मिळतो का? सन २००७ च्या सुरुवातीपासून काही राज्यांमध्ये निवडणुकांचा हंगाम सुरू झाला आहे. प्रथम पंजाब आणि उत्तराखंड येथे निवडणुका झाल्या आणि नंतर एप्रिल-मे २००७मध्ये उत्तर प्रदेशात त्या पार पडल्या. उत्तर प्रदेशचे सगळ्यात अधिक महत्त्व आहे कारण ते सगळ्यात मोठे राज्य आहे. त्यामुळे तेथे राजकारणात जे घडते त्याचे देशाच्या राजकारणावर प्रतिसाद उमटतात. अशा राज्यात होणाऱ्या निवडणुकीच्या प्रसंगी सगळ्यांनाच एक उत्सुकता असते. ती म्हणजे देशातल्या वेगवेगळ्या भागात राजकारण आणि अर्थकारण यांचा परस्पर संबंध काय आहे? केंद्र सरकारमध्ये काँग्रेसच्या नेतृत्वाखाली युनायटेड प्रोग्रेसिव्ह अलायन्स (यूपीए)ची एक आघाडी काम करत आहे. त्यात डावे पक्ष आणि इतर काही स्थानिक पक्ष सामील झालेले आहेत. या यूपीए सरकारने अनेक लोकहिताची विकास कामे सुरू केलेली

आहेत. मग त्यांचा अशा निवडणुकीला सामोरे जाणाऱ्या राज्यांमध्ये काही फायदा होतो का? या काँग्रेसप्रणित आघाडीच्या सोनिया गांधी या अध्यक्ष आहेत आणि त्यांनी नेमलेले डॉ. मनमोहन सिंग हे कारभारी आहेत. त्यांना नेहमी आम आदमीची म्हणजे साध्यासुध्या माणसाची तळमळ लागलेली असते असे सांगण्यात येते. मग हा आम आदमी या नेत्यांना प्रतिसाद कसा देतो?

यूपीए सरकारने राष्ट्रीय ग्रामीण रोजगार हमी योजना (एनआरईजीपी) सुरू केली आहे. अर्थात पंजाब आणि उत्तराखंड यांना या योजनेची फारशी गरज नाही परंतु उत्तर प्रदेशात मात्र या योजनेला जरूर वाव आहे. सगळ्याच पक्षांनी वेळोवेळी आपण सत्तेवर असताना या योजनेला पाठिंबा दिलेला आहे परंतु ते निवडणुकीत मात्र हरले आहेत. ही एनआरईजीपी योजना मुळात एम्प्लॉयमेंट ॲश्युरन्स स्कीमचे भावंड आहे. याची सुरुवात काँग्रेसचे पंतप्रधान नरसिंहराव यांनी १९९४ मध्ये केली होती आणि त्या अंतर्गत मागासलेल्या जिल्ह्यांमध्ये शेतमजूराला वर्षातून किमान १०० दिवसांच्या रोजगाराचा भरवसा देण्याची सरकारने जबाबदारी घेतली होती. यातून ग्रामीण रोजगारात भर पडली.

सन १९९०-९१ मध्ये ८७ कोटी ५० लाख (८७५ मिलियन) मनुष्य दिवसांचा ग्रामीण रोजगार मिळाला होता आणि १९९५-९६ मध्ये ११३.२ कोटी (१,१३२ मिलियन) मनुष्य दिवसांचा रोजगार मिळाला. परंतु १९९६ मधल्या सार्वत्रिक निवडणुकांमध्ये नरसिंह राव यांच्या काँग्रेस पक्षाला निवडणुकीत यश मात्र मिळाले नाही. श्री. पिनाकी चक्रवर्ती यांनी इकॉनॉमिक ॲन्ड पोलिटिकल विकेलीच्या १७ फेब्रुवारी २००७च्या अंकात एक लेख लिहिला आहे. त्यानुसार ग्रामीण रोजगारावर सरकारने २००६-०७ मध्ये जो खर्च केला आहे त्याचे जीडीपीशी गुणोत्तर जेमतेम ०.३३ टक्के आहे. त्या अगोदरच्या वर्षातही हेच प्रमाण होते. विशेष म्हणजे त्या अगोदरच्या भारतीय जनता पार्टीच्या नेतृत्वाखाली एनडीए आघाडीचे सरकार होते आणि त्या सरकारने २००२-०३ या वर्षामध्ये ग्रामीण रोजगारावर जो खर्च केला होता तोही जीडीपीच्या फक्त ०.४ टक्के इतकाच होता. याचा एक अर्थ म्हणजे केंद्रामध्ये एका आघाडीचे सरकार जाऊन दुसरी आघाडी आली आणि त्यांनी कितीही मोठ्या वल्गना केल्या तरी प्रत्यक्ष खर्चाचे जीडीपी बरोबरचे प्रमाण पाहिले म्हणजे खरोखरी ही तळमळ प्रत्यक्ष खर्चात किती उतरली आहे याचा पुरावा मिळतो. नाहीतर वित्तमंत्री फक्त अंदाजपत्रकातल्या भाषणात काही वेळा सोयीने चढे आकडे दाखवतात आणि काही वेळा टक्केवारी दाखवतात. वाचकाला मात्र कोणतेही सरकार प्रत्यक्षात वेगळे काय करत आहे याचा अंदाजच लावता येत नाही. सध्याच्या काँग्रेस आघाडीच्या सरकारने आम आदमीचा सारखा जप चालू ठेवला असला तरीही ग्रामीण रोजगारात सरकारने काही फार मोठी भर घातली आहे असे आकड्यावरून तरी

दिसत नाही.

देशातल्या अनेक राज्यांमध्ये शासन व्यवस्था ढासळली आहे आणि व्यवस्थापनाचा दर्जा रसातळाला गेला आहे. मग अशा परिस्थितीमध्ये जेव्हा सुस्थिती येते त्याचे श्रेय लोकं आपल्याकडे घेतात आणि जेव्हा अडचणी आणि संकटे येतात तेव्हा लोकं सरकारला दोष देतात. लोकशाहीमध्ये ही स्वाभाविक बाब समजली जाते. जगात इतर काही देशात लोकशाही व्यवस्था प्रगल्भ आहे आणि तेथेही मतदाराला बदल हवा असतो आणि तो जे सरकार सत्तेवर असते त्यांना ती सोडावी लागते. आपल्याकडेही जवळपास ऐंशी टक्के प्रसंगी सत्तेवर असलेल्या पक्षाचा निवडणुकीत पराभव होतो. नुकत्याच झालेल्या पंजाब आणि उत्तराखंड या राज्यांच्या निवडणुकीत राज्यकर्त्या काँग्रेस पक्षाने निवडणुकीत पराभव पत्करला. त्याचप्रमाणे साहजिकच निवडणुकांचा प्रसंग आला तर मतदार ही संधी सोडत नाही.

यावेळच्या निवडणुकीमध्ये निवडणूक आयोगाने अनेक पद्धतीने सरकारी यंत्रणेवर नियंत्रणे घातली होती आणि त्यामुळे मतदाराला फार मोठी सुरक्षितता मिळाली आणि संधीही मिळाली. मागे वर्षापूर्वी बिहार आणि पश्चिम बंगाल या दोन राज्यांमध्ये निवडणुका झाल्या तेव्हाही निवडणूक आयोगाने निवडणुकीची सगळी प्रक्रिया पूर्णपणे आपल्या शिस्तीमध्ये आणली आणि त्याचे परिणामही मतदानामध्ये दिसले. निवडणूक आयोगाने या राज्यांमधल्या निवडणूक व्यवस्थेमध्ये ज्या प्रकारची शिस्त आणि प्रामाणिकता आणली आहे त्याचे समाजातल्या सगळ्या वर्गांनी उत्साहाने स्वागत केलेले आहे. फक्त ज्या पक्षांनी आपली सत्ता अशा प्रामाणिक निवडणुकांमधून गमावली त्यांनी मात्र निवडणूक आयोगावर टीकेची झोड उठवलेली आहे. मागच्या काही काळात आयोगाने या निवडणुकांमध्ये काही नवीन पावले टाकलेली आहेत. एक म्हणजे मतदार यादी मधून बोगस मतदारांची नावे काढण्यात आलेली आहेत. तसेच जे मतदार दीर्घकाळ रोजगार मिळवण्यासाठी लांब गेले आहेत अशा गैरहजर मतदारांची नावेही कमी करण्यात आली आहेत. शिवाय निवडणूक जाहीर झाल्यापासून सरकारने ज्या नागरिकांना शस्त्रास्त्रे ठेवण्याचे परवाने दिले होते त्यांना आपली शस्त्रे सरकारकडे परत करण्याचे बंधन घालण्यात आले होते. त्यामुळे निवडणुकीच्या दिवशी मतदारांना धाकात ठेवण्याचे आणि काही प्रसंगी मतदारांना मत देण्यापासून रोखण्याच्या प्रसंगांचे प्रमाणही कमी झाले.

थोडक्यात म्हणजे मागच्या दीर्घ काळात निवडणूक प्रक्रिया अनेक पद्धतींनी भ्रष्ट झाली होती आणि सगळ्या राजकीय पक्षांनी त्याचा भरपूर फायदा मिळवला होता. त्यामुळे राजकीय पक्षांमध्ये गुन्हेगारांना उजळ माथ्याने वावरता येत होते आणि त्यांना पक्षात आणि सत्तेवर आल्यावर त्याचे बक्षीसही हक्काने मिळत होते. विशेष म्हणजे एका नैतिक पातळीवर सगळे राजकीय पक्ष गुन्हेगारांनी राजकारण व्यापले

आहे याची चिंता दाखवत होते परंतु राजकारणातील स्पर्धेचा दाखला देऊन हे पक्ष आपण गुन्हेगारांना उमेदवारी का देतो आणि सत्तेमध्ये मंत्रीपदे का देतो याचे समर्थन देत होते. खरे म्हणजे कोणत्याच राजकीय पक्षांना निवडणुकीमध्ये सुधारणा झालेल्या नको होत्या. आणि त्यांना या भ्रष्ट व्यवस्थेतून मिळणारे फायदे चांगले कळत होते. परंतु आता मागच्या काही वर्षात निवडणूक आयोगाने यावर शिस्तीचा बडगा उचलला आहे आणि साहजिकच जो सत्ताधारी पक्ष निवडणूक हरतो तो नेहमी निवडणूक आयोगाला मुख्य दोष देतो. मागच्या बिहारमधल्या निवडणूकांपासून हे घडू लागले आहे. पश्चिम बंगालमध्ये डाव्या पक्षांनीच आपली सत्तेमधली दीर्घ काळाची मक्तेदारी चालू ठेवण्यात यश मिळवले परंतु तरीही त्यांनी निवडणूक आयोगावर रागच दाखवला. याचा अर्थ या पुढच्या काळात निवडणूक आयोग एका बाजूला आणि राजकीय पक्ष दुसऱ्या बाजूला असे संघर्षाचे चित्र परत परत दिसणार आहे. याच पद्धतीने देशातली सर्वोच्च न्यायालय ही संस्था सरकार, लोकप्रतिनिधी आणि संसद यांच्याबरोबर संघर्ष करत आहे आणि संसदेच्या अधिकारात हस्तक्षेप करत आहे. अशा प्रकारचे वाद सगळ्या राजकीय पक्षांनी सुरू केलेले आहेत. प्रथम निवडणूक आयोग आणि नंतर सर्वोच्च न्यायालय अशा देशाच्या लोकशाहीला स्थैर्य आणि प्रतिष्ठा देणाऱ्या संस्थांच्या विरोधात राजकीय पक्ष विनासंकोच टीकेची झोड उठवत आहेत याचा नीट अर्थ समजून घेतला पाहिजे. या संघर्षाचे एक कारण म्हणजे राजकीय पक्ष आणि लोकप्रतिनिधी यांनी वैयक्तिक फायद्याचे अर्थकारण डोळ्यापुढे ठेवून त्यावर राजकारणाचे इमले बांधण्याचे सुरू केलेले आहे. कोणत्याही सुसंस्कृत समाजात जनता हे मान्य करेल अशी शक्यता नाही.

सर्वसाधारण सामान्य जनतेला अर्थकारण म्हणजे प्रथम बाजारातल्या गरजेच्या वस्तूंच्या किमती असे वाटते. त्यामुळे राज्यकर्त्यांना चलनवाढीवर दक्ष राहावे लागते. पंजाब आणि उत्तराखंडात निवडणुकीपूर्वी काँग्रेस पक्षाचीच सत्ता होती परंतु उत्तर प्रदेश मात्र समाजवादी पक्षाच्या ताब्यात होता. राज्याच्या पातळीवर सर्वसाधारण जनतेला केंद्र सरकारची ओळख नसते. परंतु राज्यातले शासन मात्र त्याच्या डोळ्यापुढे असते. निवडणुकीत त्यांनी त्याची शिक्षा दिली. याचा अर्थ आर्थिक वाढ आणि चलनवाढ अशा प्रत्यक्ष अर्थकारणापेक्षाही सर्वसाधारण जनतेला आपल्या राज्यात म्हणजे आपल्या शहरात आणि गावात किमान न्याय आणि व्यवस्था यांची अपेक्षा असते. त्याचे जीवन असुरक्षित झाले तर तो त्याचा राग सत्ताधीशांवर काढतोच.

सामान्य जनतेलाही जीडीपी म्हणजे राष्ट्रीय उत्पन्नात वेगाने वाढ व्हावी असेच वाटत असते. त्याच्या दृष्टीने जीडीपी म्हणजे त्याच्या हातात अधिक उत्पन्न आणि त्याला अधिक रोजगाराच्या संधी. मागे नव्वदीच्या पहिल्या मध्यात काँग्रेसचे नरसिंह राव यांच्या नेतृत्वाखाली सरकार सत्तेवर होते. त्यांच्या कार्यकाळाच्या अखेरच्या दोन

वर्षात आर्थिक वाढीचा दर ७.२ टक्के आणि ७.५ टक्के इतका होता. त्यापूर्वीच्या दीर्घकाळात जी सरासरी आर्थिक वाढ होती तिच्या तुलनेने ही विकासाची पातळी खूपच वरची होती. परंतु नेमक्या या दोन वर्षात ग्राहकोपयोगी वस्तूंच्या किमतींचा निर्देशांक एकूणात २२ टक्क्यांनी वाढला होता. मग मतदार रागावले आणि १९९६ मध्ये काँग्रेसने सत्ता घालवली. नंतर भाजपाचे नेतृत्व असलेली एनडीएची आघाडी केंद्रात सहा वर्षे राज्य करत होती आणि त्यांच्या अखेरच्या वर्षात २००३-०४ मध्ये जीडीपीतली वाढ ८.७ टक्क्यांच्या पातळीवर पोहोचली. या सरकारने निवडणुकीला सामोरे जाताना लोकांपुढे भारताची भरभराट (इंडिया शायनिंग) होत आहे अशी शेखी मिरवली होती. परंतु लोकांना ते पटले नाही आणि या आघाडीने सत्ता मात्र घालवली. याचे कारण काय? अनेक कारणांपैकी एक म्हणजे घाऊक किमतींचा निर्देशांक २००२-०३ मध्ये ३.४ टक्के होता आणि तो २००३-०४ मध्ये ५.५ टक्के झाला आणि २००४-०५ मध्ये तो ६.५ टक्के झाला. आताही परत याच घटनाक्रमाची उजळणी होत आहे. मागच्या २००५-०६ आणि २००६-०७ या वर्षात जीडीपीमध्ये सलग वर्षाला नऊ टक्क्यांपेक्षा अधिक वेगाने वाढ होत आहे. किंबहुना २००३-०४ पासून वाढीचा सरासरी वार्षिक दर आठ टक्क्यांच्या पातळीवर टिकून आहे आणि तो चालू २००७-०८ या सालातही नऊ टक्क्यांच्या पुढे स्थिरावेल अशी दाट शक्यता आहे. परंतु मतदाराने या गोष्टींकडे लक्ष दिले नाही आणि पंजाब आणि उत्तराखंडात सत्ताधारी काँग्रेसपक्षाने सत्ता मात्र घालवली.

या दोन राज्यांमध्ये रबी हंगामातल्या सुगीपूर्वी निवडणूका झाल्या. नेमक्या यावेळी ग्रामीण भागातल्या ग्राहकाला बारा टक्क्यांची चलनवाढ झालेली अनुभवास आली. त्यामुळे बहुधा हा ग्राहकवर्ग नाराज झाला असावा. परंतु याच काळात शेतकयाला चढ्या किमतींचा फायदा मिळाला हेही लक्षात घेतले पाहिजे. एक तर एकूण देशामध्ये सरकारी गोदामांमधले धान्याचे साठे संपले होते आणि अनेक वर्षांनंतर प्रथमच आपण धान्याची आयातही करू दिली. शिवाय धान्य खरेदीमध्ये खाजगी व्यापारी क्षेत्राला भाग घेण्याची परवानगी मिळाल्यामुळे बाजारात किमतींवरचा दबाव वाढला आणि शेतकऱ्याला प्रथमच चढ्या बाजाराचा फायदा मिळण्याच्या शक्यता दिसू लागल्या. म्हणजे शहरातले संघटित वर्ग गहू, तांदुळाच्या आणि कांदा, टोमॅटोच्या किमती थोड्या वाढल्या तरी मोठी नाराजी प्रगट करतात आणि राज्यकर्ते त्याला लगेचच प्रतिसाद देतात. यात प्रसार माध्यमांची भूमिका अधिक आहे कारण शहरातल्या नागरिकांच्या असमाधानाचे त्या अधिक आस्थेने प्रदर्शन करतात. मात्र शेतकऱ्याला त्याच्या अन्नधान्याच्या उत्पादनाला अधिक चांगली किंमत मिळाली याचा अर्थ त्याचे उत्पन्न वाढले याकडे सगळे दुर्लक्ष करतात. आश्चर्य म्हणजे शेतकरीही त्याला चांगल्या किमती मिळाल्या म्हणून काही प्रस्थापित सत्ताधारी

पक्षाला मत देत नाही.

हे उदाहरण बघण्यासारखे आहे. मागे भारतीय जनता पार्टीचे एनडीएच्या आघाडीचे सरकार होते त्यांनी सार्वत्रिक निवडणुका मे २००४ मध्ये घेतल्या. तोपर्यंत रब्बीचा हंगाम पुरा होईल आणि शेतकरी खुशीत असेल अशी अपेक्षा होती. परंतु शेतकऱ्यांनी मात्र राज्यकर्त्या आघाडीचा पराभव केला. आताही मे २००७ मध्ये एक वेगळी परिस्थिती आहे. देशात प्रथमच दीर्घ काळानंतर सरकारजवळ अन्नधान्याचे जेमतेम पुरेसे साठे आहेत. अगोदरच तातडीने धान्याची आयात करण्यात आली आहे आणि वेळ पडली तर अधिकही आयात करण्यात येणार आहे. खाजगी व्यापाऱ्यांना मुभा असल्यामुळे ते आणि परदेशातील खरेदीदार मोठ्या प्रमाणात धान्य खरेदी करत आहेत आणि सगळ्याचा परिणाम म्हणून धान्यांच्या किमतीवर दबाव आहे. नेमक्या अशा वेळी देशात साखरेचे उत्पादन जास्ती झालेले आहे आणि येथे किमती पडलेल्या आहेत. तसेच बाहेरच्याही किमती हलक्या असल्यामुळे निर्यातही परवडत नाही. म्हणजे आपल्याकडे साखरेचे साठे आणि उत्पादन मागणीपेक्षा अधिक आहे आणि यासाठी लागणाऱ्या उसाला सगळ्यात अधिक सिंचनाची सुविधा लागते. दुसया बाजूला अन्नधान्याची गरज अधिक आहे आणि त्याचे साठे आणि पुरवठा कमी आहे. उत्तर प्रदेशातले खाजगी साखर कारखानदार आपल्याला इतक्या कमी साखरेच्या किमती परवडत नाहीत आणि आपण शेतकऱ्यांना उसाची किंमतही देऊ शकत नाही असे म्हणत आहेत. महाराष्ट्रात सहकारी क्षेत्रातील कारखाने पूर्ण हंगामात गाळप करूनही शेतकऱ्याचा अतिरिक्त ऊस वापरू शकत नाहीत आणि शेतकऱ्यांना हा जादा ऊस जाळून टाकण्याची वेळ आली आहे. या उसासाठी लागणारे भरमसाठ पाणी इतर पिकांसाठी वापरता आले तर त्यातून अन्नधान्याचे उत्पादन वाढू शकते आणि त्याची निर्यातही करता येईल. तसेच आपल्याला डाळी आणि कडधान्य आणि तेलबिया यांच्या उत्पादनात भरीव वाढ झाली तर हवी आहे. थोडक्यात म्हणजे सिंचन, पीक नियोजन, पीक संरक्षण आणि विमा आणि खुल्या बाजारपेठेचे नियमन या सगळ्या विविध बाबींचे आपल्याकडे अजून संतुलन होऊ शकलेले नाही. शिवाय धान्यखरेदीमध्ये सरकारची भूमिका याचाही मुळापासून नव्याने विचार करावा लागणार आहे. परंतु भारतीय शेतीमधल्या या सगळ्या अर्थकारणातल्या गुंतागुंती आणि त्याचे राजकारण यांचा परस्पर संबंध सरळ सोपा राहिलेला नाही.

देशातल्या वेगाने बदलणाऱ्या अर्थकारणामध्ये शहरीकरणाने महत्त्वाची भूमिका बजावलेली आहे. या क्षेत्रात सेवांची भरपूर वाढ झालेली आहे आणि त्यातून शहरांमध्ये रोजगारही वाढलेला आहे. यातूनच एक मोठ्या संख्येने नवा मध्यमवर्ग उभा राहात आहे. मात्र मे २००० सालामधल्या सार्वत्रिक निवडणुकांमध्ये मुंबई, दिल्ली, कोलकता, चेन्नई आणि बंगळूर या महानगरांमध्ये एनडीएच्या आघाडीचा

मोठा पराभव झाला. नंतर २००४ सालापासून मागची तीन वर्षे जीडीपीतली वाढ उंचावलेली आहे आणि त्यात सेवा क्षेत्राची प्रगती लक्षणीय आहे. परंतु याचा अर्थ सध्याच्या काँग्रेसच्या आघाडीच्या (यूपीए) सरकारला याचा फायदा उठवता येईल असा भ्रम असण्याचे कारण नाही. मागे मे २००४ मध्ये ज्या भाजपाच्या एनडीए सरकारला पूर्ण भराभव पत्करावा लागला त्या पक्षाने २००७ मध्ये पंजाबमधल्या निवडणुकांमध्ये यश मिळवले. या पक्षाने तेवीस शहरांमध्ये निवडणुका लढवल्या आणि त्यापैकी सतरा जागांवर त्यांना विजय मिळाला. या अगोदर भाजपाने महाराष्ट्र आणि उत्तर प्रदेश येथे नगरपालिका निवडणुकात चांगले यश मिळवले. याचा अर्थ शहरामध्ये रोजगार वाढला आणि भरभराट आली म्हणून त्याचा फायदा सत्ताधारी पक्षाला सहज मिळवता येतो हा एक भ्रम आहे. मतदार आपले अर्थकारण आणि राज्याचे आणि देशाचे राजकारण यात फरक करतो असे दिसते.

साधारणपणे औद्योगिकीकरण वेगाने झाले म्हणजे त्याचा फायदा राज्यकर्त्या पक्षाला मिळेल हा समज तर्काला धरून आहे. परंतु उत्तराखंडमधल्या निवडणुकात सत्ताधारी काँग्रेस पक्षाला काही हा फायदा मिळाला नाही. औद्योगिकीकरण सरकारला आणि समाजाला हवेच असते परंतु आधुनिक उद्योगाच्या क्षेत्रात यांत्रिकीकरणाचे प्रमाण अधिक असते आणि तुलनेने नवीन रोजगार निर्मिती कमी असते. देशात टाटा मोटर्स आणि बजाज ऑटो हे वाहन उद्योगात दोन अग्रक्रमांवर असलेले उद्योग समूह आहेत. त्यांनी आपल्या वाहनांच्या उत्पादनात दुपटीने वाढ केली आहे परंतु आपला कामगार वर्ग मात्र निम्म्यावर आणला आहे. त्याचप्रमाणे कृषी उत्पादनात आधुनिक संशोधनातून नवीन बियाणे शोधण्यात आलेले आहे आणि त्यातून शेतकऱ्यांचे उत्पन्न वाढलेले आहे. पंजाबात अकाली दलाचा माळवा या ग्रामीण जिल्ह्यात प्रभाव आहे. परंतु काँग्रेस पक्षाने तेथे अनेक जागांवर यश मिळवले. याचे कारण म्हणजे या पक्षाने तेथे बीटी कॉटन या नव्या बियाणाचा प्रसार केला आणि त्यातून शेतकऱ्यांचा मोठा फायदा झाला. तसेच रिलायन्स समुहाच्या मदतीने तेथे किरकोळ मालाची विक्री करणारी साखळी निर्माण करण्यात आली आणि त्यातूनही शेतकऱ्याला आपला माल विकण्याची सोय झाली. याचा अर्थ जर किरकोळ विक्रीच्या क्षेत्रात अधिक देशी आणि विदेशी प्रत्यक्ष गुंतवणूक वाढवता आली तर शेतकरी वर्गाला त्यातून फायदा मिळवता येईल आणि बहुधा तो राज्यकर्त्या पक्षाला आपली मते देईल असे समजण्यास जागा आहे. मात्र काँग्रेसच्या अध्यक्षा सोनिया गांधी या आपल्याच पंतप्रधानाला किरकोळ विक्रीच्या क्षेत्रात अधिक भांडवल गुंतवणूक करू देण्यापूर्वी सावध राहावे असे निर्देश देत आहेत.

आपल्या राजकारणात निवडणुकांच्या प्रदीर्घ अनुभवातून एक निष्कर्ष काढता येतो. तो म्हणजे कोणताच राजकीय पक्ष आता संपला असे म्हणू नये. मागे १९९८-

०४ या काळात सोनिया गांधींच्या नेतृत्वाखालची काँग्रेस अनेकांनी निकालात काढली होती. पण निवडणुका झाल्या आणि तो पक्ष सत्तेवर आला. त्याचप्रमाणे भाजपा ऐंशीच्या दशकात नगण्यात जमा झाली होती परंतु नंतर तिने केंद्रामध्ये सत्ता काबीज केली. याच पक्षाची आघाडी २००४ सालात हरली आणि माजी पंतप्रधान वाजपेयी यांनी राजीनामा दिला. त्यांच्या जागी अडवानी यांचे नेतृत्व आले आणि त्यांनी आपल्या पाकिस्तानच्या भेटीमध्ये काही उद्‌गार काढले म्हणून त्यांना जावे लागले. त्यावेळी त्या पक्षाला काही भवितव्य नाही असाच अनेकांचा समज झाला. परंतु त्यानंतर निवडणुकांमध्ये बिहार आणि झारखंड या राज्यात त्या पक्षाला सत्ता मिळाली. खरे म्हणजे या दोन राज्यांत २००४ सालातल्या निवडणुकीत भाजपाला काहीच हाती लागले नव्हते. मागच्या काही वर्षात उत्तर प्रदेश आणि महाराष्ट्र यात नगरपालिकांच्या निवडणुकात आणि पंजाब आणि उत्तराखंड या राज्यात भाजपाने परत आपले अस्तित्व दाखवून दिले आहे. याचा अर्थ पुढच्या २००९च्या सार्वत्रिक निवडणुकांमध्ये परत भाजपा आपण केंद्रामध्ये सत्तेवर येऊ शकतो असे निदान आत्मविश्वासाने म्हणू शकतो.

अशा घडामोडींमध्ये काहीवेळा अचानक काही तरी घडते आणि परत कोणताही पक्ष फुफाट्यात सापडू शकतो. याचे उदाहरण म्हणजे सध्या जून २००७च्या सुरुवातीला राजस्थानमध्ये एका गुज्जर समुदायाने हिंसक आंदोलन सुरू केले आहे या गुज्जर समुदायाला सध्या इतर मागास वर्ग (ओबीसी) असे स्थान आहे परंतु त्यांना आपला समावेश मागासवर्गीय अनुसूचित जाती (एससी) अगर आदिवासी म्हणजे अनुसूचित जमाती (एसटी) यात व्हावा अशी त्यांची मागणी आहे. हा गुज्जर समुदाय हिंसक आंदोलन करत रस्त्यावर उतरला आहे आणि त्याने राजस्थान राज्याची नाकेबंदी केलेली आहे. तसेच आता हे हिंसक आंदोलन भोवतालच्या अनेक राज्यांमध्ये पसरले आहे. मुळात या बाबी इतक्या टोकापर्यंत पोहोचल्या कारण मुख्यमंत्री वसुंधराराजे शिंदे यांनी मागच्या राज्याच्या निवडणुकीत अशा प्रकारचे जाहीर आश्वासन दिलेले होते. आता सत्तेवर येऊन तीन वर्षे झाली तरीही गुज्जरांची ही मागणी मान्य झाली नाही आणि म्हणून यावर संघर्ष उभा राहिला. याची आणखी एक चिंताजनक बाब म्हणजे आता गुज्जर यांच्या मागणीच्या विरोधात मीना या अनुसूचित जमातीच्या लोकांनी आंदोलन सुरू केले आहे आणि त्यांनी राज्य सरकारला गुज्जरांना आपल्या संरक्षित गटात सामील करून घेऊ नये अशी धमकी दिलेली आहे. थोडक्यात म्हणजे येत्या काळात अनेक लहानमोठे मागास गट आपल्याला नोकऱ्या आणि शिक्षण यात राखीव जागा मिळाव्यात म्हणून आंदोलने करण्याच्या पवित्र्यात आहेत. आजपर्यंत सगळ्याच राजकीय पक्षांनी निवडणूका होण्यापूर्वी अशा प्रकारची आश्वासने मागास गटांना दिलेली आहेत आणि नंतर सत्तेवर आल्यावर

त्यांनी त्याकडे पाठ फिरवलेली आहे. परंतु येत्या काळात हे जाती आणि जमातींच्या अनुनयाचे राजकारण राजकीय पक्षांना महाग पडणार आहे असे दिसते. आताही देशातल्या मुस्लीम आणि ख्रिश्चन समुदायांना कायद्याने आरक्षण देण्यात यावे अशा मागण्या पुढे आलेल्या आहेत आणि केंद्रातले काँग्रेस सरकार त्या स्वीकारण्याकडे आपला कल दाखवत आहे. परंतु या स्पर्धेवर आधारलेल्या राखीव जागांचे राजकारण येत्या काळात देशाच्या अर्थव्यवस्थेला धक्का देऊ शकते.

येत्या काळात देशातल्या अर्थकारणात आणि राजकारणात अनेक महत्त्वाच्या गोष्टी घडणार आहेत. प्रश्न आहे तो म्हणजे त्यातल्या सकारात्मक गोष्टी कोणत्या आणि दुष्परिणाम करणाऱ्या गोष्टी कोणत्या? नुकत्याच एप्रिल, मे २००७ मध्ये उत्तर प्रदेशातल्या राज्य निवडणुकीमध्ये जे घडले त्या धक्क्यातून अजून सगळे सावरलेले नाहीत. या निवडणुकीत मायावती यांच्या नेतृत्वाखाली बहुजन समाज पार्टी (बीएसपी) सत्तेवर स्वबळावर निवडून आली. त्यातून केंद्रातले आणि अनेक राज्यातले राजकारण बदलून जाईल असे संकेत मिळत आहेत. त्याचबरोबर अनेक छोटेमोठे मागासलेले वर्ग आणि समुदाय आपल्याला घटनेअंतर्गत संरक्षण मिळावे आणि राखीव जागांमध्ये स्थान मिळावे यासाठी आंदोलनाच्या मार्गावर उतरले आहेत. दुसया बाजूला २००३ सालापासून अर्थव्यवस्था आर्थिक वाढीच्या उंचावलेल्या पातळीवर स्थिरावली आहे आणि येत्या चार पाच वर्षातही ही प्रक्रिया अशीच पुढे चालू राहील असा विश्वास आज सगळ्यांना वाटत आहे. त्यामुळे येत्या काळात देशातले अर्थकारण आणि राजकारण हे वेगवेगळ्या वाटेने प्रवास करेल असे दिसते. ■

विभाग २ : भारतातील दारिद्र्य
Poverty of India

२.१ दारिद्र्य आणि जागतिकीकरण

काही गोष्टींची नेहमीच चर्चा होत असते. त्यापैकी एक विषय आहे दारिद्र्याचा. विशेषत: नव्वदीच्या दशकात जागतिकीकरण आल्यावर जगात दारिद्र्य कमी झाले का यावर नेहमी वाद होत असतात आणि जर खरोखरी ते कमी झाले असले तर त्याचे प्रमाण किती. भारतात राष्ट्रीय उत्पन्नाच्या तुलनेने राष्ट्रीय नमुना पाहणीच्या (एनएसएस) सर्वेक्षणात ग्राहकाचा कौटुंबिक खर्च हा कमी झालेला दिसतो. जगामधल्या एकूण गरिबांपैकी सुमारे एक तृतीयांश भारतात असल्यामुळे याबाबतची आकडेवारी महत्त्वाची आहे.

एनएसएसने मागच्या अनेक दशकात जी कुटुंबाच्या खर्चावरची आकडेवारी गोळा केलेली आहे त्यावर अनेक अंगाने संशोधन झालेले आहे. त्यातली एक बाब म्हणजे नॅशनल अकाऊंटसच्या तुलनेने एनएसएसचे खर्चाच्या आकडयांचे अंदाज खालच्या पातळीवर (अंडर एस्टिमेटेड)आहेत आणि त्यामुळे दारिद्र्याचे प्रमाण वाढलेले दिसते असा एक दृष्टिकोन आहे. तीस वर्षापूर्वी एनएसएसने गोळा केलेल्या आकडेवारीत जर असा पूर्वग्रह अध्याहृत होता तर तो आजही तसाच असणार असे गृहीत धरता येईल. ही जर बाब खरी असली तर तुलनात्मकदृष्टया आजही एनएसएसची आकडेवारी उपयोगी आहे आणि त्यावर आधारून निष्कर्ष काढता येतात अशी भूमिका घेता येईल.

राष्ट्रीय नमुना पाहणीत जी आकडेवारी गोळा झाली ती किती खालच्या पातळीवर (अंडर एस्टिमेटेड) आहे हा महत्त्वाचा प्रश्न आहे. नव्वदीच्या दशकात याचे प्रमाण स्थिर नव्हते. सुरजित भल्ला यांचा एक अभ्यास आहे. त्यांच्या मते एनएसएसच्या सर्वेक्षणानुसार जो एकूण उपभोगाचा (कन्झमशन) अंदाज आहे तो १९८७ च्या नॅशनल अकाऊंटसच्या अंदाजापेक्षा ६६.७ टक्के कमी होता. हे प्रमाण १९९८ मध्ये ४८ टक्यांपेक्षा खाली आले. त्याच्यापुढच्या वर्षी त्यात वाढ झाली आणि हा आकडा ५५.८ टक्के झाला. म्हणजे नव्वदीच्या दशकात जी वाढ झाली त्याचा अंदाज जर कुटुंब पाहणीच्या सर्वेक्षणावर आधारला तर त्यात अंडर एस्टिमेशन होते असे म्हणावे लागेल. अर्थात असेही म्हणता येईल की नॅशनल अकाऊंटसमध्ये

जे आकडे आहेत त्यात वरच्या दिशेने अधिकता (अपवर्ड बायस) आहे. यावर इंदिरा राजारामन यांचे दुसरे मत आहे. त्यांच्या मते नॅशनल अकाऊंटसच्या आकडयांबाबत असे विधान करता येणार नाही. उलट नव्वदीच्या दशकात जी खरी वाढ झाली त्याबाबतची जीडीपीची आकडेवारी कमी पातळीवरची आहे.

भल्ला यांनी 'इमॅजिन देअर इज नो कन्ट्री' नावाचे पुस्तक लिहिले आहे. त्यांनी भारतासकट ७३ देशांच्या आकडेवारीचा तुलनात्मक अभ्यास केलेला आहे. त्यासाठी त्यांनी १११ देशांचा विचार केला आणि त्यापैकी ७३ देशांमध्ये जे सर्वेक्षण झाले त्यामध्ये अंडर एस्टीमेशन झाल्याचा त्यांनी निष्कर्ष काढला. म्हणून तुलना करण्यासाठी त्यांनी सर्व आकडेवारी एका पातळीवर आणली.

अशा प्रकारची दुरुस्ती न करताही बिगर औद्योगिक देशात दारिद्र्याचे प्रमाण १९८७ मध्ये २८ टक्के होते त्यात घट होऊन १९९८मध्ये २३.५ टक्के झाले. जर या संबंधित आकडेवारीत दुरुस्त्या केल्या तर दारिद्र्याचे प्रमाण १९९८ मध्ये १६ टक्क्यांनी आणि २००० सालात १३ टक्क्यांनी कमी झाले. युनोने मिलेनियम डेव्हलपमेंट गोल याची घोषणा केली आहे आणि त्यामध्ये सन २०१५च्या सुमारास जगातले दारिद्र्य निम्म्याने कमी करून ते १५ टक्क्यांवर आणण्याचे लक्ष्य डोळयापुढे ठेवले आहे. भल्ला यांच्या मते हे लक्ष्य अगोदरच गाठलेले आहे.

एनएसएसच्या आकडेवारीत जी तफावत आहे ती वस्तूनिहाय वेगळी आहे. अगदी अन्नाच्या गटातही या आकडेवारीत तफावत आहे. अर्थात इतर वस्तूंपेक्षा ही कमी आहे. सन १९८७ मध्ये अन्नगटात हे अंडर एस्टीमेशनचे प्रमाण ४२ टक्के होते आणि नव्वदीच्या काळात ते आणखी वाढले. भल्ला यांनी याचा तपशीलात अभ्यास करून नव्वदीच्या दशकात गरीब आणि इतर यांच्या बाबत हे अंडर एस्टीमेशन कसे झाले आहे हे दाखवले आहे. गरीब असो वा नसो परंतु उपभोग्य अन्नाची माहिती एनएसएसच्या अन्वेषकाला का कमी करून सांगितली जाईल हा प्रश्न विचारण्यासारखा आहे. ही कारणे नव्वदीच्या दशकात वाढली का ? असाही प्रश्न उपस्थित होतो.

एनएसएसच्या उपभोग्य वस्तूंबाबतच्या आकडेवारीत काही मर्यादा आहेत. एक म्हणजे ज्या वस्तूचे सेवन घराच्या बाहेर होते त्याची नोंद होत नाही. अर्थात एनएसएसच्या प्रश्नावलीत जे अन्न बाहेर शिजवून विकत घेतलेले आहे त्याबाबत चौकशी आहे. परंतु बहुतेकवेळा ही माहिती नोंदली जात नाही असे दिसते. जे जेवण घराच्या बाहेर विकत घेतले जाते किंवा ज्या खाण्याच्या वस्तूंवर संस्करण केले जाते तेही लक्षात घेतले जात नाही. विशेषत: धान्य आणि दूध यावर आधारलेले खाण्याचे पदार्थ दुर्लक्षित राहतात. तसेच जेथे मोठ्या प्रमाणावर अन्न तयार केले जाते तेथे वाया जाण्याचे प्रमाणही अधिक असते. एनएसएसची अन्नाविषयीची आकडेवारी नॅशनल अकाऊंटच्या तुलनेने का कमी असते याची ही काही कारणे आहेत. विशेषत: जे

गरीब नाहीत आणि त्यातूनही जे शहरात राहतात त्यांच्याबाबत असे घडण्याचे प्रमाण जास्त आहे. त्याचबरोबर काही धार्मिक प्रसंगी आणि लग्नासारख्या सामाजिक प्रसंगी पैसे खर्च न करताही अन्नाचे सेवन केले जाते त्याचीही अशा आकडेवारीत नोंद केली जात नाही. नव्वदीच्या दशकात जी उत्पन्नात वाढ झाली त्याचे प्रमाण वरच्या उत्पन्न गटातील कुटुंबांचे अधिक होते. त्यामुळे एनएसएस आणि नॅशनल अकाऊंटस यांच्यातली तफावत वाढली असावी असा एक तर्क करता येतो.

वर उल्लेखलेली काही कारणे लक्षात ठेवली तर आणखी काही गोष्टींचा खुलासा करता येईल. जे.व्ही. मीनाक्षी आणि वृंदा विश्वनाथन यांनी इकॉनॉमिक आणि पोलिटिकल विकलीच्या जानेवारी २००३च्या अंकात दारिद्र्याच्या प्रश्नाची चर्चा केली आहे. त्यामध्ये ग्रामीण भागात जी सर्वात वरच्या पातळीवर २० टक्के श्रीमंत कुटुंबे होती त्यांच्या उष्मांकांच्या सेवनात बयापैकी घट झाली आणि ही सर्व राज्यात दिसून आली.

ग्रामीण भागात गरिबांच्या अन्नाच्या सेवनात अंडर एस्टीमेशन होण्याचे एक कारण असू शकते. ग्रामीण भागात जे रोजगार करतात त्यांना काही वेळा तयार जेवणही दिले जाते. कदाचित याची नोंद एनएसएसच्या सर्वेक्षणात घेतली न जाण्याची शक्यता आहे. अर्थात नव्वदीच्या दशकात मजुरी रोखीने देण्याचे प्रमाण वाढले आणि त्या प्रमाणात पूर्वीची मजुरांना तयार जेवण देण्याची पद्धत कमी होत गेलेली आहे. अनेक कारणांमुळे आता ग्रामीण भागातही रोजगाराच्या बाजारात मजुरीचा भाग म्हणून तयार जेवण देण्याची पद्धत संपत आलेली आहे. कोणत्याही परिस्थितीत मजुरीमध्ये अन्नाच्या स्वरुपात वेतन देण्याची प्रथा वाढली असेल असे म्हणता येणार नाही.

या सर्व बारकाव्यांचा विचार केला तर ज्या आकडेवारीत फेरबदल अगर दुरुस्त्या केलेल्या नाहीत ती माहितीही अभ्यासासाठी उपयोगी आहे. अशी दुरुस्ती ज्यात केलेली नाही त्या आकडेवारीनुसारही नव्वदीच्या दशकात जगभरात ४.५ टक्क्यांनी दारिद्र्याचे प्रमाण कमी झाले असे म्हणतात येईल. असा निष्कर्ष काढायचा झाल्यास त्याचे श्रेय जागतिकीकरणालाच द्यावे लागेल. याबाबत काही निवडक आक्षेप घेता येणार नाहीत.

दारिद्र्याच्याबाबत ही जी आकडेवारी आहे त्यामध्ये दारिद्र्याचे प्रमाण किती कमी झाले हा केंद्रबिंदू आहे. जसे दारिद्र्यरेषेच्यावर कुटुंबे आली त्याचबरोबर काही कुटुंबे दारिद्र्यरेषेखाली आली याचाही विचार करावा लागेल. अनिरुद्ध कृष्णा यांनी राजस्थानमधल्या १२ गावांचा अभ्यास केला. अर्थात या नमुना पाहणीचा आकार फारच लहान आहे. परंतु तरीही त्यातून काही निष्कर्ष काढता येतात. या अभ्यासानुसार काही कुटुंबांचा आरोग्यावरचा खर्च वाढल्यामुळे ती कुटुंबे गरीब झाली होती.

जागतिकीकरणामुळे काही प्रमाणात आरोग्यावरचा खर्च हाताबाहेर गेलेला आहे आणि गरीब माणसाच्या दृष्टीने त्याचेही महत्त्व आहे. यासाठी आरोग्यासाठी विम्याची व्यवस्था कशी विकसित करायची आणि त्यात गरिबांचा सहभाग मिळवायचा याचाही विचार करण्याची गरज आहे.

थोडक्यात म्हणजे दारिद्र्याच्या विषयात उत्पन्न आणि खर्च या दोन मार्गांनी किती प्रमाणात पुरेसे अन्न मिळाले नाही याचा अंदाज करता येतो. सगळया दारिद्र्याच्या चर्चेमध्ये हा केंद्रबिंदू आहे. एका अर्थाने किती किमान कुटुंबखर्च केला जातो हा विचार योग्य आहे. परंतु त्यातून उष्मांकांच्या सेवनात किती घट झाली आहे याचे नेमके मोजमाप केले जाते असे म्हणता येणार नाही. विशेषत: कृषीप्रधान गरीब देशांमध्ये अशा प्रकारच्या उष्मांकावर आधारित भूकेचे नेमके प्रमाण किती आहे हे सांगणे अवघड आहे. यापूर्वी उल्लेखिलेल्या मीनाक्षी आणि विश्वनाथन यांच्या अभ्यासात उष्मांक कमी मिळण्याचे प्रमाण कसे आहे याचा शोध घेतला आहे. अर्थात ही आकडेवारी भारताबाबत आहे. कदाचित जगातल्या इतर देशांमध्येही त्याचा वापर करता येईल. थोडक्यात म्हणजे भल्ला यांनी जागतिकीकरणाला दारिद्र्य कमी होण्याचे जे श्रेय दिले आहे त्यासाठी आणखी काही अभ्यास आवश्यक आहेत.

■

२.२ देशात दारिद्र्य कमी होत आहे

देशामध्ये विकासाच्या नियोजनप्रक्रियेत दारिद्र्याचे प्रमाण कमी झाले आहे आणि हे एक लक्षणीय यश आहे. यासाठी चर्चेमध्ये दारिद्र्य रेषेखालील कुटुंबांचे (बीपीएल) गुणोत्तर हा निकष असतो. हे प्रमाण १९७३ - ७४मध्ये ५४.८८ टक्के होते ते १९९३ - ९४ मध्ये ३५.९७ टक्के झाले. त्यानंतरच्या अलीकडच्या काळात हे प्रमाण २६.१ टक्के (१९९९-२०००) झाले. ही प्रगती समाधानकारक असली तरी राज्याराज्यात त्यात बराच असमतोल आहे. ओरिसा राज्यात आजही ४७ टक्के लोकसंख्या दारिद्र्य रेषेखाली आहे आणि जम्मू आणि काश्मीरमध्ये हा आकडा फक्त ३.५ टक्के आहे.

या मूलभूत बदलात कृषि क्षेत्रातील वाढ ग्रामीण भागातील दारिद्र्य कमी करण्यामध्ये प्रमुख दिसते. ग्रामीण दारिद्र्य कमी झाल्यामुळे एकूण दारिद्र्याचे प्रमाण खाली आले आहे.

याचे चांगले उदारहण म्हणजे पंजाब राज्य. येथे १९६२-९५ या काळात कृषि उत्पादनात संयुक्त वार्षिक वाढीचा दर ३.१३ टक्के होता. या वाढीमुळे दारिद्र्य रेषेखालील लोकांचे प्रमाण फक्त ६.१६ टक्क्यांवर आले. या उलट बिहारमध्ये हा वार्षिक वाढीचा दर फक्त १.४६ टक्के होता आणि त्यामुळे दारिद्र्याचे प्रमाण ४२.६ टक्के होते. अर्थात येथेही मागच्या २५ वर्षात हे प्रमाण ६१.९१ टक्क्यांवरून ४२.६ टक्के झाले. म्हणजे ही घट सुमारे २० टक्क्यांनी झाली.

सर्वात लक्षणीय घट महाराष्ट्र,तामिळनाडू, कर्नाटक, गुजरात आणि आंध्र प्रदेश या राज्यात १९७३ ते २००० या काळात झाली आहे. तुलनेने महाराष्ट्रात २८.२२ टक्के, तामिळनाडूमध्ये ३३.०२ टक्के, कर्नाटकात ३४.४३ टक्के, गुजरातमध्ये ३४.०६ टक्के आणि आंध्रमध्ये ३३.०९ टक्के इतक्या प्रमाणात गरिबी कमी झाली आहे.

मध्यप्रदेश आणि उत्तरप्रदेश या राज्यात वाढीचा दर मध्यम होता आणि त्यामुळे दारिद्र्यातील घटही माफक प्रमाणात झाली. आजही मध्यप्रदेशमध्ये ४७.४३ टक्के आणि उत्तर प्रदेशमध्ये ३१.१५ टक्के लोक दारिद्र्य रेषेखाली आहेत. अर्थात

तुलनेमागच्या २५ वर्षात या दोन राज्यातही सुमारे २५ टक्क्यांनी गरिबीचे प्रमाण कमी झाले आहे.

या तुलनेत बिहार (४२.६ टक्के) आणि ओरिसा (४७.१५ टक्के) या दोन राज्यांमध्ये गरिबीचे प्रमाण बरेच आहे आणि त्याबरोबरच मागच्या २५ वर्षात त्यात झालेली घटही सुमारे १९ टक्के आहे. एकूण देशात या दोन राज्यात गरिबीचे प्रमाण आजही सर्वात वरच्या पातळीवर आहे आणि मागच्या २५ वर्षातील घटही सर्वात कमी दराने आहे.

सध्याच्या दहाव्या पंचवार्षिक योजनेच्या आराखड्यात आर्थिक विकासाची गती आणि गरिबीत होणारी घट यांचा जो घनिष्ट संबंध आहे त्यावर भर देण्यात आला आहे. तत्त्वत: यात तथ्य आहे परंतु दोन राज्यांचा वेगळा अनुभव येथे उल्लेख करण्यासारखा आहे. केरळ राज्यात १९७३-७४ मध्ये सर्वात अधिक म्हणजे ६० टक्के गरिबीचे प्रमाण होते. यापेक्षा फक्त मध्यपदेश (६१.७८ टक्के) , बिहार (६१.९१ टक्के) आणि ओरिसा (६६.१८टक्के) या राज्यात अधिक गरिबी होती. केरळ राज्यात ऐंशीच्या दशकात विशेष वाढ झाली नाही परंतु सन १९९९ - २००० पर्यंत सुमारे पन्नास बिंदूंनी गरिबीच्या प्रमाणात घट झाली आणि दारिद्र्य रेषेखालील लोकांचे प्रमाण १२.७२ टक्क्यांवर आले. म्हणजे सुमारे सव्वीस वर्षात केरळमध्ये ४७ टक्क्यांनी दारिद्र्य कमी झाले.

पश्चिम बंगालमध्येही या सव्वीस वर्षात दारिद्र्याचे प्रमाण ७० टक्क्यांनी कमी झाले आणि हे गुणोत्तर २७ टक्क्यांवर आले. या राज्यात नव्वदीच्या दशकापर्यंत विकास प्रक्रिया मंद होती परंतु दारिद्र्य रेषेखालील कुटुंबात ४१ टक्क्यांनी घट आली. या राज्यात जमीन सुधारणेचा कार्यक्रम जोमाने राबविण्यात आला आणि ग्रामीण भागात गरिबांना जमिनीच्या मत्ता मिळणे सुलभ झाले. बहुधा याचा परिणाम म्हणून गरिबी कमी झाली असावी असा निष्कर्ष काढता येईल.

वर उल्लेखलेला केरळ आणि प.बंगाल या दोन राज्यांचा अनुभव विशेष आहे. येथे डाव्या विचारांच्या पक्षांची सरकारे दीर्घकाळ सत्तेवर आहेत आणि सरकार आणि समाज यांच्यावर लढाऊ कामगार संघटनांचा प्रभाव सतत आहे. काही प्रमाणात येथे औद्योगिक क्षेत्रात भांडवल गुंतवणूक मागे पडलेली आहे असे असतानाही पुरोगामी सामाजिक धोरणे यांचा परिणाम म्हणून गरिबीचे प्रमाण कमी झाले आहे असे दिसते. केरळ राज्यातून मोठ्या प्रमाणावर समाजातल्या सर्व थरातून मध्यपूर्व अरब देशात मनुष्यबळाची निर्यात झालेली आहे आणि त्यामुळे परदेशातून येणाऱ्या उत्पन्नाचा प्रभाव या अर्थव्यवस्थेवर झालेला दिसतो.

विविध राज्यात विकासाच्या वाढीच्या दरात जो फरक दिसतो त्याचा परिणाम गरिबी कमी होण्याच्या प्रक्रियेवरही झालेला दिसतो. बिहारमध्ये दारिद्र्याचे गुणोत्तर

४२.६ टक्के आहे आणि हे प्रमाण पंजाबच्या (६.१६ टक्के)सात पटीने अधिक आहे. बरोबर बिहारमध्ये साक्षरता फक्त ४७.५ टक्के आहे अणि माता आणि बालमृत्यूचे प्रमाणही अधिक आहे.

सन १९७३-७४ मध्ये ओरिसा राज्यात दारिद्र्य रेषेखालील लोकांचे प्रमाण देशामध्ये सर्वात अधिक म्हणजे ६६.१८ टक्के होते आणि देशाच्या सरासरीपेक्षा (५४.८८) फक्त ११.३० टक्क्यांनी अधिक होते. परंतु सन १९९९ - ०० मध्ये या राज्यात गरिबीचे प्रमाण देशामध्ये सर्वाधिक म्हणजे ४७.१५ टक्के होते आणि देशाच्या सरासरीपेक्षा (२६.१ टक्के) २१.०५ टक्क्यांनी वाढले होते. थोडक्यात म्हणजे फक्त ओरिसा राज्यात या सव्वीस वर्षात जरी दारिद्र्य १९ टक्क्यांनी कमी झाले तरी देशाच्या तुलनेत ही दरी वाढली होती.

या सर्व आकडेवारीवरून एक सकारात्मक निष्कर्ष काढता येईल. सर्व देशात फक्त ओरिसा राज्य सोडले तर मागच्या सव्वीस वर्षात गरिबीचे प्रमाण बऱ्यापैकी कमी झाले आहे. विशेष म्हणजे यात राजस्थान, मध्यपदेश आणि बिहार अशी कमी उत्पन्न गटातील राज्येही येतात. आणखी एक लक्षणीय बाब म्हणजे सन १९९३ ते २००० या काळात ग्रामीण भगातील गरिबी अधिक वेगाने कमी झाली.

आता जागतिकीकरण आणि मुक्त अर्थव्यवस्था यांचा मार्ग देशांनी स्वीकारलेला आहे. नेमक्या याच वेळी केंद्र आणि राज्यसरकारे यांच्या वित्तीय व्यवस्था संकटात सापडलेल्या आहेत. त्यामुळे सामाजिक क्षेत्रे आणि पायाभूत सुविधांच्या उभारणीत भांडवल गुंतवणूक कमी होत आहे. वास्तविक पाहता शासनाने नव्या व्यवस्थेत यावरच भर द्यावा अशी अपेक्षा होती. परंतु तसे काही घडत नाही. यामुळे गरिबी आणखी कमी होण्याची प्रक्रिया अडचणीत येईल आणि याचा सर्व दोष उदारीकरणाच्या धोरणांवर ठेवण्यात येईल. हे तर्काला धरून होणार नाही.

■

२.३ दारिद्र्याचे प्रमाण कमी होत आहे

देशात दारिद्र्याचे प्रमाण कमी होत आहे असे आकडेवारीवरून दिसते. अर्थात ही घट किती प्रमाणात अभ्यासाच्या पध्दतीवर अवलंबून आहे हा एक संशोधनाचा स्वतंत्र विषय आहे आणि त्यातले तज्ज्ञ त्याचा मागोवा घेतीलच. असे असले तरी आकडेवारीवरून दारिद्र्य रेषेखाली जगणाऱ्या लोकांचे प्रमाण कमी होत आहे यात काही संदेह नाही.

अर्थात दारिद्र्य रेषा म्हणजे काय हाच एक वादाचा विषय आहे आणि त्यावर अनेक मते आणि संभ्रम असू शकतात. तत्त्वत: ज्या व्यक्तींना अन्नाच्या स्वरुपात दिवसाला २२०० उष्मांकापेक्षा कमी अन्न मिळते त्या व्यक्ती दारिद्र्य रेषेखाली आहेत असे समजण्यात येते. अर्थात यात निवारा, कपडे, सुरक्षितता, किमान सुविधा, शिकण्याची संधी आणि औषधोपचार यापैकी कशाचाच समावेश केलेला नाही. थोडक्यात म्हणजे आधुनिक औद्योगिक समाजात जी जीवनशैली सहज शक्य आहे त्याचा या व्याख्येत विचार केलेला नाही.

गेल्या दशकात जगभरात आर्थिक सुधारणांचा कार्यक्रम स्वीकारण्यात आला आणि त्याचा अंमल सुरू आहे. त्यामागे एक अशी विचारधारा आहे की जर राष्ट्रीय उत्पन्नात वेगाने वाढ झाली आणि चलनवाढ आटोक्यात राहिली तर हळूहळू पण निश्चितपणे गरिबाची परिस्थिती सुधारते असा अनुभव आहे. आपल्या देशात गेल्या दशकात साधारणपणे आर्थिक वाढीचा दर ५ टक्क्यापेक्षा अधिक आहे आणि त्यापूर्वीच्या चाळीस वर्षात या पातळीवर दर पोहोचला नव्हता.

ही आकडेवारी पुढील प्रमाणे - सन १९८३ मध्ये दारिद्र्य रेषेखाली लोकांचे प्रमाण ४४.५ टक्के होते ते ९३ - ९४ मध्ये ३६ टक्क्यांवर आले. आता जुलै ९९ ते जून २००० या वर्षात हे प्रमाण २६.१ टक्क्यांवर आले आहे. राष्ट्रीय नमुना पाहणी संघटनेने नुकताच ५५ वा कौटुंबिक खर्चाचा अहवाल प्रसिद्ध केला आहे त्यामध्ये हे आकडे आहेत.

एक आश्चर्याची बाब म्हणजे ज्या प्रमाणात दारिद्र्य ग्रामीण भागात कमी

झाले आहे त्याच प्रमाणात नागरी भागात ते कमी झाले आहे. सन ८३-८४ ते ९३-९४ या काळात नागरी भागात ८.४ टक्क्याने दारिद्र्यात घट झाली आणि ग्रामीण भागात ती ८.५ टक्क्याने झाली.

नंतर नव्वदीच्या अखेरीस ग्रामीण भागात ही घट अधिक वेगाने म्हणजे १०.३ टक्क्याने (३७.३ टक्क्यावरून २७.१ टक्का) आणि नागरी भागात ती ८.८ टक्क्यांने (३२.४ टक्क्यावरून २३.६ टक्के) झाली.

दारिद्र्याचे प्रमाण कमी होत असले तरी प्रत्यक्षात गरिबांच्या संख्येचे आकडे वाढणारे आहेत. अगदी ९९-२०००च्या आकडेवारी प्रमाणे दारिद्र्य रेषेखालील व्यक्तींची संख्या ग्रामीण भागात १९.३ कोटी (१९३ मिलियन) आणि नागरी भागात ६.७ कोटी (६७ मिलियन) इतकी मोठी आहे. म्हणजे एकूणात अजूनही २६ कोटी व्यक्ती गरीब आहेत.

एकूण गरिबांच्या संख्येत ग्रामीण क्षेत्रात त्यांचा आकडा मोठा आहे यात आश्चर्य नाही. याचे मुख्य कारण म्हणजे एकूणात तीन चतुर्थांश ग्रामीण मजूर हे कृषिवर अवलंबून आहेत. अनेक राज्यात आर्थिक सुधारणा कार्यक्रम सुरू झाल्यावर मजूर वर्ग कृषि क्षेत्रावर अधिकच अवलंबून आहे. मजुरांचा पुरवठा अधिक असल्यामुळे एकूणात ग्रामीण मजुरांच्या दैनंदिन वेतनावर नकारात्मक परिणाम झालेला आहे.

हे असे घडणार हे अपेक्षित होते. कारण सुधारणा कार्यक्रम हा मुख्यत: औद्योगिक क्षेत्राच्या पुनर्रचनेशी निगडित होता. परिणामत: औद्योगिक क्षेत्र आणि सेवाक्षेत्र यांचा जीडीपीतला वाटा सुधारणा कार्यक्रमांच्या अंमलबजावणीमुळे वाढलेला आहे. त्याप्रमाणात कृषि क्षेत्राचा वाटा वाढला नाही.

हीच बाब राज्यांच्या बाबतही खरी आहे. आश्चर्य म्हणजे ज्या राज्यांनीही फारशा सुधारणा केल्या नाहीत तेथेही दारिद्र्याचे प्रमाण कमी झाले आहे. आणखी एक चिंतेची बाब आहे. अनेक राज्यांनी त्यांच्या अर्थसंकल्पातून विकासाच्या कार्यक्रमावरचा खर्च कमी केला आहे. त्याचे अनेक परिणाम होणार आहेत.

सन १९९३-९४ ते ९९-२००० या सात वर्षात दारिद्र्यरेषेखालील लोकांचे प्रमाण सर्वात कमी झाले आणि नेमक्या या काळात २६ प्रमुख राज्यांमध्ये विकास कामावर खर्च होणारा निधी ५.५ टक्क्यांनी कमी झाला. (६१.५ टक्क्यांवरून ५६ टक्के)

काही राज्यांच्या बाबत ही आकडेवारी अधिक ठळक आहे. महाराष्ट्र राज्य हे त्याचे उदाहरण. येथे विकास कामांवरचा खर्च ६६.६ टक्क्यांवरून ५२.६ टक्के इतका कमी झाला. या सात वर्षात दारिद्र्य रेषेखालील लोकांचे

प्रमाण ३६.८६ टक्क्यांवरून २५.०२ टक्के इतके कमी झाले. अर्थात या आकडेवारीत विकास कामांवरचा एकूण खर्च विचारात घेतला आहे का ? हा प्रश्न तपासला पाहिजे. याचे कारण म्हणजे या काळात महाराष्ट्र राज्यामध्ये मोठ्या प्रमाणावर राज्याच्या अर्थसंकल्पाबाहेर खर्च झाला.त्यात सिंचन, रस्ते, पूल बांधणी अशा विकास कामांवर शासनाबाहेर महामंडळ निर्माण करून त्यातून मोठ्या प्रमाणावर सार्वजनिक कर्ज उभारण्यात आले आणि विकास कामे करण्यात आली.

विकास कामांवरचा खर्च कमी होण्याचे प्रसंग इतर काही राज्यातही आले. आंध्रमध्ये विकास कामांवरचा खर्च ६४.७ टक्क्यांवरून ५७.७ टक्के, कर्नाटकमध्ये ६६.१ टक्क्यांवरून ६२.९ टक्के आणि तामीळनाडूमध्ये ६६.४ टक्क्यांवरून ५५ टक्के या सात वर्षात कमी झाला. या काळात पाचव्या वित्त आयोगामुळे सरकारी कर्मचाऱ्यांवरचा खर्च भरमसाठ वाढला आणि त्याचा परिणाम म्हणून वरील प्रमाणे विकास कामांना कात्री लागली.

■

२.४ देशातले गरीब कोठे आहेत?

देशामध्ये दारिद्र्याचे प्रमाण आणि केंद्रीकरण काही ठरावीक राज्यात आहे. त्याला दीर्घकाळाचा संदर्भ आहे. मागच्या पन्नास वर्षात हे दारिद्र्य ज्या राज्यात केंद्रीभूत आहे त्यांच्या आर्थिक परिस्थितीत काही फरक झाला का ? हा एक रास्त प्रश्न आहे. नियोजनाच्या काळात जी आर्थिक वाढ झाली आणि विशेषत: गरीब राज्यांना सढळ हाताने मदत देण्यात आली त्याचा या विशिष्ट राज्यातल्या दारिद्र्यावर काही परिणाम झाला का ? हा एक संशोधनाचा विषय आहे. यामध्ये या राज्यांमध्ये दारिद्र्य हटविण्याचे जे कार्यक्रम घेण्यात आले त्यांचे मूल्यमापनही अभिप्रेत आहे.

देशातल्या दारिद्र्याचा एकूण विचार केला तर पाच राज्यांवर लक्ष केंद्रित करावे लागते. हा विचार करताना उष्मांकाची कमतरता असणाऱ्या गरीब व्यक्ती आणि कौटुंबिक खर्चाचा निकष (१९८७-८८) या दोन्हीही निकषांचा आधार घेऊन अभ्यास करण्यात आलेला आहे. यासाठी ग्रामीण क्षेत्रातील राष्ट्रीय नमुना पाहणीच्या तीन फेऱ्यांमधली आकडेवारी विचारात घेण्यात आलेली आहे. यासाठी १९८७ - ८८ (४३वी फेरी), १९९३-९४ (५०वी फेरी) आणि १९९९ - २००० (५५ वी फेरी) यांची आकडेवारी अभ्यासली आहे. या अभ्यासात ग्रामीण क्षेत्र आणि देशाची सरासरी यांची तुलना आहे.

नॅशनल इन्स्टिटयूट ऑफ न्यूट्रिशन या संस्थेच्या आहारतज्ज्ञांच्या गटाने काही निकष ठरवून दिले आहेत. देशातल्या एकूण ग्रामीण भागातील ज्यांच्या आहारात उष्मांकांची कमतरता आहे त्यामध्ये या पाच राज्यातील गरिबांच्या लोकसंख्येचे प्रमाण येथे लक्षात घेतलेले आहे. त्यानुसार किमान पोषणासाठी जे उष्मांक लागतात त्यापेक्षा ज्यांचा कमी आहार होता अशा लोकसंख्येचे मोठे आकडे पाच राज्यात होते (१९८७-८८). त्यामध्ये उत्तर प्रदेशात देशाच्या एकूण ग्रामीण क्षेत्रातल्या लोकसंख्येपैकी १२.७ टक्के, बिहारमध्ये ९.७ टक्के, मध्यप्रदेशात ७.८३ टक्के, महाराष्ट्रात ७.०३ टक्के आणि तामीळनाडूत ५.६७ टक्के इतके गरीब लोकसंख्येचे ठळक केंद्रीकरण आहे.

या मूळ १९८७-८८ मधल्या पातळीपासून पुढच्या तीन राष्ट्रीय नमुना

पाहणीच्या आकडेवारीचा उष्मांकाच्या कमतरतेचा विचार करता १९९९ - २००० पर्यंत पुढील बदल झालेले दिसतात. यामध्ये उत्तर प्रदेशचा जो पहिला क्रमांक होता तो १९९९ - २००० मध्ये दुसरा क्रमांक झाला. या उलट बिहारचा जो प्रथम १९८७-८८ मध्ये दुसरा क्रमांक होता तो नंतर पहिला क्रमांक झाला. या काळात मध्य प्रदेशचा क्रमांक जो प्रथम तिसरा होता तो नंतर सहावा झाला. त्याचप्रमाणे महाराष्ट्राचा क्रमांक चौथा होता तो सातव्या स्थानावर गेला आणि तामीळनाडूचा पाचवा क्रमांक चौथ्यावर आला.

या पाच राज्यांची जी ग्रामीण लोकसंख्या आहे ती देशाच्या एकूण ग्रामीण लोकसंख्येमध्ये किती आहे ही आकडेवारीही पाहता येईल. जर एनएसएसच्या नमुना पाहणीचा आधार घेतला तर उत्तर प्रदेशमध्ये १९८७-८८ मध्ये ग्रामीण लोकसंख्येचे देशाच्या एकूण लोकसंख्येबरोबरचे प्रमाण १२.८१ टक्के होते आणि हे प्रमाण१९९९ -२००० मध्ये ११.२ टक्के झाले. या उलट बिहारमध्ये हे प्रमाण ९. ७ टक्क्यांवरून २०.६२ टक्के झाले. मध्यप्रदेशमध्ये हे प्रमाण ७.६ टक्क्यांवरून ८.२९ टक्के झाले. तामीळनाडूमध्ये हे प्रमाण ६.१ टक्क्यांवरून ९.७१ टक्के झाले. फक्त महाराष्ट्र राज्यात सुधारणा झाली कारण ही टक्केवारी ७.४ टक्क्यांवरून ५.५३ टक्के झाली.

याबरोबर जर दारिद्र्यरेषेखाली कुटुंबखर्चाचे प्रमाण किती आहे याचा विचार केला तर उत्तर प्रदेशमध्ये देशातल्या ग्रामीण क्षेत्रातल्या गरिबांच्या संख्येबरोबरचे प्रमाण १४.९९ टक्के होते. संपूर्ण देशात हे पहिले स्थान आहे.

सर्वसाधारण विचार केला तर या आकडेवारीवरून काही राज्यात बदल होत आहेत याच्या खुणा दिसतात. तामीळनाडूमध्ये उष्मांकाच्या कमतरतेच्या दृष्टीने प्रथम सुधारणा झाली परंतु त्यानंतर ही परिस्थिती बिघडली. महाराष्ट्राच्या बाबत येथे दारिद्र्याचे प्रमाण कमी झाले परंतु सुरुवातीच्या काळात उष्मांकाच्या दृष्टीने गरिबी थोडी वाढली असे दिसत होते. उष्मांकाची कमतरता आणि कुटुंबाचा खर्च या दोन्ही निकषांच्या दृष्टीने उत्तर प्रदेशमध्ये परिस्थिती कुंठित होती असे म्हणता येईल. या उलट या दोन्ही दृष्टीने बिहारमधली परिस्थिती बिघडली असे म्हणावे लागेल. मध्यप्रदेशमध्ये कुटुंब खर्चाच्या दृष्टीने दारिद्र्य आहे तितकेच राहिले परंतु उष्मांकाच्या दृष्टीने त्यात सुधारणा झाली असे दिसते. आंध्र प्रदेशमध्ये कुटुंब खर्चाच्या दृष्टीने दारिद्र्याच्या परिस्थितीत सुरवातीला सुधारणा झाली परंतु नंतर ती टिकून राहिली नाही.

या अभ्यासात दारिद्र्य कोणत्या क्षेत्रात एकवटले आहे हे पाहाण्यावर भर दिलेला नाही. त्यापेक्षा देशामधल्या एकूण गरिबांच्या लोकसंख्येत प्रमुख राज्यातील गरिबांची टक्केवारी काय चित्र दाखवते याचा शोध घेतलेला आहे. आणि त्यासाठी किमान उष्मांकाची कमतरता आणि कौटुंबिक खर्चाचे निकष या दोन्ही दृष्टींनी विचार

केला आहे. ज्या ठळक राज्यात दारिद्र्याचे प्रमाण अधिक आहे त्यांच्या स्थानात एकमेकांच्या जागी बदल झालेले आहेत आणि दुसऱ्या काही राज्यात एका निकषाच्या आधारावर सुधारणा झालेल्या आहेत. परंतु या पाच प्रमुख राज्यांमध्ये दोन्ही निकषांचा आधार घेतला तरीही १९८७-८८च्या गरिबांच्या संख्येत वाढ झालेली आहे. त्याचवेळी त्यांचे एकूण ग्रामीण लोकसंख्येतले प्रमाण जवळपास स्थिर राहिलेले आहे.

या आकडेवारीवरून एक ठोस निष्कर्ष निघतो. देशातल्या एकूण गरीब लोकसंख्येपैकी एक मोठा वर्ग पाच राज्यांमध्ये स्थिरावलेला आहे. आणि अनेक उपाय योजूनही त्यांच्या संख्येत भरीव घट झाली आहे असे दिसत नाही. हे दारिद्र्य सहजासहजी कमी होणार नाही आणि यातून देशाला अनेक कठीण प्रश्नांना तोंड द्यावे लागेल. उत्तर प्रदेश, बिहार, मध्यप्रदेश, महाराष्ट्र आणि तामीळनाडू या चार प्रमुख राज्यांपैकी महाराष्ट्र आणि तामिळनाडू या राज्यातले गरिबीचे प्रश्न हाताळता येतील. याचे मुख्य कारण म्हणजे या दोन राज्यात आद्यौगिकीकरणाची दीर्घ परंपरा आहे आणि शिक्षणाचा प्रसारही लक्षणीय आहे. त्याचबरोबर या दोन राज्यात शहरीकरणाचा वेगही मोठा आहे. त्यामुळे ग्रामीण भागातील गरीब हे मोठ्या संख्येने शहरांकडे वळत आहेत आणि बिगर कृषी क्षेत्रात रोजगार मिळवत आहेत.

या तुलनेने उत्तर प्रदेश, बिहार आणि मध्यप्रदेश या तीन हिंदी भाषिक राज्यात या राज्यांची अर्थव्यवस्था मुळात मागासलेली आहे हाच गंभीर प्रश्न आहे. यामध्ये कृषी आणि उद्योग या दोन्ही क्षेत्रात भांडवल गुंतवणूक कमी आहे आणि औद्योगिकीकरणही विशेष नाही. त्याचबरोबर शिक्षणाचा प्रसारही असमाधानकारक आहे. वास्तविक पाहता या तीनही राज्यात नैसर्गिक साधनसामग्री भरपूर आहे परंतु त्यांचा विकास होण्यासाठी ज्या संस्था आणि जी व्यवस्था लागते त्यांची तेथे मोठी उणीव आहे. हे सर्व क्षेत्र सिंचन क्षमता आणि खनिज साधनसामग्री यामध्ये सरस आहे परंतु अनेक ऐतिहासिक कारणांमुळे येथे भांडवल गुंतवणूक झालेली नाही. थोडक्यात म्हणजे या हिंदी भाषिक राज्यात एकूण आर्थिक विकासाची प्रकिया जर मार्गी लागू शकली तर त्यातून ग्रामीण क्षेत्रातल्या दारिद्र्याचा प्रश्न सोडवता येईल. हे देशापुढचे एक मोठे आव्हान आहे.

■

२.५ ग्रामीण भारतातले गरीब

ग्रामीण भारतातील गरीब जनता आपल्या अन्नात थोडाही स्निग्धांश (फॅट)घेत नाही. नॅशनल न्यूट्रीशन मॉनेटरिंग ब्युरो या संस्थेने एक सविस्तर अभ्यास करून हा निष्कर्ष काढला आहे. या अभ्यासात मागच्या दहा वर्षाचा आणि दहा राज्यांचा विचार केला आहे. त्यात ग्रामीण लोकसंख्या आणि शहरातला मध्यमवर्ग यांची तुलना केली आहे. शिवाय शहरातला झोपडपट्टीतला वर्गही लक्षात घेतला आहे. त्यात असे दिसते की शहरी मध्यम वर्गाच्या तुलनेत ग्रामीण कुटुंबांचे अन्नातले स्निग्धांशाचे प्रमाण बरेच कमी आहे. किंबहुना ते जवळपास नाहीच असे म्हणता येईल. परंतु झोपडपट्टीतल्या कुटुंबांचे स्निग्धांशाचे प्रमाण मध्यमवर्गाच्या सुमारे निम्मे आहे.

या तुलनेत असे दिसते की ग्रामीण भागात उष्मांकांची (कॅलरीज) पातळी सुमारे २००० असून शहरामध्ये ते २१४० आहे आणि झोपडपट्टीवासीयांत ते १८२५ आहे. तसेच व्हिटॅमिन ए चे प्रमाण ग्रामीण भागात शहराच्या मानाने निम्मे आहे. तीच परिस्थिती व्हिटॅमिन सीच्या बाबत आहे. शहरातल्या झोपडपट्ट्यांची परिस्थिती व्हिटॅमिन ए आणि व्हिटॅमिन सी यांच्याबाबत ग्रामीण कुटुंबांच्या सारखीच आहे.

ग्रामीण कुटुंबांच्या अन्नात स्न्धिांश अजिबात नसणे ही काळजीची बाब आहे. ही कुटुंबे शारीरिक कष्टाची कामे करीत असतात आणि त्यांना अधिक शक्तीची गरज असते.

खाद्य तेलाच्या किमती सतत चढ्या असल्यामुळे गरीब कुटुंबांना ते परवडत नाही आणि त्यामुळे ही स्निग्धांशाची त्रुटी दिसत असावी. गेल्या दशकात पीक रचनेत बदल होऊन धान्यांच्या पिकांची जागा इतर पिकांनी घेतली आहे. सन १९८६ मध्ये खाद्यतेलावरच्या टेक्नॉलॉजी मिशनच्या कामामुळे या पिकाखालचे क्षेत्र वाढले आहे आणि उत्पादकताही वाढली आहे.

ही सुरवातीच्या काळात सुधारणा झाली याचे एक कारण म्हणजे खाद्य तेलाच्या आयातीवर बंधने घालण्यात आली आणि खाद्यतेलाच्या किमतीला संरक्षण देण्यात आले. त्याबरोबरच नवीन तंत्रज्ञानावर भर देण्यात आला आणि त्यामुळे

खाद्यतेलाच्या उत्पादनात बऱ्यापैकी वाढ झाली. खाद्यतेलाच्या अंतर्गतही बरेच बदल झाले. शेंगदाणा तेल, लिनसीड, सिसॅमम आणि नायगरसीड या पारंपरिक पिकाखालचे क्षेत्र कमी झाले आहे आणि रेपसीड, मस्टर्ड, सोयाबीन आणि सूर्यफूल (सनफ्लॉवर) यांच्या खालचे क्षेत्र वाढले आहे.

अनेक अभ्यासातून असे सिध्द झाले आहे की खाद्यतेलाच्या उत्पादनात बरीच वाढ होऊ शकते आणि देशाची गरज भागू शकते. त्यासाठी अनुकूल धोरणे आवश्यक आहेत. मुख्य म्हणजे खाद्यतेलाच्या उत्पादनात आणि त्या पिकाखालच्या क्षेत्रात गेल्या काही वर्षात मोठ्या प्रमाणावर चढउतार झालेले आहेत. प्रमुख तेलबियांचे उत्पादन ९८ - ९९ मध्ये २४७.५ लाख टन होते ते ९९ - ००मध्ये २०८.७लाख टनांवर खाली आले. चालू वर्षात (०० - ०१) प्राथमिक अंदाजानुसार हे उत्पादन १८७ लाख टनावर येईल असे दिसते. ही उत्पादनातील घट काही प्रमाणात या पिकाखालचे क्षेत्र कमी झाल्यामुळे दिसत आहे. (२६.२३मिलि.हेक्टर वरून २३.४मिलि.हे.)

■

२.६ ग्रामीण भागातले गरीब आणि श्रीमंत यांचे प्राधान्यक्रम

ग्रामीण भागातले श्रीमंत गरिबांच्यापेक्षा दरमहा सात पटीने अधिक खर्च करतात. परंतु या दोन्ही वर्गाच्या खर्चात बिगर अन्नांच्या खर्चाला सारखेच प्राधान्य दिले जाते असे दिसते.

नॅशनल सँपल सर्व्हेची कुटुंबाच्या खर्चाची आकडेवारी (सन ९९-००) उपलब्ध आहे. त्यामध्ये ग्रामीण भागात सर्वात कमी दरमहा दरडोई खर्चाचा गट रु. ० - २२५ हा आहे. त्यातला सर्वात अधिक खर्च ग्राहक सेवा आणि औषधोपचारांवर एकूण बिगर अन्नाच्या बाबीत सर्वात अधिक खर्च दिसतो. हे खर्चाचे प्रमाण १० आणि ७ टक्के इतके आहे.

या उलट सर्वात अधिक दरमहा दरडोई खर्चाचा गट रु. ९५० आणि अधिक यामध्येही बिगर अन्नाच्या बाबींमध्ये वर उल्लेखिलेल्या गोष्टींवर खर्च होतो. या वर्गात एकूण कुटुंबाच्या खर्चापैकी १९ आणि १३ टक्के खर्च वर उल्लेखिलेल्या बाबींवर होतो.

एनएसएसच्या व्याख्येप्रमाणे मिसलेनियस गुडस अँण्ड सर्व्हिसेस यामध्ये अन्न, पेय, इंधन, कपडे, फूटवेअर, शैक्षणिक आणि औषधोपचार यांच्या सेवा, घरभाडे, करभार आणि टिकाऊ वस्तू यांचा समावेश केला जात नाही. तसेच बिगर संस्थात्मक औषधोपचार यातून रुग्णालयातली आजारी माणसाची सेवा वगळली जाते.

कुटुंबांच्या खर्चाची आकडेवारी पाहता असे दिसते की कुटुंबाचे जसे उत्पन्न वाढत जाते त्या प्रमाणात अन्नावरचा खर्च कमी होत जातो.

सर्वात गरीब कुटुंबे सुमारे ६७ टक्के खर्च अन्नावर करतात. आणि त्यातला सर्वात अधिक खर्च अन्नधान्यावर होतो. या उलट सर्वात श्रीमंत वर्ग फक्त ४६ टक्के खर्च अन्नावर करतो. एकूण अन्नाच्या बाबींमध्ये हा वर्ग सुमारे दरमहा १५० रु. दूध आणि दुधाचे पदार्थ यावर खर्च करतो आणि फक्त

दरमहा रु.१३५ अन्नधान्यावर खर्च करतो. या तुलनेत सर्वात गरीब कुटुंबे दुधावर फक्त दरमहा रु. ४ खर्च करतात आणि अन्नधान्यावर रु. ७२ खर्च करतात.

विशेष म्हणजे कुटुंबाचा तंबाखू आणि नशा यावरचा खर्च सर्व वर्गात सारख्याच प्रमाणात दिसतो. यामध्ये सर्व वर्गात तंबाखूवर दोन टक्के आणि नशापानावर एक टक्का दरमहा खर्च होतो असे दिसते.

■

२.७ आर्थिक वाढ आणि ग्रामीण दारिद्र्य

देशात नव्वदीच्या तुलनेत ऐंशीच्या दशकात आर्थिक वाढ अधिक झाली आणि त्यामुळे ग्रामीण भागातील दारिद्र्य कमी झाले यावर अनेकांचे एक मत आहे. असे असले तरी आर्थिक वाढीचा दर नव्वदीमध्ये अधिक वरचा होता आणि स्थिर होता अशी वस्तुस्थिती आहे. याला अपवाद फक्त १९९१चे वर्ष. जेव्हा पेचप्रसंग निर्माण झाला होता.

अर्थात काही अभ्यासकांनी एनएसएसची कुटुंब खर्चावरची माहिती आणि नॅशनल अकौंटस मधील खर्चाची माहिती यामध्ये विसंगती आहे यावर बोट ठेवले आहे. एनएसएसच्या ५५व्या फेरीमध्ये जी माहिती आहे (मागच्या ३० दिवसातील संदर्भात)त्यावरून दारिद्र्याची पातळी लक्षणीय प्रमाणात कमी झाली आहे. एकूण निष्कर्ष असा दिसतो की नव्वदीच्या दशकात अपेक्षेपेक्षाही दारिद्र्याच्या पातळीत घट आली.

नव्वदीच्या मध्यापासून ग्रामीण शिरगणती (हेड काऊंट रेषो /एचसीआर) घेतली जाते आणि त्यामुळे दारिद्र्यरेषेखालील कुटुंबांची फक्त संख्या न मोजता दारिद्र्याची तीव्रताही नोंदली जाते. हे तपासण्याच्या दोन पध्दती म्हणजे दारिद्र्यातील तफावत (पीजीआर) आणि दारिद्र्यातील तफावतीची चौरस संख्या (एसपीजीआर). ही आकडेवारी बघण्यासारखी आहे. सन ९५ - ९६ आणि ९७ या वर्षात एचसीआर खाली आला परंतु पीजीआर आणि एसपीजीआर यात वाढ झाली. याचा सोपा अर्थ असा की दारिद्र्य रेषेखालील कुटुंबांच्या प्रमाणात घट झाली तरी दारिद्र्याची तीवता कमी झाली नाही.

आणखी एक मुद्दा आहे. नव्वदीच्या सुरुवातीला आर्थिक सुधारणांचा अंमल सुरू झाला आणि दारिद्र्य वाढले. एचसीआरच्या तुलनेत पीजीआर आणि एसपीजीआर यामध्ये टक्केवारीच्या प्रमाणात अधिक वाढ झाली. एसपीजीआरमध्ये १० टक्क्यांपेक्षा वाढ झाली तर त्यावरून दारिद्र्याचा फटका तीव्र झाला अशी व्याख्या आहे. असे घडले की पीजीआर आणि एसपीजीआर यावर होणारा परिणाम एचसीआर वरच्या परिणामापेक्षा अधिक असतो. याचा अर्थ असा की दारिद्र्याचा फटका जोराचा असला

तर सगळयात जो गरीब असतो त्याला त्याची झळ सर्वात अधिक लागते. आणखी एक महत्त्वाची गोष्ट म्हणजे सुधारणा कार्यक्रम सुरू झाल्यापासून क्षेत्रीय पातळीवर विषमतेचे प्रमाण वाढत आहे. याचा अर्थ असा की गरिबातले गरीब यांच्याकडे नुसते दुर्लक्ष होते याहीपेक्षा क्षेत्रीय पातळीवर ते संख्येने एकत्र येतात आणि गरिबीचा प्रश्न अधिकच बिकट होतो.

हे सर्व निष्कर्ष राज्य पातळीवरच्या आकडेवारीबाबत खरे आहेत. तसेच एनएसएसच्या सर्वेक्षणात ज्याला क्षेत्र (रिजन) म्हणतात त्याही पातळीवर खरे आहेत. महाराष्ट्रात दारिद्र्याचे प्रमाण किनारपट्टीच्या क्षेत्रात उरलेल्या महाराष्ट्रापेक्षा अधिक आहे. तसेच मध्यप्रदेशमध्ये पूर्व भागात (आताचे छत्तीसगड राज्य) दारिद्र्याचे प्रमाण अधिक आहे. आर्थिक विकासाच्या प्रक्रियेत क्षेत्रिय पातळीवर ही तफावत लक्षात घेता दारिद्र्याचा प्रश्नही बिकट होतो. या प्रक्रियेचे परिशीलन केले तर असे लक्षात येते की आर्थिक वाढ ही आवश्यक आहे. परंतु त्यामुळे खरोखरी दारिद्र्य कमी होईल याची निश्चिती नाही.

दारिद्र्याच्या प्रश्नावर पीछेहाट झाली याची काही कारणे सांगता येतील. एक म्हणजे बऱ्याच गरिबांकडे फारच थोड्या मत्ता (ॲसेट) आहेत. किंबहुना काहीच नाहीत. एखादी नैसर्गिक आपत्ती आली की या थोड्या मत्ताही निरुपयोगी ठरतात. गरिबाजवळ फक्त श्रमशक्ती असते आणि तीही अकुशल स्वरुपाची असते. तसेच काम मिळविण्यासाठी लाचलुचपतीचा खर्च करावा लागतो तो परवडत नाही. काहीवेळा गरीब मजूरांनी जमीन मालकाकडून कर्जे घेतली आणि ती फेडता आली नाहीत तर त्यापोटी त्यांना मजुरीमध्ये गुंतून पडावे लागते. बऱ्याचदा हे गरीब दुबळया समाजाचे म्हणजे मागासवर्गीय जाती आणि आदिवासी जमातींपैकी असतात. या दुबळयांमध्येही स्त्रिया आणि मुले यांची परिस्थिती अधिकच बिकट असते.

एका दृष्टीने कृषि क्षेत्रात वाढ झाली तरी गरिबीत वाढ होते त्याचबरोबर गेल्या काही वर्षात देशाच्या मागास भागात कृषि क्षेत्रातली वाढही खुंटलेली आहे. सिंचनाची क्षमता मर्यादित आहे त्यामुळे भराभर सिंचन विकास होईल आणि त्यातून कृषिची वाढ होईल यालाही काही मर्यादा आहेत. ज्या राज्यात सुरुवातीची परिस्थिती अनुकूल आहे (उदा.पंजाब) तेथे कृषिची प्रगती वेगाने होऊ शकते आणि ज्या राज्यात तशी ती अनुकूल नाही (बिहार) तेथे प्रगती जोमाने होत नाही असे अनेक संशोधकांनी म्हटले आहे.

अशा परिस्थितीत ग्रामीण भागातील दारिद्र्य कमी व्हायचे असल्यास बिगर शेतीच्या कामातूनच काही मार्ग काढावा लागेल. यामध्ये शेतमजुरासाठी मागणी वाढली तर मजुरीचे दर वाढू शकतील. ग्रामीण मजुरांना त्यांच्या क्षेत्रात रोजंदारीची अधिक संधी मिळाली तर त्यांना आपले बळ वाढवता येईल. सर्वात महत्त्वाचे म्हणजे

संस्था पातळीवर अनेक महत्त्वाच्या सुधारणा घडवून आणणे आवश्यक आहे. सरकारने या तिन्ही बाबींवर कारवाई केली आहे परंतु त्याचा दारिद्र्यावर परिणाम झाला आहे असे म्हणता येणार नाही. काही कार्यक्रमात कार्यक्रमाची रचना चुकीची झाली आहे आणि त्यामुळे जे गरीब आहेत ते वगळले गेले आणि जे खरोखरी गरीब नाहीत त्यांना फायदे मिळाले.

काही ठिकाणी चुकीच्या पद्धतीने ग्रामीण मजुरांचे संघटन करण्यात आले आणि त्यामुळे मजुरी वाढली परंतु गरीब मजुरांनाच काम मिळणे बंद झाले. बऱ्याच कार्यक्रमात नोकरशाहीने अडचणी निर्माण केल्या आणि गरिबाच्या वास्तविक गरजांचा पुरेसा विचार झाला नाही. पंचायत राज अमलात आणून काही संस्थात्मक सुधारणा करण्याचा प्रयत्न झाला परंतु त्यातून खऱ्या अर्थाने लोकशाही व्यवहार रुजला नाही. याचे एक कारण म्हणजे अनेक पंचायतीचे व्यवहार हे स्थानिक हितसंबंधियांनी ताब्यात घेतलेले आहेत. आज पंचायती फक्त नोकरशाहीला जुमानतात असे चित्र आहे.

दारिद्र्यनिर्मूलनाचे प्रयत्न करताना गरिबाला बळ देण्याची आवश्यकता आहे. आज जो आर्थिक विकास होत आहे आणि गरिबीचे प्रमाण कमी होत आहे त्यामध्ये हे बळ देण्याचा प्रयत्न होत नाही आणि ती एक मोठी कमतरता आहे. हे जोपर्यंत घडत नाही तोपर्यंत आर्थिक विकास आणि दारिद्र्य निर्मूलन या दोन्ही गोष्टी एकच आहेत असे समजणे चुकीचे होईल.

■

२.८ कमी उष्मांक?

आपल्या देशात मागच्या सुमारे साठ वर्षांच्या काळात औद्योगिकीकरणाचे भगीरथ प्रयत्न करण्यात आले आणि त्यातून आता नव्वदीच्या दशकापासून आर्थिक वाढ दमदारपणे होऊ लागली आहे. हे सुचिन्ह समजले तरीही त्याचबरोबर आपला दारिद्र्याचा प्रश्नही तितकाच गंभीर आहे आणि त्यावर मात करण्यासाठी प्रयत्नांची पराकाष्ठा करावी लागणार आहे. म्हणजे आपल्याकडे एका बाजूने वेगाने आर्थिक वाढ होत आहे आणि दुसऱ्या बाजूने दारिद्र्य कमी होण्याचे प्रमाण अपेक्षेइतके नाही. यातून एका गहन विषयाची चर्चा होत असते. ती म्हणजे जे काही दारिद्र्य कमी होत आहे त्याचे खरोखरी काय स्वरूप आहे. आपल्या कौटुंबिक खर्चामध्ये अन्नधान्यावरचा खर्च कमी होत आहे आणि त्याप्रमाणात आपण कमी उष्मांकांचे (कॅलरीज) सेवन करत असतो. काही अभ्यासकांच्या मते ही उष्मांकातील घट याचा अर्थ उपासमारी वाढली आहे अगर भूक भागवली जात नाही. याच्या विरोधात दुसरे मत आहे. त्यानुसार एकूणात दारिद्र्याचे प्रमाण कमी होत आहे आणि आता आपल्याकडे भुकेचा आणि उपासमारीचा प्रश्न राहिलेला नाही. त्याचेच प्रतिबिंब आपण जे कमी उष्मांकांचे सेवन करतो त्यात पडलेले आहे.

या चर्चेमध्ये आकड्यांचे महत्त्व आहे आणि नॅशनल सँपल सर्व्हे ऑरगनायझेशन (एनएसएसओ) म्हणजे राष्ट्रीय नमुना पाहणी संघटना ही सरकारची अधिकृत यंत्रणा याची तपशीलवार आकडेवारी देत असते. त्यामुळे दारिद्र्याची चर्चा करणारे सगळेच अभ्यासक या आकडेवारीचा आधार घेत असतात. विशेष म्हणजे टीकाकारांनीही या आकड्यांच्या खरेपणाबद्दल संशय घेतलेला नाही. ही आकडेवारी काय सांगते? मागच्या १९७२-७३ पासून २००४-०५ सालापर्यंत सुमारे बत्तीस वर्षांपेक्षा अधिक काळात दरडोई उष्मांकाच्या उपभोगात सतत घट होताना दिसत आहे. याचबरोबर या एनएसएसओच्या सर्वेक्षणानुसार या काळात दारिद्र्याच्या प्रमाणातही घट झालेली आहे. हे प्रमाण ५६ टक्क्यांवरून २८ टक्क्यांपर्यंत म्हणजे निम्म्याने खाली आले आहे. याचा अर्थ समाजात एकूणात दारिद्र्याचे प्रमाण घटणे आणि दरडोई उष्मांकाच्या सेवनात घट होणे या दोन्ही सुसंगत बाबी आहेत.

जर देशात मागच्या तीस वर्षांत दारिद्र्याची टक्केवारी खाली आली आणि त्याचबरोबर दरडोई उष्मांकाच्या सेवनात घट झाली तर मग ही काही संख्याशास्त्रामधली चूक समजायची का? यासाठी एनएसएसओने भुकेचे मोजमाप करण्यासाठी कोणते गुणोत्तर लावले याचा शोध घेतला पाहिजे. भुकेचे गुणोत्तर म्हणजे ज्या कुटुंबांना त्यांच्या गरजेपुरते पुरेसे अन्न मिळत नाही त्यांना भुकेले समजण्यात आलेले आहे. या व्याख्येनुसार १९८३ मध्ये अशा भुकेल्या लोकांचे प्रमाण १५ टक्के होते आणि ते १९९३-९४ मध्ये ग्रामीण भागात ५.५ टक्के आणि शहरी भागात १.९ टक्के इतके खाली आले. पुढच्या काळात या प्रमाणातही आणखी घट झाली. त्यानुसार २००४-०५ मध्ये ग्रामीण भागात २.६ टक्के आणि शहरी भागात ०.६ टक्के इतके भुकेल्या लोकांचे प्रमाण होते.

यावरून एक ठोस अनुमान निघते. देशातून भुकेल्या माणसांचे प्रमाण जवळपास संपलेले आहे. याचा अर्थ जर लोक भुकेले नाहीत तर मग ते अधिक खात नाहीत अगर ते कमी उष्मांकाचे सेवन करतात. ही काही फार गंभीर अगर खेदाची गोष्ट समजण्याचे कारण नाही. एनएसएसओच्या आकडेवारीनुसार सगळ्याच उत्पन्न गटामध्ये हे सुसंगतपणे घडत असल्याचे निष्कर्ष काढण्याइतका बळकट पुरावा मिळत आहे. अगदी सगळ्यात कमी म्हणजे तळाच्या ३० टक्के उत्पन्न गटातही हे बदल दिसत आहेत. यातले मुख्य निरीक्षण म्हणजे कुटुंबाच्या खर्चामध्ये धान्य आणि डाळी याचे सेवन कमी होत आहे आणि त्याची जागा उच्च प्रतीच्या अन्नपदार्थांनी घेतलेली आहे. त्यात स्निग्धांश, चहा, साखर, अंडी, मांस आणि मासे, भाजीपाला आणि फळे यांचा समावेश होतो. या उच्च प्रतीच्या अन्नाच्या बाबींवरचा दरडोई खर्च वाढत आहे आणि त्याचबरोबर धान्यावर होणारा खर्च कमी होत आहे. यामुळे उष्मांकाचे सेवन कमी होताना दिसत आहे. शिवाय जसे कुटुंबाचे उत्पन्न वाढते तसे त्यांचा बिगर अन्नाच्या बाबींवर होणारा खर्च वाढताना दिसत आहे. यावरून या कुटुंबांमध्ये हळूहळू सुस्थिती येत आहे आणि त्यांची आर्थिक स्वास्थ्य आणि सुबत्तेची पातळी उंचावत आहे, याचे संकेत मिळतात.

सुस्थिती आलेली दिसत आहे मग उष्मांकाचे सेवन का कमी होत आहे? हनुमंत राव आणि महेंद्र देव या अभ्यासकांनी याचा एक अर्थ लावलेला आहे. एक म्हणजे आपल्या समाजात औद्योगिकीकरणाचा प्रभाव वेगाने वाढत आहे आणि त्यामुळे मुळात माणसाच्या श्रमाची जागा यंत्रांनी घेतलेली आहे. असे जीवनाच्या सगळ्या क्षेत्रातच घडलेले आहे. आता ग्रामीण भागातही शेतात नांगरणीची कामे ट्रॅक्टरकडून होतात, पीक कापणी आणि मळणीची कामे हार्वेस्टर यंत्राने होतात आणि दळणाची कामे यांत्रिक गिरणीने होतात. पिकांच्या निगराणीमध्ये रासायनिक खते हाताने टाकली जातात आणि नैसर्गिक खते मात्र व्यवस्थितपणे व्यापक क्षेत्रावर

पसरावी लागतात. खेड्यात सायकली, दुचाकी वाहने आणि बस सेवा यामुळे लांब अंतरावर चालण्याचे प्रमाण कमी झालेले आहे. याला अपवाद मात्र काही दऱ्याखोऱ्यातील ग्रामीण भाग आहे जेथे अजून दळणवळणाच्या सोयी पोहोचल्या नाहीत. हा भाग सोडून उरलेल्या ग्रामीण भागात सर्वसाधारण प्रौढ माणसाला शाररिक कष्ट बऱ्यापैकी कमी करावे लागतात. याचा एक परिणाम म्हणजे या लोकसंख्येची उष्मांकाची गरज कमी झालेली आहे. याला मदत म्हणून ज्या कुटुंबांची उत्पन्नाची पातळी उंचावली आहे त्यांच्या कौटुंबिक खर्चातही उच्च दर्जाच्या अन्नपदार्थांचा समावेश झालेला आहे. तसेच त्यांच्या सेवनात बिगर अन्नाच्या बाबींवरचा खर्चही वाढलेला आहे.

हा एका अभ्यासक गटाचा दृष्टीकोन आहे. याच्या विरोधात डाव्या विचारसरणीचे अभ्यासक आहेत. त्यांची मांडणी सोपी आहे. त्यांच्या मते कमी उष्मांकाचे सेवन याचा स्वच्छ अर्थ भुकेल्या लोकांची वाढ असाच आहे. महेंद्र देव या संशोधकाच्या मते कमी उष्मांकाचे सेवन म्हणजे दारिद्र्य ही मांडणी फारच उथळ आहे. त्यांच्या मते देशांतर्गत खूप वैविध्य असल्यामुळे राज्य पातळीवरची आकडेवारी बघणे योग्य होईल. एनएसएसओच्या ताज्या आकडेवारीनुसार तीन राज्यातल्या ग्रामीण लोकसंख्येचे उष्मांकाचे सेवन सगळ्यात खालच्या पातळीवर आहे. ही राज्ये म्हणजे तामिळनाडू (१८४२), कर्नाटका (१८४५) आणि गुजरात (१९२३). आता ही राज्ये देशात सगळ्यात गरीब आहेत आणि तेथे बिहार (२०४९) आणि उत्तर प्रदेश (२२००) या राज्यांपेक्षा भुकेल्या माणसांचे दारिद्र्य अधिक आहे असे कोणी म्हणेल काय? किंबहुना उत्तर प्रदेशात अगदी मागे १९७२-७३ मध्येही उष्मांकाच्या सेवनाची पातळी बऱ्यापैकी वरची म्हणजे २५७५ इतकी होती. मग तीस वर्षांपूर्वीच्या काळात उत्तर प्रदेशात आजच्या तामिळनाडू आणि गुजरात यांच्यापेक्षा गरिबांची परिस्थिती चांगली होती असे म्हणायचे काय? अर्थातच हे तर्कसंगत नाही आणि व्यवहाराच्या निकषावर उतरणारे नाही. याचबरोबर शहरातल्या लोकसंख्येचे उष्मांकाचे सेवन तुलनेसाठी बघता येईल. हे राज्य आहे महाराष्ट्र जेथे १८४७ उष्मांकाचे सेवन होत होते. मग बिहार आणि उत्तर प्रदेश येथल्या गरिबांपेक्षा मुंबईतील गरिबांना कमी उष्मांक परवडत होते असे समजायचे काय?

अर्थात भुकेल्या लोकसंख्येच्या आकड्यांबाबत सावधपणे विचार करायला हवा. देशाच्या पातळीवर सरासरी भारतीय नागरिकाची भूक भागत नाही असा निष्कर्ष जरी निघत नसला तरीही तळाच्या तीस टक्के उत्पन्न गटातील लोकसंख्येचा अधिक तपशीलात विचार करता येईल. एनएसएसओची सगळ्यात ताजी आकडेवारी ही २००४-०५ वर्षाच्या संदर्भात आहे परंतु त्यात उत्पन्न गटांचा तपशील उपलब्ध नाही. महेंद्र देव आणि इव्हनसन (२००३) यांनी आपल्या अभ्यासात त्या अगोदरच्या

तीन सर्वेक्षणाच्या फेऱ्यांचा वापर केला आहे आणि त्यात वेगवेगळ्या उत्पन्न गटांची आकडेवारी आहे. ही संदर्भाची तीन वर्षे म्हणजे १९९९-२०००, १९९३-९४ आणि १९७२-७३ या आकडेवारीनुसार जो सर्वात वरचा तीस टक्क्यांचा उत्पन्न गट आहे त्या लोकसंख्येच्या उष्मांकाच्या सेवनात सुमारे २८ वर्षात खूपच घट झालेली आहे. सन १९७२-७३ मध्ये या उच्च उत्पन्न गटातल्या उष्मांकाच्या सेवनाची पातळी ३१६१ होती आणि ती १९९९-२००० मध्ये २४६३ इतकी झाली. याचा अर्थ सु:स्थितीतल्या उत्पन्नाच्या कुटुंबानी आपल्या आहारात बरेच बदल केले होते आणि ते सकारात्मक होते.

तसेच मधल्या चाळीस टक्के उत्पन्न गटातील कुटुंबांनी आपल्या उष्मांकांच्या सेवनात २२७० वरून २००९ इतकी घट केलेली आहे. आहाराच्या विषयात योग्य उष्मांकाच्या सेवनाच्या पातळीविषयी काही प्रमाण मानण्यात येते. या प्रमाणाचा विचार केला तर मधल्या चाळीस टक्के उत्पन्न गटाच्या कुटुंबांची २००९ उष्मांकाच्या सेवनाची पातळी ही कमी आहे असे म्हणावे लागेल. त्याचप्रमाणे जो तळाच्या तीस टक्के उत्पन्न गटातला वर्ग आहे त्यांचे १९७२-७३ मध्ये फक्त १५०४ उष्मांकाचे सेवन होते आणि नंतरच्या सुमारे २८ वर्षात ही उष्मांकाची पातळी १६०० ते १७०० या दरम्यानच स्थिर राहिली आहे. याचा अर्थ या तळाच्या तीस टक्के उत्पन्न गटाच्या उष्मांकाचे सेवन हे समतोल आहाराच्या किमान पातळीपेक्षाही बरेच कमी आहे, असा आकडेवारीतून पुरावा मिळतो.

या तपशिलांच्या पार्श्वभूमीवर हनुमंत राव आणि महेंद्र देव यांनी देशात वाढत्या औद्योगिकीकरणामुळे यांत्रिकीकरण वाढले आहे आणि त्यामुळे शारीरिक श्रमाचे प्रमाण कमी झाले आहे आणि त्याचा परिणाम म्हणून आता कमी उष्मांकाचे सेवन होते असे जे समर्थन दिले आहे ते पुरेसे समाधानकारक नाही असा निष्कर्ष निघतो. मग आणखीन कोणत्या शक्यता असू शकतात? एक शक्यता म्हणजे आपण समतोल आहाराची एक किमान सरासरीची संकल्पना केलेली आहे, ती कदाचित चुकीची असू शकते. या प्रमाणानुसार ग्रामीण भागात दरडोई प्रतिदिनी २४०० उष्मांक आणि शहरीभागात २१०० उष्मांक मिळणे आवश्यक आहे अशी संकल्पना करण्यात आलेली आहे. आपल्याकडे शहरातल्या उच्च उत्पन्न गटातल्या ग्राहकांना नामांकित अन्न पदार्थ विकणाऱ्या मॅकडोनाल्ड अशासारख्या दुकानांचे आकर्षण असते आणि त्यातून मिळणाऱ्या चटपटीत अन्नपदार्थातून शरीर स्वास्थ्य धोक्यात येते अशी नेहमी टीका होते. परंतु यात मिळणाऱ्या पदार्थातून होणारे उष्मांकाचे सेवन बरेच कमी असते. यातले काही ठरावीक पदार्थ म्हणजे सबवे सँडविच (२८०उष्मांक), बिग मॅक (५५ उष्मांक) आणि बर्गर किंगचे व्हूपर (६५०उष्मांक). दिवसभरात सकाळी नाष्टा, दुपारचे जेवण आणि रात्रीचे जेवण यात

वरच्या तीन पदार्थांचा वापर केला तर दिवसभरात एकूण १४८० उष्मांकाचे सेवन होईल. मग आपल्या शहरातले श्रीमंत हे भुकेले राहतात असे कसे म्हणायचे? यापेक्षा आपली आहारातल्या किमान उष्मांकाच्या गरजे विषयीची संकल्पना बहुधा बदलण्याची गरज आहे, असा निष्कर्ष योग्य ठरेल.

अर्थशास्त्रज्ञ अशोक रुद्र यांनी आपल्या अभ्यासात पश्चिम बंगालमधले मजूर दरडोई प्रतिदिनी १५०० उष्मांकांचे सेवन करतात असे म्हटले आहे. इतका कमी आहार असूनही ते काम करताना कोसळून पडतात, असे कधी घडलेले नाही. याचा अर्थ ग्रामीण भागात प्रौढ मजुराला सरासरीच्या संकल्पनेवर सुमारे २४०० उष्मांक प्रतिदिनी मिळाले तर हवे आहेत. परंतु त्याला निदान १६०० उष्मांक मिळाले तरी त्याचे काही प्रमाणात भागू शकते, असे म्हणता येईल. असे म्हणण्याचे कारण म्हणजे १९९९-२०००च्या एनएसएसओच्या सर्वेक्षणानुसार देशामध्ये तळाच्या तीस टक्के उत्पन्न गटातील व्यक्ती सरासरी दरडोई १६२६ उष्मांकाचे सेवन करत आहे असे आकडे दाखवतात. याचा अर्थ ग्रामीण भागातील कुटुंबे या पातळीवर उदर निर्वाहाच्या अन्नधान्याच्या किमान गरजा भागल्या म्हणजे तो बिगर अन्नाच्या बाबींवर अधिक खर्च करण्याचे पत्करतो, असे म्हणता येईल. यामध्ये शिक्षण, औषधोपचार, प्रवास आणि कपडे अशा काही ठळक बाबी आहेत.

कुटुंबांच्या खर्चाचे सर्वेक्षण करताना आणखी एका वास्तवाचे भान ठेवले पाहिजे. कुटुंब प्रमुख काही बाबींवरचा खर्च संकोचापोटी सांगत नाहीत असा अनुभव आहे. उदाहरण म्हणजे कुटुंबातला प्रमुख अगर प्रौढ माणसे दारुचे सेवन अगर इतर व्यसनांच्या आधीन असले तर त्यावरचा खर्च सर्वेक्षणामध्ये आपणहून सांगतील अशी शक्यता कमी आहे. याचा अर्थ अशा व्यक्तींच्या उष्मांकाचे सेवन सर्वेक्षणातल्या आकडेवारीपेक्षा अधिक असण्याची शक्यता आहे. त्याचबरोबर कौटुंबिक खर्चाचा तपशील गोळा करताना सर्वेक्षणामध्ये काही अडचणी नेहमी येतात. कोणताही खर्च सुमारे तीस दिवसांपेक्षा पलिकडचा असला तर तो आठवणीत ठेवणे अवघड जाते. जो खर्च मागच्या आठवड्यात केला आहे त्याची माहिती आठवणीने दिली जाते आणि त्यामुळे अशा खर्चाचे प्रमाण अधिक असते. त्यामुळे एनएसएसओच्या सर्वेक्षणात मागच्या तीस दिवसातील खर्चाच्या तपशिलांवर अधिक भर दिलेला असतो आणि त्यामुळे उष्मांकाचे खरोखरी किती सेवन होते याचा पुरेसा तपशील मिळत नसण्याची शक्यता आहे. अर्थात कौटुंबिक खर्चाचे सर्वेक्षण करण्याच्या एकूण पद्धतीच्या या काही मर्यादा आहेत याची दखल घ्यावी लागेल.

काही अभ्यासक आणि काही स्वयंसेवी संघटनातील कार्यकर्ते यांना भुकेल्या लोकसंख्येबाबतच्या आकड्यांविषयी मुळात काही संशय आहेत. त्यांच्या मते आपल्या देशात इतक्या कमी प्रमाणात भुकेले आहेत हेच मुळात अनुभवाला धरून नाही.

दारिद्र्य, भूक आणि उपासमारी हे फार नाजुक आणि गंभीर विषय आहेत आणि त्यामुळे केवळ आकडेवारीवर अवलंबून काही निष्कर्ष काढणे बरोबर होणार नाही. आकड्यांचे महत्त्व नक्कीच आहे कारण देशाचा आकार आणि त्यातली विभिन्नता खूप मोठी आहे आणि त्यातल्या दारिद्र्याच्या प्रश्नाचे महत्त्व विशेष आहे. या प्रश्नाशी देशाच्या सामाजिक स्थैर्याचा प्रश्न गुंतलेला आहे. त्यामुळे आकडेवारीबरोबरच इतर काही सामाजिक निरीक्षणांचीही पुरेपूर दखल घेण्याची गरज आहे. काही सामाजिक कार्यकर्त्यांच्या मते ग्रामीण भागात अनेकदा गरीब माणसे आपण गरीब आहोत अगर भुकेले आहोत हे सहजासहजी कबूल करत नाहीत. त्याच्याशी त्यांचा आत्मसन्मान आणि समाजातले स्थान निगडित असते. अनेकदा खेड्यामधले सामाजिक जीवन एकमेकांशी जोडले गेलेले असल्यामुळे कोणत्याही परक्या माणसाकडे अगदी गरीब माणसालाही आपण उपाशी आहोत हे कबूल करणे जड जाते. या तुलनेने शहरामधले समाजजीवन खूप तुटक असते.

या गरिबीच्या विषयात देशामध्ये मागच्या दीर्घकाळात दारिद्र्याचे स्वरूप बदलत आहे आणि त्याचे प्रमाण कमी होत आहे, हा निष्कर्ष काढता येतो. त्यामुळे एनएसएसओच्या सर्वेक्षणातून ग्रामीण आणि शहरी भागात उष्मांकाचे सेवन कमी होत आहे असे म्हणता येते. परंतु देशाच्या वेगवेगळ्या भागात आर्थिक विकास एका समान पातळीवर होत नसल्यामुळे गरिबीचे स्वरूप बदलत आहे. विशेषत: ग्रामीण भागातील तळाच्या तीस टक्के उत्पन्न गटातील कुटुंबांची आर्थिक परिस्थिती फार बदलली आहे असे म्हणणे अवघड आहे. काही प्रमाणात भूक आणि उपासमारीचे प्रश्न मागे पडले असले तरीही आपण दारिद्र्यावर मात केली आहे असा समज करून घेणे, ही एक आत्मवंचना होईल. ग्रामीण भागात जोपर्यंत कृषी क्षेत्रामध्ये पावसावरचे परावलंबन कमी होत नाही आणि मूल्यवृद्धी असलेले पीक उत्पादन विकसित होत नाही तोपर्यंत गरिबीवर मात करणे अवघड आहे. तसेच अशा ग्रामीण भागात रोजगाराच्या संधी मिळाल्या नाहीत तर कृषीमधल्या लोकसंख्येला अर्धवेळेच्या बेरोजगारीला तोंड द्यावे लागेल. त्याचबरोबर ग्रामीण भागातील लोकसंख्या मोठ्या प्रमाणात शहरांमध्ये येऊ लागली तर त्याचेही काही गंभीर आर्थिक परिणाम आहेत. त्यामुळे ग्रामीण भागातील कृषीक्षेत्र जोपर्यंत आपल्या आर्थिक वाढीचा दर उंचावत नाही तोपर्यंत दारिद्र्य, भूक आणि उपासमारी यावर समाधानकारक उत्तर मिळणार नाही.

■

२.९ किती उष्मांक लागतात ?

देशात मागच्या दशकात पहिल्या चाळीस वर्षातील केंद्रीय नियोजनाची पध्दत बदलण्यात आली आणि आर्थिक सुधारणा कार्यक्रम स्वीकारण्यात येऊन त्याचा अंमल सुरू झाला. अर्थात काय वेगाने सुधारणा अंमलात येत आहेत हा एक मोठा चर्चेचा विषय आहे. परंतु साधारणपणे या काळात ग्रामीण भागातील दारिद्र्य कमी होत आहे यावर अनेकांची सहमती आहे. अजूनही अनेक प्रश्न अनुत्तरीत आहेत. एक कारण म्हणजे दारिद्र्य हा केवळ आर्थिक नियोजनाचा प्रश्न नाही अधिक महत्त्वाचे म्हणजे तो राजकीय प्रश्न आहे आणि लोकशाहीतले स्पर्धात्मक राजकारण त्याच्याशी निगडित आहे. त्यामुळे एकूणच याविषयात वस्तुनिष्ठ आणि राजकारणाविना चर्चा करणे अवघड जात आहे.

अशा वादविवादांपैकी एक वाद आहे उष्मांकाबाबत. दारिद्र्य कमी होण्यासाठी जी पावले टाकण्यात आली आहेत त्यामुळे किती उष्मांक (कॅलरी)मिळाले म्हणजे दारिद्र्यात घट झाली असे समजायचे, हा वादाचा विषय आहे. म्हणजे किमान उष्मांक मिळाले किंवा नाही हे कसे मोजायचे आणि यासाठी किमान उष्मांकांचे परिमाण काय धरायचे याची चर्चा आहे. नॅशनल इन्स्टिट्यूट ऑफ न्यूट्रिशन यांनी एक प्रमाण सांगितले आहे (आरडीए) त्यानुसार साधारणपणे ६० कि.ग्रॅ. वजनाच्या व्यक्तीला २४०० उष्मांकाची गरज आहे असे मानले आहे. याविषयातल्या तज्ज्ञांच्या मते हे प्रमाण जरा वरच्यापातळीवरचे आहे. दुसरे एक प्रमाण युनोच्या एफअेओने (२००० साल) सांगितले आहे आणि त्यासाठी भारतात दरडोई दर दिवसाला किमान १८०० उष्मांकाची गरज अशी शिफारस आहे. याशिवाय काही स्थानिक परिस्थितीनुसार फेरफार विचारात घ्यावे लागतात. उदा. सर्वसाधारणपणे गुजराथी माणसापेक्षा पंजाबी माणसाला अधिक अन्न लागते. असे बारकावे लक्षात घेता उष्मांकाच्या तुटीची कोणती पातळी ठरवावी, याचा विचार करावा लागेल.

मीनाक्षी आणि विश्वनाथन या अर्थशास्त्रज्ञांनी याचा अभ्यास करून इकॉनॉमिक अॅन्ड पोलिटिकल विकलीमध्ये एक लेख लिहिला आहे. त्यामध्ये त्यांनी आपण कोणता निकष निवडतो यावर उष्मांकातील त्रुटी कशी अवलंबून असते याची चर्चा

केली आहे. याचे महत्त्व आहे कारण दारिद्र्य निर्मूलनाच्या विषयात जे आर्थिक कार्यक्रम सुचविण्यात आले आहेत त्यामध्ये किमान किती उष्मांक प्रौढ व्यक्तीला मिळाले पाहिजेत, हे गृहीत धरलेले आहे. किमान उष्मांक किती असावेत आणि उष्मांकाच्या त्रुटीतून दारिद्र्य कसे मोजावे या दोन विषयात सारखे निष्कर्ष काढता येणार नाहीत म्हणून पोषक आहारातली कमतरता याची चर्चा वेगळी करावी, असा एक निष्कर्ष आहे. तसेच किती किमान उष्मांक प्रौढ व्यक्तीला मिळावेत या प्रमाणाचीही चर्चा नव्याने करण्याची गरज मांडण्यात आली आहे.

वर उल्लेखलेल्या संशोधनात पोषक आहारातील कमतरता मोजण्यासाठी तीन पातळ्या निवडण्यात आल्या आहेत. एक १८०० उष्माकांची, दुसरी २२०० उष्मांकाची आणि तिसरी २४०० उष्मांकाची. यासाठी हेड काऊंट रेषो (एचसीआर) हा निकष वापरण्यात आला आहे. त्यानुसार कोणत्याही एका विशिष्ट निवडलेल्या पातळीपेक्षा ज्या व्यक्तींना कमी उष्मांक मिळतात त्यांचे गुणोत्तर काढण्यात आले आहे. त्यानुसार जर २४०० वरून २२०० उष्मांकाची पातळी निवडली तर दारिद्र्याचे प्रमाण दहा टक्क्यांनी कमी दिसते. या तर्कानुसार काही राज्यात एचसीआरमधली घट ३० टक्क्यांइतकी आहे. तसेच ही पातळी १८०० उष्मांकांची निवडली तर २४०० उष्मांकाच्या तुलनेने एचसीआरचे गुणोत्तर निम्म्यापेक्षा अधिक कमी होते. आपण १९८३ ते २००० हा कालखंड विचारात घेतला आणि २४०० उष्मांकांची किमान गरज मानली, तर सोळा राज्यांपैकी पंधरा राज्यात पोषणामध्ये घट झालेली दिसते. तसेच का काळात २२०० उष्मांकांचे प्रमाण मानले तर जम्मू आणि काश्मीर, केरळ, राजस्थान आणि पश्चिम बंगाल या चार राज्यात पोषणाच्या पातळीत थोडी सुधारणा झालेली दिसते. ही २००२ उष्मांकाची पातळी चर्चेसाठी गृहीत धरली तर उरलेल्या बारा राज्यात पोषणामध्ये घट झाली आहे, असा निष्कर्ष निघतो.

सर्वात कमी म्हणजे १८०० उष्मांकाची पातळी ही किमान गरजेची आहे असे मानले तर अनेक राज्यात सुधारणा झालेली दिसते. त्यांचे एचसीआर गुणोत्तर आठ राज्यात सुधारलेले दिसते आणि सहा राज्यात ते अधिक घसरलेले दिसते. याचा अर्थ असा की जरी अगदी किमान १८०० उष्मांकाची गरज आहे असे मानले तरी एचसीआरमध्ये काही राज्यात वाढ होते हा निष्कर्ष विचारात घ्यावा लागेल. अर्थात भारतासारख्या देशात आर्थिक आणि क्षेत्रीय पातळीवर अनेक उलटसुलट चढउतार होतात याचेही भान अशा प्रकारच्या निष्कर्षात ठेवावे लागेल. या सर्व गोष्टी लक्षात घेऊनही काही राज्यात पोषणाच्या प्रमाणात घट झाली असली तरी दारिद्र्याची खोली कमी झाली आहे, असा एक निष्कर्ष काढता येईल. जी उष्मांकाची गरज आहे आणि जो प्रत्यक्ष उपभोग आहे यामधली सरासरी पातळी यासाठी विचारात घेतली आहे.

■

२.१० फक्त उष्मांकाचा विचार नको

भारताच्या मागच्या त्रेपन्न वर्षात जो केंद्रीय नियोजनाच्या माध्यमातून विकासाचा प्रयत्न झाला त्याची अनेक वैशिष्ट्ये आहेत. सर्वात प्रमुख म्हणजे येथे लोकशाही व्यवस्था आणण्यात आली आणि ती पूर्णपणे स्थिरावली. काही मोजके अपवाद सोडता एकसंघ देशाची प्रतिमा जगाने मान्य केली. या नियोजनाच्या प्रयोगात शासन यंत्रणेने अनेक पायाभूत क्षेत्रात मूळ जबाबदारी स्वीकारली परंतु त्याचबरोबर खाजगी क्षेत्रही शाबूत राहिले. फक्त सार्वजनिक क्षेत्र आणि खाजगी क्षेत्र यांच्या वाढीचे दर भिन्न राहिले कारण शासनाने जाणीवपूर्वक एक वैचारिक धोरण आणि पद्धती स्वीकारली होती. याला नियोजनाला पायाभूत असलेले महालनोबिस मॉडेल असे म्हणतात.

देशाने नियोजनाचा मार्ग स्विकारला परंतु दारिद्याची चर्चा सार्वजनिक चर्चेचा विषय बनायला पहिली वीस वर्ष गेली आणि सत्तरीच्या दशकात प्रथम हा विषय केंद्रस्थानी आला. राजकीय पातळीवर समाजवादी पक्षाचे अध्यक्ष डॉ. राम मनोहर लोहिया यांनी लोकसभेत राष्ट्रीय नमुना पाहणीतील कुटुंबाच्या खर्चाची चर्चा सुरू केली. एका अर्थाने १९५० नंतर पंचवार्षिक योजनांचा हंगाम सुरू झाल्यावर साहजिकच विकासाच्या पायाभूत सुविधा निर्माण करण्यावर भांडवल गुंतवणुकीचा सगळा भर होता. या तुलनेने लोकसंख्या वाढ, ग्रामीण भागातील रोगराई, प्राथमिक शिक्षण, स्त्रिया आणि बालकांचे प्रश्न या आणि अशा काही मूलभूत बाबींकडे दुर्लक्ष झाले. त्याचप्रमाणे रोजगाराचा प्रश्न उपेक्षित राहिला. साधारणपणे विकासाची प्रकिया भक्कम पायावर उभी राहिली म्हणजे अनेक प्रश्न आपोआप सुटतील असा एक आशावाद नियोजनकर्त्यांच्या मनात असावा.

प्रत्यक्षात तसे काही घडले नाही. समाजातले आणि विशेषत: ग्रामीण भागातले जे दुबळे आणि असंघटित गट होते ते विकास प्रकियेत मागे पडत राहिले. ज्यांना जमिनीची मालकी भरवशाची होती आणि ज्यांना सिंचनाची सुविधा मिळवता आली त्यांनी हरित कांतीचा फायदा घेतला आणि आपला आर्थिक स्तर उंचावला. परंतु जे मागासलेले आणि दुबळे गट होते त्यांना जमिनीच्या मालकीत फारसे हक्क नव्हते

आणि समाजाच्या दृष्टीने ते उपेक्षितही होते. एकूणच विकासाच्या प्रकियेत गती आल्यावर असमानता वाढीला लागली आणि त्यातून प्रथम दारिद्याची चर्चा सुरू झाली.

सत्तरीच्या दशकात प्रथम दारिद्यरेषेची संकल्पना आली. त्यानुसार ग्रामीण भागात जगण्यासाठी दरडोई गरज २४०० उष्मांक आणि नागरी भागात २१०० उष्मांक लागतात असे गृहीत धरण्यात आले होते. या दोन्हीची सरासरी म्हणून दरडोई २२०० उष्मांक किमान जगण्यापुरते आवश्यक आहेत अशी ही दारिद्र्य रेषेची व्याख्या होती. यासाठी १९७२ - ७३ यावर्षात ग्राहकाची जी उपभोगाची पातळी होती तिचा आधार घेऊन दारिद्र्यरेषेखालील कुटुंबे शोधण्यात आली.

ही जी किमान उष्मांकाची पातळी गृहीत धरण्यात आली आहे त्यामागे मोठी शास्त्रीय चर्चा आहे आणि ती येथे प्रस्तुत नाही. मात्र एक बाब सहज मान्य होण्यासारखी आहे. यामध्ये जी पोषणाची पातळी गृहीत धरण्यात आलेली आहे त्याचे प्रमाण तीस वर्षांपूर्वीचे आहे. आज तोच विचार तितकासा लागू पडणार नाही. फक्त उष्मांकाचाच विचार करायचा असला तर ज्याला सध्या जंक फूड म्हणतात त्याचे उष्मांक मोजले पाहिजेत. मॅकडोनाल्डच्या बिग मॅक सँडविचमध्ये ५५० उष्मांक आहेत आणि बर्गर किंगच्या व्हूपर सँडविचमध्ये ६५० उष्मांक आहेत. तसेच त्यांच्या सबवे हॅम अॅन्ड टर्की सँडविचमध्ये २८० उष्मांक आहेत. म्हणजे वर उल्लेखलेले पदार्थ सकाळची न्याहारी दुपारचे भोजन आणि रात्रीचे भोजन यासाठी घेतले तर त्या उष्मांकांची बेरीज दिवसाला १४८० होईल. आपल्या पोषणाच्या समजुतीनुसार यातून उपासमार होते असे समजले जाईल. वास्तविक पाहता अगदी अमेरिकन लोकांच्या दृष्टीनेही अशा आहारातून उपासमार न होता प्रत्यक्ष लठ्ठपणा वाढतो असे समजले जाते. विशेष म्हणजे अशा सँडविच बरोबर तळलेल्या बटाट्याचे काप आणि साखर मिश्रित कोकाकोला यांची जोड असते.

या विषयावर अभ्यासक महेंद्र देव आणि इव्हनसन यांनी रूरल डेव्हलपमेंट इन इंडिया हा लेख लिहिला आहे. स्टॅनफर्ड विद्यापीठाच्या एका वार्षिक अधिवेशनात भारताचे आर्थिक धोरण यावर चर्चा झाली होती आणि त्यात हा विषय होता. त्यामध्ये एक ठळक निष्कर्ष मांडण्यात आला. भारतात मागच्या तीन दशकात जसजशी कुटुंबाच्या उत्पन्नात वाढ होत आहे त्याबरोबर सरासरी उष्माकांचा उपभोग कमी होत आहे. पूर्वी १९७२-७३ मध्ये भारतीयांच्या आहारात सरासरी रोज २२६८ उष्माकांचा समावेश होता. हे प्रमाण हळूहळू कमी होत गेले आणि १९९९ - ०० मध्ये फक्त २०३० उष्मांकांचा आहार झाला. ही पातळी ग्रामीण भागात २४०० उष्मांक आणि नागरी भागात २१०० उष्मांक याही पेक्षा कमी आहे.

सार्वजनिक चर्चेत सर्वसाधारण समजूत अशी असते की, जेव्हा उपभोगाची

पातळी कमी होते त्यावेळी त्याबरोबर उत्पन्न कमी झालेले असते. परंतु भारतात मागच्या तीन दशकात कुटुंबाच्या उत्पन्नाची पातळी वाढत राहिली आहे. दरडोई उत्पन्न दुप्पट झाले आहे आणि दारिद्र्य रेषेखाली जी प्रथम ५५ टक्के कुटुंबे होती ते प्रमाण २६ टक्क्यांपर्यंत कमी झाले आहे. म्हणजे कुटुंबाचे उत्पन्न वाढले आहे आणि दुसऱ्या बाजूने सर्वात गरीब असलेल्या लोकांचे प्रमाण कमी झाले आहे आणि त्यामुळे सरासरी रोजच्या उष्मांकांचा आहारातला समावेष कमी झाला आहे, हा निष्कर्ष स्पष्ट आहे.

परत तळातल्या ३० टक्के गरीबांचा विचार करता येईल. मागे १९७७-७८ मध्ये निम्मी लोकसंख्या दारिद्र्य रेषेखाली होती. म्हणजे तळातले ३० टक्के लोक सर्वात गरीब होते. त्यानंतर हे प्रमाण २६ टक्क्यांवर आले म्हणजे आता जे तळातले ३० टक्के लोक होते त्यामध्ये काही बिगर गरीबही समाविष्ट झाले. असे झाल्यावर उष्मांकाच्या सेवनात वाढ होईल अशी अपेक्षा करता आली असती. परंतु तसे काही घडले नाही. तळातल्या तीस टक्के गरीबांचे १९९९-०० मध्ये १६२६ उष्मांकांचे सेवन होते आणि १९७७-७८ मध्ये ते १६३० उष्मांक होते. किंबहुना १९७२-७३ मध्ये ही पातळी सरासरी १५०४ उष्मांक होती.

आता मधल्या चाळीस टक्क्यांचा विचार करता येईल. तीन दशकात त्यांची रोजची सरासरी उष्मांकांची पातळी २१७० वरून २००९ झाली. त्याचप्रमाणे जे सर्वात सुस्थितीमध्ये असलेले वरचे तीस टक्के लोक होते त्यांची उपभोगाची पातळी ३१६१ वरून २४६२ उष्मांक इतकी घटली. म्हणजे असेही म्हणता येईल की आहारशास्त्राप्रमाणे माणसाला सरासरी रोजचा २४०० उष्मांकांचा आहार लागतो आणि बहुधा पाश्चिमात्य श्रीमंत देशात ही उष्मांकांची पातळी गृहीत धरण्यात येत असावी. नेमक्या याच देशात सध्या लठ्ठ माणसांचे वाढणारे प्रमाण हा एक समाजाच्या काळजीचा विषय झालेला आहे. तसेच हा लठ्ठपणा केवळ श्रीमंत अगर प्रौढ लोकसंख्येशी निगडित नसून शिक्षण घेणाऱ्या लहान वयोगटातही या प्रश्नाने गंभीर स्वरूप धारण केलेले आहे. आपल्याकडे मात्र वरच्या ३० टक्के लोकसंख्येचीही पोषणाची पातळी थोडीफार २४०० उष्मांक या सरासरी पातळीच्या जवळच आहे.

या तीस वर्षात भारतातला तळातला तीस टक्क्यांचा उत्पन्नाचा गट आता मध्यमवर्गीय झाला आहे. त्यामुळे जे तळातले तीस टक्के लोक आहेत त्यांच्या आहारात उष्मांकांची पातळी १६२६ वरून आता २००९ ही मध्यमवर्गाची पातळी झालेली आहे. परंतु जे आजही तळातले १६२० उष्मांकांचा आहार घेतात त्यांच्या आहारात सुधारणा झालेली नाही, असा अर्थ निघत नाही. अगदी गरीबही निकृष्ट अन्नाच्या जागी चांगल्या दर्जाचे अन्न खात आहेत आणि तुलनेने अन्नावरच्या खर्चाचे प्रमाण कमी होत असून त्याजागी बिगर अन्नावरच्या खर्चाचे प्रमाण वाढत आहे.

यामध्ये शिक्षण, आरोग्य, निवासी घर असे अनेक खर्चाचे विषय येतात.

महेंद्र देव आणि इव्हनसन यांनी गरीबीचे काही अंदाज दिलेले आहेत. तळातल्या सर्वात गरीब तीस टक्के लोकांच्या कुटुंबाच्या खर्चात अन्नाचा खर्च १९७२-७३ मध्ये ८१.२२ टक्के होता आणि तो १९९९-०० मध्ये ६२.७१ टक्के इतका कमी झाला. म्हणजे सुमारे अन्नावरच्या खर्चाच्या प्रमाणात २० टक्क्यांनी घट झाली. तळातल्या ३० टक्के लोकांचे दर महिन्याचे धान्याचे सरासरी सेवन ११.५ किलो या भोवती स्थिर राहिलेले आहे. परंतु त्याचबरोबर तांदूळ आणि गहू या सरस प्रतीच्या धान्याचा उपभोग बराच वाढला आहे आणि हलक्या धान्याचा उपभोग कमी झाला आहे. मागच्या तीस वर्षात हलक्या धान्याचे दर महिन्याचे दरडोई प्रमाण ४.४५ किलोवरून १.४१ किलो इतके कमी झाले आहे. म्हणजे अन्नामध्येही सरस दर्जाच्या धान्याचा उपभोग सुमारे १५ टक्क्यांनी वाढला आहे.

खरे तर या ज्या गोष्टी घडल्या त्याचे समाधान वाटले पाहिजे. त्याचा आणखी एक अर्थ असा की जे आज तळातले तीस टक्के लोक आहेत त्यांना दरडोई १६०० उष्मांक आहारात लागतात. वर उल्लेखलेले सकारात्मक बदल या गटाच्या उष्मांकाच्या गरजेशी निगडित आहेत आणि म्हणून दरडोई १६०० उष्मांकांची गरज हीच पायाभूत रेषा म्हणून समजता येईल. ही पातळी सध्या जी दरडोई २४०० उष्मांकांची गरज म्हणून गृहीत धरलेली आहे त्यापेक्षा बरीच कमी आहे.

हा निष्कर्ष जर वास्तवाला धरून आहे, तर त्याची कारण मीमांसा लक्षात घेतली पाहिजे. प्रत्यक्षातली आकडेवारी आणि गृहीत धरलेली उष्मांकांची गरज यात फरक असण्याचे एक कारण म्हणजे पोषणतज्ज्ञांनी काही प्रमाणात अतिशयोक्ती केलेली आहे. तसेच आजच्या आधुनिक जीवनात जगण्याच्या शैलीत फरक पडलेला आहे आणि त्यामध्ये उष्मांकांची गरज कमी होत आहे. ग्रामीण आणि नागरी जीवनात यांत्रिकीकरणाने सर्व अंगांना स्पर्श केलेला आहे आणि त्यामुळे प्रत्यक्षात शारीरिक श्रमाचे प्रमाण कमी होत आहे. हरियाना आणि पंजाब या दोन राज्यात मागच्या काही दशकात कृषी क्षेत्राची इतकी प्रगती झाली आहे की, तेथे यांत्रिकीकरण हे प्रमुख वैशिष्ट्य बनले आहे. तेथे ट्रॅक्टरचा वापर इतक्या मोठ्या प्रमाणात होत आहे की, बैलाच्या जोडीने नांगरणी करता येईल असे मजूर मिळत नाहीत. बस, ट्रक आणि सायकल रिक्षा यांचा ग्रामीण आणि निमशहरी भागात मोठा प्रसार झालेला आहे. तसेच सायकलीचा वापर वाढल्यामुळे चालण्याचे प्रमाणही कमी झालेले आहे.

शेतीमध्ये अनेक कामे यंत्राच्या सहाय्याने केली जातात त्यामध्ये जमिनीची मशागत, पेरणी आणि कापणी तसेच सुगीनंतरची अनेक कामे यांचा समावेश होतो. देशातल्या अनेक भागात आता धान्याची मळणी यंत्रे वापरण्यात येतात आणि त्यासाठी पूर्वीप्रमाणे शारीरिक श्रम लागत नाहीत. तसेच धान्याचे दळण आणि

तेलबियांचे तेल यासाठी जवळपास यंत्राचा वापर सार्वत्रिक झाला आहे. त्यासाठी आता कोणी मनुष्यबळ वापरत नाही. नागरी भागात तर यांत्रिकीकरण अधिकच झालेले आहे. या अशा अनेक कारणांमुळे आजच्या आधुनिक जगात ग्रामीण भागातही कष्टकरी मजुराला कमी उष्मांक लागतात.

किमान उष्मांकांची गरज कमी होण्याचे आणखी एक कारण म्हणजे सरस अन्नाचा आहारात समावेश होत आहे. हलक्या धान्याच्या तुलनेने दर किलो तांदुळातून कमी उष्मांक मिळतात. तसेच धान्यापेक्षा भाजीपाल्यातून कमी उष्मांक मिळतात. जसजसे मांस आणि अंडी यांचे आहारात प्रमाण वाढते, त्याबरोबर धान्याच्या सेवनात घट होते.

अशा काही कारणांमुळे आपल्याकडे भुकेचे गुणोत्तर आणि दारिद्र्याचे गुणोत्तर यामध्ये फरक पडत आहे. राष्ट्रीय नमुना पाहणीच्या १९९९-०० च्या अहवालानुसार २६ टक्के लोकसंख्या दारिद्र्यरेषेखाली होती; परंतु जे वर्षातून काही काळ भुकेले होते त्यांचे प्रमाण फक्त तीन टक्के होते. अर्थात हा आकडा इतका लहान आहे म्हणून आपण समाधान मानण्याचे कारण नाही. ज्या देशात शंभर कोटी लोकसंख्या आहे तेथे तीन कोटी लोक भुकेले आहेत अगर त्यांना उपासमारी सहन करावी लागते हे कोणालाच शोभादायक नाही. जगात असे अनेक देश आहेत ज्यांची एकूण लोकसंख्याही तीन कोटी नाही. फक्त तुलनेने विचार करता २६ कोटी लोकांचा तळागाळातल्या कुटुंबात गरीब म्हणून समावेश होत असला तरीही त्यापैकी फक्त तीन कोटी लोक भुकेले आहेत असे म्हणता येईल.

थोडक्यात म्हणजे, आपण दारिद्र्यरेषेची पुनर्मांडणी करण्याची गरज नाही. त्यापेक्षा दारिद्र्यरेषा म्हणजे त्याअंतर्गत असणाऱ्या कुटुंबांना अपुरे धान्य मिळते अगर त्यांचे पुरेसे पोषण होत नाही, ही कल्पना बदलण्याची गरज आहे. जे कोणी भुकेले आहेत त्यांचा प्रश्न समाजाच्या दृष्टीने सर्वात महत्त्वाचा आहे, यात शंका नाही. फक्त ही संख्या कशी वाढवता येईल असा राजकारण्यांनी विचार करू नये. गरिबी कमी होणे आणि ती नाहीशी होणे हेच समाजाला भूषण आहे.

■

२.११ कौटुंबिक खर्चात बदल

राष्ट्रीय नमुना पाहणीतून व्यापक प्रमाणावर ग्राहकांच्या उपभोग खर्चावर नियमितपणे तपशीलवार माहिती गोळा करण्यात येते. मागच्या दहा वर्षात म्हणजे १९९३-९४ आणि २००१-०२ या काळात कुटुंब खर्चात अनेक बदल होत आहेत, असे या आकडेवारीवरून दिसते. त्यावरून औषधे आणि स्वास्थ्य यावरचा खर्च तुलनेने वाढत आहे असे दिसते. आरोग्य सेवा मिळविण्यासाठी या काळात दर वर्षाला ९.३ टक्क्यांनी वाढ होत आहे. या तुलनेने एकूण खाजगी उपभोगावरचा खर्च ४.९ टक्क्यांनी वाढलेला आहे. खर्चातल्या वाढीमध्ये हा फरक असल्यामुळे स्वास्थ्य आणि आरोग्यावरचा एकूण खाजगी कौटुंबिक खर्चातला वाटा ३.५ टक्क्यांवरून ५.३ टक्के इतका झाला आहे. म्हणजे ही वाढ १.८ टक्क्यांची आहे.

हा जो आरोग्य सेवेवरचा खर्च वाढला आहे तो मुख्यत: जो अन्नावरचा खर्च कमी झाला आहे त्यातून होत आहे. अर्थात एकूण देशातच कौटुंबिक उत्पन्न आणि खर्च हा खूपच खालच्या पातळीवर असल्यामुळे अजूनही अन्नपाण्यावरचा एकूण खर्चातला वाटा हा मोठाच आहे; परंतु तुलनेने तो हळूहळू कमी होत आहे.

कुटुंब खर्चात हे जे बदल होत आहेत त्याचे अनेक दृष्टीने महत्त्व आहे. एका अर्थाने एकूण देशाच्या अर्थव्यवस्थेमध्ये जी वाढ आणि विकास होत आहे त्याचे यथार्थ प्रतिबिंब कौटुंबिक खर्चातून पडत असते, असे म्हणता येईल. अर्थशास्त्रामध्ये जेव्हा कुटुंबाच्या अन्न आणि बिगर अन्नाच्या खर्चामध्ये बदल होतात तेव्हा सर्वसाधारण जनतेच्या आर्थिक स्वास्थ्यात सुधारणा होत आहे, याचे ते निदर्शक मानले जाते. जसजशी समाजात आर्थिक भरभराट येते त्याबरोबर एकूण खर्चातील अन्नाच्या खर्चाचे प्रमाण कमी होऊ लागते. मागच्या दहा वर्षात नेमके हे घडत आहे असे राष्ट्रीय नमुना पाहणीच्या आकडेवारीवरून म्हणता येईल.

सरासरी कुटुंबाचा एकूण खर्चातला अन्नाचा वाटा १९९३-९४ मध्ये ५१.३ टक्के होता आणि तो २००१-०२ मध्ये ४४ टक्क्यांवर आला. तसेच या आकड्यांना धरून अन्नाव्यतिरिक्त इतर बाबींवरचा खर्च या काळात ४९.७ टक्क्यांवरून ५६ टक्क्यांपर्यंत वाढला. अर्थात कुटुंबाच्या खर्चात जेव्हा असे बदल होत असतात त्याचा

कालखंड मोठा असतो आणि ती प्रक्रिया सततची चालू असते. मागच्या वीस वर्षांचा विचार केला तर आकडेवारीतल्या बदलांची दिशा एकच आहे, असे दिसून येते. पूर्वी १९८३-९४ मध्ये सरासरी कुटुंबाचा अन्नावरचा खर्च ५४.१ टक्के होता आणि तोच पुढे कमी होत जात २००१-०२ मध्ये ४४ टक्क्यांपर्यंत खाली आला.

हा बदल सुसंगतपणे एका दिशेने होत आहे त्याचप्रमाणे या बदलाची गतीही वाढलेली आहे असे दिसते. अर्थात याचे कारण म्हणजे जेव्हा देशाची आर्थिक वाढ वेगाने होते आणि तुलनेने ही उत्पन्नातील वाढ समतोल रीतीने समाजातल्या सर्व घटकांमध्ये पसरते तेव्हा ग्राहकाच्या खर्चामधले बदलही वेगाने होतात. मागच्या दहा वर्षातही मागच्या चार वर्षांमध्ये अन्नावरती होणाऱ्या खर्चाचे प्रमाण कमी होत आहे. हा खर्च सन २०००-०१ मध्ये मागच्या वर्षापेक्षा १.७ टक्क्यांनी कमी झाला आणि १९९७-९८ मध्ये अगोदरच्या वर्षापेक्षा ३.८ टक्क्यांनी कमी झाला. म्हणजे कौटुंबिक खर्चातले अन्नावरचे आणि बिगर अन्नावरचे खर्चाचे प्रमाण जसे बदलत आहे तसा त्यात अधिक वेग आहे असे आकड्यांमधून संकेत मिळतात.

सरासरी कुटुंबाच्या एकूण खर्चात जसा बदल होत जातो तसतसा त्याच जीवनशैलीमध्येही बदल दिसतो. त्याच्या जगण्याची पातळी वर जाते. त्याचा पुरावा म्हणजे जसजसा अन्नावरचा खर्च कमी होतो तो खर्च कौटुंबिक स्वास्थ्यावर आणि शिक्षणावर केला जातो. त्याचप्रमाणे वाहन खरेदी, दूरसंचार, करमणूक आणि कौटुंबिक गरजेच्या वस्तूंची खरेदी या बाबींवरही खर्चाचे प्रमाण वाढते.

कुटुंबाच्या एकूण खर्चात २००१-०२ मध्ये शिक्षणावरचा खर्च २.२६ टक्के होता. हे प्रमाण १९९३-९४ मध्ये १.७८ टक्के होते. या काळात शिक्षणावर होणारा खर्च प्रत्यक्षात वर्षाला ७.४ टक्क्यांनी वाढला. मुलांच्या शिक्षणावरचा खर्च हा भविष्यकाळाची तरतूद म्हणून असतो. त्याचप्रमाणे भारतीय समाजाला मागच्या दहा वर्षात आपण जागतिक अर्थकारणाच्या प्रवाहात सामील झालो आहोत याचीही जाणीव झालेली आहे. विशेष म्हणजे दूरसंचार आणि प्रसार माध्यमे यांचा समाजजीवनाच्या सर्व अंगांना स्पर्श झालेला असल्यामुळे ग्राहकाच्या मागणीतही फरक पडलेला आहे. त्याचा दृश्य परिणाम त्याच्या जीवनशैलीवर झालेला दिसतो. त्यामुळे रेफ्रिजरेटर, वातानुकूलित उपकरणे आणि धुलाई यंत्रे यांची खरेदी वाढलेली आहे. अशा सुखसोयी वाढवणाऱ्या बाबींवरचा खर्च वर्षाला ९.५ टक्क्यांनी वाढलेला आहे.

आता देशातला ग्राहक घरातल्या कौटुंबिक सुखसोयींचाच विचार करत नसून त्याचा घराबाहेरच्या बाबींवरचा खर्चही वाढलेला आहे. करमणुकीवरचा खर्च, हॉटेलमधील खाण्याचा खर्च तसेच प्रवासावरचा खर्च वाढलेला आहे. घराबाहेर हॉटेलमध्ये खाण्याचे प्रमाण वर्षाला ९.५ टक्क्यांनी वाढले आहे. या बरोबरच सर्वात ठळक गोष्ट म्हणजे

सरासरी कुटुंबांचा दूरसंचारवरचा खर्च वाढला आहे. प्रत्यक्षात त्यावरच्या खर्चाचे प्रमाण एकूण खर्चात फक्त १.१ टक्के इतके माफक असले तरीही त्यामध्ये मागच्या काही वर्षात दरवर्षाला १७.५ टक्क्यांनी वाढ होत आहे. दूरसंचार साधनांचा प्रसार यापुढेही झपाट्याने होणार आहे कारण त्याची मूळ पातळी अजूनही खूप खालची आहे.

या उद्योगात नियोजनाच्या सर्व कालखंडात सार्वजनिक क्षेत्राची मक्तेदारी होती आणि आता मागच्या दहा वर्षात हे क्षेत्र खाजगी गुंतवणूक आणि स्पर्धा याला खुले करण्यात आले आहे. या धोरणात मूलभूत बदल झाल्यामुळे दूरसंचार माध्यमांचा झपाट्याने प्रसार होत आहे आणि देशाची एकूण लोकसंख्या लक्षात घेता येत्या काळातही त्यात भरीव वाढ होणार आहे. आजही जगामध्ये इतर देशांच्या तुलनेने भारत या क्षेत्रात सर्वात मागासलेला आहे. आपल्या तुलनेने चीनमध्ये या क्षेत्रात प्रचंड प्रगती झालेली आहे आणि आपल्या देशातही या दिशेने प्रगती अपेक्षित आहे.

थोडक्यात म्हणजे, कौटुंबिक खर्चाचे आकडे आणि त्यामध्ये दीर्घकाळात होणारे बदल याचे विकासाच्या अर्थशास्त्रात मोठे महत्त्व आहे. भारतात स्वातंत्र्यानंतरच्या पहिल्या चाळीस वर्षात केंद्रीय नियोजनाचा अंमल होता आणि त्यानंतर आता मागची दहा वर्षे उदारीकरणाचे धोरण त्याला जोडून घेण्यात येत आहे. या बदलाच्या संक्रमण काळात उदारीकरणाच्या धोरणाचे सकारात्मक परिणाम होत आहेत असे या राष्ट्रीय नमुना पाहणीच्या आकडेवारीवरून उघड होत आहे. या सर्व आकडेवारीचा उपयोग आणि विश्लेषण याचे महत्त्व देशामध्ये दारिद्र्याच्या प्रश्नावर काय घडत आहे या प्रश्नाच्या दृष्टीने विशेष आहे. अभ्यासकांच्या मते देशामध्ये दारिद्र्याचे प्रमाण कमी होत आहे आणि त्याच्या समर्थनासाठी वर उल्लेखलेली अन्नावरच्या खर्चाच्या प्रमाणाची आकडेवारी उद्‌धृत करण्यात येते.

याउलट ज्यांचा वैचारिक पातळीवर जागतिकिकरणाला आणि उदारीकरणाला विरोध आहे त्यांना देशात भुकेचे प्रमाण आणि गरीबीचे प्रमाण वाढत आहे, असे वाटते. हे सिद्ध करण्यासाठी अन्नावर होणारा खर्च कसा कमी होत आहे अशी नेमकी हीच आकडेवारी टीकाकार पुढे करतात. परंतु काही थोडी दुर्लक्षित आणि अविकसित क्षेत्रे बाजूला ठेवली, तर सरसकटपणे ग्रामीण आणि शहरी भागात उपासमारी वाढत आहे असा म्हणण्यासारखा ठोस पुरावा अजून पुढे आलेला नाही. त्यामुळे गरीबांना अन्नावर खर्च करण्यासाठी पुरेसे उत्पन्न मिळत नाही असा निष्कर्ष काढणे वस्तुस्थितीला धरून होणार नाही. अर्थात ज्यांना पुराव्या ऐवजी फक्त वैचारिक पातळीवर वादाची मांडणी करायची आहे, त्यांना याची काही अडचण होणार नाही.

■

२.१२ कौटुंबिक खर्चाच्या बजेटमध्ये लक्षणीय बदल

देशाच्या अर्थनीतीमध्ये उदारीकरणाचे धोरण स्वीकारल्यापासून आता एक दशक झाले आहे. या महत्त्वाच्या काळात या नव्या धोरणाचे पडसाद कौटुंबिक खर्चाच्या बजेटमध्ये कसे पडले आहे हे बघण्यासारखे आहे. एकूण आकडेवारीवरून या बजेटमध्ये महत्त्वाचे फरक घडून येत आहेत अशी दिशा दिसत आहे.

कोणत्याही उत्पन्नाचा अंदाज बांधताना दोन पर्याय उपलब्ध असतात. एक म्हणजे उपभोक्त्यांना त्यांचे सर्व उत्पन्नाचे मार्ग विचारणे. यामध्ये साहजिकच उत्पन्न कमी सांगण्याची सहज प्रवृत्ती असते. दुसरा मार्ग म्हणजे कुटुंबाने आपल्या बजेटमधून विविध बाबींवर किती खर्च केला याची चौकशी करून त्यावरून कुटुंबाच्या एकूण खर्चाचा अंदाज बांधणे. यामार्गाने मिळालेली आकडेवारी अधिक वस्तुनिष्ठ असते. यामध्ये कुटुंबाचा एकूण खर्च हा त्यांच्या एकूण उत्पन्नाबरोबर आहे असे गृहीत कृत्य असते. यासाठी गेल्या दहा वर्षातील कुटुंबाच्या वार्षिक खर्चाची आकडेवारी लक्षात घेऊन त्यातील महत्त्वाचे बदल कोणते, याची नोंद घेतली आहे.

सगळ्यात महत्त्वाचा बदल म्हणजे कुटुंबाने आपल्या एकूण खर्चात अन्नपदार्थांवर किती खर्च केला याच्याशी निगडित आहे. सन १९९३-९४ मध्ये ही टक्केवारी ५०.३७ होती. ती पुढच्या सहा वर्षात सन १९९८-९९मध्ये ४५.६८ टक्के झाली. हा सुमारे पाच टक्क्यांनी कमी झालेला फरक म्हणजे समाजातील वाढलेल्या उत्पन्नाचे प्रतिबिंब आहे असे म्हणता येईल. ही आकडेवारी स्थिर किमतीत विचारात घेतली तर नव्वदीच्या दुसऱ्या पाच वर्षात कुटुंबाच्या खर्चामध्ये ५.८ टक्क्याने वाढ झाली आणि पहिल्या पाच वर्षात चार टक्क्याने वाढ झाली. ऐंशीच्या दशकात दुसऱ्या पाच वर्षात हा वाढीचा दर ४.६ टक्के होता. थोडक्यात म्हणजे, कुटुंबाच्या खर्चाच्या बजेटमधून अन्नाच्या बाबींवर होणारा खर्च हा सतत कमी कमी होत आहे. सत्तरीच्या दशकात हा खर्च सुमारे **५४ टक्के** होता. ऐंशीच्या दशकात तो सुमारे **५१ टक्के** झाला आणि नव्वदीच्या अखेरीस हे प्रमाण **४६ टक्क्यांपेक्षा** कमी झाले आहे. कुटुंबाच्या उत्पन्नाची पातळी सतत वाढत आहे, याचा हा पुरावा मानता येईल.

कुटुंबाचे खर्चाचे बजेट कसे बदलत गेले हे बघण्यासारखे आहे. एका बाजूने अन्नाच्या बाबींवरचा खर्च कमी होत गेला, परंतु या काळात वाढलेला खर्च कोणत्या बाबींवर झाला हे बघण्यासारखे आहे. साधारणपणे हा खर्च घरगुती वापराच्या साधनांवर होणे अपेक्षित आहे. परंतु वास्तवात हा खर्च वाहतूक आणि दूरसंचार यावर झालेला आहे. स्थिर किंमतीचा विचार करता वाहतूक आणि दूरसंचार यावर सुमारे दरवर्षी १४ टक्क्यांनी वाढ झालेली आहे.

गेल्या दशकात आणखीन एक महत्त्वाचा बदल म्हणजे कुटुंबाच्या खर्चात वैद्यकीय मदत आणि औषधोपचार यात वाढ झालेली आहे. काही प्रमाणात फर्निचर आणि गृहसजावट यावरही खर्च वाढलेला आहे. या तुलनेने कपडे आणि पादत्राणे यांच्यावरचा खर्च कमी आहे.

ही कुटुंबाच्या वार्षिक खर्चाच्या बजेटमध्ये दिसणारी आकडेवारी समाजाच्या वाढत्या उत्पन्नाची निर्देशक आहे. गेल्या दहा वर्षात मुक्त अर्थव्यवस्था आणि उदारीकरण या धोरणांच्या अंमलबजावणीचे या बदलांमध्ये प्रतिबिंब पडलेले आहे, असे म्हणणे तर्काला धरून आहे.

■

२.१३ उत्पन्न वाढले की धान्याची गरज कमी होते

देशाच्या ग्रामीण भागात दरडोई धान्याची गरज गेल्या काही वर्षात कमी झाली आहे, असे आकडेवारी दर्शविते. या विषयी बरीच उलटसुलट चर्चा अभ्यासकात चालू आहे. यामध्ये एक विचार असा आहे की घरगुती खर्चात आणि ग्राहकाच्या सवयीत बदल होत आहेत आणि त्यानुसार धान्याचा उपभोग कमी होतो आहे आणि भाजीपाला, दूध आणि मांस यांचा वापर अधिक होत आहे. कुटुंबाच्या उत्पन्नात वाढ झाली की हे बदल होत असतात.

या उलट दुसरा दृष्टिकोन आहे आणि या अभ्यासकांना गरिबांना अन्नाचा अधिकार मिळावा असे वाटते. त्यांच्या मते धान्याचा वापर कमी होत आहे कारण मोठ्या संख्येने गरीबांच्या खरेदी शक्तीत घट होत आहे आणि त्यामुळे धान्याची मागणी कमी होत आहे. तसेच सध्या जे गरीब दारिद्र्य रेषेखाली आहेत त्यांनाच अन्नावरचे अनुदान मिळावे या दृष्टीने सार्वजनिक धान्य वितरणात बदल करण्यात येत आहेत आणि काही अभ्यासक या धोरणांनाही दोष देतात.

असे हे दोन दृष्टीकोन एकमेकाच्या पूर्ण विरोधात असल्यामुळे दरडोई धान्याच्या उपभोगात घट का होत आहे हा प्रश्न शिल्लक राहतोच. राष्ट्रीय नमुना पाहणी संघटनेने (एनएसएसओ) कुटुंब खर्चाची पहाणी केली आणि यावरची विस्तृत आकडेवारी गोळा केली. त्यांच्या मते वरील दोन्हीही दृष्टीकोनात काही प्रमाणात तथ्य आहे.

देशातल्या प्रमुख राज्यातल्या ग्राहकाची दरडोई धान्यावरच्या खर्चाची आकडेवारी पुढील प्रमाणे आहे - देशात सरासरी दरडोई मासिक एकूण अन्नावरचा खर्च रु. २८८.८० आहे आणि त्यातला धान्यावरचा खर्च रु. १०७.८० आहे. तुलनेने पंजाब आणि हरियाना श्रीमंत राज्ये आहेत. पंजाबमध्ये अनुकमे हा खर्च रु. ३८८.२० आणि रु. ७३.९० आहे, हरियानामध्ये हा खर्च अनुकमे रु. ३९६.६० आणि रु. ७८.९० आहे. गुजराथमध्ये हा खर्च अनुकमे रु. ३२९.८० आणि रु. ८०.८० आहे. तसेच महाराष्ट्रात हे आकडे अनुकमे रु. २७१.८० आणि रु. ८७.८० आहेत. या उलट ओरिसा गरीब राज्य आहे आणि तेथे एकूण अन्नावरचा खर्च रु.

२३९.२० आहे आणि धान्यावरचा खर्च रु. १३४.४० आहे.

बिहार आणि ओरिसा ही राज्ये गरीब आहेत आणि तेथे धान्यावरचा दरडोई खर्च देशाच्या सरासरीपेक्षा जास्त आहे. पंजाब, हरियाना, गुजरात आणि महाराष्ट्र ही राज्ये तुलनेने श्रीमंत आहेत आणि तेथे धान्यावरचा दरडोई खर्च देशाच्या सरासरीपेक्षा कमी आहे. खरे तर गरीब ओरिसा राज्यात जितका सरासरी खर्च आहे त्याहीपेक्षा कमी खर्च या चार राज्यात आहे. अर्थात खरेदी शक्ती कमी आहे म्हणून हा धान्यावरचा खर्च कमी आहे असे म्हणायला वाव नाही. कारण या श्रीमंत राज्यात अन्नावरचा एकूण सरासरी खर्च हा जास्त आहे. फक्त या राज्यात धान्यावर होणारा खर्च कमी आहे. तसेच या राज्यात दूध, कडधान्ये आणि भाजीपाला यांच्यावर होणारा खर्च अधिक आहे.

या कुटुंब खर्चाच्या सरासरीला काही अपवादही आहेत. मध्यप्रदेश आणि उत्तर प्रदेश या राज्यात सरासरी ग्रामीण दारिद्र्याचे प्रमाण अधिक आहे परंतु तेथे धान्यावर होणारा खर्चही कमी आहे. उत्तर प्रदेशच्या बाबत दूध आणि दुधाचे पदार्थ यावर अधिक खर्च होतो आणि धान्यावर कमी खर्च होण्याचे हे एक कारण असू शकते. परंतु मध्यप्रदेशमध्ये ही कारणे नाहीत आणि ग्राहकशक्ती कमी असल्यामुळे धान्यावरचा खर्च कमी होतो असे म्हणता येईल. पश्चिम बंगालमध्ये एक वेगळे चित्र दिसते. या राज्यात ग्रामीण भागात दारिद्र्याचे प्रमाण कमी आहे, परंतु धान्यावरचा दरडोई खर्च सर्वात अधिक आहे.

या आकडेवारीबाबत आणखी एक दृष्टिकोन असू शकतो. जी राज्ये तुलनेने सुस्थितीत आहेत त्यांच्यामध्येही बरीच तफावत आहे. गरीब राज्यात उत्पन्नातील असमानता आणि धान्य मिळविण्यात असणाऱ्या अडचणी यामुळे भूकबळी जात असावेत असे म्हणता येईल. त्याचबरोबर सर्वच राज्यांत पाच वर्षाखालील जन्मलेली यापैकी जवळपास पन्नासटक्के मुले यांचे वजन कमी असते आणि हे एक प्रमुख कुपोषणाचे लक्षण आहे असे म्हणता येईल.

■

२.१४ गरिबांसाठी विकासाचे कार्यक्रम

केंद्र आणि राज्य सरकारांच्या विकास कार्यक्रमात दारिद्र्य निर्मूलनाचे प्रश्न प्रमुख आहेत. त्याचबरोबर शिक्षण, स्वास्थ्य, सार्वजनिक स्वच्छता आणि आरोग्य अशा विषयात कल्याणकारी योजनाही जोडून घेण्यात आलेल्या आहेत. या सर्व गरजेच्या गोष्टी आहेत आणि त्यांचा परिणाम मोठ्या संख्येने असलेल्या दुबळ्या लोकसंख्येवर होत असतो. यासाठी जो निधी लागतो तो सरकार वेगवेगळ्या मार्गांनी कर बसवून गोळा करते. अशा प्रकारच्या विकास प्रकियेमध्ये समाजातले जे मध्यम आणि उच्च वर्ग आहेत त्यांच्यावर कर बसवून जो महसूल गोळा होईल तो गरीब वर्गाच्या हितासाठी खर्च केला जावा, अशी एक सर्वसाधारण गृहीत संकल्पना आहे.

या विषयाचा जो अभ्यास झाला आहे त्यामध्ये काही अभ्यासकांनी एक वेगळाच निष्कर्ष शोधला आहे. तो खरोखरी आश्चर्याचा आहे. या अभ्यासानुसार जे कर बसवले जातात आणि ज्या वर्गांवर हा बोजा टाकण्यात येतो त्यांचा विचार केला तर वेगळेच चित्र दिसते. समाजातले जे गट गरीब आहेत त्यांच्यावर कर बसवला जातो आणि या महसुलातूनच गरीबांच्या हिताच्या आणि विकासाच्या खर्चाची तरतूद होते, असे या आकडेवारीवरून दिसते.

कोणतेही सरकार महसुलाचे उत्पन्न वाढविण्यासाठी करांचे माध्यम वापरते. त्यातून आपला प्रशासनाचा खर्च, पूर्वीची देणी आणि विकासाचे कार्यक्रम यावर खर्च करता येतो. करांचे दोन प्रकार असतात. एक म्हणजे प्रत्यक्ष कर आणि दुसरे अप्रत्यक्ष कर. प्रत्यक्ष करात प्राप्तीकर आणि कंपन्यांवरचा कर यांचा समावेश होतो. याशिवाय दुसरे काही दुय्यम स्त्रोत असतात, परंतु त्यांचे एकूण योगदान माफक असते. असे कर म्हणजे मालमत्तेवरचा कर, व्याज उत्पन्नावरचा कर, संपत्तीवरचा कर, भेटवस्तूवरचा कर, जमीन महसुली कर, हॉटेल आणि कृषीवरचा कर इत्यादी. अप्रत्यक्ष कर हे वस्तू आणि सेवा यावर बसवलेले असतात. त्यातले प्रमुख म्हणजे उत्पादन शुल्क (एक्साईज ड्युटी) आणि सीमा शुल्क (कस्टम्स ड्युटी) आणि विक्री कर (सेल्स टॅक्स) त्याशिवाय मनोरंजन, वाहने आणि वीज यांवरही कर बसवला जातो आणि त्यातून अप्रत्यक्ष कराच्या महसुलात भर पडते.

साधारणपणे अप्रत्यक्ष कर हे परागामी (रिग्रेसिव्ह) परिणाम करतात असे अर्थशास्त्रात समजले जाते. याचे कारण साधे आहे. जे लोक गरीब असतात ते आपले जवळपास सर्व उत्पन्न जगण्याच्या गरजा भागविण्यासाठी खर्च करतात. या तुलनेने जे उच्च वर्गातले लोक असतात ते आपल्या एकूण उत्पन्नातला काही भागच खर्च करतात आणि उरलेला भाग बचतीत ठेवतात. म्हणजे तुलनेने जे गरीब आहेत त्यांचे सर्व उत्पन्न खर्ची पडत असल्यामुळे अप्रत्यक्षपणे अधिक कर भरतात. आणि जे उच्च वर्गातले लोक आहेत त्यांच्या एकूण उत्पन्नातला जो मर्यादित भाग उपभोगावर खर्च होतो तेवढ्या प्रमाणातच अप्रत्यक्ष कर देतात.

अभ्यासकांनी याचे एक साधे उदाहरण दाखवले आहे. समजा एक माणूस गरीब आहे आणि त्याचे उत्पन्न महिन्याला रु. ३,००० आहे. हे सर्व उत्पन्न त्याच्या रोजच्या गरजा भागविण्यासाठी खर्ची पडते. हा सर्व पैसा वेगवेगळ्या रोज जगण्याच्या गोष्टी खरेदी करण्यासाठी उपयोगी येतो. ही यादी तपशीलात मोठी असते. त्यात अन्न, वस्त्र, याच्याशी निगडित अनेक कौटुंबिक गरजेच्या बाबी असतात. यासर्व वस्तूंसाठी तो अप्रत्यक्षपणे विकी कर, उत्पादन शुल्क आणि सीमा शुल्क देत असतो. अर्थात त्याच्या खरेदीत गोडेतेल असले आणि त्याची आयात होत असली तरच त्यावर सीमा शुल्क लावण्यात येते. समजा सर्व अप्रत्यक्ष करांची गोळा बेरीज केली तर ती सुमारे दहा टक्के आहे. म्हणजे ज्या गरिबाचे उत्पन्न महिन्याला रु. ३,००० आहे तो त्याच्या दहा टक्के म्हणजे रु. ३०० अप्रत्यक्ष करापोटी देतो. याच्याशी तुलना करण्यासाठी जर एक उच्च वर्गातली व्यक्ती घेतली तर त्याचे मासिक उत्पन्न सुमारे रु. ३०,००० गृहीत धरता येईल. यापैकी तो सुमारे रु. २०,००० कुटुंबाच्या गरजा भागविण्यासाठी खर्च करतो. असे मानले तर उरलेले रु. १०,००० तो बचतीमध्ये ठेवतो. त्याने जे रु. २०,००० खर्च केले आहेत त्यावर तो दहा टक्क्यांच्या दराने रु. २,००० अप्रत्यक्ष करापोटी देतो असे म्हणता येईल.

या सोप्या तुलनेमध्ये जो गरीब आहे तो दहा टक्के अप्रत्यक्ष कर देतो कारण त्याचे रु. ३,००० हे सर्व खर्ची पडते आणि त्यातून तो रु. ३०० अप्रत्यक्ष करापोटी देतो. या उलट जो श्रीमंत आहे तो फक्त ६.६६ टक्के रक्कम अप्रत्यक्ष करापोटी देतो कारण त्याच्या एकूण रु. ३०,००० या उत्पन्नातून तो फक्त रु. २,००० वस्तूंच्या करातून देतो. शिवाय ही जी श्रीमंत व्यक्ती आहे ती त्याच्या वाचवलेल्या १०,००० रुपयांवर कोणताच अप्रत्यक्ष कर भरत नाही. या व्यापक अर्थाने अप्रत्यक्ष कर हे साधारणपणे परागामी आहेत असे समजले जाते, कारण त्याचा भार गरिबांवर अधिक पडतो.

आता केंद्र सरकारचे प्रत्यक्ष आणि अप्रत्यक्ष करातून मिळणारे नक्त उत्पन्न किती

आहे याचे आकडे पहाता येतील. शिवाय त्यांचे एकूण करातले प्रमाणही बघता येईल. साधारणपणे १९९४ पर्यंत अप्रत्यक्ष करांचे एकूण करातले प्रमाण ७० टक्क्यांच्यावर होते आणि त्यानंतरच्या वर्षात हे प्रमाण कमी होऊ लागले. साधारणपणे नव्वदीच्या सुरुवातीपासून आर्थिक सुधारणा कार्यक्रम सुरू झाला आणि त्याचा परिणाम म्हणून अप्रत्यक्ष करांचे प्रमाण कमी होऊ लागले.

हे प्रमाण १९९६ मध्ये ७३ टक्के होते आणि १९९८ मध्ये ते ६९ टक्के झाले. त्यानंतर हे प्रमाण आणखी कमी झाले. आणि २००२ सालात ते ६३ टक्के होते. आणि २००४ सालात हे प्रमाण ५९ टक्क्यांवर खाली आले. हे अपेक्षित आहे कारण सुधारणा कार्यक्रमांचा भर अप्रत्यक्ष करांचे ओझे कमी करणे यावरच आहे.

याचबरोबर केंद्र आणि राज्य सरकारांच्या कर महसुलाचा एकत्रित विचार केला तर बदलांची दिशा तीच आहे. साधारणपणे १९८०च्या पूर्वी एकूण करामध्ये अप्रत्यक्ष करांचा सर्वात अधिक म्हणजे ८० टक्क्यांच्या जवळपास किंबहुना १९८७-८८ मध्ये हे प्रमाण सर्वात अधिक म्हणजे ८५ टक्के होते. त्यानंतर मात्र नव्वदीच्या दशकात अप्रत्यक्ष करांचे प्रमाण कमी होत गेले. सन २००१ मध्ये ते ७३ टक्के होते आणि २००२ मध्ये ते ७२ टक्के झाले. थोडक्यात म्हणजे सुधारणा कार्यक्रमाच्या अपेक्षित बदलांनुसार अप्रत्यक्ष करांचे प्रमाण एकूण कर महसुलात कमी होत आहे आणि ते आणखीही कमी होणार आहे. गरीब वर्गाच्या दृष्टीने हे चांगले आहे कारण पर्यायाने प्रत्यक्ष करांचे प्रमाण जसजसे वाढत जाईल तसतसे या कर प्रणालीचे स्वरूप प्रागतिक होऊ लागेल. म्हणजेच समाजातले उत्पन्न आणि रोजगार याचा अधिक भरवसा असणारे वर्ग आपल्या उत्पन्नातला काही वाटा विकास प्रकियेसाठी देतील आणि पर्यायाने त्याचा फायदा गरीब वर्गाला मिळेल.

जे अप्रत्यक्ष कर आहेत ते जसे परागामी आहेत तसेच त्यांचा ग्रामीण आणि नागरी क्षेत्रावर कसा परिणाम होतो, याचाही अभ्यास झालेला आहे. त्यासाठी राष्ट्रीय नमुना पाहणीची १९८८-८९ मधली आकडेवारी तपासण्यात आली होती. या संशोधनानुसार अप्रत्यक्ष कराचे प्रमाण वेगवेगळ्या उत्पन्न गटात किती आहे याचा अंदाज येतो. ग्रामीण आणि नागरी या दोन्हीही क्षेत्रातल्या वेगवेगळ्या उत्पन्न गटांवर अप्रत्यक्ष कराचे प्रमाण हे १० ते १४ टक्क्यांच्या दरम्यान आहे. विशेष म्हणजे उत्पन्नाच्या पातळीचाही या दराशी फारसा संबंध नाही, हे विशेष आहे. या सर्व निष्कर्षामुळेच अप्रत्यक्ष करांना परागामी (रिग्रेसिव्ह) समजणे रास्त आहे. पूर्वी केंद्र सरकारने एल के झा यांची कर सुधारणांसाठी एक समिती नेमली होती. आणि त्या समितीने ऐंशीच्या दशकाच्या सुरुवातीला सुमारे ८५ टक्के कराचा महसूल समाजातल्या गरीब वर्गाकडून गोळा केला जात होता, असे निरीक्षण नोंदवले होते. थोडक्यात म्हणजे केंद्रिय नियोजनाच्या दीर्घकाळात गरीबाला केंद्रस्थानी धरून विकासाची धोरणे

आखली जात होती असे एक गृहीत होते. परंतु नेमक्या या काळात विकासाच्या प्रकियेत गरीबाकडूनच अप्रत्यक्ष कराच्या माध्यमातून साधनसामुग्री उभी करण्यात येत होती, हा एक आश्चर्यकारक निष्कर्ष आहे.

मागच्या दहा वर्षात कर प्रणालीत स्वागतार्ह बदल होत आहेत. याचे कारण म्हणजे जागतिकीकरणाच्या प्रकियेत देशाची अर्थव्यवस्था जगाशी जोडून घेताना देशातल्या उद्योगांची स्पर्धेची क्षमता वाढवणे हे एक प्रमुख लक्ष्य होते. त्यासाठी उत्पादन शुल्क कमी करणे आवश्यक होते. तसेच सीमाशुल्कही कमी करून आयात वाढू दिली तर देशातल्या उत्पादनाला बाहेरच्या स्पर्धेशी तोंड देण्याची क्षमता वाढवावी लागेल अशी अपेक्षा होती. तसेच नियोजनाच्या काळात देशातल्या उत्पादनाला जे संरक्षण देण्यात आले होते तेही हटविण्याची गरज होती. जागतिक व्यापार संघटनेच्या नियमनानुसार हे सर्व बदल आवश्यकच होते.

तुलनेने मागच्या दशकात केंद्रसरकारच्या एकूण कराच्या उत्पन्नात प्रत्यक्ष कराचे प्रमाण वाढत आहे. मागे १९९४ मध्ये प्रत्यक्ष करातून रु. ६७,४५४ कोटी गोळा होत होते आणि हे प्रमाण एकूण करात २८ टक्के होते. पुढे १९९८ मध्ये हे उत्पन्न रु. १,०४,६५२ कोटी झाले आणि हे प्रमाण ३१ टक्के होते. यात प्रगती होत गेली आणि २००० सालात ही रक्कम रु. १,३६,६५८ कोटी (३६ टक्के) आणि २००२ सालात ही रक्कम रु. १,६४,१७७ कोटी (३७ टक्के) झाली. आता २००४ सालात ही रक्कम रु. २,५४,९२३ कोटी (४१ टक्के) आहे. म्हणजे मागच्या दहा वर्षात प्रत्यक्ष कराची रक्कम सुमारे साडेतीन पटीने वाढली आणि एकूण कराच्या महसुलात प्रत्यक्ष करांचे प्रमाण १३ टक्क्यांनी वाढले.

या प्रत्यक्ष करामध्येही प्राप्तीकराचे प्रमाण वेगाने वाढलेले आहे. मागे १९९४ मध्ये हे प्रमाण फक्त १९ टक्के होते ते वाढत जाऊन २००२ सालात ते ४६ टक्के झाले आहे. हे बदल एकूण कर व्यवस्थेच्या स्वाथ्याच्या आणि स्थैर्याच्या दृष्टीने स्वागतार्ह आहे, कारण मागच्या दहा वर्षात सुधारणा कार्यक्रमांतर्गत प्रत्यक्ष करामध्ये अनेक मूलगामी बदल करण्यात आलेले आहेत. विशेषत: प्राप्तीकरामध्ये जे बदल करण्यात आले त्यातून या गोष्टी साधण्यात आल्या. मुळात आर्थिक सुधारणांमुळे अर्थव्यवस्थेची विकासाची गती वाढलेली आहे आणि मागच्या पाच वर्षात वार्षिक वाढीचा दर सरासरी सहा टक्क्यांच्या आसपास आहे. मागच्या २००३-२००४ सालात हा वाढीचा दर आठ टक्क्यांच्या थोडा वर होता आणि येत्या काळात हा वाढीचा दर आठ टक्क्यांच्या भोवती टिकवून धरण्याचे सर्व प्रयत्न चालू आहेत.

म्हणजे अर्थव्यवस्थेमध्ये काही प्रमाणात वाढीच्या प्रकियेतून संपत्ती निर्माण होत आहे आणि त्याचा काही वाटा सरकारला मिळणे रास्त आहे. त्याचे एक कारण म्हणजे सरकारचे उत्पन्न वाढले तरच विकास कार्यक्रमावर अधिक खर्च करता येईल

आणि त्यातून पायाभूत सोयी सुविधांच्या भांडवल गुंतवणुकीचा कार्यक्रम पार पाडता येईल. अधिक महत्त्वाचे म्हणजे आर्थिक वाढ झाली तरीही जी गरिबांची लोकसंख्या आहे तो आकडाही फार मोठा आहे. त्यामुळे दारिद्र्यनिर्मूलनाच्या कार्यक्रमावर आणि ग्रामीण भागातल्या कृषीच्या विकासावर येत्या काळात अधिकच भर द्यावा लागणार आहे.

या सगळ्या गोष्टींची तरतूद जर सरकारचे कराचे उत्पन्न वाढले तरच शक्य होणार आहे. त्यामध्येही अप्रत्यक्ष करांपेक्षाही प्रत्यक्ष करांचे प्रमाण वाढले तर गरीबांच्या दृष्टीने त्याचे अधिकच महत्त्व आहे. या दृष्टीने मागच्या दहा वर्षात केंद्राच्या एकूण कराच्या उत्पन्नात प्रत्यक्ष कराचे प्रमाण ४१ टक्के झाले आहे आणि अप्रत्यक्ष कराचे प्रमाण ५९ टक्के झाले आहे ही प्रगती आहे. दहा वर्षांपूर्वी हे प्रमाण अनुकमे २८ टक्के आणि ७२ टक्के असे होते. एका दृष्टीने सुधारणा कार्यक्रमातून गरीब वर्गाला न्याय मिळाला असे म्हणता येईल. तसेच या काळात ज्यांच्या उत्पन्नात सुधारणा झाली त्यांच्यावरचा करभार कमी करूनही प्रत्यक्ष करात अधिक महसूल मिळू लागला, ही सरकारच्या दृष्टीने जमेची बाब समजता येईल.

■

२.१५ विकासाच्या अनेक वाटा

नव्वदीच्या दशकात जगभरात जागतिकीकरणाचे अनेक प्रयोग सुरू झाले. त्यामध्ये नेहमी भारत आणि चीन यांच्या अनुभवांची चर्चा आणि तुलना होते. आर्थिक सुधारणांचा आगह धरणाऱ्या अनेकांना भारताने चीनच्या अनुभवातून शिकावे असे वाटते. त्याचबरोबर जे विचारवंत लोकशाहीचे मूलभूत स्थान मानतात त्यांना चीनमधली एकपक्षीय हुकुमशाही मान्य होत नाही. हे वैचारिक मतभेद महत्त्वाचे आहेत आणि नजिकच्या काळात तरी त्यांचे निराकरण शक्य दिसत नाही. त्याचबरोबर अनेकांना प्रत्यक्षात चीनमध्ये कसे निर्णय घेतले जातात आणि त्यावर अंमल केला जातो याचे फारसे ज्ञान नसते. त्यातही सुधारणा होण्याची आवश्यकता आहे.

दक्षिण कोरिया, रशिया, थायलंड आणि झेक रिपब्लिक असे अनेक देश आहेत ज्यांनी लोकशाही स्वीकारली आहे आणि त्यातून समृद्धी मिळवली आहे. बाजारपेठेची संकल्पना विचारात घेतली तर दक्षिण कोरियाचे उदाहरण सर्वमान्य आहे. यावर्षी जगामध्ये या देशाचा विकास सर्वात अधिक वेगाने होणार आहे. विशेष म्हणजे येथे दरडोई उत्पन्न सुमारे दहा हजार डॉलर असून त्यात वर्षाला सहा टक्क्यांची भर पडत आहे. या उलट आपल्या देशात दरडोई उत्पन्न सुमारे ४७० डॉलर आहे आहे आणि त्यात वर्षाला जेमतेम पाच टक्क्यांची भर पडते. म्हणजे दक्षिण कोरियात जी वर्षाला वाढ होते तीसुध्दा आपल्या देशाच्या एकूण दरडोई उत्पन्नापेक्षा अधिक आहे. कोरियामध्ये एकतंत्री राजवट होती आणि तिचा शेवट १९७८ मध्ये झाला. त्यानंतर मागच्या चोवीस वर्षात तेथे लोकशाही स्थिरावली आणि आर्थिक प्रगतीचा वेगही झपाट्याचा होता.

दक्षिण कोरियाचे निवृत्त होणारे अध्यक्ष डी. जे. किम यांनी मागच्या १९९७च्या आर्थिक पेचपसंगात सत्ता धारण केली आणि त्यानंतर तेथे यशस्वीपणे अर्थव्यवस्था संकटातून बाहेर काढली. किमच्या सुधारणा कार्यक्रमात तीन बाबी प्रमुख होत्या. खाजगीकरण, वित्त संस्थांची पुनर्रचना (यात संस्था वाचवण्यासाठी पैसे उचलून दिले नाहीत.) आणि आक्रमक मजूर चळवळीचा शेवट यांचा उल्लेख करावा लागेल.

नव्वदीच्या दशकात जी उच्च तंत्रज्ञानाच्या क्षेत्रात क्रांती झाली त्याचा दक्षिण

कोरियाने सगळ्यात अधिक फायदा करून घेतला. परिणामी बिनतारी संदेश यंत्रणा देशाच्या ६० टक्के भागात पसरली, व्यक्तिगत संगणक २८ टक्के लोकात आला आणि शेअर बाजारातली दोन तृतीयांश उलाढाल इंटरनेट मधून होऊ लागली. अर्थात आपल्या प्रमाणेच दक्षिण कोरियाला उत्तर कोरियाच्या साम्यवादी राजवटीला तोंड द्यावे लागते आणि त्यातून नेहमीच राजकीय तणाव नांदत असतात. तरीसुध्दा दक्षिण कोरियाने आपल्या डोळ्यापुढे जपान देशाचे उदाहरण ठेवले आहे आणि त्यांचे मानदंड आदर्श मानले आहेत. यामुळे जेव्हा खरे बिकट पेचपसंग आणि संकटे उभी राहतात त्यावेळी समाज आणि लोक यांच्या चारित्र्याची परीक्षा होते.

मागच्या १९९७ च्या आशियाई देशामधल्या पेचपसंगात दक्षिण कोरियाला दिवाळखोरी जाहीर करायची वेळ आली हाती. हे संकट देशाबाहेरच्या परिस्थितीतून निर्माण झाले होते आणि अशाप्रसंगी देशाने मुक्त अर्थव्यवस्था सोडून बंधनांचा मार्ग निवडला असता. या उलट आज ती अर्थव्यवस्था पूर्वीपेक्षाही अधिक मुक्त आहे. चालू २००२ वर्षात विदेशी प्रत्यक्ष भांडवल सुमारे १३ ते १५ अब्ज (१३ ते १५ बिलियन) डॉलर देशात आले आहेत. या पेचप्रसंगाचा आपण नेमका उलटा अर्थ लावला. आपल्या अभ्यासकांची समजूत आहे की देशाची अर्थव्यवस्था जागतिक अर्थव्यवस्थेशी अधिक जोडून घेतली की परावलंबन वाढते आणि संकटे येतात. स्चत: दक्षिण कोरियाने या अर्थ लावला नाही.

रशिया हा आणखीन एक मोठा देश आहे आणि तेथे लोकशाही मार्गाने वेगाने आर्थिक सुधारणा होत आहेत. मागे ऑगस्ट १९९८ मध्ये परदेशी कर्जाची फेड होऊ शकली नाही आणि पेचपसंग निर्माण झाला. तेव्हापासून रशियाने सुधारणा करत वर्षाला पाच टक्के वेगाने विकास केला आहे. आता तेथे चलनवाढीवर ताबा आहे तसेच चलन स्थिर आहे. परदेशी चलनाच्या साठ्यात वाढ होत आहे आणि अंदाजपत्रकात करंट अकाऊंट या दोन्हीमध्ये शिल्लक वाढत आहे. अध्यक्ष पुतीन यांच्या कारकिर्दीत रशिया देश अधिक मुक्त आणि लोकशाही मार्गाने बाजार व्यवस्था विकसित करत राहील अशी सर्वांना आशा आहे. त्यादेशात न्यायव्यवस्था, बँका, करसंकलन आणि परदेशी प्रत्यक्ष गुंतवणूक यांचा विकास होण्यासाठी अर्थव्यवस्थेचा संस्थात्मक पाया बळकट करावा लागेल आणि त्या दिशेने रशिया निश्चित प्रगती करत आहे.

रशियामध्ये वित्तीय प्रश्नांवर अनेक सुधारणा करण्यात आल्या आणि त्यामुळे त्यादेशाची अर्थव्यवस्था बळकट व्हायला मदत झाली. दहा वर्षांपूर्वी रशियाची एकूण अर्थसंकल्पीय तूट जीडीपीच्या २० टक्के होती आणि आता देशात जीडीपीच्या १.५ टक्के इतकी शिल्लक आहे. सरकारचा महसूल वाढविण्यासाठी वैयक्तिक उत्पन्नावर सरसकट १३ टक्के आणि कंपनीच्या फायद्यावर २४ टक्के दराने कर बसविण्यात आले. तसेच अध्यक्ष पुतीन यांनी मोठ्या प्रमाणावर भ्रष्टाचाराच्या विरोधात कारवाई सुरू केली.

आपल्या देशाला बऱ्याचदा अमेरिकेकडून शिकण्यात अडचणी भासतात. त्यापेक्षा आपण रशियाकडून शिकण्यासारखे बरेच आहे. पूर्वीही केंद्रीय नियोजनाच्या अमदानीत आपण रशियाचा अनुभव डोळ्यापुढे ठेवला होता. जगात दक्षिण कोरियाच्या यशाचे बरेच कौतुक झाले आहे. त्या मानाने रशियाने आर्थिक सुधारणा कार्यक्रमात जे यश मिळवले त्याची अजून पुरेशी चर्चा झालेली नाही. पूर्वी बोरिस येल्स्तिनच्या नेतृत्वाखाली राजकीय सुधारणांची सुरुवात झाली आणि नंतर अनेकांची निराशा झाली. त्यामुळे आज रशियाकडे दुर्लक्ष होत असावे.

इतरही अनेक लहान देश आहेत ज्यामध्ये राजकीय आणि आर्थिक सुधाणांचे प्रयोग झाले आहेत. झेक रिपब्लिक सारख्या देशात खाजगीकरणाच्या माध्यमातून येत्या दोन वर्षात जीडीपीच्या वीस टक्के महसूल उभा करण्यात येईल. तीच गोष्ट इंडोनेशियाची. तसेच थायलंडमध्ये काही प्रमाणात राजकीय उलाढाली वाढल्या असल्या तरी आर्थिक सुधारणांमुळे गुंतवणूकदारांचा विश्वास वाढला आहे. थोडक्यात म्हणजे लोकशाही व्यवस्था आपण राबवत आहोत म्हणून सुधारणा कार्यक्रम पुरेसा वेग घेत नाही अशा प्रकारच्या तक्रारी फारशा पटण्यासारख्या नाहीत. इतर देशांनी हा धोका पत्करीत अडचणींवर मात केली आहे. तसेच जेथे एकाधिकारशाही आहे त्यांच्या अर्थव्यवस्था फसलेल्या आहेत.

■

२.१६ प्रश्न आहे दृष्टीचा

अमेरिकेच्या व्यवस्थेमध्ये एक अजब गोष्ट घडली आहे. तेथे आर्थिक विषमता वाढली आहे आणि त्याचबरोबर लोकशाहीचा सामाजिक आशय दुर्बल झाला आहे. सन १९७३ ते १९९५ या काळात श्रीमंतांचे उत्पन्न ज्या वेगाने वाढले त्यामानाने गरिबांचे उत्पन्न फारच कमी वेगाने वाढले. परिणामत: तेथील श्रीमंत आणि गरीब यांच्यातली उत्पन्नाची दरी वाढली. रवी बात्रा आणि दानी रोडरिक या हारवर्ड विद्यापिठाच्या अभ्यासकांनीही अमेरिकेमध्ये उत्पन्नाची वाटणी कशी असमान होत आहे याची तपशीलवार चर्चा केली आहे.

म्हणजे आर्थिक विषमता वाढते आहे परंतु याचा आधार घेऊन सामाजिक लोकशाहीचा पुरस्कार करणारा तिसरा पक्ष काही उभा राहात नाही. पूर्वी रॉस पेरॉ (१९९२) आणि राल्फ नाडर (२०००) यांचा अमेरिकेच्या अध्यक्षपदाच्या निवडणुकीत उदय झाला परंतु नंतर ही नावे विसरली गेली. अमेरिकेच्या जीवनपध्दतीचे वैशिष्टय म्हणजे त्या समाजातल्या अगदी गरीब माणसालाही आपण कधीतरी सर्वात वरच्या पदाला पोहोचू अशी आशा असते, आकांक्षा असते आणि भरोसाही असतो. त्यांच्या डोळयापुढे एक कार्टर, एक क्लिंटन आणि एक बिल गेटस् यांची प्रतिमा असते.

आंतरराष्ट्रीय विकास प्रक्रियेत चीनचाही असाच एक दबदबा आणि एक प्रतिमा निर्माण झाली आहे. सध्या जगात सगळीकडेच अंधारलेले आहे आणि निराशेचा सूर आहे. जपान आणि इतर विकसित देशात मंदीने घर केले आहे. भारताचा विकासदर जेमतेम पाच टक्क्यावरून हलत नाही. फक्त चीनमध्ये मात्र विकासदर दहा टक्के असेल असा पक्का आशावाद आहे. अनेकांना हे शंकास्पद वाटेल परंतु चीनमधल्या माणसाला याविषयी शंकाही असणार नाही. हा मुळात वृत्तीमधला फरक आहे. प्रचंड आशावाद आणि सकारात्मक दृष्टी याचे हे प्रतिबिंब आहे. हा सघन आशय व्यक्त करणारी एक म्हण चिनी भाषेत आहे. त्याचा अर्थ आहे अंधाराला दोष देण्यापेक्षा एक मेणबत्ती लावणे चांगले. अमेरिकेमध्ये विकास होताना विषमता आहे परंतु तेथे दुर्दम्य आशावाद आहे. चीनमध्येही अनेक बिकट प्रश्न आहेत परंतु त्यांची मनोवृत्ती आशेवर आधारित आहे. जगामध्ये या दोन देशात जे काही अप्रूप घडले

आहे त्यामागे ही वृत्ती आणि दृष्टी आहे.

हीच गोष्ट सिंगापूरच्या यशामध्ये सापडते. साठीच्या मध्यानात सिंगापूरने मलेशियाच्या संघराज्यापासून फारकत घेतली. त्यावेळी त्यांच्याकडे साधने नव्हती, पाणी नव्हते आणि भांडवलही नव्हते. होती फक्त एक लहान आकाराची लोकसंख्या. आता जर विकास करायचा तर सुरुवात कोठून करायची हा प्रश्न होता. सिंगापूरची भौगोलिक परिस्थिती अशी मोक्याची होती की त्याभोवती मोठी सागरी वाहतूक आणि व्यापार शक्य होता. सिंगापूरचा विकास या सागरी व्यापाराभोवती केंद्रित करणे शक्य होते. असा व्यापार वाढवायचा असला तर इंग्रजी भाषेची सुविधा सर्वात महत्त्वाची होती. सिंगापूर देशाने आपल्या देशाची अधिकृत भाषा इंग्रजी ही निवडली. त्यानंतर सिंगापूरची भरभराट कोठे थांबलीच नाही. आज सिंगापूरमध्ये दरडोई उत्पन्न सुमारे २०००० डॉलर आहे. इतकी समृध्दी मिळवल्यावर आता सिंगापूरमधला समाज आपली संस्कृती कोणती आणि आपली राष्ट्रीय ओळख कोणती अशा प्रश्नांचा शोध घेत आहे.

भारतातही असे अनेक बिगर आर्थिक प्रश्न आहेत आणि या गुंतागुंतीच्या गाठी सोडविणे आवश्यक आहे. एक नेहमी उभा राहणारा प्रश्न म्हणजे स्वदेशीचा आणि त्याबरोबर आपल्या संस्कृतीवर देशाबाहेरच्या प्रवृत्तींचे होणारे आक्रमण. आपल्या नागर जीवनात मोटरगाडयांपासून अनेक वस्तूंचा वापर सर्वत्र लोकमान्य झालेला आहे. तीच गोष्ट ग्रामीण भागातल्या बिगर टिकाऊ वस्तूंच्या उपभोगाची आहे. या सर्व वस्तूंच्या वापरातून सर्वसाधारण माणसांचे जीवन सुसह्य झालेले आहे आणि हा वापर आता आपल्या जीवनाचा अविभाज्य घटक बनलेली आहे. या सर्वच वस्तूंच्या उापादनात परदेशी उत्पादकांचा सहभाग आहे आणि तरीही भांडवल गुंतवणुकीमुळे आपल्या सार्वभैमत्वाला धोका आहे असे वारंवार सांगितले जाते. हे सर्वसाधारण माणसाला पटणारे नाही.

आजकाल अनेक सभासंमेलनात खाजगीकरणावर चर्चा होते. बऱ्याचदा ही चर्चा एकाच भोवऱ्यात सापडते आणि संपते. कोणत्या व्यवहारात कोणी किती पैसे मिळवलेत हा एकच चर्चेचा मुद्दा असतो. वास्तविक पाहता खाजगीकरणाची तात्त्विक भूमिका का घ्यावी लागते याची चर्चा न होता फक्त भ्रष्टाचाराचीच चर्चा होते. अशा चर्चेमध्ये तीन प्रमुख गट असतात. एक नोकरशहांचा, दुसरा खाजगी उद्योजकांचा आणि तिसरा राजकारण्यांचा. यातल्या प्रत्येक गटाला आपण सोडून दुसरे दोन हितसंबंधी गट हे चोर आणि भ्रष्ट आहेत असे खात्रीने वाटत असते.

सिगमंड फ्रॉईड या मानसशास्त्रज्ञाने याचे वर्णन डिप्लेस्मेंट या शब्दाने केले आहे. माणसाची एक सहज प्रवृत्ती असते की आपल्या चुकीसाठी दुसरा कोणीतरी दोषी आहे. मागे इंदिरा गांधी सर्वसत्ताधारी होत्या तरी त्यांना नेहमी एका परदेशी

हाताची भीती वाटत असे. हा परदेशी हात म्हणजे अमेरिकेची सीआयए ही गुप्तहेर संस्था. जे डाव्या पक्षाचे नेते आणि विचारवंत आहेत त्यांना नेहमी साम्राज्यवादाची आठवण येते. तसेच आता जगातल्या बहुराष्ट्रीय खाजगी कंपन्या आहेत त्यांनाही जगावर राज्य करायचे आहे असे सांगण्यात येते. सध्याचे जे राज्यकर्ते आहेत त्यांना नेहमी प्रत्येक गडबड गोंधळामागे पाकिस्तानचा हात आहे असा दाट समज असतो. म्हणून नेहमी आयएसआयची आठवण केली जाते. अनेकांना सध्या भारतापुढे जे प्रश्न उभे आहेत त्याचे एकच कारण आहे आणि ते म्हणजे पूर्वीच्या इतिहासात हिंदूंची गळचेपी झाली.

विकास प्रक्रियेची चर्चा करताना अनेक अर्थशास्त्रज्ञ फक्त आर्थिक बाबींचा आणि मर्यादांचा विचार करतात. परंतु अनेक बिगर आर्थिक परिमाणेही समाज जीवनात महत्त्वाची ठरत असतात. त्याचे उदाहरण म्हणजे माणसाच्या वृत्ती आणि त्याला वाटणारे केंद्र स्थान. भारतीय समाजाचा दीर्घ इतिहास लक्षात घेता त्यामध्ये अनेक अंतर्विरोधी जाणीवा काम करताना दिसतात. अनेक धर्म, अनेक जाती, अनेक भाषा यांच्या परंपरा आणि इतिहास यातून भारतीयतेचे एक अजब मिश्रण निर्माण झालेले आहे. त्यात मागच्या पन्नास वर्षात लोकशाही सर्व थरांत रुजली आहे. यातून एक संमिश्र प्रजासत्ताक समाज आणि त्याचे लोकप्रतिनिधी यांच्या हातात सर्व निर्णय प्रक्रिया केंद्रित झाली आहे. गेल्या दहा वर्षात या सत्तेच्या रिंगणात तीव्र स्पर्धा चालू आहे. यामुळे विविध हितसंबंधी गट आपल्या हितापलीकडे विचार करण्याच्या मन:स्थितीत नाहीत. यात सर्वात प्रमुख म्हणजे सरकारमधील नोकरशाही आहे. या सर्वांना सांभाळून आर्थिक सुधारणा कार्यक्रम अमलात आणता येणार नाही. म्हणून दहा टक्क्यांची विकास वाढ हे एक स्वप्नरंजन आहे.

■

विभाग ३ : भारतातील विकास प्रक्रिया

Development Process in India

३.१ भारताची शक्ती कशात आहे

भारताच्या अर्थव्यवस्थेत अनेक बदल घडून येत आहेत. त्याचे प्रतिबिंब देशाच्या राष्ट्रीय उत्पन्नात दिसते. गेल्या पन्नास वर्षात नियोजनाच्या कालखंडात देशाने आधुनिकीकरण आणि औद्योगिकीकरण वेगाने आत्मसात करण्याचा प्रयत्न केला त्याचे दोन परिणाम दिसतात. एक म्हणजे शहरीकरणाचा वेग वाढला आणि औद्योगिक उत्पादनाचे क्षेत्र वाढले. दुसरा परिणाम म्हणजे कृषि क्षेत्रात उत्पादकता आणि उत्पादन वाढले आणि तरीही एकूण राष्ट्रीय उत्पन्नात त्याचे प्रमाण घटले. मागच्या नव्वदीच्या दशकात जागतिकीकरण, उदारीकरण आणि मुक्त अर्थव्यवस्था यांचा अंमल सुरू झाला. त्यामुळे आर्थिक व्यवस्थेत आणखी काही फेरबदल झाले. आता एकूण जीडीपीमध्ये सेवाक्षेत्राचे योगदान प्रमुख बनले आहे. यामुळे एक नवीन चर्चा सार्वजनिक जीवनात सुरू झाली आहे. देशाची शक्ती सेवा क्षेत्राच्या वाढीवर अवलंबून आहे की यंत्रनिर्मित उत्पादनावर आहे असा हा प्रश्न आहे.

या प्रश्नाची पारंपरिक चर्चा न करता नव्या दृष्टीने विचार करण्याची गरज आहे. उदाहरणार्थ मॅकडोनाल्ड हा उपक्रम सेवा क्षेत्रात मोडतो की उत्पादन क्षेत्रात असा प्रश्न उभा राहतो. मॅकडोनाल्डच्या दुकानात गाहकांना तयार अन्नपदार्थ मिळतात म्हणजे त्यात सेवा येते हे उघड आहे. परंतु त्यांच्या उद्योगात यंत्रनिर्मित उत्पादनही आहे आणि त्यामुळे त्यांचा मॅन्युफॅक्चरिंगमध्येही समावेश करता येईल. मॅकडोनाल्ड अन्न प्रक्रिया करताना अशा यंत्रसाधनांचा उपयोग करतात की ज्यामुळे ते बनवत असलेल्या हॅंबर्गर आणि फ्राईज यांची उत्पादकता वाढवतात.

आता जगातल्या काही आंतरराष्ट्रीय बॅंका आपल्या कामातील काही प्रक्रिया पूर्णपणे भारतात हलवत आहेत. त्यामध्ये मोठ्या प्रमाणावर प्राथमिक स्वरुपाची माहिती हाताळावी लागते आणि तितक्याच मोठ्या संख्येच्या कर्मचाऱ्यांची सेवा संघटित करावी लागते. या संघटित बाबी भारतात आणून मग त्या माहितीचा संगणकावर वापर करता येतो. माहिती तंत्रज्ञानाचे हे संपूर्ण क्षेत्र जगाला नवीन आहे. आता पाश्चिमात्य बॅंकर्सच्या दृष्टीने ही एक यंत्रनिर्मित उत्पादनाचीच म्हणजे मॅन्युफॅक्चरिंग या व्याख्येत बसणारी संकल्पना आहे. थोडक्यात म्हणजे पारंपरिक यंत्रनिर्मित उद्योग

म्हटले की आपल्या डोळयापुढे स्वयंचलित मोटार उद्योग अगर पोलाद उद्योग येत असे. आता या सर्वच संकल्पना आणि व्याख्या बदलण्याची गरज आहे.

प्रथम भारताची गरज कोणत्या प्रकारची आहे त्याचा विचार करता येईल. पहिली गरज आहे देशामध्ये रोजगाराची संधी वाढवण्याची. येत्या २० वर्षात जगामध्ये आपल्या देशात लोकसंख्येची सर्वात अधिक वाढ अपेक्षित आहे. त्यामुळे मोठ्या संख्येने तरुण लोकसंख्येला रोजगाराची संधी उपलब्ध करून द्यावी लागेल. दुसरी गरज आहे देशाची अर्थव्यवस्थेची वाढ अधिक व्हावी म्हणून भांडवल गुंतवणुकीची साधने जमेल तेथून आयात करावी लागतील. सध्या केंद्र आणि राज्यसरकारांची वित्तीय व्यवस्था इतक्या मोठ्या संकटात सापडली आहे की त्यातून भांडवल गुंतवणुकीला काही फार वाव आहे असे दिसत नाही. त्यामुळे इतर देशातून विदेशी प्रत्यक्ष गुंतवणूक जितकी अधिक होईल त्याची प्रोत्साहनात्मक धोरणे स्वीकारावी लागतील. देशातल्या प्रश्नांचा आवाका लक्षात घेता जी काही रोजगार निर्मिती करावी लागेल त्यामध्ये कमीतकमी भांडवल गुंतवण्याची तिसरी गरज आहे.

या गरजा डोळयापुढे ठेवल्या तर यंत्रनिर्मित उत्पादन प्रक्रिया हा आकर्षक पर्याय वाटत नाही. जगभरात यंत्रे आणि यंत्रमानव यात भांडवल गुंतवणूक करून यंत्रनिर्मित उत्पादनाची उत्पादकता वाढविण्यात येते. तसेच यंत्र मानवाचा वापर वाढला की माणसाच्या हातून होणरी चूक टाळता येते आणि त्यामुळे होणारी हानी टळते. तसेच सततच्या प्रक्रियेत दर्जा मिळविता येतो. या उलट सेवा क्षेत्रात नेहमीच मानवीय सहयोग असतो. अनेक बाबींमध्ये ग्राहकाला हा मानवीय स्पर्श हवा असतो. अनेकदा दूरध्वनीवरचे निरोप घेण्यासाठी यांत्रिक व्यवस्था केलेली असते. परंतु गाहकाला माणसाचे शब्द ऐकावेसे वाटतात. यंत्रनिर्मित उत्पादन आणि सेवा यामध्ये नेहमीच मोठा फरक राहणार आणि सेवा क्षेत्रातून भांडवलाच्या प्रति युनिट मागे नेहमी अधिक रोजगार निर्माण करण्याची क्षमता राहणार.

देशाच्या दृष्टीने चौथी गरज म्हणजे जागतिकीकरणाच्या रेट्यामध्ये आपली स्पर्धेची क्षमता वाढविणे आवश्यक आहे. येत्या वीस वर्षात विकसित देशात आणि चीनमध्येही कामाची क्षमता असलेल्या प्रौढ लोकसंख्येचे प्रमाण कमी होणार आहे. या उलट सर्व विकसनशील देशात सर्वात अधिक काम करणाऱ्या प्रौढांची संख्या भारतात असणार आहे. अशा वेळी श्रीमंत देशातील अनेक सेवा दूरवरून भारतातून पुरवता येतील. या दृष्टीने भारताला इतर देशांच्यापेक्षा काही फायदे आहेत.मुख्य म्हणजे देशात मोठ्या प्रमाणावर इंगजी भाषा बोलली जाते आणि शिकवली जाते. अभियांत्रिकी, वैद्यकीय, संशोधन, तसेच कार्यालयातील माहितीचे संकलन अशा क्षेत्रात माहिती तंत्रज्ञानाच्या मदतीने दूरवरून सेवा पुरविणे शक्य आहे. भारतात मागच्या पन्नास वर्षात नियोजनाच्या अमलाखाली यंत्रनिर्मित उत्पादनाच्या तसेच

बँकिंग, विमा अशा क्षेत्रात मोठी क्षमता निर्माण झालेली आहे.

याचबरोबर शिक्षणाच्या क्षेत्रात भारतामध्ये मोठी प्रगती झालेली आहे. अजूनही प्राथमिक शिक्षण सार्वत्रिक झाले नसले तरी गेल्या काही दशकात दलित वर्ग आणि स्त्रिया यांना मोठ्या प्रमाणात शिक्षणाच्या सोयी उपलब्ध झालेल्या आहेत आणि शिक्षणाविषयी जागरुकता वाढलेली आहे. शिक्षण आणि संशोधन यातल्या प्रगतीमुळे देशामध्ये सर्वात मोठ्या संख्येत प्रशिक्षित मनुष्यबळ उपलब्ध आहे. या सर्व फायद्याच्या बाबी आहेत आणि त्यातून देशाला दरवर्षी किमान २०० अब्ज (२०० बिलियन) डॉलरचा अतिरिक्त महसूल मिळवता येईल. त्याचप्रमाणे त्यातून सुमारे ४ कोटी (४० मिलियन) डॉलर रोजगाराच्या संधी उपलब्ध होऊ शकतील.

आता जागतिकीकरणाच्या प्रक्रियेत अनेक नवीन प्रयोग आणि अनुभव येत आहेत. उत्पादन प्रक्रियेचे संघटन आणि व्यवस्थापन यात मूलभूत बदल होत आहेत. त्यामुळे यंत्रनिर्मित उत्पादन आणि सेवा या क्षेत्रातील पारंपरिक व्याख्या यांचे ऐतिहासिक संदर्भ पूर्णपणे बदललेले आहेत. भारतालाही जपानचा अनुभव डोळयापुढे ठेवून अभियांत्रिकी तंत्रज्ञान आणि इलेक्ट्रॉनिक आणि संचार अभियांत्रिकी यांच्या संगमातून नवीन संधी शोधणे शक्य आहे.

■

३.२ भारताचा वेगाने विकास होईल का?

भारताचा आर्थिक विकासाचा दर आणखी किती वाढवता येईल, हा एक नेहमीचा चर्चेचा विषय आहे. विशेषत: अशा चर्चेत नेहमी चीनचे उदाहरण अभिप्रेत असते. स्वातंत्र्यानंतरच्या चाळीस वर्षात केंद्रीय नियोजनाची भक्कम चौकट होती आणि विकास दर तीन टक्क्यांभोवती घुटमळत होता. त्याला उपहासाने हिंदू रेट ऑफ ग्रोथ म्हणत असत. एका सनातन धर्माची दीर्घ परंपरा असलेल्या देशाला बहुधा इतकेच शक्य होते. त्यानंतर मागच्या शतकाच्या नव्वदीच्या सुरुवातीला देश आर्थिक संकटात सापडला आणि कधी नव्हे तो दिवाळखोरीच्या उंबरठ्यावर येऊन ठेपला. मग नियोजनाची भूमिका बदलण्यात आली आणि जागतिकीकरणाचा स्वीकार झाला. या काळात विकासाचा दर मागच्या तीन टक्क्यांवरून पाच टक्क्यांवर उंचावला. परंतु या पेक्षा काही अधिक ठसठशीत घडू शकले नाही आणि त्याचे एक कारण म्हणजे सुधारणा कार्यक्रम रखडला आहे. अशा संदर्भात चीनमध्ये जे घडत आहे तो एक चमत्कारच आहे असे म्हणावे लागते.

अर्थात भारतातही काही ठोस घडत आहे. व्याज दर वाढत आहेत, निर्यातीत वाढ होत आहे आणि अधिदान शेषात (बॅलन्स ऑफ पेमेंटस्) चालू खात्यात प्रथमच अतिरिक्त शिल्लक जमा होत आहे. तसेच परदेशी चलनाच्या साठ्यात ९०अब्ज (९० बिलियन) डॉलरच्या पलीकडे वाढ झालेली आहे आणि चलन वाढीचा दर आटोक्यात म्हणजे पाच टक्क्यांच्या दरम्यान आहे. लोकसंख्येमध्ये तरुण प्रौढ वर्गाचे प्रमाण वाढत आहे आणि जसजशी आधुनिक तंत्रज्ञानाची आवक वाढेल तसतशी मजुरांची उत्पादकताही भरीव प्रमाणात वाढेल.

या सर्व जमेच्या बाजू लक्षात घेतल्या तर येत्या काळात भारताची विकासाची क्षमता लक्षणीय आहे आणि आर्थिक वाढीचा दर दहा टक्क्यांच्या पुढे नेणे ही एक शक्य कोटीतली बाब आहे. अर्थात त्यासाठी काही नेमक्या आणि ठोस सुधारणा अंमलात आणण्याची गरज आहे. तरच अशा प्रकारचे पुनर्निमाण शक्य आहे. या स्थित्यंतरात कृषी क्षेत्रावर अवलंबून असलेल्या लोकसंख्येचा बोजा कमी होणे आणि अशा मजूर वर्गाला पारंपरिक औद्योगिक क्षेत्रात रोजगार मिळणे अत्यंत महत्त्वाचे

आहे. तसे झाले तरच विकासाचा दर दहा टक्क्यांपर्यंत वाढू शकेल. आणि या सर्व गोष्टी शक्य करण्यासाठी सुधारणा कार्यक्रमाच्या अंमल बजावणीची गरज आहे.

आजच्या घडीला भारताच्या मजूर वर्गापैकी ६५ टक्के कृषीवर अवलंबून आहेत आणि चीनमध्ये हा आकडा फक्त २५ टक्के आहे. भारताच्या जीडीपीमध्ये औद्योगिक उत्पादनाचा वाटा फक्त २७ टक्के आहे आणि चीनमध्ये तो ५० टक्के आहे. देशात ग्रामीण भागात सर्वात अधिक बेरोजगारी आणि दारिद्र्य आहे. ते कमी करायचे असले तर मोठ्या प्रमाणावर श्रम करणाऱ्या ग्रामीण लोकसंख्येला औद्योगिक क्षेत्रात वळवावे लागेल कारण येथे यंत्र निर्मित उद्योगात उत्पादकता अधिक आहे आणि त्यातूनच विकासाचा दर भक्कमपणे वाढणार आहे.

या विषयावर अभ्यासकात काही भिन्न मते आहेत. भारतात सेवा क्षेत्रात बरेच मोठे स्थित्यंतर घडून आलेले आहे आणि माहिती तंत्रज्ञानाच्या उद्योगाचा जीडीपीतला वाटा ५० टक्के आहे. काही अभ्यासकांना असे वाटते की, या सेवा क्षेत्राच्या योगदानाचे महत्त्व मोठे आहे आणि पूर्व आणि दक्षिण पूर्व आशियातल्या देशांमध्ये औद्योगिक उत्पादनामुळे जे साधले गेले त्याची याच्याशी तुलना करता येईल. अनेकांच्या मते बीपीओ (बिझिनेस प्रोसेस आऊट सोर्सिंग) हा असा उद्योग आहे ज्यात भारताची जगात आज आघाडी आहे. औद्योगिक उत्पादनामुळे जे मागच्या दोन दशकांपूर्वी साधता आले तेच आता भारताला बीपीओच्या माध्यमातून मिळवता येईल.

नुकतीच परदेश व्यापारातील आकडेवारी जाहीर झाली आहे. त्यानुसार वस्तुंची निर्यात वर्षाला फक्त दहा टक्क्याने होत आहे. परंतु सेवाक्षेत्राचे निर्यातीचे उत्पन्न मात्र भरपूर आहे. माहिती तंत्रज्ञानाची निर्यात या वर्षीच्या पहिल्या सहामहीत डॉलरमध्ये ३८ टक्क्यांनी झाली. तसेच संगणकक्षेत्रातील हार्डवेअरची निर्यातही १३.३ टक्क्यांनी झाली. त्याबरोबर पर्यटन आणि दूरसंचार यांच्या सेवाक्षेत्रांच्या निर्यातीतही चांगली वाढ होत आहे.

आज देशाला जगामध्ये माहिती तंत्रज्ञानाच्या क्षेत्रात एक मोठी फायद्याची परिस्थिती आहे आणि तिचा सर्वात जास्त फायदा आपण घेतला पाहिजे. या विषयी काही दुमत असण्याचे कारण नाही. परंतु या मार्गाने कृषी क्षेत्रातल्या मजूर वर्गाचा प्रश्न सोडवता येणार नाही. सध्या माहिती तंत्रज्ञानाचे क्षेत्रात दहा लाखांपेक्षा कमी संख्येने कामगार वर्ग आहे. यात कितीही बदल झाले तरी ही क्षमता एका प्रमाणाबाहेर वाढू शकणार नाही. शिवाय या तंत्रज्ञानाच्या सेवा क्षेत्रात अधिकाधिक तरुण वर्गाला काम द्यायचे असले तर त्यांच्या उच्च शिक्षणाचा खर्चही करावा लागेल आणि त्यालाही काही किमान वेळ लागेल. सध्याच्या शिक्षण व्यवस्थेत महाविद्यायीन शिक्षण घेऊ शकतील अशा वयोगटापैकी फक्त ६ ते ७ टक्के वर्ग महाविद्यालयात

शिक्षण घेतो आणि यापेक्षा मोठ्या संख्येने विद्यार्थ्यांना महाविद्यालयीन शिक्षण उपलब्ध करून देणे हे एक खर्चाचे आणि वेळ लागणारे एक काम आहे.

या तुलनेने औद्योगिक उत्पादनात मर्यादा कमी असतात. मुख्य म्हणजे कृषी क्षेत्रातून बाहेर पडलेल्या अकुशल आणि अर्धकुशल मजूर वर्गालाही यंत्रनिर्मित औद्योगिक उत्पादनात काम देता येते. त्यासाठी दीर्घ शिक्षणाची आवश्यकता नसते. औद्योगिक उत्पादनात प्रत्यक्ष काम करताना अनेक प्रकारचे कौशल्य मजूर मिळवू शकतात. म्हणून औद्योगिक उत्पादनात कशी भरपूर वाढ होईल अशा प्रकारची वातावरण निर्मिती महत्त्वाची आहे. मागच्या दशकात सुधारणा कार्यक्रमांची सुरुवात होऊनही आज सुद्धा अशा प्रकारचा औद्योगिक समाज आपण निर्माण करू शकलो नाही.

सुधारणा कार्यक्रमात सर्वात तातडीचा विषय आहे कामगार विषयक कायदे आणि मजुरांची बाजारपेठ. मागच्या नियोजनाच्या काळात जे अनेक कामगार विषयक कायदे झाले त्यामुळे मोठ्या उद्योगांना उत्पादन बंद करून बाहेर पडायचे असले तर ते फार कठीण आहे आणि फार खर्चाचेही आहे. या कायद्यांमुळे मजुरांना कामावरून काढता येत नाही आणि कंपनीची कार्यक्षमता सुधारण्यासाठी कामगारांना दुसऱ्या कोणत्या कामावर हलवणेही शक्य होत नाही. अर्थात मजुरांचे हक्क काही प्रमाणात सुरक्षित असले पाहिजेत, या विषयी दुमत असू नये. परंतु त्याबरोबरच या हक्कांचे पालन करताना जो मजूर वर्ग असंघटित आहे त्यांच्याही हिताचा विचार करणे गरजेचे आहे. जेव्हा अर्थव्यवस्थेमध्ये स्पर्धेचे वातावरण निर्माण होते त्यावेळी उत्पादनाचा खर्च कमी करणे, उत्पादकता वाढवणे आणि वस्तूची किंमत कमी करणे यांचाही विचार महत्त्वाचा असतो. ग्राहकांच्या हिताच्या दृष्टीने एखाद्या वस्तूचा दर्जा आणि त्याची किंमत यांचे महत्त्व आहे आणि औद्योगिक मालाच्या उत्पादकांना मजूर वर्गाबरोबरच अशा अनेक बाबींचाही विचार करावा लागतो. सध्या भारतात जे कामगार कायदे आहेत त्यामध्ये उत्पादकाला असे स्वातंत्र्य नाही.

ज्यांना कामगार कायद्यात काही सुधारणा आवश्यक आहेत असे वाटत नाही त्यांच्या डोळयापुढे तीन प्रकारचे विचार असतात. एक म्हणजे मागच्या काही काळात अनेक कंपन्यांनी स्वेच्छानिवृत्तीच्या योजना अंमलात आणलेल्या आहेत आणि त्यातून आपला उद्योग बंद करण्याचे स्वातंत्र्य मिळवलेले आहे. हा तर्क मुळात अपुरा आहे कारण अशा कंपन्यांना उद्योग बंद करणे जरी शक्य झाले असले तरी नव्या कंपन्या अशा उद्योगात प्रवेश करण्याचे धाडस करीत नाहीत, हा खरा प्रश्न आहे. म्हणजे मोठ्या प्रमाणावर उत्पादनाची व्यवस्था निर्माण केली आणि नंतरच्या काळात जर परिस्थिती बदलल्यामुळे हे उत्पादन बंद करण्याची वेळ आली, तर उत्पादकावर फार मोठा बोजा येऊ शकतो. म्हणजे जर एखादा उद्योग फायद्याचा नाही म्हणून बंद

करण्याची गरज असली परंतु त्याला फार वेळ आणि खर्च पडत असला, तर नवे उद्योजक नक्कीच कचरतील. आणि काही वेळा अशा उद्योजकांनी उत्पादनात प्रवेश केला तर ते असे उत्पादन लहान प्रमाणावर करण्याचा प्रयत्न करतील. या देशातले कायदे अडचणीचे आहेत म्हणून या उद्योजकांनी जर लघुक्षेत्रात उत्पादन केले तर परदेशात जे मोठ्या प्रमाणावर उत्पादन करतात त्यांना तोंड देता येणार नाही.

हा केवळ एक तात्त्विक मुद्दा नाही. काही वर्षांपूर्वी मॅकिन्से या सल्लागार संस्थेचा एक अहवाल प्रसिद्ध झाला होता. त्यात त्यांनी उल्लेख केला होता की भारतामध्ये तयार कपडे बनविणाऱ्या अगदी मोठ्या कंपन्यांमध्येही पन्नासपेक्षा अधिक शिंपी काम करणारे कुशल कामगार नसतात. या तुलनेने चीनमध्ये एका छत्राखाली हजारो कामगार तयार कापड उद्योगात काम करत असतात. अशा शक्यता लक्षात घेतल्या तर भारतातल्या उद्योजकांना खर्च आणि दर्जा या महत्त्वाच्या बाबींमध्ये किती प्रकारच्या अडचणींना तोंड द्यावे लागत असेल, याचा अंदाज करता येतो.

ज्यांना कामगार कायद्यात अगदी धीम्या गतीने आणि माफक सुधारणा चालू शकतील त्यांचे आणखी एक म्हणणे आहे. त्यांच्या मते देशातल्या मोठ्या कंपन्या कामगार कायद्यांना मुरड घालून बाहेरचे कंत्राटी मजूर कामाला लावतात आणि दर सहा महिन्यांनी त्यांची नव्याने नेमणूक केली आहे, असे कागदोपत्री दाखवतात. म्हणजे खऱ्या अर्थाने मोठ्या कंपन्यांची फार अडचण होत आहे असे दिसत नाही. देशातले उद्योजक जर आज असे मार्ग शोधत असले तर मजुरांच्या दीर्घकालीन हितालासुद्धा ते धरून नाही. त्यामुळे मालाचा दर्जा सुमार होतो आणि मजुरांची उत्पादकताही खालावते. अशा परिस्थितीत उद्योजक आणि मजूर या दोघांनाही हे हानीकारक आहे. जेव्हा अगोदरच्या काळात केंद्रीय नियोजनाचा वावर होता तेव्हा अशा प्रकारच्या संरक्षण देणाऱ्या धोरणांची चलती होती आणि कोणत्याही वस्तूचे उत्पादन खपत होते. मुख्य म्हणजे ग्राहकाला कोणताच पर्याय नव्हता. त्यामुळे वस्तुचा दर्जा काय आणि किंमत काय असे प्रश्न बाजारात उभे राहात नव्हते. परंतु आता जागतिक व्यापार खुला झाला आहे आणि आयाती-निर्यातीवरची बंधने हटविण्यात येत आहेत आणि त्यामुळे बाजार व्यवस्थेमध्ये खुल्या स्पर्धेचे वातावरण आहे आणि ग्राहकाला मोठे स्वातंत्र्य मिळालेले आहे. अशा संदर्भात जर मालाचा दर्जा आणि किंमत ग्राहकाला मंजूर होणार नसली तर स्थानिक उत्पादनाला कोणतीच बाजारपेठ मिळणे अवघड आहे. आता भारत स्थित्यंतराच्या कालखंडात आहे आणि त्यामुळे अनेकदा स्वदेशी माल खपावा म्हणून राजकीय आंदोलने करण्यात राजकीय पक्षांना भूषण वाटत आहे.

कामगार कायद्यातल्या सुधारणा हा काही तातडीचा विषय नाही असे म्हणणारा आणखी एक वर्ग आहे. त्यांच्या मते काही राज्ये फार गाजावाजा न करता सध्याच्या

कायद्यांचा आधार घेत कंपन्यांना उत्पादन बंद करू देण्याची परवानगी देतील. अर्थात असे काही घडत आहे असे म्हणण्यासारखा बळकट पुरावा अजून तरी पुढे आलेला नाही. परंतु समजा काही राज्यात असे काही घडू शकले तरी जो उद्योजक नव्याने एखाद्या उत्पादनाचा विचार करत आहे त्याला अशा शक्यतांमुळे काही फार मोठा उत्साह वाटण्याची शक्यता नाही. कदाचित आज राज्य सरकारे कंपन्या बंद करण्यासाठी परवानग्या देतीलही. परंतु उद्या जर कधी राजकीय दबाव आला तर असे निर्णय फिरवलेही जातील. उद्योजकांनी जर राज्य सरकारांवर विश्वास टाकायचा असला तर त्यांना अशा सरकारांची धोरणे दीर्घकाळात स्थिर राहतील याचा भरवसा वाटला पाहिजे. तो जोपर्यंत वाटत नाही तोपर्यंत उद्योजक नव्या उत्पादनाचे निर्णय लांबणीवरच टाकणे पसंत करतील.

अर्थात उद्योजकांना उत्पादन बंद करण्याचा अधिकार मिळणे किंवा कामगारांना कामातून काढून टाकण्याचे स्वातंत्र्य मिळणे किंवा कामगारांना एका कामाऐवजी दुसरे काम करू देणे याही गोष्टी पुरेशा नाहीत. या बरोबरच कामगारांचे किमान हक्क यांना संरक्षण मिळणे तसेच दिवाळखोरी जाहीर करण्याचे कायदेशीर मार्ग उपलब्ध असणे यांचेही महत्त्व आहे. शिवाय जर औद्योगिक वाढीला उत्तेजन द्यायचे असले तर लघुउद्योग क्षेत्राला संरक्षण देण्याचे थांबले पाहिजे. जोपर्यंत या महत्त्वाच्या सुधारणा होत नाहीत तोपर्यंत मोठ्या प्रमाणावर उत्पादन करणाऱ्या कंपन्या मजूर प्रधान उत्पादन प्रकियांचा स्वीकार करणार नाहीत. एका अर्थाने यामध्ये मजूर वर्गाचेच नुकसान आहे कारण त्यामुळे असंघटित मजूर वर्गाला रोजगार मिळण्याच्या शक्यता मर्यादित होतील.

■

३.३ विकासाचे फायदे सर्वांना

भारताच्या आर्थिक वाढीचा दर जसा वाढला पाहिजे त्याबरोबरच या विकासाचे फायदे समाजातल्या अनेक घटकांना मिळाले पाहिजेत. असे झाले तरच आर्थिक सुधारणा कार्यक्रमाविषयी राजकीय पक्षात आणि जनमानसात जो गोंधळ आणि विरोध आहे तो संपेल. सुधारणा कार्यक्रमाच्या विषयात जे अनेक अपसमज आहेत त्यातला एक आहे बेरोजगारीविषयी. वास्तविक जनसामान्यांचा आर्थिक वाढीला तत्त्वत: काहीच विरोध नाही. परंतु त्यांना अधिक जवळची गोष्ट म्हणजे रोजगार निर्मिती ही वाटते. आणि आर्थिक वाढ आणि रोजगार निर्मिती यात काही अंतर्विरोध नाही. देशामध्ये नुकत्याच सार्वत्रिक निवडणुका झाल्या आणि त्यातून केंद्रात सत्ताबदल झाले. मागच्या सहा महिन्यात अर्थव्यवस्थेमध्ये अनेक सकारात्मक गोष्टी घडत होत्या आणि मागच्या केंद्र सरकारने या भरभराटीचे सगळे श्रेय आपल्याकडे घ्यायचे ठरवले आणि तसा प्रचार सुरू केला. आता निवडणुकांमध्ये हरल्यावर हा समज सगळा चुकीचा होता आणि तो अंगाशी आला असे कबूल करत आहेत. वास्तविक हा सगळाच वैचारिक गोंधळ आहे.

मुळात आर्थिक वाढीने वेग धरला होता, निर्यात वाढली होती, शेअरबाजार उसळला होता, परदेशी चलनाचा साठा १०० अब्ज (१०० बिलियन) डॉलरच्या पलीकडे गेला होता, आंतरराष्ट्रीय चलनबाजारात रुपया डॉलरच्या तुलनेने सतत बलवान होत होता या आणि अशा घडामोडी सकारात्मकच होत्या आणि हा काही समजुतीचा भ्रम नव्हता. परंतु हे सर्व केंद्र सरकारच्या धोरणांमुळे घडत नव्हते. त्याची कारणे अलग होती. मुख्य म्हणजे देशभरात पाऊसमान चांगले झाल्यामुळे मुळात कृषि उत्पादन वाढले आणि त्यामुळे एकूण व्यवस्थेमध्ये मागणी वाढली. तसेच अमेरिकेमध्ये मंदीची लाट कमी होऊन वाढीला सुरवात झाली होती आणि त्याचा परिणाम सगळ्याच देशांवर सकारात्मक होत होता.

सर्वात विशेष म्हणजे अमेरिकेइतकेच श्रेय चीनला द्यावे लागेल. कारण तेथे आर्थिक वाढीचा वेग वर्षाला बारा टक्क्यांच्या पुढे गेलेला आहे. यामुळे चीनमधून सगळ्या जगभर मागणी वाढलेली आहे आणि त्याचा फायदा भारताला मिळत आहे.

आता प्रश्न राहिला मागच्या केंद्र सरकारच्या अट्टाहासामुळे हा विषय निवडणुकीत मुख्य ठरला आणि त्याच्या निकालावरून काही अभ्यासक चुकीचे निष्कर्ष काढत आहेत. त्यामुळे लोकांचा या आर्थिक वाढीला विरोध नाही परंतु त्याचे फायदे समाजातल्या सर्व घटकांना मिळावेत अशी जनतेची अपेक्षा आहे, असे परत म्हणायची गरज आहे.

जनतेला जे रोजगार वाढावा असे आग्रहाने वाटते त्यात काहीच चुकीचे नाही. याचा पुरावा अमेरिकेच्या अध्यक्षीय निवडणुकीतही आता मिळाला आहे. तेथे सुद्धा अर्थव्यवस्था सुधारत आहे कंपन्यांचे नफे वाढलेले आहेत परंतु मुख्य म्हणजे या वाढीतून अधिक रोजगार म्हणावा तसा वाढत नाही आणि स्थानिक पातळीवर या रोजगारासाठी सरकारवर दबाव येत आहे. वास्तविक जागतिकीकरण आणि मुक्त व्यापार याचा अमेरिका आणि इतर पाश्चिमात्य श्रीमंत देश मोठा हिरीरीने प्रचार करतात. परंतु हे सर्व शब्दप्रयोग ठीक आहेत आणि सर्वसाधारण जनतेच्या अपेक्षा मात्र पार वेगळ्या आहेत असे आता अमेरिकेमध्ये दिसत आहे. याचा मोठा परिणाम होऊन विरोधातला डेमोक्रॅटिक पक्ष भारतामध्ये आऊटसोर्सिंगच्या माध्यमामधून रोजगार हलवायला विरोध करत आहे. तोच दबाव रिपब्लिकन पक्षावर आलेला आहे.

जर रोजगार निर्माण होणे अमेरिकेसारख्या देशात महत्त्वाचे आहे तर मग भारतासारख्या गरीब देशात ते सर्वाधिक आहे, असे कोणीही म्हणेल. सगळ्या जगात भारतात तरुण वर्गाचे प्रमाण सर्वात अधिक आहे. देशाच्या लोकसंख्येत पंधरा वर्षाखालील किशोर वयाच्या लोकसंख्येचे प्रमाण ३४ टक्के आहे. हे प्रमाण चीनमध्ये २५ टक्के आणि अमेरिकेत २१ टक्के आहे. भारतातल्या या सुमारे ३५ कोटी (३५० मिलियन) तरुणांना पुढच्या दोन दशकात रोजगार लागणार आहे. यासाठी जीडीपीमध्ये भक्कम वाढ झाली पाहिजे आणि ती शाश्वत आधारावर चालू राहिली पाहिजे. आंतरराष्ट्रीय तज्ज्ञ संस्था गोल्डमन साक यांच्या अभ्यासानुसार २०५० च्या सुमारास भारत ही जगातली तिसऱ्या क्रमांकवरची सर्वात मोठी अर्थव्यवस्था बनणार आहे. हे सर्व साध्य करण्यासाठी काही ठोस भगीरथ प्रयत्न करावे लागतील. आर्थिक वाढ आपोआप होणार आहे असे गृहीत धरता येणार नाही. तसेच मोठे कष्ट करून जेव्हा वाढ होईल तिचे फायदे देशातल्या सर्व क्षेत्रांना आणि समाजातल्या सर्व घटकांना मिळणे त्याहीपेक्षा महत्त्वाचे आहे.

या वाढीच्या प्रकियेमधून उत्पन्न आणि रोजगार यांचे वाटप मोठ्या व्यापक प्रमाणावर होणे हे मोक्याचे आहे कारण देशाचे स्थैर्य त्यावर अवलंबून आहे. अमेरिकेची समृद्धी लक्षात घेता तेथे स्थानिक रोजगार वाढला नाही तरी त्यातून काही मार्ग निघू शकतो. परंतु भारतात याला पर्याय नाही. यापूर्वी आर्थिक विकासातून त्याचे फायदे हळूहळू समाजाच्या खालच्या थरात झिरपत राहतील अशी विचारसरणी

होती. आता त्याला समाज तेवढा वेळ देणार नाही. यापुढे जो आर्थिक विकास होईल तो लगेचच सर्व घटकांना मिळतो आहे, असा जनसामान्यांचा आग्रह राहील. लंडनच्या इकॉनॉमिस्ट या वृत्तपत्रांनी याला स्प्लॅश अराउंड असा शब्द वापरला आहे. पूर्वी फक्त ट्रिकल डाऊन म्हणजे झिरपणे एवढ्यावर लोकांचे समाधान होत होते.

येत्या काळात जगामध्ये लोकसंख्येच्या विषयात भारताचे जे अपूर्व स्थान आहे त्या भोवती सर्व धोरणे आखावी लागतील. त्यातले एक सर्वमान्य आहे. सर्व विकसित देशात जन्मदर अगदी कमी आहेत आयुष्यमान खूप वाढलेले आहे. त्यामुळे तेथे एकूण लोकसंख्येत काम करणाऱ्यांची संख्या सतत कमी होत आहे. या उलट भारताचा प्रश्न आहे. येथे काम मागणाऱ्यांची संख्या भरमसाठ आहे. येत्या २०२० च्या सुमारास भारतात या अतिरिक्त मनुष्यबळाची संख्या ४.७ कोटी (४७ मिलियन) असणार आहे आणि यावेळी अमेरिकेत १.७ कोटी (१७ मिलियन) आणि चीनमध्ये १ कोटी (१० मिलियन) लोकसंख्येचा तुटवडा असणार आहे. भारताबरोबर अशी कार्यक्षम अतिरिक्त लोकसंख्या असलेले दुसरे देश म्हणजे पाकिस्तान १.७ कोटी (१७ मिलियन) आणि बांगला देश १ कोटी (१० मिलियन) या तीन देशांमध्येही भारतामध्ये या काम करणाऱ्या वयोगटात सर्वात अधिक कुशल आणि प्रशिक्षित मनुष्यबळाचे प्रमाण सर्वात अधिक आहे. याचे एक कारण म्हणजे भारतात स्वातंत्र्य मिळाल्यानंतर मोठ्या प्रमाणावर औद्योगिकीकरण झाले आणि आधुनिक आणि उच्च शिक्षणावर भर देण्यात आला. त्याचा आता पन्नास वर्षांनी भारताला फायदा मिळणार आहे.

येत्या पन्नास वर्षाच्या काळात भारत जरी राष्ट्रीय उत्पन्नाच्या आकारावरून तिसऱ्या क्रमांकची आर्थिक सत्ता बनणार असला तरीही भारताचे दरडोई उत्पन्न हे कमीच राहणार आहे आणि त्या अर्थाने भारत हा तुलनेने गरीब देशांच्या बरोबरच समजला जाईल. या उलट जे आज श्रीमंत देश आहेत ते त्यांच्या जीडीपीच्या आकारावरून श्रीमंत ठरतात परंतु त्याबरोबरच त्यांचे दरडोई उत्पन्नही अगदी वरच्या पातळीवर आहे. भारताचा जीडीपी आकाराने मोठा होणार आहे कारण त्याची लोकसंख्या मोठी आहे आणि येत्या काळातही ती वाढत राहणार आहे. त्यामुळे या शतकाच्या मध्यावर भारताचे दरडोई उत्पन्न जे इतर श्रीमंत देश आहेत (अमेरिका, जपान आणि पश्चिम युरोप) त्यांच्या दरडोई उत्पन्नाच्या एक चतुर्थांश असणार आहे.

यातून दोन परिणाम संभवतात. एक म्हणजे भारताच्या मजुरीचा खर्च पुढची पन्नास वर्षे स्पर्धेला तोंड देऊ शकेल. त्याचप्रमाणे इतर देशातल्या नागरिकांना जी किंमत द्यावी लागते ती किंमत भारतातल्या सर्वसाधारण नागरिकाला देणे परवडणार नाही. हे लक्षात घेता भारतीय बाजारपेठेला हवा असलेला माल आणि सेवा पुरविण्यासाठी येथे वेगळी उत्पादन व्यवस्था निर्माण होईल. त्यातूनच या देशातल्या मोठ्या संख्येने

असलेल्या गरीब ग्राहकाची मागणी त्याला परवडेल अशा किंमतीला पुरी करता येईल. ज्या बहुराष्ट्रीय कंपन्या आहेत त्यांनी त्यांना माहीत असलेल्या श्रीमंत देशातल्या ग्राहकांसाठी ज्या वस्तू बनवल्या त्या त्यांनी भारतात विकण्याचा प्रयत्न केला आणि त्यात त्यांची मोठी निराशा झालेली आहे. त्यामुळे हा मोठ्या संख्येने असलेला ग्राहक वर्ग श्रीमंत देशातल्या ग्राहकांसारखा मागणी करू लागेल तोपर्यंत थांबायचे असे जर या कंपन्यांनी ठरवले, तर बराच काळ येथील बाजारपेठेत त्यांना फारसा वाव राहणार नाही. म्हणजे जेव्हा भारताची अर्थव्यवस्था वाढत आहे आणि तिथल्या ग्राहकाची मागणी आहे त्यावेळी या बहुराष्ट्रीय कंपन्या या बाजारपेठांचा फायदा घेऊ शकणार नाहीत.

अशा परिस्थितीत भारतापुढे तीन प्रकारचे पर्याय उपलब्ध आहेत. चीनने जशी संधी मिळाली तसा तिचा फायदा घेतला. भारताने तेच करण्याची गरज आहे. जगामध्ये लोकसंख्येच्या रचनेत मूलभूत बदल होत आहेत आणि त्याचबरोबर दूरसंचार क्षेत्रात इंटरनेटसारखे क्रांतिकारी बदल होत आहेत हे लक्षात घेतले पाहिजे. भारताला ज्ञानाच्या क्षेत्रात एक विशेष स्थान आहे. खरे तर चीनला असा फायदा उपलब्ध नव्हता. त्यामुळे भारताला सगळ्या जगामध्ये ज्ञानावर आधारलेल्या सेवा पुरविण्याची प्रचंड संधी आहे. त्याचप्रमाणे ज्या यंत्रमालाच्या उत्पादनात तज्ज्ञ मनुष्यबळ लागते त्यातही भारत आपले वर्चस्व दाखवू शकतो. या ज्ञानावर आधारलेल्या सेवा आणि यांत्रिक उत्पादनाच्या प्रकिया यामध्ये स्पर्धेला तोंड देण्यासाठी भारतातल्या व्यावसायिक आणि तांत्रिक शिक्षण व्यवस्थेचा दर्जा वरच्या पातळीवर नेण्याची गरज आहे. यातूनच मोठ्या प्रमाणावर उच्च तंत्रज्ञान आणि कौशल्य असे वैशिष्ट्य असलेला कामगार वर्ग भारताला निर्माण करता येईल.

याला जोडून पर्यटन व्यवसाय क्षेत्राचीही वाढ करता येईल. यात भारतामध्ये जी फार मोठी संधी आहे ती फारशी विकसित झालेली नाही. देशात इतिहास, संस्कृती आणि निसर्ग याचे फार मोठे वैविध्य असल्यामुळे पर्यटनाच्या विकासातून सेवा रोजगाराच्या मोठ्या संधी विकसित करता येतील.

दुसरा एक पर्याय म्हणजे देशांतर्गत असलेल्या मोठ्या बाजारपेठेची गरज पुरी करणे. त्यामध्ये ज्या यंत्रनिर्मित मालाच्या उत्पादनाची गरज आहे त्याचा विचार करता येईल कारण अशा उत्पादनाच्या किंमती येथे कमी आहेत. अशा प्रकारच्या उत्पादनावर सध्या जी अनेक बंधने आहेत ती दूर करण्याची गरज आहे. त्यामध्ये मुख्यत: कामगार विषयक कायद्यांचा उल्लेख करावा लागेल. तसेच देशांतर्गत व्यापार वाढवण्याच्या दृष्टीने अनेक कायदे दुरुस्त करण्याची गरज आहे. अशा पद्धतीने जर धोरणात बदल केले तर आज जे लघुउद्योजक आहेत हेच आपली शक्ती वाढवून मोठ्या प्रमाणावर उत्पादन करू शकतील आणि व्यापार वाढवू शकतील. यामध्ये अन्नधान्याचा व्यापार

राज्याराज्यांमध्ये कसा वाढेल याचा ताबडतोब विचार करण्याची गरज आहे. मागच्या पन्नास वर्षात जेव्हा देशात गरजेपेक्षा धान्याचे उत्पादन कमी होते तेव्हा जे किंमती आणि व्यापार यांचे नियंत्रण करण्यासाठी जे अनेक कायदे करण्यात आले त्या सर्वांचा संदर्भ बदललेला आहे. आता जगातल्या बाजारपेठा जेव्हा खुल्या होत आहेत तेव्हा देशांतर्गत त्या का खुल्या असू नयेत, याचे कोणीही उत्तर देऊ शकणार नाही. म्हणजे व्यापार आणि धंदे यांच्यावरची बंधने हटवली तर त्यातूनही खाजगी क्षेत्रात मोठ्या संख्येने रोजगार वाढू शकतो.

तिसरा पर्याय म्हणजे भारताने आपली ग्रामीण, कृषीप्रधान अर्थव्यवस्था विकसित करणे. देशामधल्या दारिद्र्याचे सर्वाधिक प्रमाण या क्षेत्रामध्ये आहे. त्यामुळे येथे उत्पन्न आणि रोजगार विनाविलंब वाढण्याची गरज आहे. सगळी अर्थव्यवस्था वाढीला लागल्यावर त्याचे फायदे झिरपत या गरीब वर्गापर्यंत पोचायला फार काळ जाऊ द्यावा लागेल. आजचे समाजमानस तेवढावेळ थांबण्यासाठी तयार नाही. आजही देशातली सत्तर टक्के लोकसंख्या ग्रामीण भागात राहते आणि त्यामुळे या भागाची अर्थव्यवस्था कशी उत्पादक होईल यालाच प्राधान्यकम द्यावा लागेल. त्यासाठी दुर्गम भागातील खेडी अर्थव्यवस्थेमध्ये जोडून घेण्यासाठी रस्ते आणि दूरसंचारच्या माध्यमांचा विकास तातडीचा आहे. तसेच स्थानिक पातळीवर उपलब्ध असलेली उद्योजकताही वाढवण्याची गरज आहे. मागच्या केंद्रसरकार पासून ग्रामीण रस्ते आणि दूरसंचार यांना अधिक महत्त्व मिळू लागले आहे. त्याचबरोबर अन्नधान्याचा व्यापार, वाहतूक, प्रकिया या क्षेत्रांमध्येही अधिक प्रोत्साहन देण्याची धोरणे आखण्यात येत आहेत. या विषयात सर्वात प्रथम सरकार जी धान्याची खरेदी करते आणि अन्नधान्य महामंडळाच्या माध्यमातून त्याचे जे वितरण होते या सर्व विषयांवर मुळापासून नव्याने विचार करावा लागेल. या सर्वांचे महत्त्व फक्त खाजगी क्षेत्रातून मुक्तव्यापार वाढविण्यापुरते मर्यादित नाही. सरकार अन्नधान्य महामंडळातून जी खरेदी विकी करते त्यातून मोठे अनुदान देत असते. या सगळ्याचा संबंध जी वित्तीय तूट आहे त्याच्याशी आहे. मागची काही वर्षे या वित्तीय तुटीच्या प्रश्नाने काही बिकट अडचणी केंद्रसरकारपुढे उभ्या केलेल्या आहेत. त्यामुळे आता एकूणच सरकारचा धान्य खरेदी आणि वितरण या विषयात किती हस्तक्षेप असावा, याचा मुळापासून विचार करावा लागेल. देशामध्ये ग्रामीण भागात रोजगार वाढविण्याच्या गरजेच्या संदर्भात याचे महत्त्व विशेष आहे.

■

३.४ विकासप्रकियेत अंतर्विरोध

आर्थिक विकासामध्ये पायाभूत सुविधांचे स्थान पाठीच्या कण्यासारखे समजले जाते. म्हणजे जर विस्तृत आणि चांगल्या दर्जाच्या पायाभूत सुविधा उपलब्ध असल्या तर त्यातून अधिक गुंतवणूक आणि वाढ आणि आर्थिक व्यवस्थेची भरभराट होईल अशी रास्त अपेक्षा करता येते. परंतु प्रत्यक्षात असे घडते का, या व्यावहारिक प्रश्नाचे उत्तर शोधता येईल. काही अभ्यासकांनी देशातल्या प्रमुख राज्यात कशा प्रकारच्या पायाभूत सुविधा आहेत याचा एक निर्देशांक तयार करण्याचा प्रयत्न केला आहे. त्यातून पायाभूत सुविधा असल्या तर विकास प्रकियेत काय फरक पडतो हा संबंध अभ्यासला आहे. साधारणपणे असा प्रत्यक्ष संबंध असतो असे व्यापक विधान करता येईल. परंतु काही राज्यात यापेक्षा वेगळी स्थिती आढळते असेही नमूद करावे लागेल.

वेगवेगळ्या राज्यात अशा प्रकारच्या पायाभूत सोयी आणि सुविधा उपलब्ध आहेत आणि त्याचा परिणाम विकास प्रकियेतील क्रमांकावर कसा होतो याचा निर्देशांक पुढील बाबींवर आधारलेला आहे. या तुलनेत फक्त प्रमुख राज्यांचा विचार केला आहे. आणि त्यांची क्रमवारी पायाभूत सोयींच्या उपलब्धतेनुसार केलेली आहे. हे क्रमांक तीन परिमाणांशी जोडलेले आहेत. एक आहे दरडोई उत्पन्न आणि दुसरे आहे दरडोई उत्पन्नातील सन ९३ - ९४ पासून झालेली वाढ. तिसरे परिमाण आहे यांत्रिक उत्पादनामधील गुंतवणूक. ही गुंतवणूकही दरडोईच्या आधारावर लक्षात घेतली आहे.

साधारणपणे पायाभूत सुविधांची उपलब्धी आणि दरडोई उत्पन्न यांची क्रमवारी सुसंगत आहे. परंतु काही राज्यांच्या विकासाचा अनुभव लक्षात घेतला तर तेथे होणाऱ्या गुंतवणुकीच्या क्रमांकाशी काही प्रमाणात विसंगती आढळते. यावरून असे म्हणता येईल की पायाभूत सोयी सुविधांची उपलब्धता आणि विकास असे सरळ सोपे नाते आहे, असे म्हणता येणार नाही. आणखीही काही परिमाणे ही प्रकिया पुढे नेतात असे दिसते. त्यामुळे काही राज्यातली विकासाची क्षमता आणि भांडवल गुंतवणुकीसाठी अनुकूलता अधिक आहे असे चित्र निर्माण होते. तसेच अशीही काही

थोडी राज्ये आहेत ज्यांच्याबाबत पायाभूत सुविधा आणि दरडोई उत्पन्न यात काही प्रत्यक्ष संबंध आहे असे दिसत नाही. याचे ठळक उदाहरण म्हणजे केरळ राज्य. या राज्यात सोयी सुविधा प्रथम क्रमांकाच्या आहेत परंतु दरडोई उत्पन्नातला क्रमांक सातवा आहे. तसेच दरडोई उत्पन्नातील वाढ आणि दरडोई यांत्रिक उत्पादनातील गुंतवणूक यातही अनुकमे सहावा आणि सातवा क्रमांक आहे. म्हणजे केरळामध्ये पायाभूत सुविधा उपलब्ध असल्या तरी पंजाबच्या तुलनेने तेथे दरडोई उत्पन्न २४ टक्क्यांनी कमी आहे. त्यामुळे दरडोई उत्पन्नाच्या क्रमांकात केरळ सातव्या स्थानावर आहे.

उत्तर प्रदेश आणि ओरिसा अशी आणखीन दोन राज्ये आहेत. या दोन राज्यातील पायाभूत सुविधांच्या क्रमांकाच्या तुलनेने या राज्यांमध्ये दरडोई उत्पन्न बरेच कमी आहे. या उलट राजस्थान आणि मध्यप्रदेश यांची उदाहरणे आहेत. ही दोन राज्ये पायाभूत सुविधांच्या उपलब्धतेच्या क्रमांकात शेवटी म्हणजे सोळाव्या आणि सतराव्या स्थानावर आहेत. परंतु या दोन राज्यांचे दरडोई उत्पन्न उत्तर प्रदेश आणि ओरिसा यांच्यापेक्षा अधिक आहे.

सर्व राज्यात पंजाबमध्ये सर्वात अधिक दरडोई उत्पन्न आहे. तसेच तेथे पायाभूत सुविधांची उपलब्धी दुसऱ्या क्रमांकवर आहे. परंतु या राज्यात सन ९३ - ९४ पासून दरडोई उत्पन्नात जी वाढ झाली आहे ती बरीच मंद आहे. या परिमाणाचा विचार करता पंजाबचे स्थान अकरावे आहे. या राज्यात वाढीचा दर ९३ - ९४ आणि ०० - ०१ या काळात फक्त २.८ टक्के होता.

या तुलनेने कर्नाटक राज्याचा अनुभव अगदी वेगळा आहे. या राज्यात दरडोई उत्पन्नातील वाढ वर्षाला ६.२ टक्क्यांची होती आणि हे राज्य पहिल्या क्रमांकावर होते. तसेच आंध्रप्रदेश आणि हिमाचल प्रदेश या दोन राज्यात पायाभूत सुविधांची उपलब्धी आठव्या आणि नवव्या स्थानावर असली तरी दरडोई उत्पन्नातील वाढ पाचव्या आणि चौथ्या स्थानावर होती.

पायाभूत सुविधांच्या दर्जानुसार भांडवल गुंतवणूक होत असते असा आणखी एक समज आहे. काही राज्यांचा आकार फार मोठा आहे आणि आणि तो तुलनात्मक आधारावर आणण्यासाठी अभ्यासकांनी भांडवली खर्च आणि यंत्र निर्मितीच्या क्षेत्रात दरडोई गुंतवणूक यांचा एकत्रित विचार केला. या तुलनेमध्ये पायाभूत सुविधांची उपलब्धता आणि गुंतवणूक यात सुसंगती दिसत नाही. उदाहरण म्हणजे महाराष्ट्र, गुजरात आणि पंजाब या राज्यांच्या तुलनेने ओरिसा राज्यात यांत्रिक उत्पादनाची दरडोई गुंतवणूक अधिक झालेली आहे. परंतु पायाभूत सुविधांच्या उपलब्धीत ओरिसाचा क्रमांक बारावा आहे, आणि महाराष्ट्राचा क्रमांक चौथा आहे. महाराष्ट्र राज्यात औद्योगिक उत्पादनाची दीर्घ काळाची परंपरा आहे परंतु येथे गुंतवणुकीचा कमांक मात्र नववा आहे.

अशा तुलनात्मक अभ्यासात आकड्यांबरोबरच अनेक गुणात्मक बाबी लक्षात घ्याव्या लागतात. जेव्हा गुंतवणूकदार भांडवल गुंतवणुकीसाठी जागा निवडतात त्यावेळी त्यांचा समज काय होतो, यालाही वस्तुस्थिती इतकेच महत्त्व असते. आता जागतिकीकरणाच्या प्रकियेमुळे देशाबाहेरून जे भांडवल येत असते त्याचाही परिणाम आकडेवारीवर होतो. मागच्या नव्वदीच्या दशकात जी विकास प्रकिया झाली त्यामध्ये भारताने सेवांच्या क्षेत्रात बरीच आघाडी मिळवली. तसेच बँकिंग आणि इतर वित्त संस्था याही क्षेत्रात पुनर्मांडणी होऊन देशाला नवीन शक्ती मिळाली.

महाराष्ट्र आणि पश्चिम बंगाल ही राज्ये अशी आहेत जेथे स्वातंत्र्यापूर्वीही व्यापक प्रमाणावर औद्योगिकीकरण झालेले होते. परंतु नव्या आर्थिक संदर्भात आणि विशेषत: बदलत्या तंत्रज्ञानामुळे काही उद्योगांचे स्थान पूर्वीसारखे राहिले नाही. याचे उदाहरण म्हणजे मुंबईतील कापड उत्पादनाचा उद्योग. तसेच तुलनात्मकदृष्ट्या जी राज्ये पूर्वी मागासलेली होती, परंतु जेथे नैसर्गिक साधनसामुग्रीच्या प्रकिया उद्योगांना मोठा वाव होता अशा राज्यांमध्ये औद्योगिकीकरणचा वेग हा अधिक दिसतो. ओरिसा हे त्याचे उदाहरण आहे. येथे पायाभूत सुविधांची उपलब्धी बाराव्या क्रमांकाची आहे आणि दरडोई उत्पन्न सोळाव्या क्रमांकावर आहे. तसेच दरडोई उत्पन्नातील वाढही मंद गतीने होत आहे आणि हाही क्रमांक सोळावा आहे. परंतु यंत्र उत्पादनात होणाऱ्या गुंतवणुकीचा विचार करता दरडोई गुंतवणूक दुसऱ्या क्रमांकावर आहे.

देश स्वतंत्र होण्यापूर्वी औद्योगिकीकरण आणि शहरीकरण यात महाराष्ट्र, पश्चिम बंगाल आणि तमिळनाडू ही राज्ये सर्वात आघाडीवर होती. स्वातंत्र्यानंतरच्या पन्नास वर्षात यापैकी तमिळनाडू राज्याने आजही ही आघाडी कायम ठेवली आहे. महाराष्ट्र राज्यात चौथ्या क्रमांकाच्या पायाभूत सोयीसुविधा उपलब्ध असल्या आणि दरडोई उत्पन्न दुसऱ्या क्रमांकाचे असले तरीही उरलेल्या दोन निकषांचा विचार करता हे स्थान खालावले आहे. दरडोई उत्पन्नातील वाढ दहाव्या क्रमांकाची आणि यांत्रिक उत्पादनातील दरडोई गुंतवणूक नवव्या क्रमांकावर आहे. पश्चिम बंगालची स्थिती आणखीनच बिकट आहे. या राज्यात पायाभूत सोयी अकराव्या क्रमांकावर आहेत आणि दरडोई उत्पन्न नवव्या क्रमांकावर आहे. यांत्रिक उत्पादनातील दरडोई गुंतवणूक तर पंधराव्या क्रमांकावर म्हणजे जवळपास शेवटच्या स्थानावर आहे. फक्त दरडोई उत्पन्नातील वाढ वरच्या पातळीवर म्हणजे दुसऱ्या क्रमांकाची आहे.

या तुलनेने तमिळनाडू सर्वच दृष्टीने पुढे आहे. येथे पायाभूत सोयी तिसऱ्या क्रमांकाच्या आणि यांत्रिक उत्पादनातील वाढ पहिल्या क्रमांकाची आहे. तसेच दरडोई उत्पन्नातील वाढ तिसऱ्या क्रमांकाची आणि दरडोई उत्पन्नाची पातळी देशात पाचव्या क्रमांकाची आहे.

स्वातंत्र्यानंतरच्या काळात पंजाब आणि हरियाना राज्याने बरीच प्रगती केलेली

आहे. परंतु यामध्ये कृषी क्षेत्राचा विकास लक्षणीय आहे. त्यातूनच ही दोन राज्ये सर्व देशाला अन्नधान्य पुरवतात आणि आता देश फक्त स्वयंपूर्ण झाला नसून अन्नधान्याची निर्यातही मोठ्या प्रमाणावर करत आहे. या सर्व जमेच्या बाजू असल्या तरी विकासाच्या प्रकियेत जर वेगाने वाढ करायची असेल तर बिगर कृषी क्षेत्रातून जीडीपीमध्ये अधिक योगदान झाले पाहिजे. या तुलनेने महाराष्ट्राच्या राज्य उत्पन्नात टक्केवारीच्या दृष्टीने कृषीचे अनुदान हे सतत कमी होत असून विकासाच्या वाढीचा दरही अधिक आहे. अर्थात पंजाबमध्ये कृषी क्षेत्राचा लक्षणीय विकास झाल्यामुळे दारिद्र्याचा प्रश्न संपलेला आहे. तुलनेने अजूनही महाराष्ट्रात दारिद्र्याचे प्रमाण आहे. अर्थात येथेही मागच्या तीस वर्षात हे प्रमाण झपाट्याने खाली आलेले आहे.

थोडक्यात म्हणजे, देशातल्या प्रमुख राज्यांच्या विकासाचा अनुभव आणि क्षमता लक्षात घेता अनेक तुलना आणि विसंगत निष्कर्ष डोळ्यापुढे येतात. वेगाने विकास करण्यासाठी पायाभूत सोयी सुविधांची उपलब्धता ही एक मूलभूत गरज मानली जाते. परंतु त्याबरोबरच इतरही अनेक परिमाणे लक्षात घ्यावी लागतात. तसेच निष्कर्ष काढतानाही बरीच सावधगिरी बाळगावी लागते. सार्वजनिक चर्चेत नेहमीच आपले राज्य कोणत्या स्थानावर आहे आणि इतर राज्यांच्या तुलनेने आपण किती पुढे आहोत अशा बढाया सर्वच सत्ताधारी पक्ष मारत असतात. विशेषत: महाराष्ट्रात असे प्रसंग वारंवार येतात. जरी पूर्वी कधी औद्योगिकीकरणात आणि भांडवल गुंतवणुकीच्या निकषावर महाराष्ट्राचा क्रमांक सर्वात वरचा होता म्हणून तो बदलत्या परिस्थितीत तसाच राहील, अशी अपेक्षा करणे व्यावहारिक नाही. इतर राज्येही या स्पर्धेमध्ये आपला विकास करून घेणार आहेत.

■

३.५ विकासातील कमतरता

भारताने स्वातंत्र्यानंतर पन्नास वर्षात खूप धाडस दाखवले. सगळ्या जगातच ही एक नवलाई आहे. लोकसंख्येची व्याप्ती, प्रश्नांची गुंतागुंत आणि दुष्काळ आणि फाळणी याच्या पार्श्वभूमीवर भारताने एकाचवेळी लोकशाहीचा आणि केंद्रीय नियोजनाचा जो प्रयोग केला तो खरोखरी अपूर्व आहे. या सगळ्या अनुभवाचे मूल्यमापन हा मोठाच विषय आहे. विकासप्रक्रियेच्या वाटेवर इतका लांबचा प्रवास झाल्यावर नियोजनआयोगाला खरोखरीच परदेशी सल्लागार आपल्या योजनेचा आढावा घ्यायला का लागतात हा कोणालाही प्रश्न पडेल. त्याचबरोबर डाव्या पक्षांनाही अशा काही सल्लागारांमुळे देशाच्या सुरक्षिततेला धोका पोचतो असे वाटते तेही तितकेच हास्यास्पद आहे. कदाचित डाव्या पक्षांच्या अहंकाराला ते मानवत नसावे.

मागच्या पंधरा वर्षात नियोजनाचे सर्व संदर्भ बदलले आणि जगही बदलले. नव्या उदारीकरणाच्या युगातही शासनाची भूमिका काही क्षेत्रात प्राथमिक आहे आणि मोक्याची आहे हेही सगळ्यांना मान्य आहे. नव्या संदर्भातही बाजारपेठेचे अर्थशास्त्र विकसनशील देशात सगळे प्रश्न सोडवू शकत नाही आणि शासनाला आपली जबाबदारी सांभाळावीच लागते, असा सर्वमान्य अनुभव आहे.

असा एक विषय म्हणजे शिक्षण आणि आरोग्य. या क्षेत्रात अनेक सुधारणा करण्याची निकड आहे आणि त्या सर्वच काही वाढीव निधीशी निगडित नाहीत. त्यात राजकीय इच्छाशक्ती मुख्य आहे आणि समाजातल्या वेगवेगळ्या घटकांनी काही किमान शिस्त कशी स्वीकारायची यावर हे सर्व निर्भर आहे. परंतु लोकशाहीमध्ये सगळे राजकीय पक्ष एका लोकानुनयाच्या स्पर्धेमध्ये उतरलेले असतात आणि कोणतेच अवघड निर्णय घेण्याची राजकीय पक्षांची मानसिकता नसते. नियोजनाच्या काळात पहिली चाळीस वर्षे काँग्रेस पक्षाची दीर्घकाळ सत्तेवर पकड होती परंतु नंतर आघाड्यांचे राजकारण आले आणि त्यात अनेक स्थानिक आणि क्षेत्रीय पक्ष सत्तेचे दावेदार झाले. एकूण राजकीय प्रक्रिया प्रगल्भ होण्याची ही प्रक्रिया आहे असे मानले, तरीही आर्थिक शिस्तीच्या दृष्टीने हे सर्व फार महाग पडत आहे.

शिक्षण आणि आरोग्य यांचा मागच्या पन्नास वर्षात बराच व्याप वाढलेला आहे आणि समाजातल्या सगळ्या घटकांची शिक्षणाविषयीची आकांक्षा प्रबळ झालेली

आहे. तसेच आरोग्याच्या क्षेत्रात अनेक सकारात्मक बाबी देशाच्या जमेला आहेत. म्हणजे या दोन मोक्याच्या क्षेत्रात बरेच काही घडले आहे आणि जनतेच्या आकांक्षा वाढल्यामुळे आणखीनही काही भरीव घडण्याची गरज आहे. तसेच हे सर्व फक्त केंद्र सरकारच्या पातळीवर घडणार नसून खरी कारवाई राज्य, जिल्हा आणि पंचायत पातळीवर होणार आहे. यामुळेच या सर्व भिन्न पातळ्यांवर राजकीय नेतृत्त्व किती प्रगल्भ होते आणि किती दूरदर्शी होते यावर या प्रश्नांचे उत्तर मिळणार आहे.

या प्रश्नाला दुसरी एक बाजू आहे. देशाने माहिती तंत्रज्ञान, अंतराळक्षेत्र, अणूऊर्जा अशा अनेक आधुनिक ज्ञानाच्या आणि तंत्रज्ञानाच्या क्षेत्रात आपले बळ आणि कर्तृत्व सिद्ध केलेले आहे. जगानेही त्याला मान्यता दिलेली आहे. यातून जगाच्या राजकारणात नवे संदर्भ निर्माण झाले आहेत. एक म्हणजे येत्या काळात रशिया, भारत आणि चीन यांच्यात आर्थिक आणि राजकीय सुसंवाद निर्माण होऊन एक नवे राजकीय समीकरण उभे राहू शकते. शिवाय चीन आणि भारत या दोन देशांची येत्या काळात जगाच्या अर्थव्यवस्थेला चालना देण्यात महत्त्वाची भूमिका असणार आहे आणि त्यामुळे या नव्या शतकाची उभारणी वेगळी असणार आहे. गोल्डमन साक या नामांकित तज्ज्ञ संस्थेने बिक अशी नवी संकल्पना पुढे आणली आहे. त्यानुसार ब्राझील, रशिया, इंडिया आणि चीन यांच्या विकासातून जग कसे वेगळे दिसणार आहे याचे प्रतिमान रेखाटले आहे. या अहवालानुसार २०५० च्या सुमारास भारत जगातली तिसऱ्या क्रमांकाची मोठी अर्थव्यवस्था बनेल असा अंदाज दिलेला आहे.

म्हणजे एका बाजूने नियोजनाच्या पन्नास वर्षात शिक्षण, स्वास्थ्य, सिंचन, उच्चतंत्रज्ञान अशा अनेक क्षेत्रात आपण प्रगती केली आहे, परंतु अजूनही बरेच मिळवायचे आहे. नेमक्या मागच्या काही वर्षात जगाचे संदर्भ बदलल्यामुळे भारताची काही विषयातली शक्ती अचानकपणे मोक्याची बनलेली आहे. देशात मोठ्या संख्येने उच्चशिक्षित मनुष्यबळ आहे आणि त्याची उरलेल्या जगाला तातडीने गरज आहे. त्यामुळेच माहिती तंत्रज्ञानाच्या क्षेत्रात मागच्या पंधरा वर्षात मोठ्या संख्येने मनुष्यबळ औद्योगिक देशात आमंत्रित करण्यात आले आणि त्यातूनच श्रीमंत देशांना आपल्या आर्थिक वाढीत भर करता आली.

जगामध्ये पूर्वी ज्या प्रकारचे निर्वासित जात होते किंवा हलक्या कामांसाठी स्थलांतरितांना स्वीकारले जात होते तशी ही मनुष्यबळाची निर्यात नव्हती. हे तंत्रज्ञान कामगार ज्ञानावर उभे होते आणि औद्योगिक देशांनी त्यातून फायदा मिळवला. या मनुष्यबळाच्या निर्यातीमुळेच मागच्या अनेक वर्षात देशामध्ये उत्पन्नाची आवक होत आहे आणि प्रथमच भारताच्या चालू खात्यात सतत शिल्लक गोळा होत आहे. त्यामुळे भारताची विश्वासार्हता वाढली आहे आणि परदेशातील गुंतवणूकदार संस्था अधिकाधिक विदेशी प्रत्यक्ष गुंतवणूक येथे करत आहेत. यासर्व घडामोडींमुळे आता येत्या काळात

देशाची आर्थिक वाढ सुमारे सात ते आठ टक्क्यांच्या दरम्यान अगर थोडी अधिक होऊ शकेल असा विश्वास बाजारपेठेत वाढत आहे.

देशात उदारीकरणाबरोबर बाजारपेठेशी निगडित सुधारणा झाल्यामुळे अनेक क्षेत्रात डोळ्यांना दिसणारा फरक जाणवत आहे. अधिक आधुनिकीकरण आणि औद्योगिकीकरण देशाला हवे असले तर रस्ते, पूल, विमानतळ, बंदरे, रेल्वे आणि वीज या सोयीसुविधा प्रथम दर्जाच्या झाल्या तरच उत्पादकतेमध्ये वाढ होऊ शकते. यातल्या काही क्षेत्रात जी पावले टाकण्यात आली त्यातून यश दिसू लागले आहे.

त्याचे एक उदाहरण म्हणजे दूरसंचार. त्याचा विस्तार वाढला आहे आणि सेवेचा दर्जाही अधिक स्पर्धेमुळे सुधारला आहे. त्याबरोबर खर्च कमी झालेले आहेत आणि प्रथमच ग्राहकाला हक्काचे समाधान मिळेल असे वातावरण निर्माण होत आहे. अनेक प्रमुख बंदरात बोटींवरचा माल उतरवणे आणि चढवणे याला लागणारा वेळ निम्म्याने कमी झाला आहे. देशभर महामार्गांचा कार्यक्रम वेगाने अंमलात येत आहे. या तुलनेने विमान वाहतूक आणि विमान सेवा यात प्रगती व्हायला बराच वाव आहे. परंतु हा विषय परदेशी भांडवलाला किती मुभा द्यावी या वादात गुंतून पडला आहे. केंद्रातल्या डाव्या पक्षांनी यावर कोंडी निर्माण केलेली आहे. त्याबरोबर रेल्वे व्यवस्थेमध्येही भरीव सुधारणांना वाव आहे, परंतु त्यातली प्रगती धीमी आहे.

आर्थिक सुधारणांच्या विषयात या सर्व चर्चा जरूर महत्त्वाच्या आहेत. देशाने नव्याने मिळवलेले जगातले स्थान आणि देशांतर्गत मार्गी लावलेल्या सुधारणा यांचा आढावा घेणे आणि सतत जागरुक रहाणे हे रास्तच आहे. याला कदाचित पायाभूत सामाजिक सोयीसुविधांची गरज असे म्हणता येईल. त्याचे वैशिष्ट्य म्हणजे त्यात निधीची कमतरता हे प्रमुख कारण नसून धोरणांमधले बारकावे याचे महत्त्व आहे. यामध्ये मुख्यत: शिक्षण, स्वास्थ्य, कायदा आणि सुव्यवस्था आणि न्यायव्यवस्था यांचे स्थान आहे.

शिक्षण आणि स्वास्थ्याच्या विषयात अजूनही जनतेच्या अपेक्षा मोठ्या आहेत आणि सरकारने आजपर्यंत ज्या गुंतवणुका यात केलेल्या आहेत त्याचा अपेक्षेप्रमाणे फायदा लोकांना मिळालेला नाही. त्यामुळे केंद्रापेक्षा राज्य, जिल्हा, तालुका आणि गावपातळीवर धोरणांमध्ये आणि अंमलतबजावणीमध्ये मुळापासून सुधारणा करण्याची गरज आहे. शिक्षणामध्ये शिक्षकावरच सगळा खर्च आहे आणि त्याचा दर्जा रसातळाला गेला आहे. याचे एक कारण म्हणजे शिक्षकांचा एक राजकीय मतदार संघ समाजाने मान्य केल्यामुळे त्यामध्ये सर्व पक्ष फक्त राजकारणच करीत आहेत. तसेच शिक्षण संस्था आणि वसतीगृहे ही सर्व राजकीय पक्षांच्या कार्यकर्त्यांना उघडपणे वाटण्यात येतात. या संस्थांचा सर्व खर्च सरकार आपल्या इतर कर्मचाऱ्यांप्रमाणे आपल्या निधीतून करत असल्यामुळे शून्य भांडवलातून या संस्था चालवण्यात येत आहेत. यात सर्व पातळ्यांवर होणारा भ्रष्टाचार हा वर्तमानपत्रात आणि कोर्टात अनेकवेळा

उघड झालेला आहे. परंतु राज्यकर्ते यात काहीही करू शकलेले नाहीत. तसेच जनताही मूकपणे हतबल होऊन हे सर्व पाहात आहे.

याहीपेक्षा काळजीचा विषय आहे कायदा आणि सुव्यवस्था आणि न्यायव्यवस्था. या क्षेत्रात सर्व पातळ्यांवर भ्रष्टाचार होत आहे याविषयी कोणीही दुमत व्यक्त केलेले नाही. पोलिस यंत्रणा तर मूळापासून सडलेली आहे आणि त्यामुळेच न्यायव्यवस्थाही या भ्रष्टाचारापासून मोकळी राहू शकलेली नाही. शिक्षकांप्रमाणेच पोलिसांच्या भरतीपासूनच भ्रष्टाचाराची सुरुवात होते आणि इतका खर्च केल्यामुळे नंतर नोकरी मिळाल्यावर त्यातून हा सर्व भरून काढणे साहजिकच आहे, अशा प्रकारची एक सफाई यात देण्यात येते.

या विषयातही राजकीय पक्षांनी कोणताही विधी निषेध न ठेवल्यामुळे भ्रष्टाचार सगळ्या मर्यादा ओलांडून पलीकडे गेलेला आहे आणि त्यामुळेच न्यायालयात शंभर खटले दाखल केले तर अखेरीस दोन खटल्यांचा जेमतेम निकाल लागतो. न्यायालयातल्या भ्रष्टाचाराविषयी देशातल्या सर्वोच्च न्यायालयाच्या न्यायमूर्तींपासून अनेक अहवालात यावर चिंता व्यक्त करण्यात आलेली आहे. पोलिस यंत्रणा आणि न्यायव्यवस्था यांची आज जी दुरवस्था आहे त्यावर आजपर्यंत कोणतीच सहमती निर्माण झालेली नाही आणि राज्यकर्त्यांनीही या अवघड विषयाला हात लावलेला नाही.

ज्या देशाची कायदा आणि सुव्यवस्था बघणारी पोलिसव्यवस्था आणि न्यायव्यवस्था ढिसाळ, अकार्यक्षम आणि भ्रष्ट असते त्या देशाला जगात प्रतिष्ठा मिळत नाही. भ्रष्टाचाराचा प्रश्न विकास प्रकियेत जरूर महत्त्वाचा आहे कारण जर परदेशी भांडवलदारांनी आपल्या देशात गुंतवणूक अधिक प्रमाणात करावी अशी अपेक्षा असली, तर न्यायव्यवस्थेचा दर्जा काय आहे याचा विचार गुंतवणुकदाराला करावाच लागतो. आता सुधारणा कार्यक्रमाच्या चर्चेमध्ये वेगवेगळ्या देशात किती भ्रष्टाचार आहे याची जगभर चर्चा होत असते आणि भारताचे यात फार खालचे स्थान आहे. देशाने विकासाच्या अनेक क्षेत्रात भरीव कामगिरी केली आहे आणि बऱ्यापैकी यशही मिळवले आहे; परंतु जर पोलिस यंत्रणा आणि न्यायव्यवस्था यातला भ्रष्टाचार कसा कमी होईल याचा देशाने गंभीरपणे विचार केला नाही, तर कधीतरी त्याची फार मोठी किंमत चुकती करावी लागेल. येत्या नव्या जगाच्या व्यवस्थेमध्ये भ्रष्टाचार हा केवळ एक नैतिक विषय नाही. त्याच्याशी व्यवहारातल्या फायद्याच्या अनेक गोष्टी निगडित आहेत आणि भांडवलाची सुरक्षाही गुंतलेली आहे.

■

३.६ अन्नाचा अधिकार

आंतरराष्ट्रीय संघटने सन २००० मध्ये पुढच्या सहस्त्रकासाठी विकासाचे ध्येय (एम.डी.जी.) निश्चित केले होते. त्यासाठी सन २०१५ पर्यंत कोणते लक्ष्य गाठायचे हे ठरवले होते. यामध्ये दारिद्र्य आणि भूक निम्म्यावर आणणे सार्वत्रिक प्राथमिक शिक्षण सर्वांना उपलब्ध करणे, स्त्री-पुरुषात समानता, पाच वर्षाच्या आतल्या बालकांचे मृत्यूचे प्रमाण दोनतृतीयांशाने कमी करणे आणि गर्भवती स्त्रियांचे मृत्यूचे प्रमाण तीन चतुर्थांशाने कमी करणे, एडसच्या रोगाचा पसार थांबविणे आणि शुध्द आणि सुरक्षित पिण्याचे पाणी उपलब्ध नसणाऱ्या लोकांचे प्रमाण निम्म्यावर आणणे अशी ही निर्धारित लक्ष्ये होती. या आकडेवारीचा आधार सन १९९०चा होता आणि २०१५ सालात ही लक्ष्ये गाठायची होती.

या सर्व क्षेत्रात विकासाचा अनुभव निराशाजनक होता. विशेषत: जगामधली भूक आणि उपासमार यांचे प्रमाण कमी करण्याच्या क्षेत्रात हे अपयश विशेष होते. नुकतीच २००२ सालात जागतिक अन्न परिषद भरली होती त्यामध्ये असा निष्कर्ष काढण्यात आला की सन १९९५ मध्ये ८० कोटी (८०० मिलि.) लोकांना अन्नाची सुरक्षा नव्हती आणि हे प्रमाण २०१५ सालात ४० कोटी (४०० मिलियन) पर्यंत खाली आणायचे होते. परंतु यासाठी आता २०३० साल उजाडू असा अंदाज आहे. तसेच सहा वर्षाच्या आतील मुलांमध्ये चारापैकी एक मूल २०२० सालात कुपोषित असेल. प्रत्यक्षात हा आकडा १३.२ कोटी (१३२ मिलियन) इतका असेल. म्हणजे ही फक्त २० टक्क्यांची घट असेल.

अफ्रिकेमधल्या सब सहारा या अवर्षणप्रवण भागात सार्वत्रिक प्रमाणावर भुकेचा प्रश्न आहे. भारतात ही माहिती राष्ट्रीय नमुना पाहणीच्या सर्वेक्षणात मिळते. ज्यांना दिवसातून दोन वेळा पुरेसे जेवण मिळत नाही त्यांची संख्या कमी आहे आणि त्यात सतत घट होत आहे. परंतु तुलनेने कुपोषणाचे प्रमाण अधिक आहे. विशेषत: उष्माकांची कमतरता ही मुख्य आहे आणि त्याबरोबरच प्रथिनांची कमतरताही आहे. अशा कुपोषणामुळे शरीराची प्रतिकारशक्ती कमी

होते .क्षय आणि हिवताप या संसर्गजन्य रोगांचे नवीन जंतू यामुळे गरिबांच्या स्वास्थ्यावर मोठा दुष्परिणाम होत आहे. याचे कुटुंबाच्या उत्पन्नावर, मजुरांच्या संख्येवर आणि देशाच्या उत्पादनावर परिणाम झालेले आहेत. विकसनशील देशांमध्ये या नव्या समस्यांना तोंड द्यावे लागत आहे.

या संदर्भात कुपोषणाचा विचार करून दारिद्र्यनिर्मूलनाच्या कार्यक्रमांची मांडणी करावी लागेल. सामाजिक भेदाभेद बाजूला ठेवून मनुष्य बळाची उभारणी करण्याचे ध्येय समोर ठेवावे लागेल. यासाठी लोकांना अन्न मिळण्याचा अधिकार मिळाला पाहिजे आणि त्यामध्ये संतुलित पोषणाचा समावेश असला पाहिजे. मागच्या दशकात जागतिकीकरणाचे नवे युग सुरू झाले आहे आणि त्याबरोबर जसा विकासाचा वेग वाढला आहे त्याचा दुसरा भाग म्हणून उत्पन्नातील विषमताही वाढली आहे. विकसित देश आणि विकसनशील देश यांच्यातील दरी जशी वाढली आहे तशीच विकसनशील देशाच्या अंतर्गतही असमतोल विकास होत आहे. या प्रक्रियेतून जरी विकास वाढला तरी दारिद्र्य कमी होण्याचे प्रमाण मंदावले आहे असा खरा काळजीचा विषय आहे. या विषयावर अनेक मते असली तरी जगातल्या सर्व गरिबांना अन्न आणि पोषण मिळणे आवश्यक आहे हे अमान्य करता येणार नाही. येत्या काही वर्षांत हे लक्ष्य साधण्यासाठी विशेष प्रयत्न करावे लागतील आणि जागतिकीकरणावर त्यासाठी विसंबून राहता येणार नाही ही वस्तुस्थिती आहे.

ही व्यापक विचारसरणी सर्वमान्य झाली तर गरिबाला अन्न आणि पोषण याचा अधिकार देता येईल आणि समाजाला ती जबाबदारी स्वीकारावी लागेल. गेल्या शतकात टप्प्याटप्प्याने मानवी हक्कांची संकल्पना जगाने स्वीकारली आहे. एका अर्थाने जागतिक समाजाच्या सांस्कृतिक संवेदना यातून विकसित झाल्या आहेत. या वैचारिक क्रांतीचा भाग म्हणून स्त्रीपुरुषांची समानता, माता आणि लहानमुले यांचे संगोपन, स्त्रीमुक्तीचा कार्यक्रम अशा अनेक विषयांत एका दिशे पावले टाकण्यात आलेली आहेत. परंतु या प्रागतिक जाणिवांचा भाग म्हणून गरीब माणसाला अन्न आणि पोषणाचा अधिकार मिळालेला नाही.

या विषयात महाराष्ट्र राज्याने एक नवीन इतिहास निर्माण केला आहे. गरिबाला फक्त अन्नाचा आणि पोषणाचा अधिकार देणे पुरेसे नाही. त्याजागी त्याला रोजगाराचा अधिकार आणि भरवसा देणे अधिक महत्त्वाचे आहे. या अधिकाराबरोबर याचा बोजा समाजाने स्वीकारला आहे आणि त्याच्या अंमलबजावणीची जबाबदारी शासनावर सोपविलेली आहे. आजमितीला सुमारे तीस वर्षे झाली आहेत आणि आजही संपूर्ण देशात महाराष्ट्र हे एकच राज्य आहे जेथे गरिबाला रोजगाराची कायद्याने हमी देण्यात आलेली आहे. त्याचप्रमाणे

जगात इतरत्र कोणत्याच देशात असा रोजगाराचा हक्क प्रत्यक्षात अंमलात आलेली नाही. अगदी पूर्वीच्या समाजवादी देशातही कामाचा हक्क मान्य झालेली शासन व्यवस्था नव्हती. समाजवादी अगर साम्यवादी देशात शासन व्यवस्था हीच मूळात कामगार वर्गाचे एकमेव प्रतिनिधित्व करणारी संस्था (पोलेटारियन स्टेट) म्हणून वावरत होती आणि त्यामुळे मजुराला रोजगार मागण्याचा हक्क कायद्याने उपलब्ध नव्हता.

सुमारे तीस वर्षापूर्वी महाराष्ट्रात आणि देशाच्या अनेक भागात मोठा दुष्काळ पडला आणि या संकटाला तोंड देताना राज्यातल्या नियोजनाला एक नवीन दिशा मिळाली. महाराष्ट्रात दुष्काळ आणि अवर्षणाची एक दीर्घ परंपरा होती आणि राज्याची सुमारे ३५ टक्के ग्रामीण लोकसंख्या आणि कृषिक्षेत्र या संकटाच्या सावलीत वावरत होती. या मोठ्या दुष्काळापूर्वी अशा संकटकाळात शासनाने काय करायचे याची संहिता इंगजांच्या राजवटीखाली परिपूर्ण करण्यात आली होती आणि त्याला फॅमिन कोड असे म्हणत असत. यामध्ये ग्रामीण रयतेला जगविण्यासाठी रोजगार पुरवावा आणि त्यासाठी खडी फोडण्याची कामे घेण्याचा प्रघात होता.

राज्यात जेव्हा दुष्काळ पडला तेव्हा प्रथमच केवळ खडी फोडण्याची कामे अनुत्पादक आहेत म्हणून त्यांच्याजागी लहान-लहान उत्पादक कामे घ्यावी असा नवा निर्णय झाला. ही लहान कामे स्थानिक पातळीवरच्या जल आणि भूमी साधन-सामुगीच्या विकासाची होती ज्यांची गरज आणि उपयोग दुष्काळ संपल्यावर विकास प्रक्रियेमध्ये होताच. सर्वात महत्त्वाची बाब म्हणजे या छोट्या उत्पादक कामातून एका महत्त्वाच्या प्रश्नावर लक्ष केंद्रिभूत करण्यात आले. हा प्रश्न होता मोसमी पावसातून मिळणाऱ्या पाण्याचा आणि जिरायत शेतीच्या पिकांचा. थोडक्यात म्हणजे दुष्काळ किंवा अवर्षण कशाला म्हणायचे असा कळीचा प्रश्न शासनापुढे उभा राहिला.

मोसमी पावसावर निर्भर असलेल्या जिरायत शेतीला कसे संरक्षण द्यायचे आणि त्या शेतकऱ्याला कसे स्थैर्य द्यायचे हा क्षेत्रीय नियोजनाचा मुख्य प्रश्न होता. मोसमी पाऊस हा अनिश्चित होता आणि अपुराही होता. अनिश्चित या अर्थाने की जूनच्या पहिल्या आठवड्यात पावसाचे आगमन अपेक्षित असले तरी प्रत्यक्षात भीज पाऊस होऊन पेरणीला सुरुवात होण्याच्या प्रक्रियेला किती वेळ लागेल याची खात्री नव्हती. अनेकदा जून आणि जुलैचे दोन महिने या भीज पावसाची वाट पाहाण्यात खर्ची पडत होते. महाराष्ट्राचे सुमारे पस्तीस टक्के कृषिक्षेत्र अवर्षणप्रवण म्हणून ओळखले जाते आणि त्यातल्या हलक्या आणि उथळ जमिनीवर ज्वारी आणि बाजरीचा प्रश्न निर्माण होतो. या दुष्काळाच्या

सावटाखाली असलेल्या क्षेत्रात वर्षात एकूण सगळे मिळून जेमतेम ३० ते ३५ दिवस मोसमी पावसाच्या हंगामात मिळतात. ज्या २४ तासात ५ मि.मि. पेक्षा जास्त पाऊस नोंदला जातो त्याला पावसाचा दिवस म्हटले जाते.

महाराष्ट्रात जो तीस वर्षांपूर्वी सर्वदूर दुष्काळ पडला त्यामध्ये यातल्या अनेक प्रश्नांची उत्तरे मिळाली. हा एक मोठा इतिहास आहे. परंतु यातले दोन निष्कर्ष येथे मांडता येतील. एक म्हणजे दुष्काळाच्या ऐन बहरात सुमारे पंचावन्न लाख मजूरांना उत्पादक कामे देता आली आणि त्यातून रोजगार हमी योजना या क्रांतीकारक संकल्पनेची दमदार वाटचाल सुरू झाली. त्याचबरोबर जल आणि मृदसंधारणाच्या संकल्पनेची जुळणी होत पाणलोटक्षेत्र विकासाची संकल्पना मार्गस्थ झाली. यामुळे एका बाजूने गरीब माणसाचे मनुष्यबळ विकासाच्या लहानलहान उत्पादक कामात भांडवलात रूपांतरित झाले. दुसऱ्या बाजूने गावपातळीवर जल आणि भूमी संवर्धनाची विकास कामे झाल्यामुळे जिरायत शेतीचे पावसावरचे परावलंबन बऱ्याच प्रमाणात कमी झाले आणि शेतीला संरक्षण मिळाले. यामुळे ऐंशीच्या मध्यापासून आणि अधिक ठळकपणे नव्वदीच्या दशकात सार्वजनिक रोजगाराची गरज कमी होत गेली आणि कृषि आणि संलग्न क्षेत्रातील स्वयंरोजगार वाढत गेला. रोजगार हमी योजनेची गरज गेल्या दशकात झपाट्याने कमी होत गेली हे या योजनेचे अपूर्व यश आहे.

महाराष्ट्रातला क्षेत्रीय नियोजनाचा हा अनुभव अनेक दृष्टीने नवलाईचा आहे. गेल्या पन्नास वर्षात देशात आणि सर्वच राज्यात नियोजनाची प्रक्रिया ही मूलत: केंद्रीकरणाकडे झुकणारी आहे. यातून आर्थिक आणि राजकीय सत्तेच्या केंद्रीकरणाचे आणि स्थैर्याचे अनेक प्रश्न बिकट झालेले आहेत. या संदर्भात महाराष्ट्रात सार्वजनिक रोजगाराच्या माध्यमातून पाणलोट क्षेत्र विकासाच्या विकेंद्रीत नियोजनाची प्रक्रिया यशस्वी झाली. अर्थात याबरोबरच महाराष्ट्रात जिल्हापरिषदांच्या स्थापनेपासून राजकीय विकेंद्रीकरणाची प्रक्रिया मार्गी लागलेली होती, याची दखल घेणे आवश्यक आहे.

रोजगार हमी योजनेच्या माध्यमातून गरीब ग्रामीण मजुराला प्रतिष्ठा आणि स्थैर्य मिळाले त्याचबरोबर जिरायत शेतीला संरक्षण मिळून खऱ्या अर्थाने गरीबाला अन्नाचा आणि पोषणाचा अधिकार मिळाला. मानवीय विकासाचा मूलाधार म्हणून माणसाची भुकेपासून सुटका व्हावी आणि त्याला अन्नाचा आणि पोषणाचा अधिकार मिळावा, हे म्हणणे नैतिक असले तरी पुरेसे नाही. नोबेल पारितोषिक विजेते प्राध्यापक अमर्त्यकुमार सेन यांनी बंगालचा दुष्काळ आणि गरीबाला अन्नाचा अधिकार याचा अभ्यास केला आणि एनटायटलमेंट अशी नवी संकल्पना मांडली. महाराष्ट्रात याविषयात प्रत्यक्षात प्रयोग झाले

आणि नव्या संकल्पना जन्माला आल्या. यामध्ये माननीय श्री. वि.स.पागे यांचे योगदान ऐतिहासिक होते. त्यांनी रोजगार हमी योजनेच्या माध्यमातून गरीबाला नुसता रोजगाराचा कायदेशीर हक्क दिला नाही, तर प्रत्यक्षात त्याची श्रमशक्ती भांडवलात रूपांतरित केली.तसेच त्याला अन्न दिले आणि त्याच्या शेतीला स्थैर्य दिले. या सर्वांचा एकत्रित परिणाम म्हणून आज तीस वर्षांनी महाराष्ट्राच्या ग्रामीण भागात दारिद्र्याचे प्रमाण मोठ्या प्रमाणावर कमी झाले आहे.

आजच्या सार्वजनिक जीवनात आणखी एक आश्चर्य आहे. नियोजनाच्या एकूण कालखंडात अनेक चुका झाल्या, घोटाळे झाले आणि निर्णय चुकले. परंतु महाराष्ट्रात नियोजनाच्या विकेंद्रीकरणाचा प्रयोग रोजगार हमी योजनेच्या माध्यमातून यशस्वी झाला. ग्रामीण भागात दारिद्र्याचे प्रमाण इतक्या मोठ्या प्रमाणावर कमी झाले आणि तरीही या यशाला कोणी धनी नाही. विशेष म्हणजे आज महाराष्ट्र शासन अडचणींच्या खाईत सापडलेले आहे आणि आर्थिक दिवाळखोरीच्या उंबरठ्यावर उभे आहे. गेल्या चाळीस वर्षात आपण काय मिळवले आणि काय गमावले याचे आत्मभान नसलेले शासन लोकांपुढे उभे आहे.

■

३.७ रोजगाराचा हक्क

विकसनशील देशात जेथे शेतीप्रधान अर्थव्यवस्था असते तेथे कृषी उत्पादन पावसावर अवलंबून असते आणि तंत्रज्ञान परंपरागत असते. त्यामुळे ग्रामीण भागात शेतकऱ्यांना पुरेसे उत्पन्न मिळत नाही आणि शेती व्यतिरिक्त रोजगारही मिळत नाही. त्यातूनही जी शेती मोसमी पावसावर अवलंबून असते आणि जेथे असा पाऊस अनिश्चित असतो आणि अपुराही असतो तेथे दर वर्षा दोन वर्षांनी सार्वत्रिक अवर्षणाची परिस्थिती निर्माण होते. अशा वेळी पीक उत्पादनही बुडाल्यामुळे ग्रामीण जनतेला आपल्या गरजेपुरते धान्यही शेतीतून मिळत नाही आणि उपासमारीला तोंड देण्याची वेळ येते.

देशामध्ये आणि महाराष्ट्रात अशा प्रकारच्या वारंवार येणाऱ्या संकटाला तोंड देण्यासाठी अवर्षणप्रवण विकास कार्यक्रम म्हणजे ड्रॉट प्रोन एरिया प्रोग्रॅम (डीपीएपी) अनेक वर्षे राबविण्यात येत आहे. देशातल्या अनेक राज्यात असा अवर्षणग्रस्त सलग भौगोलिक विभाग आहे आणि केंद्र शासनाने यासाठी एक केंद्र पुरस्कृत विकास निधी उपलब्ध करून दिलेला आहे. या डीपीएपीची संकल्पना मुळात जागतिक बँकेने १९७५ साली देशामध्ये आणली आणि महाराष्ट्रामध्ये प्रथम सोलापूर आणि अहमदनगर या पारंपरिक दुष्काळाच्या जिल्ह्यात हा कार्यक्रम राबविण्यात आला. तेव्हापासून देशातल्या अनेक जिल्ह्यांमध्ये आणि महाराष्ट्रात यावर खूप प्रयोग करण्यात आले आणि त्यातून अनुभव गोळा करण्यात आला.

महाराष्ट्रामध्ये नियोजनाच्या अनुभवात अवर्षणप्रवण भागात खूप प्रगती झालेली आहे. याचे एक कारण म्हणजे नियोजनकर्त्यांनी या कार्यक्रमाच्या अंमल बजावणीतून अनेक गोष्टी शिकून घेतल्या आणि त्यातून हळूहळू अवर्षणाचे प्रश्न सुटत गेले. अनुभवातून शिकून किती पुढे जाता येते, याचा हा एक बोलका दाखला आहे. अवर्षणप्रवण भागात अपुऱ्या आणि अनिश्चित मोसमी पावसामुळे शेती वारंवार दुष्काळाला सामोरी जात असते आणि अशावेळी माणसांच्या आणि जनावरांच्या जगण्याचे प्रश्न राज्यकर्त्यांना एक तातडीचे संकट म्हणून सोडवावे लागतात. महाराष्ट्रामध्ये दुष्काळाला एक शंभर वर्षापेक्षा अधिक परंपरा होती आणि ब्रिटिशांनी असे संकट

हाताळण्यासाठी दुष्काळाची संहिता म्हणजे फॅमिन कोड अंमलात आणले होते. त्यामध्ये दुष्काळाच्या परिस्थितीत शेतकऱ्याला रोजगार द्यावा, जनावरांच्या चारा छावण्या संघटित कराव्यात, शेतसारा माफ करावा अशा अनेक तरतुदी होत्या. असा दीर्घ इतिहास असल्यामुळे फॅमिन कोड मधील वेगवेगळ्या जबाबदाऱ्या पार पाडण्याची सरकारी प्रशासनाला एक सवय झाली होती आणि तशी मानसिकताही होती.

मागच्या १९७२-७३च्या दुष्काळाच्या व्यापक प्रश्नामुळे महाराष्ट्र शासनाने ग्रामीण भागासाठी आणि अकुशल कामासाठी रोजगाराचा हक्क कायद्याने मान्य केला होता. यालाच एम्प्लॉयमेंट गॅरंटी स्कीम म्हणजे इजीएस म्हणतात. डीपीएपीच्या संकल्पनेत या अनुभवाने भरीव योगदान दिलेले आहे आणि महाराष्ट्रात अवर्षणप्रवण क्षेत्रात यातून आमूलाग्र विकास घडवून आणण्यात आला. महाराष्ट्राच्या या इजीएसची ख्याती फक्त देशातच नव्हे तर जगामध्ये सर्वमान्य झालेली आहे आणि जागतिक बँक, युरोपियन युनियन, एशियन डेव्हलपमेंट बँक अशा विकासाशी संबंधित असलेल्या अनेक संस्थांनी इजीएसचा अखंडपणे पुरस्कार केलेला आहे.

मागच्या तीस वर्षात डीपीएपीच्या पाठपुराव्यातून खेड्यातल्या गरीबांना पूरक रोजगार द्यावा हे सूत्र अंमलात आलेले आहे. त्यामुळे सरकारने गरीबांना सार्वजनिक रोजगार द्यावा की नाही असा कोणत्याच पातळीवर वादाचा विषय राहिलेला नाही. अर्थात तीस वर्षांपूर्वी मात्र काही पुस्तकी अर्थतज्ज्ञांनी त्यालाही विरोध केलेला होता. परंतु तो इतिहास आता सर्व विसरले आहेत. अधिक महत्त्वाची गोष्ट म्हणजे सगळा वादाचा प्रश्न असा रोजगार पुरवताना सरकारने हमी देण्याशी निगडित आहे. आता देशामध्ये केंद्रात नव्या आघाडीचे सरकार आलेले आहे आणि त्यांनी सुधारणा कार्यक्रमाला मानवीय चेहरा द्यायचे कबूल केले आहे. याचा एक अर्थ म्हणजे आर्थिक सुधारणा कार्यक्रमात ग्रामीण भाग आणि कृषी क्षेत्र याकडे दुर्लक्ष झाले आणि त्यामुळे दारिद्र्याचे प्रश्न बाजूला पडले. आकडेवारी प्रमाणे हे खरे नाही. कारण सुधारणा कार्यक्रमानंतरच आर्थिक वाढीचा वेग वाढला आणि देशातले दारिद्र्य टक्केवारीमध्ये निम्म्याने कमी झाले. परंतु लोकसंख्या वाढलेली आहे आणि त्यामुळे जी काही गरिबीत वाढ झाली तो आकडाही मोठा आहे. त्यामुळे हा गरिबीचा बोजा कमी करणे हे कोणत्याही सुसंस्कृत समाजाला आपले प्रथम कर्तव्य आहे, हे मान्य करावेच लागेल.

देशात मागच्या काही दशकात भरवशाचा रोजगार (अशुअर्ड एम्प्लॉयमेंट स्कीम / एइएस) देण्याचे प्रयत्न झालेले आहेत. नव्या सरकारनेही प्रत्येक गरीब कुटुंबातल्या एकाला वर्षामध्ये किमान शंभर दिवस रोजगार देण्याची जबाबदारी घेतलेली आहे. या सगळ्या चर्चेमध्ये खरा प्रश्न कायद्याच्या हमी भोवती गुंतलेला आहे. ज्यांना कायद्याची हमी हवी आहे त्यांच्या मते ग्रामीण भागात रोजगार देण्याची जबाबदारी सरकारवर

टाकणे त्यामुळे सोपे जाईल. त्यातूनही जे प्रशासन आहे त्याची जबाबदारी कायद्याने निश्चित होईल. कायद्याची हमी याचा अर्थ सरकार जर रोजगार देण्यात अपुरे पडले तर त्या पोटी सरकारला नुकसान भरपाई द्यावी लागेल. तत्त्वत: अशी नुकसान भरपाई देण्याची वेळ आली तर सरकार ज्या ठिकाणी रोजगार देण्यात अपयश आले त्याच्याशी संबंधित असलेल्या कर्मचाऱ्यांवर कारवाई करेल. यातून सरकारी कर्मचाऱ्यांना आपल्या जबाबदारीची जाणीव विसरता येणार नाही आणि त्यामुळे खरोखरी रोजगार पुरविण्याची मानसिकता निर्माण होईल, अशी अपेक्षा आहे. महाराष्ट्रामध्ये मागच्या तीस वर्षात कायद्याने हमी दिलेली असली तरीही प्रत्यक्षात सरकारला नुकसान भरपाई देण्याची एकदाही वेळ आलेली नाही. फक्त इजीएसच्या सुरवातीला फक्त अपवाद म्हणून एका तहसीलदाराला आपली नोकरी गमवावी लागली होती. म्हणजे मुळात कायदेशीर हमीची कल्पनाही न्यूकलिअर डिटरंट सारखीच आहे. आण्विक युद्धशास्त्रामध्ये दोन्हीही पक्षांचा सर्वनाश होण्याची भीती असल्यामुळे ही अस्त्रे वापरण्याचीच वेळ येऊ नये अशी मुत्सद्देगिरी दाखवावी लागते. त्याप्रमाणेच इजीएस मध्येही सरकारने आणि प्रशासनाने आपली जबाबदारी ओळखून गरीबाला रोजगार पुरवावा आणि तो पुरवता आला नाही म्हणून त्यापोटी भरपाई देण्याची कधीही वेळच येऊ नये, असे मुळात गृहीत धरलेले आहे. महाराष्ट्रमध्ये अशी वेळ आली नाही आणि त्याचे सर्व श्रेय राजकीय नेतृत्वाला आणि प्रशासनाच्या जबाबदार वर्तनाला द्यावे लागेल.

ग्रामीण रोजगाराला कायद्याची हमी देण्याला दुसरी बाजू आहे. ती समजून घेतली पाहिजे कारण ज्यांना या शंका आहेत तेही गरीबाला रोजगार देण्याच्या बाजूचेच आहेत. प्रश्न फक्त हमीचा आहे. कारण देशात अशी काही राज्ये आहेत जेथे राजकीय नेतृत्व आणि प्रशासन यांचा दर्जा पार ढासळलेला आहे. त्यामुळे आपले अपयश सहज कबूल करून लोकांना रांगेत उभे राहून वेतनाचे पैसेही वाटले जाणे अगदी शक्य आहे. टीकाकारांच्या डोळ्यापुढे बिहारसारखे राज्य आहे. त्यामुळे जोपर्यंत राजकीय नेतृत्व प्रगल्भ आणि जबाबदार होत नाही आणि प्रशासनाची कार्यक्षमता निदान किमान पातळीवर पोहोचत नाही, तोपर्यंत गरिबीच्या नावाखाली कायद्याने रोजगाराचा हक्क मान्य करणे आणि त्याची हमी घेणे यात फारसा अर्थ नाही. यासाठी समाजातल्या सर्वच गटांचे प्रबोधन होऊन त्यांनी रोहयोसारख्या योजनेत भ्रष्टाचार होणार नाही, याबाबत सतत जागरूक राहिले पाहिजे.

टीकाकारांची ही भूमिका लक्षात घेतली तर ग्रामीण रोजगार कार्यक्रम प्रत्यक्षात राबविण्यात अनेक अडचणी आहेत, हे लक्षात येईल. मागच्या काही वर्षात राज्यकर्त्यांनाही आपली लोकप्रियता वाढविण्यासाठी दुष्काळ निधी मिळविण्याची ओढ लागलेली असते. त्यामानाने जलसंवर्धन आणि पाणलोट विकास अशा संकल्पनांना फारसा

निधी भरवशाने दीर्घकाळ द्यावा याचे सरकारला महत्त्व वाटत नाही. वास्तविक पाहता अवर्षण प्रवण भागात जो काही थोडा पाऊस पडतो आणि जेव्हा कधी पडतो तो अडवून आणि जिरवूनही जिरायत शेतीचे संरक्षण करता येते आणि तिचे स्वरूपही बदलता येते, असा महाराष्ट्राने रोहयोच्या दीर्घ काळाच्या अंमलबजावणीतून धडा घेतलेला आहे. विशेष म्हणजे तात्त्विक पातळीवर पाणलोट क्षेत्र विकास अशा सारख्या संकल्पना सगळ्यांनीच मान्य केलेल्या आहेत आणि कोणाच्याच मनात त्याविषयी विकल्प नाही.

ग्रामीण रोजगारात वेतनापोटी धान्य देण्यातही अनेक अडचणी आहेत. सरकारजवळ जेव्हा धान्य शिल्लक असते तेव्हा त्यांचा उत्साह असतो. तसेच धान्य मिळाले तर घरातल्या स्त्रिया आणि मुले यांचे भले होते परंतु पुरुष मजुराला मात्र रोख पैसे हवे असतात. अशा व्यावहारिक अडचणी असल्या तरीही धान्याचे वाटप याचा आग्रह धरला पाहिजे, कारण गरीब कुटुंबातले सगळ्यांचे स्वास्थ्य त्याच्याशी निगडित आहे. कुपोषण आणि उपासमारी असे कठीण प्रसंगही त्यातून टाळता येतील. अशा रोजगार कार्यक्रमात गाव पातळीवर ग्रामपंचायतींवरही दक्षतेची जबाबदारी टाकण्याची आवश्यकता आहे. कायद्यामध्येही तशी तरतूद करता येईल. आता परत एकदा ग्रामीण विकास आणि गरीबाला रोजगार या विषयाला प्राधान्य मिळाले आहे. त्यातून बरेच साधता येईल.

■

३.८ बंगलोरमध्ये विचारविनिमय

जागतिक बँकेने प्रथमच युरोप सोडून बंगलोरमध्ये विकासाच्या अर्थशास्त्रावर परिषद भरवली. या विषयातले अनेक अभ्यासक आणि तज्ज्ञ या विचार-विनिमयासाठी एकत्र आले होते. चर्चेचा मुख्य विषय होता जलद गतीने विकास प्रक्रिया.

या निमित्ताने कर्नाटक राज्याला आणि बंगलोर शहराला आपले महात्म्य दाखविण्याची संधी मिळाली. बैठकीच्या अखेरच्या तिसऱ्या दिवशी कर्नाटक राज्यात प्रत्यक्षात सुधारणा कार्यक्रमाची काय अंमलबजावणी झाली याची ओळख करून देण्यात आली. यामध्ये रुग्णालयातील सेवा, जमिनींच्या नोंदींचे संगणकीकरण (भूमी कार्यक्रम), वाहतूक सेवांचे नियमन आणि पुनर्मांडणी, तसेच शिक्षण आणि नगर नियोजन यामध्ये सार्वजनिक आणि खाजगी व्यवस्थापनाचे प्रयोग, या विषयांचा समावेश होता. अपेक्षेप्रमाणे कर्नाटक राज्यात आणि बंगलोर शहरात या सर्व सुधारणा कशा समाधानकारकपणे राबवल्या जात आहेत, याचे सादरीकरण करण्यात आले. यासर्व बदलात जणूकाही कोणत्याच अडचणी अगर अपयश आले नाही, असा समज करून देण्यात आला.

पहिल्या दोन दिवसात मुख्य विषयांची चर्चा झाली आणि ते विषय होते आर्थिक वाढ आणि समन्याय (ग्रोथ आणि इक्विटी). विकासाची गती या चर्चेत नवीन शोधाच्या प्रकियेत गुंतवणूक आणि त्याबरोबर साहसी नव्या उद्योगांसाठी भांडवल याचे महत्त्व मांडण्यात आले. अपारंपरिक नव्या उद्योगात नव्या कल्पना आणि नवीन उत्पादने यांच्याबाबत अधिक धाडस दाखवावे लागते आणि सावधगिरी बाळगावी लागते. परंतु ही शोध प्रकिया आर्थिक व्यवस्थेमध्ये पूर्णपणे स्वीकारली गेली तर संशोधन आणि विकास या विभागासाठी गुंतवणूक करावी लागते. मूळ मालकी हक्काचे संरक्षण हे अशा नव्या साहसी उद्योगात महत्त्वाचे नसते. जेव्हा अर्थव्यवस्था व्यापारासाठी खुली होते तेव्हा त्यातून नव्या शोधांना चालना मिळते. जितकी नवीन उत्पादने स्वीकारली जातात तितका त्या शोधांवरचा खर्च पुढे कमी होत जातो. बऱ्याचदा नेहमीची भांडवल गुंतवणूक झाल्यानंतर नव्या शोधांसाठी भांडवल शोधण्याचा प्रयत्न केला जातो.

जर जलद गतीने विकास व्हायचा असला तर त्यासाठी सकारात्मक गुंतवणुकीचे

वातावरण अत्यंत आवश्यक आहे. तसेच याबाबतची सार्वजनिक धोरणे रोजगार निर्मितीला साहाय्यभूत हवीत. याचा अर्थ कामगारांचे शोषण करण्याची व्यवस्था अभिप्रेत नाही. परंतु कामगारवर्गाबरोबर कसे संबंध राखायचे याचे उद्योजकांना अधिकाधिक स्वातंत्र्य असले पाहिजे. याहीपेक्षा व्यवस्थेमध्ये संस्थांचे वातावरण काय आहे आणि कंपन्यांच्या अंतर्गत तंत्रज्ञानाचे नवे मार्ग शोधण्याची संशोधन क्षमता किती आहे, यावर तंत्रज्ञानातील प्रगती आणि शोध अवलंबून आहेत.

या परिषदेत एका अभ्यासकाने असे मत व्यक्त केले, की भारतात सध्या गुंतवणुकीच्या क्षेत्रात एक क्रांती घडून येत आहे. ही खरोखरी अतिशयोक्ती आहे. वास्तवात गेल्या काही वर्षात भांडवल गुंतवणूक कमी होत आहे, खरी सार्वजनिक गुंतवणूकही खालावली आहे आणि कृषी क्षेत्रात तर चालू किमतीतीलही गुंतवणुकीचा आकडा कमी आहे. नवीन साहसी उद्योगात भांडवल गुंतवणूक फारच थोडी आहे. करमहसुलाचे जीडीपी बरोबरचे प्रमाण माफक आहे आणि सरकारी वित्त व्यवस्था मोठ्या प्रमाणावर तुटीची आहे. यामुळे सार्वजनिक क्षेत्रात गुंतवणूक पुरेशी होत नाही. तसेच वित्त संस्थांचे नियमन नीट होत नसल्यामुळे शेअर बाजार या संस्थेविषयी जनतेचा विश्वास ढासळला आहे. साहजिकच या मार्गाने जी खाजगी भांडवल गुंतवणूक झाली असती तिच्यात खंड पडला आहे आणि एकूणच गुंतवणुकीला अनुकूल असे वातावरण राहिलेले नाही.

भारतात मागच्या दशकात उदारीकरणाचे जे नवे युग सुरू झाले त्यामधल्या सुधारणा कार्यक्रमाची नीट प्रगती होत नाही, असा अनुभव पुढे आला आहे. राजकीय पक्षांमध्ये वेगवेगळ्या समूह गटांचा आणि हितसंबंधांचा अनुनय करण्याची तीव्र स्पर्धा चालू असल्यामुळे, कोणत्याही राज्यकर्त्यापक्षाची कठोर निर्णय घेण्याची मानसिकता नाही आणि क्षमताही नाही. यामुळे सुधारणांच्या अंमलबजावणीत सातत्य नाही आणि एका ठोस दिशेने धोरणांची पुनर्मांडणीही होऊ शकत नाही. त्यामुळे रस्ते, बंदरे, रेल्वे, नागरी हवाई वाहतूक आणि दूरसंचार अशा काही क्षेत्रात काही प्रमाणात वाढती गुंतवणूक होऊ शकते. परंतु यातही रेल्वे बंदरे आणि नागरी वाहतूक या विषयात खाजगीकरणाचे अगर निर्गुंतवणुकीचे जे प्रयत्न झाले, त्यात अनेक अडथळे निर्माण झालेले आहेत.

या तुलनेने पाणी आणि वीज या साधनांची रास्त किंमत काय असावी या विषयावर सर्वात अधिक अडचणी निर्माण झालेल्या आहेत. उत्पादन प्रकियेत या साधनांचा वापर होत असताना शासनाने किमान खर्च भरून काढता येईल या दृष्टीने किंमती ठरवाव्यात अशी जरी शिफारस असली, तरी प्रत्यक्षात त्यावर अंमल होऊ शकलेला नाही. काही प्रमाणात खाजगी वापरासाठी गॅस आणि केरोसीन, पेट्रोल आणि डिझेलच्या किंमती यामध्ये काही सुधारणा झालेल्या आहेत आणि त्यावरचे सरकारी अनुदानही कमी झालेले आहे. आता विजेबाबत नवा कायदा मंजूर होत आहे

आणि त्यामुळे वीज निर्मितीच्या आणि वितरणाच्या क्षेत्रात भांडवल गुंतवणुकीसाठी बरीच सुधारणा होण्याची शक्यता आहे. असे झाले तरी राज्य सरकारांच्या मालकीची वीज मंडळे यापूर्वीच अडचणीत आलेली आहेत आणि त्यांची अवस्था येत्या काळात आणखीनच बिघडणार आहे. पाण्याच्या आणि सिंचनाच्या क्षेत्रात वेगळ्याच अडचणी आहेत. विशेषत: राज्य सरकारांनी या गुंतवणुकीसाठी जी प्रचंड प्रमाणावर सरकारी कर्जे काढली आहेत त्यांची परतफेड कशी करायची, हा एक प्रश्न आहे आणि त्याचबरोबर हे प्रकल्प कसे पुरे करायचे हा दुसरा प्रश्न.

विकासाच्या प्रकियेत समन्याय कसा साधायचा त्याच्याशी निगडित अनेक बिकट प्रश्न आहेत. त्यापैकी एक आहे या प्रकियेत लाभधारकाचा सहभाग आणि त्याला कशी शक्ती द्यायची. जर शासनातली नोकरशाही आणि उच्चवर्गातल्या समजूतदार नेतृत्वाने याविषयी प्रबोधनाची दृष्टी ठेवली तरच गरीबांना शक्ती मिळवून देता येईल. असे प्रगल्भ नेतृत्त्व समाजात आणि सरकारमध्ये उपलब्ध नसले, तर विकासाची प्रकिया जलद गतीने होण्याची शक्यता कमी आहे. या सर्वच विषयात समाजात शिक्षण आणि राजकीय सहभाग या माध्यमातून एक प्रबोधनाची प्रकिया पुढे जाऊ शकते. तसेच यासाठी काही आदर्श समोर ठेवून प्रगल्भ राजकीय नेतृत्व काम करत असले, तरच यातून काही मार्ग निघू शकतो.

जागतिक बँकेचे मुख्य अर्थशास्त्रज्ञ स्टर्न यांनी भारताकडून काही अपेक्षा आहेत असे म्हटले. सध्या जगात आंतरराष्ट्रीय मदत आणि त्याची परिणामकारकता, व्यापारातील सुधारणा आणि त्यातून विकसनशील देशांना मिळणारे फायदे, तसेच या क्षेत्रात श्रीमंत आणि विकसित देशांच्या जबाबदाऱ्या अशा महत्त्वाच्या विषयांवर चर्चा आणि विचारांची देवाणघेवाण चालू आहे. भारत आपल्या अनुभवाच्या आधारे या विषयात महत्त्वाचे योगदान देऊ शकतो. तसेच सुधारणा कार्यक्रमाची अंमलबजावणी सुरू झाल्यापासून भारतालाही प्रथमच अनेक महत्त्वाच्या अडचणींची पुरेशी जाणीव झालेली आहे. यामध्ये सार्वजनिक वित्तव्यवस्था कशी बळकट करायची आणि त्यामध्ये विकासाच्या क्षेत्रात अधिक सार्वजनिक गुंतवणूक कशी साधायची, व्यापारक्षेत्रात कशा सुधारणा करायच्या आणि त्यामध्ये आंतरराष्ट्रीय क्षेत्रात कोणते आग्रह धरायचे आणि देशाने आपल्या पातळीवर कोणते उपाय योजायचे आणि सर्वात महत्त्वाचे म्हणजे भांडवल गुंतवणुकीसाठी कसे योग्य वातावरण निर्माण करायचे, असे काही विषय आहेत. त्याचबरोबर देशांतर्गत विविध राज्याराज्यात जी वाढ आणि विषमता निर्माण होत आहे त्यामध्ये कसा न्याय आणायचा, असाही प्रश्न आहे. विकासाच्या अनेक बिकट प्रश्नात एखादे कर्नाटक राज्य कसे यशस्वी होते यापेक्षा बिहार, ओरिसा, मध्यप्रदेश आणि उत्तर प्रदेश अशा मोठ्या राज्यात विकास प्रकिया का वेग घेत नाही, याचा अधिक गंभीरपणे विचार करण्याची गरज आहे.

■

३.९ विकासप्रकियेतल्या अनुभवांचे सिंहावलोकन

मागच्या शतकात स्वातंत्र्य मिळाल्यावर पन्नाशीनंतर पहिली चाळीस वर्षे देशात केंद्रीभूत नियोजन अंमलात आले आणि नव्वदीच्या शेवटच्या दशकात जागतिकीकरणाची सुरुवात झाली. नियोजन प्रकिया आणि लोकशाही व्यवस्था यांचा संगम साधून एका मोठ्या लोकसंख्येच्या देशात इतका दीर्घकाळ केलेला प्रयोग म्हणून भारताचे जगामध्ये स्वतंत्र स्थान आहे. आता जगभरच जागतिकीकरण, उदारीकरण आणि मुक्त अर्थव्यवस्था यांचा स्वीकार झालेला आहे आणि त्यातून अनेक नवे अनुभव आणि त्याबरोबर नवे प्रश्न विकासाच्या अर्थशास्त्रामध्ये उभे राहिले आहेत. भारतातल्या नियोजनाच्या दीर्घ आणि सखोल अनुभवांचे अनेक अंगांनी यापुढे मूल्यमापन होणार आहे. तसेच नव्या प्रश्नांची उत्तरे मागच्या अनुभवाशी तपासली जाणार आहेत.

सध्या एक विषय नेहमी सार्वजनिक चर्चेमध्ये असतो. तो आहे वेगवेगळ्या राज्यातील विकास प्रकिया आणि त्या आधारावर राज्यांची क्रमवारी. यात नेहमीच बिहार, ओरिसा, उत्तर प्रदेश आणि मध्य प्रदेश यांचे शेवटचे क्रमांक असतात. त्यामुळे त्या राज्यातील राज्यकर्ते नेहमीच आपल्यावर केंद्राने अन्याय केला असे आपल्या मतदारसंघांना पटवत असतात. लोकशाहीमध्ये आपले अपयश लपविण्यासाठी कोणताही राज्यकर्तापक्ष विनासंकोच हेच करणार, हे अपेक्षित आहे. परंतु या सोयीच्या राजकारणाच्या पलीकडे जाऊन व्यापक सत्य काय आहे, याचा अभ्यासक नेहमी शोध घेणार.

स्थानिक राज्यकर्त्यांचे अपयश काहीही असले तरी या मागासलेल्या राज्यांची लोकसंख्या लक्षात घेता देशाच्या एकूण विकासाच्या दरावर त्याचा दुष्परिणाम होणार हे उघड आहे. तसेच कोणत्याही कारणाने का होईना, जी राज्ये प्रगत आहेत आणि ज्यांचे प्रशासन सुस्थितीत चाललेले आहे त्यांच्यावर दुसऱ्यापरीने अन्याय होणार, हे मान्य करावे लागेल. याचे एक कारण म्हणजे मागासलेल्या राज्यातून मोठ्या प्रमाणावर लोकसंख्येचे लोंढे प्रगत राज्यात आणि त्यातूनही मोठ्या शहरांमध्ये आले की, त्यांच्या अर्थव्यवस्था कोलमडून पडतील इतकी अनावस्था निर्माण होते. यामध्ये

मुंबईचे उदाहरण उत्तम आहे कारण एक कोटी पेक्षा अधिक लोकसंख्या असलेले हे शहर देशातल्या सर्व गरीबांना स्थलांतरासाठी आणि रोजगारासाठी एक सर्वात उत्तम स्थान वाटते. परंतु राज्याची अर्थव्यवस्था अशा अनाहूत पाहुण्यांचा बोजा सहन करू शकत नाही आणि राज्य सरकार वर्षानुवर्षे मुंबईच्या खास प्रश्नांसाठी विशेष अर्थसहाय्य उपलब्ध करून द्यावे, असे केंद्राला साकडे घालत असते. आजपर्यंत तरी केंद्राने अशी कोणतीही नित्यनियमाने मदत देण्याचे नाकारले आहे. फक्त पूर्वी एकदा राजकीय निर्णय म्हणून राजीव गांधींनी मुंबईला शंभर कोटींचे अर्थसाहाय्य दिले होते. परंतु हा एकमेव अपवाद आहे. थोडक्यात म्हणजे मागास राज्यांचा प्रश्न त्यांच्या पुरताच मर्यादित राहत नाही.

सध्याच्या उदारीकरणाच्या नव्या जमान्यात राज्याराज्यांमध्ये आणि विविध वर्गांच्या लोकांमध्ये जी विषमता वाढत आहे त्याकडे दुर्लक्ष करण्याची एक सहजप्रवृत्ती वाढत आहे. मुक्तव्यवस्थेमध्ये वेगवेगळे प्रदेश आणि वेगवेगळे समूह गट जेव्हा प्रगती करणार त्यामध्ये नेहमीच सुसंगती असणार नाही, हे मान्य करता येईल. परंतु या सर्व बदलात एकूण व्यवस्थेचा स्तर उंचावण्याच्या दृष्टीने मागे पडणारे प्रदेश आणि मागे पडणारे लोकसमूह, यांचाही वेळोवेळी खास विचार करावा लागेल. असे झाले नाही तर एकूण व्यवस्थेचा विकास दर खालावेल इतकेच नाही, तर त्यातून सामाजिक स्वास्थ्याचे आणि कायदा आणि सुव्यवस्थेचे प्रश्न हाताबाहेर जातील. गेल्या काही वर्षात महाराष्ट्रात मुंबई, ठाणे, पुणे, नाशिक अशा मोठ्या नागरवस्त्यांत राज्याबाहेरून येणाऱ्या मजूर कुटुंबांचे प्रमाण नजरेत भरावे इतके वाढले आहे. त्याचा एक दृष्य परिणाम म्हणून या मोठ्या शहरांमधून गुन्हेगारीचे प्रमाण वाढले आहे आणि अनेक प्रसंगात राज्याबाहेरून आलेल्या नागरिकांचा वाढता गुन्ह्यांमधील सहभाग हा एक सार्वजनिक चर्चेचा आणि काळजीचा विषय झालेला आहे.

या वाढत्या विषमतेच्या दरीचा अनेक अंगांनी अर्थ लावण्यात आलेला आहे. जेथे लोकांचे उत्पन्न कमी आहे त्यांच्यात उद्योजकता नाही असे सांगण्यात येते. तसेच जी राज्ये मागासलेली आहेत तेथील राज्य सरकारे नीट शासन करू शकत नाहीत असा दोष ठेवण्यात येतो. या आधारावर मागासलेली राज्ये आणि पुढारलेली राज्ये असे वर्गीकरण होते. तसेच ही प्रगत राज्ये वित्त आयोगापुढे अशी भूमिका घेतात की आम्ही प्रगत असल्यामुळे आम्हाला शिक्षा देण्यात येत आहे आणि जी मागासलेली राज्ये आहेत ती मुळात बेजबाबदार असूनही त्यांना बक्षिशी देण्यात येत आहे. त्यामुळे राज्य सरकारांचा आर्थिक विकासाच्या प्रकियेत प्रत्यक्ष अंमलबजावणीत काय दर्जा आहे हे लक्षात घेऊन त्याप्रमाणे आर्थिक प्रोत्साहने देण्यात यावी अशी वित्त आयोगापुढे एक आग्रहाची मागणी मांडण्यात आलेली आहे. या सर्व भूमिकेचे सखोल परिशीलन करावे लागेल. कारण जे अन्याय पूर्वी घडून गेले आणि त्यांचा

परिणाम आज असमतोल विकासात दिसून येतो. त्याची दखल घ्यावी लागेल. तसे केले नाही तर तोही एक अन्याय होईल.

मागच्या काळात कोणते अन्याय झाले याची उदाहरणे बघता येतील. अशा चर्चा होतात त्या फार अपुऱ्या माहितीवर आधारित असतात. विशेषत: राज्यांना जे साहाय्य उपलब्ध करून देण्यात आले, त्याचा पुरेशा लांबच्या काळाच्या संदर्भात विचार केला जात नाही. तसेच ज्या राज्यांजवळ कोळशासारख्या नैसर्गिक साधनांची भरपूर उपलब्धी होती त्यांना अगदी कमी स्वामित्वधन (रॉयल्टी) देण्यात आली. त्यामुळे रेल्वे स्वस्तात चालवता आली आणि वीज निर्मितीचा खर्च कमी झाला. परिणामी अर्थव्यवस्थेत वाढ झाली.

परंतु हे स्वामित्वधन ठरवताना त्याचे बाजारमूल्य लक्षात घेण्यात आले नाही आणि त्यात राज्यांचा तोटा झाला. कोळशाचे स्वामित्वधन ते दर तीन वर्षांनी वाढवायचे असे ठरले होते; परंतु बऱ्याचदा त्याकडे दुर्लक्षच झाले. मागच्या वेळी जेव्हा हे मूल्य वाढविण्यात आले तेव्हा मधे सात वर्षे निघून गेली होती. ज्या राज्यात कोळसा बनतो ती देशातली सर्वात गरीब राज्ये आहेत आणि त्यांनी कोळशाची किंमत त्याचे योग्य मूल्य लक्षात घेऊन ठरवावे, अशी सतत मागणी केलेली आहे. जर बिहार राज्याने मूळच्या कराराप्रमाणे दर तीन वर्षांनी जी किंमत वाढ व्हायची होती त्याचा आधार घेऊन आपल्याला किती महसुलाचा तोटा झाला याचा हिशोब काढला, तर आज जी अनेक राज्ये प्रगत आणि श्रीमंत दिसतात त्यांना ही देणी भरून काढावी लागतील. विशेषत: हे करताना कोळशाचे बाजारमूल्य लक्षात घेण्यात आले तर औद्योगिक राज्यांनी किती फायदा मिळवला आणि बिहारसारख्या मागासलेल्या राज्यांनी त्याची किती किंमत चुकवली, हा हिशोब उघड होईल.

आणखी काही गरीब राज्ये आहेत ज्यांच्याजवळ भरपूर वनसंपत्ती आहे. या वस्तुस्थितीमुळे देशाच्या पर्यावरणाच्या दृष्टीने ते खूप फायद्याचे आहे. परंतु या वनसंपदेचा तेथे राहणाऱ्या आदिवासींना मात्र काही फायदा होत नाही. बऱ्याचदा त्यांची स्थिती अत्यंत दयनीय आणि उपासमारीची असते. देशात अनेक ठिकाणी विकासाच्या प्रकियेत वनांचा ऱ्हास झालेला आहे आणि देशाच्या आणि क्षेत्राच्या दृष्टीने जेथे भरपूर वनसंपत्ती आहे, त्यांच्या विकासावर सर्वांच्या हितासाठी बंधने आलेली आहेत. अशा राज्यांत सिंचनाचे प्रकल्प घेतले जात नाहीत आणि रस्ते आणि पूल यांसारख्या मूलभूत सुविधा उपलब्ध होऊ शकत नाहीत. नेमके अशा ठिकाणी आदिवासी राहत असतात आणि ज्या राज्यात जंगल संपत्ती आणि आदिवासी अधिक संख्येने आहेत, तेथे दारिद्र्याची पातळी वरची आहेत असे आजपर्यंत सर्व आकडेवारीतून सिद्ध झालेले आहे. म्हणजे ज्या राज्यात खनिज संपत्ती आणि वनसंपत्ती भरपूर आहे, त्या राज्यांचा आपली साधने वापरण्याचा अधिकार हिरावून

घेण्यात आला आहे आणि त्या राज्यातील लोकांना गरीबी पत्करावी लागली आहे.

वेगवेगळ्या राज्यात विकासात असमतोल आहे, हे सर्वांनीच मान्य केलेले आहे. सर्वच वित्त आयोगांनी क्षितिज समांतर समानता डोळ्यांपुढे ठेवून शिफारशी केलेल्या आहेत. केंद्राच्या नियोजन आयोगाच्या सनदेमध्येच ती अंतर्भूत आहे. विशेषत: दुसऱ्या पंचववार्षिक योजनेत यावर ठोस भूमिका घेण्यात आलेली होती. त्यात असे म्हटले आहे की, कोणत्याही विकासाच्या व्यापक संकल्पनेमध्ये ज्यांचा कमी विकास झाला आहे त्यांच्या गरजांचा प्रामुख्याने विचार केला पाहिजे हे गृहीतच आहे. यासाठी जी भांडवल गुंतवणूक होईल ती अशा पद्धतीने होईल, की ज्यातून अधिकाधिक समतोल क्षेत्रीय विकास होईल. त्यानंतर दहाव्या योजनेच्या भूमिकापत्रात हे कबूल करण्यात आले की, अशा प्रकारची समतोल प्रादेशिक विकासाची संकल्पना प्रत्यक्षात उतरली नाही. त्यामध्ये असे म्हटले आहे की, आजपर्यंत नियोजनात परंपरेनुसार राष्ट्रीय लक्ष्ये ठरविण्यावरच सर्वांनी भर दिला. परंतु आजपर्यंतचा अनुभव लक्षात घेता वेगवेगळ्या राज्यांचा विकासाचा अनुभव वेगळा आहे. जरी देशाची अर्थव्यवस्था काही एका वेगाने वाढत असली, तरी वेगवेगळ्या राज्यांचा विकासाचा दर भिन्न राहिलेला आहे आणि काही गरीब राज्यांच्या वाढीमध्ये घट झालेली आहे.

वेगवेगळ्या राज्यांत एकूणात सार्वजनिक आणि खाजगी भांडवल गुंतवणूक कशी झाली याची आकडेवारी बघण्यासारखी आहे. बिहार राज्याची लोकसंख्या ८.२ कोटी आहे आणि तेथे २००१ वर्षात एकूण दरडोई सार्वजनिक आणि खाजगी गुंतवणूक रु. २,८५१ इतकी झाली. हा आकडा आंध्र प्रदेशसाठी रु. २१,४४७, गुजरातसाठी रु. ३३,८७५, कर्नाटकसाठी २४,७७५ आणि तमीळनाडूसाठी रु. २६२९२ आहे. या उलट उत्तर प्रदेशमध्ये ही गुंतवणूक दरडोई रु. ३,३०३, बिहारमध्ये २,८५१, मध्यप्रदेशमध्ये ७,२८६ आणि राजस्थानमध्ये रु. ६,७६३ इतकी होती. या चार राज्यांची ही दरडोई गुंतवणूक एकूणात रु. २०,२०३ इतकी होते. म्हणजे या चार राज्यांच्या एकत्रित गुंतवणुकीपेक्षा आंध्रप्रदेश, गुजराथ, कर्नाटक आणि तामीळनाडू या प्रत्येक राज्यात अधिक गुंतवणूक झाली. देशाचा एकत्रित विचार केला तर जी सर्वात गरीब राज्ये आहेत त्यांच्यात आपण सर्वात कमी भांडवल गुंतवणूक करीत आहोत, असे विदारक चित्र दिसते.

आता मुक्त अर्थव्यवस्थेचा जमाना सुरू झाला आणि याचा सर्व दोष काही राज्य सरकारांवर ठेवला जातो. काही राज्यात जनतेने निवडून दिलेली सरकारे आणि शासन यांचे प्रशासन कोलमडले असल्यामुळे, अपेक्षेप्रमाणे या राज्यांचा आर्थिक विकास होऊ शकत नाही, अशी भूमिका घेण्यात येते. परंतु हे खरे दिसत नाही. याचे एक कारण म्हणजे काही राज्यांमध्ये या मुक्त अर्थव्यवस्थेतल्या स्पर्धेची सुरुवात होताना त्यांची मूळची अवस्था समाधानकारक नव्हती आणि त्यात त्यांचा दोषही

नव्हता. अर्थात अशा गरीब राज्यांतून शासनाचा आणि प्रशासनाचा दर्जा सुधारण्याला मोठा वाव आहे हे कोणीच नाकारणार नाही. परंतु कोणत्याही स्पर्धेमध्ये जेव्हा सुरुवात होते तेव्हा स्पर्धक एका पातळीवर होते किंवा नाही याचीही दखल घ्यावी लागते. तसेच नियोजनाच्या काळात जर कोणत्याही व्यापक हितांच्या निर्णयामुळे काही राज्यांवर अजाणतेपणी अन्याय झाला, तर त्यासाठी त्या राज्यांवर सर्व दोष ठेवता येणार नाही.

जेव्हा मुक्त अर्थव्यवस्था आणि उदारीकरण स्वीकारण्यात आले त्यावेळी आर्थिक आणि सामाजिक पायाभूत सोयी, दूरसंचार क्षेत्राचा विकास, आंतरराष्ट्रीय विमानतळांची उपलब्धता आणि ज्ञानाचे भांडवल निर्माण करणाऱ्या संस्था, अशा अनेक बाबींचा फायदा काही राज्यांना मिळाला आणि तो फायदा निर्माण करण्यामध्ये यापूर्वीच्या केंद्रीय नियोजनाच्या माध्यमातून मोठ्या भांडवल गुंतवणुकीचेही योगदान होते.

विशेषत: दक्षिणेतील आणि पश्चिमेतील राज्यांना नव्या अर्थव्यवस्थेमध्ये अधिक भांडवल आकर्षित करण्यासाठी याचा मोठा फायदा मिळाला. अर्थात या राज्यांनी आपल्या समोर आलेली विकासाची संधी न दवडता त्याचा फायदा करून घेतला आणि त्यासाठी आवश्यक ती सर्व सार्वजनिक धोरणे बदलली, याचे कौतुकच केले पाहिजे. परंतु नेमक्या अशा महत्त्वाच्या वेळी केंद्र सरकार आणि त्यांच्या संस्था यांची जबाबदारी अधिकच आहे. त्यांनी राज्याराज्यात विषमता कशी वाढणार नाही याच्यासाठी वेगळी धोरणे आखून गरीब राज्यांना शक्ती दिली पाहिजे. युरोपमध्ये असे प्रयोग झालेले आहेत आणि त्याचा फायदाही मिळालेला आहे. युरोपियन युनियनने स्ट्रक्चरल फंड आणि कोहेजन फंड निर्माण केले आहेत आणि त्यातून ग्रीस, आयर्लंड, स्पेन आणि पोर्तुगाल अशा तुलनेने दुबळ्या देशांचा बराच फायदा झालेला आहे. असे प्रयोग आपल्याकडेही करता येतील.

वेगवेगळ्या राज्यांचा विकासाचा अनुभव यांचा वस्तुनिष्ठ दृष्टीकोनातून अभ्यास आवश्यकच आहे. परंतु त्यामध्ये मागच्या केंद्रीय नियोजनाच्या कालखंडात जी धोरणे राबविण्यात आली, त्यांचीही दखल घ्यावी लागेल. नव्वदीच्या सुरुवातीला भारताने जागतिकीकरण स्वीकारले म्हणून तेथून मुक्त शर्यतीला सुरुवात झाली, असे म्हणता येणार नाही. त्यावेळी जी सर्व राज्ये रांगेत उभी राहिली त्यांची मुळात विकासाची क्षमता वेगळी होती. त्यामुळे आता दहा वर्षांनी या शर्यतीत काही दुबळी राज्ये सतत मागे रहात आहेत, यात आश्चर्य नाही. असे घडले नसते तरच ते एक आश्चर्य होते.

अशा विश्लेषणात दुबळ्या राज्यांना काही खास सवलती देण्याचा हा प्रश्न नाही. मुख्य म्हणजे या मागासलेल्या राज्यात राजकीय नेतृत्वाचे अपयश हे सर्वात ठळक आहे आणि दोषास्पद आहे. मागच्या केंद्रीय नियोजनाच्या अंमलबजावणीत

केंद्राची कोणतीही धोरणे असली तरी या राज्यातल्या नेतृत्वाला काहीच करण्यास मुभा आणि स्वातंत्र्य नव्हते, असे अजिबात म्हणता येणार नाही. विशेषत: या राज्यांनी शिक्षण आणि सार्वजनिक आरोग्य या क्षेत्रात जी ठोस पावले उचलणे आवश्यक होते तेही केले नाही. या शासनांनी यासाठी पुरेशी गुंतवणूक केली नाही. अधिक महत्त्वाचे म्हणजे बिहारसारख्या राज्याने जमिनीच्या मालकीच्या हक्कांचे कायद्याने संरक्षण केले असते तर कृषीमध्ये भांडवल गुंतवणूक वाढली असती. या राज्यांची जमीन सुपीक आहे आणि त्यांना भूगर्भातल्या पाण्याचा साठा सिंचनासाठी कमी खर्चात वापरणे सहज शक्य होते. शेजारच्या पश्चिम बंगाल राज्याने साम्यवादी राजवटीखाली जमीन सुधारणांचा मूलभूत कार्यक्रम प्रभावीपणे राबविला आणि त्यातून कृषीचे उत्पादन वाढले आणि गरिबीत घट झाली. नेमके बिहारमधल्या जमीनदारी व्यवस्थेत काही सुधारणा करण्यात आली नाही आणि त्यामुळे कृषीची विकासाची क्षमता पूर्णपणे वाया गेली. या सगळ्यांचा विचार करता मागसलेल्या राज्यांचे आपल्या पातळीवरचे अपयश झाकून ठेवता येणार नाही. परंतु त्याचबरोबर त्या राज्यांवर पूर्वी काही प्रमाणात अन्याय झाला याचीही नोंद घ्यावी लागेल. आता संदर्भ बदलले आहेत आणि त्यामुळे विषमतेचा वेगळा विचार करावा लागेल.

■

३.१० विकास कालखंडाचा एक आढावा

आर्थिक विकासाच्या मागच्या पन्नास वर्षांच्या कालखंडात ऐंशीचे दशक आणि नव्वदीचे दशक यात बरेच काही घडले आणि त्यातले घटनाक्रम कोणते होते, याची या विषयाच्या इतिहासात नेहमी चर्चा होणार. भारताने नव्वदीच्या सुरुवातीला एका गंभीर आर्थिक आणीबाणीला तोंड दिले आणि त्यातून उदारीकरणाची एक नवीन वाटचाल सुरू झाली. तेव्हापासून आर्थिक वाढीचा वेग वाढला आणि दारिद्र्याचे प्रमाणही कमी झाले, हे जवळपास सर्वांना मान्य आहे. जे टीकाकार आहेत त्यांनाही देशाच्या आर्थिक वाढीमध्ये काही भरीव घडले हे मान्य आहे. जे मतभेद आहेत ते या प्रकियेमध्ये इतर काही घडले त्याचा अन्वयार्थ लावण्याबाबत आहेत. म्हणजे अगोदरच्या चाळीस वर्षांच्या नियोजनाच्या कालखंडात जे घडत होते, त्यापेक्षा जे काही अधिक घडले त्याचा प्रत्यक्ष संबंध सुधारणा कार्यक्रमाशी आहे, हे मान्य करावे लागेल.

विशेष म्हणजे आता काही अभ्यासक म्हणू लागले आहेत की, हे काही नव्वदीमध्येच सुरू झाले असे नसून ऐंशीच्या दशकातच या भरीव बदलांचा पाया रचण्यात आला होता. यापैकीच रॉड्रिक आणि सुब्रमणीयन हे आहेत.

खरे म्हणजे ऐंशीच्या दशकात जे धोरणांमध्ये बदल होऊ लागले ते त्या काळातही महत्त्वाचे आणि मूलगामी आहेत हे अनेकांनी ओळखले होते. त्यामुळेच डाव्या विचारसरणीचे बुद्धिजीवी आणि अभ्यासक यांनी त्याच्यावर प्रखर टीका केली होती. भारताला १९८१ मध्ये आयएमएफकडून त्या संस्थेच्या इतिहासात सगळ्यात मोठे कर्ज मिळाले होते. त्याचा अर्थ काही प्रमाणात अर्थव्यवस्था खुली करण्याला राज्यकर्ते तयार झाले होते असाच होता. रॉड्रिक आणि सुब्रमणीयन यांनी हे लक्षात घेतलेले नाही. डाव्या विचारवंतांनी या आयएमएफच्या कर्जावर टीकेची झोड उठवली. त्यांच्या मते साम्राज्यवादी आपली पकड या देशावर घट्ट करत होते आणि त्यामुळे विकास कुंठित होणार होता आणि देशात दारिद्र्य वाढणार होते. प्रत्यक्षात जीडीपीतली वाढ अधिक झाली आणि हा दर वर्षाला ५.७ टक्के झाला. त्याचबरोबर दारिद्र्याचे प्रमाणही घटले.

हे परिणाम दिसू लागल्यामुळे ऐंशीच्या दशकात एकापरीने जे सावधपणे उदारीकरण होत होते, त्याची वैधता परस्परच लोकांना पटत होती. परदेशातल्या अनेकांना हे बदल वरवरचे आहेत असे वाटत होते; परंतु होणारे बदल हे एका मूलगामी स्थित्यंतराचे निदर्शक होते. स्वातंत्र्यानंतर पन्नाशीच्या दशकापासून जे केंद्रीभूत नियोजनाचे तत्त्वज्ञान स्वीकारण्यात आले होते त्यापासून दूर जाण्याची प्रकिया सुरू झाली होती. या नियोजनामध्ये केंद्रीभूत निर्णय आणि त्याला अनुसरून नियंत्रणे याला प्राधान्य होते. याबाबतच्या तीस वर्षांच्या अनुभवानंतर राज्यकर्ते सावध झाले आणि पुनर्विचाराला सुरुवात झाली. रॉड्रिक - सुब्रमणीयन यांनी ही एक चांगली राजकीय खेळी होती कारण यात कोणालाच काही गमवायचे नव्हते, असे म्हटले आहे. हे काही खरे नव्हते.

भारतीय राजकारणावर डाव्या विचाराच्या बुद्धिवंतांचा एक विशेष प्रभाव होता. त्यांनी नेहमीच देशाची आर्थिक आणि राजकीय धोरणे बनवण्यामध्ये मोठे योगदान केले होते. नव्या बदलांमध्ये या डाव्यांची पीछेहाट होणार हे उघड होते. त्यांनी अर्थातच सहजपणे आपला पराभव स्वीकारला नाही आणि नंतरच्या काळात हरतऱ्हेने सुधारणा कार्यक्रम उलथवण्याचा प्रयत्न केला. शिवाय काही जुन्या उद्योगपतींचेही नुकसान झाले. स्टँडर्ड मोटर्स कंपनी दिवाळखोरीत गेली. हिंदुस्थान मोटर्स आणि प्रिमियर या कंपन्यांचा बाजारातला वाटा मारुती उद्योगाकडे गेला. तसेच कृत्रिम धाग्याच्या कंपन्यांना नव्या रिलायन्स कंपनीने संपवले. आश्चर्य म्हणजे सर्वात अधिक औद्योगिक नुकसान झाले, ते मोठ्या कापड उद्योगातल्या कंपन्यांचे. त्यांचा पराभव उदारीकरणामुळे झाला नाही, तर यंत्रमागाशी उत्पादन खर्चातल्या फरकामुळे त्या स्पर्धा करू शकल्या नाहीत. म्हणजे राज्यकर्त्यांनी जे धोरणातले बदल केले त्यात सगळ्यांचाच फायदा होता ही वस्तुस्थिती नाही.

रॉड्रिक - सुब्रमणीयन यांनी एक कारण सांगितले आहे. ऐंशीच्या दशकात जो स्वयंपूर्णतेविषयीचा दुराग्रह सोडून देण्यात आला आणि त्यामुळे आयात कराव्या लागणाऱ्या वस्तूंचे उत्पादन देशातच करायचे याला आळा बसला, त्याचा उल्लेख केला आहे. परंतु त्याहीपेक्षा उदारीकरणामुळे आर्थिक वाढीत भर पडणार आहे आणि दारिद्र्य कमी होणार आहे असा विचार करायला राज्यकर्ते तयार झाले. त्यामुळे नंतर नव्वदीच्या दशकात पंतप्रधान नरसिंह राव यांना अधिक धडाडीने उदारीकरण करता आले. एका अर्थाने १९९१ मध्ये जो आर्थिक पेचप्रसंग निर्माण झाला त्यामुळेच उदारीकरणाची सुरुवात झाली असे म्हणता येणार नाही. या उदारीकरणामध्ये ऐंशीच्या दशकात जे धोरणात बदल झाले आणि त्यातून जे फायदे दिसू लागले त्यातल्या यशाचा आणि आत्मविश्वासाचाही भाग होता.

रॉड्रिक - सुब्रमणीयन यांनी ऐंशीच्या दशकातल्या सुधारणा मुख्यत: देशांतर्गत

होत्या असे म्हटले आहे. बऱ्याच प्रमाणात हे खरे आहे. परंतु या अंतर्गत बदलाचे परिणाम परदेशातल्या व्यवस्थेवरही झाले, याची दखल घेतली पाहिजे. उदा. परदेशातल्या खाजगी क्षेत्राबरोबर सहकार्य वाढू देण्याचा निर्णय हा मुख्यत: विदेशी व्यवस्थेशी निगडित होता. तसेच परदेशी विनिमयाच्या दराचे धाडसाने अवमूल्यन करणेही या प्रकारचे होते. ऐंशीच्या मध्यानंतर निर्यात वाढीसाठी प्राप्तीकरातून सुटका देण्यात आली आणि त्यामुळे निर्यातीच्या क्षेत्रातही भरपूर वाढ झाली.

रॉड्रिक - सुब्रमणीयन यांच्या मते, ऐंशीच्या दशकात जी परवाना पद्धतीमध्ये ढिलाई आणण्यात आली त्याचा फायदा जे मुळातच उद्योगपती होते त्यांना झाला. राज्यकर्त्यांचा काही खुल्या बाजारपेठेची निर्मिती व्हावी अगर अधिक स्पर्धा व्हावी असा आग्रह नव्हता. हे एका मर्यादित अर्थानेच खरे आहे. कारण जेव्हा परवाना पद्धती शिथिल झाली त्यावेळी नव्या उद्योजकांची एक पिढी उद्योग क्षेत्रात आली आणि त्यांनी जे आपल्या अगोदरचे उद्योजक होते त्यांचा पराभव केला. एका अर्थाने ही एक नैसर्गिक प्रकिया होती आणि त्यातून अर्थव्यवस्थेला बळच मिळाले. हे घडून येण्यात राज्यकर्त्यांचे काही धोरण होते किंवा त्यांचा काही त्यात सहभाग होता, असे नाही. परंतु त्यांनी जे धोरणात बदल केले त्यातून नवीनच घडामोडी होऊ शकल्या. जरी हे खुल्या अर्थव्यवस्थेचे गमक असले तरी राज्यकर्त्यांनी काही प्रमाणात बदल करण्याचे धाडस दाखवले, याचे त्यांना श्रेय द्यावे लागेल.

धीरुभाई अंबानी यांची कारकीर्द १९८० मध्येच सुरू झाली. त्यांची नवशिके म्हणून सुरुवात झाली आणि शेवटी ते उद्योग क्षेत्रातले अनभिषिक्त राजे झाले. दूरसंचार आणि इतर ग्राहकोपयोगी वस्तूंच्या उत्पादनात व्हिडिओकॉन, बीपीएल अशा नव्या कंपन्यांनी क्षेत्रे काबीज केली आणि यात जे जुने उत्पादक होते त्यांचा पराभव केला. यामध्ये टाटा उद्योग समूहाच्या नेल्कोचा, सार्वजनिक क्षेत्रातल्या इसी टीव्हीचा आणि वेस्टर्न या कंपन्यांचा उल्लेख करावा लागेल. हीरो होंडा ही कंपनी या काळात जन्माला आली आणि ती बघताबघता चीन वगळता सगळयात मोठी मोटर सायकल उत्पादन करणारी कंपनी बनली. जिंदाल आणि इसार हे पोलाद उत्पादनात नवे उद्योजक म्हणून मोठे झाले. त्याचप्रमाणे आयशर आणि स्वराज या कंपन्या लाईट कमर्शिअल वाहनांच्या उत्पादनात मोठ्या झाल्या. अगदी संगणकाच्या क्षेत्रातही डीसीएम आणि टाटा या कंपन्या मागे पडल्या आणि विप्रो, एचसीएल आणि इतर अनेक नवीन कंपन्या प्रतिष्ठित झाल्या. या आणि अशा अनेक घडामोडी शक्य झाल्या. आणि त्याचे कारण म्हणजे राज्यकर्त्यांनी ऐंशीच्या दशकात पावले टाकली आणि त्यातून बदलाची प्रकिया सुरू झाली.

म्हणजे ऐंशीच्या दशकात जे धोरणात बदल झाले त्याचा कोणता अर्थ लावायचा या विषयी भिन्न दृष्टीकोन असू शकतात. केवळ जे प्रतिष्ठित उद्योगपती होते त्यांच्याच

सोयीचे बदल झाले असे नव्हे तर जे बदल झाले त्यातून स्पर्धा वाढली आणि ग्राहकांनाही अधिक निवडीचे स्वातंत्र्य मिळाले. तसेच यातून फक्त आयात उत्पादनात स्वयंपूर्णता मिळवण्याचा प्रयत्न करणे एवढाच हेतू नव्हता; परंतु ज्या वस्तू आता उपलब्ध होऊ लागल्या त्यांची आयात पूर्वी होऊ शकत नव्हती. परदेशातल्या खाजगी उद्योगांबरोबर सहकार्य करण्याची जी संधी उपलब्ध झाली त्यातून उत्पादनाचा दर्जाही वाढला आणि नव्या तंत्रज्ञानाचे फायदेही ग्राहकाला मिळू लागले. थोडक्यात म्हणजे, कोणताही एक बदलाचा निर्णय घेतला तर त्यातून अनेक प्रकारचे परिणाम होत होते. भले राज्यकर्ते एकच गोष्ट डोळ्यापुढे ठेवून बदलाचे स्पष्टीकरण देत असले तरीही त्याबरोबर अनेक फायदे असे होते की, ज्यातून अर्थव्यवस्था अधिकाधिक मुक्त होण्याची वाटचाल सुरू झाली.

या प्रकियेमध्ये आणखीन एक गोष्ट जवळपास मान्य करण्यात आली. जो मध्यमवर्ग वाढत होता त्याच्या गरजा आणि मागण्या यांचे महत्त्व राज्यकर्त्यांनी स्वीकारले. या पूर्वी मध्यम वर्गातल्या ग्राहकाच्या ज्या मागण्या होत्या त्या पुरविण्यासाठी उत्पादन करणे म्हणजे गरीबाच्या गरजांकडे दुर्लक्ष करणे असे तात्त्विकदृष्ट्या मानण्यात येत होते. ही जी राज्यकर्त्यांची मानसिकता बदलली त्यातूनच नव्वदीच्या दशकातली उदारीकरणाची धोरणे सर्वमान्य होऊ शकली.

रॉड्रिक - सुब्रमणीयन यांच्या मांडणीत एक वादाचा विषय आहे. त्यांच्यामते नव्वदीच्या दशकात भारताने यंत्रमालाच्या उत्पादनात जे यश मिळवले त्याचे कारण म्हणजे ऐंशीच्या दशकात आयात मालाच्या उत्पादनात स्वयंपूर्णता मिळविण्यात आली होती. अर्थात कोणत्याही एका कालखंडात जे यश मिळवलेले असते त्यामध्ये त्यापूर्वीच्या दशकातल्या सकारात्मक गोष्टींचे योगदान असतेच, हे सहज मान्य करता येईल. परंतु त्याचबरोबर आणखी एक सत्य असते. जे यश मिळाले त्याहीपेक्षा अधिक यश मिळणे शक्य होते; परंतु त्या अगोदरच्या काळात ज्या चुका झालेल्या असतात त्यांचीही किंमत द्यावी लागते.

काही वेळा गतकाळातल्या चुका अधिक खर्चिक असतात असाही अनुभव येतो. आयात मालाच्या उत्पादनात स्वयंपूर्णता मिळविण्याचा भगीरथ प्रयत्न राज्यकर्त्यांनी सत्तरीच्या आणि ऐंशीच्या दशकात जरूर केला; परंतु त्या प्रयत्नात अतिरेक होऊन अनेक संधीही देशाने गमावल्या. दक्षिण कोरिया आणि तैवान या दोन देशांचा विकासाचा अनुभव लक्षात घेतला, तर आयातीमध्ये स्वयंपूर्णता मिळवत असताना बाहेरच्या जगाशी सहकार्य वाढविण्याचा प्रयत्नही करता येतो असे दिसते. भारताच्या विकासाच्या मूलभूत धोरणात देशांतर्गत उत्पादन व्यवस्था आणि क्षमता निर्माण करणे यावरच भर होता आणि त्यामध्ये सार्वजनिक क्षेत्राचे सर्वाधिक महत्त्व होते. त्यातून काही शक्ती मिळाली हे खरे परंतु अनेक क्षेत्रात त्यातून दुबळेपणाच पदरी

पडला. तसेच काही विकृतीही व्यवस्थेमध्ये शिरल्या.

जेव्हा भारत स्वतंत्र झाला तेव्हा जगातल्या तिसऱ्या गटामध्ये तो एक ताकदवान देश म्हणून समजण्यात येत होता. आता पन्नास वर्षांनी जगामध्ये भारतातले दरडोई उत्पन्न अगदी खालच्या पातळीवर आहे. हे उत्पन्न तैवानच्या दरडोई उत्पन्नाच्या एक तीसांश पट आहे आणि थायलंडच्या एक पंचमांश आहे. भारताची लोकसंख्या मुळात फार मोठी आहे हे मान्य केले, तरीही आजच्यापेक्षा कितीतरी अधिक यश भारताला मिळवता आले असते. आणि नियोजनाच्या कालखंडातील धोरणांमुळे किती प्रकारच्या संधी गमावण्यात आल्या, याची रास्त दखल घेणे आवश्यक आहे.

भारत स्वतंत्र झाला त्यावेळी तो आफ्रिकेतल्या इतर देशांसारखा अगर इंडोनेशिया देशासारखा नव्हता. म्हणजे येथे बऱ्यापैकी औद्योगिकीकरण अगोदरच झालेले होते देशातली आधुनिक कापड गिरणी १८५४ मध्येच सुरू झालेली होती. त्यानंतरच्या दशकात रेल्वे व्यवस्थेची उभारणी सुरू झाली आणि जगातली सगळ्यात मोठी रेल्वे भारतात फार पूर्वीच काम करत होती. शिवाय भारताला दीर्घ सांस्कृतिक वारसा असल्यामुळे अनेक हस्तकला आणि पारंपरिक उद्योग यांचा फायदा मिळत होता. इतकी शक्ती आणि इतिहास असलेला देश जेव्हा १९४७ मध्ये स्वतंत्र झाला तेव्हा जगाच्या बाजारपेठेत तो आपले स्थान मिळवू शकला असता. त्याऐवजी भारताने जगाकडे पाठ फिरवली आणि आत्मकेंद्रित विकासाचा ध्यास घेतला.

रॉडरिक - सुब्रमणीयन यांनी आणखी एक तुलना केली आहे. त्यांच्या मते नव्वदीमध्ये भारताने जो सुधारणा कार्यक्रम स्वीकारला आणि जे यश मिळवले ते लॅटिन अमेरिका आणि अफ्रिका खंडातील अनेक देशांपेक्षा सरस आहे. त्याचे कारण म्हणजे भारताला त्यापूर्वी ऐंशीच्या दशकातच काही शक्ती मिळाली होती. हे निरीक्षण खरे असले तरीही आणखीही एक प्रश्न याबरोबर जोडून घेता येईल. आफ्रिका आणि लॅटिन अमेरिका यांच्याबरोबर तुलना करण्यापेक्षा आशियातल्या देशांच्या तुलनेने भारताची प्रगती इतकी नगण्य का झाली, हाही रास्त प्रश्न आहे. त्याचे मुख्य कारण म्हणजे भारताने आयात मालाच्या उत्पादनात स्वयंपूर्णता मिळविण्याचे जे धोरण स्वीकारले, त्याची ही किंमत चुकती करावी लागली. याची अनेक उदाहरणेही सांगता येतील.

एक उदाहरण म्हणजे वाहन उत्पादनाचे क्षेत्र. चालू दशकामध्ये भारताच्या स्वयंचलित वाहनाच्या निर्यातीत आणि वाहनांच्या सुट्या भागांच्या निर्यातीत भरपूर वाढ होत आहे. देशामध्ये ऐंशीच्या दशकात जो स्वयंपूर्णतेचा प्रयत्न झाला त्यामुळे आज इतकी निर्यात होऊ शकत आहे असे म्हणता येईल का? याचे उत्तर आहे नाही. सत्तरीच्या आणि ऐंशीच्या दशकात हिंदुस्तान मोटर्स आणि प्रिमियर ऑटोमोबाईल्स यांच्या कोणत्याच प्रयत्नातून आजची निर्यातीची क्षमता निर्माण झालेली नाही. सर्वात

मोठा फरक पडला मारुती उद्योग या क्षेत्रात आल्यावर. मारुती उद्योग सुरू झाल्यावर त्या वाहनाच्या सुट्या मालाच्या उत्पादनात अनेकांनी प्रवेश केला. हे खरे असले तरीही या सुट्या मालाच्या उत्पादनात फारशी स्पर्धा नव्हती कारण ऐंशीच्या दशकात आणि अगदी नव्वदीमध्येही याला फार मोठे संरक्षण होते. परंतु २००० सालानंतर या निर्यातीत भरमसाठ वाढ झाली. चालू २००३ - ०४ सालात १अब्ज (एक बिलियन) डॉलरची निर्यात भारत करू शकला.

जगभरात वाहन उद्योग क्षेत्रात प्रचंड स्पर्धा आहे आणि त्यात आधुनिक तंत्रज्ञानाचे महत्त्व विशेष आहे. तरीही भारत या स्पर्धेला तोंड देऊन निर्यातीमध्ये आपले स्थान कसे निर्माण करू शकला?याचे एक महत्त्वाचे कारण म्हणजे नव्वदीच्या मध्याला अनेक परदेशी वाहन उत्पादन करणाऱ्या कंपन्या भारतात आल्या. तसेच त्यांनी वाहनाच्या सुट्या मालाच्या उत्पादकांना प्रथम दर्जाचे उत्पादन करण्यास मदत केली. तसेच भारतातल्या वाहन उत्पादकांनी जगातल्या स्पर्धेला तोंड देण्यासाठी डिझाईनमध्ये कौशल्य संपादन केले. सन २००० मध्ये फोर्ड कंपनी आपल्या भारतातल्या वाहन उत्पादनापैकी दोन तृतीयांश निर्यात करू लागली. हुन्दाई कंपनीने तर आपल्या निर्यातीचे केंद्रच भारतात संघटित केले. या वाहन उद्योगातल्या उत्पादकांनी सुट्या मालाच्या उत्पादकांना अनेक प्रकारे मदत केली. त्यांची डिझाईनमधील कौशल्ये, कॅड - कॅन तंत्रे अशा अनेक नवीन गोष्टी वापरात आणल्या. म्हणजे फक्त स्वस्त मजूर वर्ग होता म्हणून नव्हे तर अशी अनेक कौशल्ये उत्पादकांनी आत्मासात केली आणि त्यातून जगातल्या स्पर्धेला तोंड दिले. हा काही आयात मालाच्या उत्पादनात स्वयंपूर्णता मिळविण्याचा प्रयत्न नव्हता. उलट जगातल्या बाजारात उतरून जी आवश्यक आहेत ती नवीन तंत्रे आणि कौशल्ये आत्मसात करून आपली क्षमता आणि दर्जा वाढविण्याचा यशस्वी धडा होता.

या उलट भारतातला जो कापड उद्योग होता त्याचा पराभव कसा झाला याचाही इतिहास बघण्यासारखा आहे. मुंबईमध्ये या धंद्यातल्या संघटित कामगारांनी संप केला आणि संघर्ष केला आणि त्यातूनच अखेर हा उद्योग मोडून पडला. तसेच या क्षेत्रातील उद्योगपतींनीही उत्पादनाचे नवे तंत्रज्ञान शोधले नाही आणि त्यातूनही उद्योगाची पीछेहाट झाली. शिवाय देशाच्या नियोजनाच्या धोरणांमुळे बाहेरून तंत्रज्ञानाची आवक होऊ शकली नाही. त्यामध्येही कामगार वर्गाचा विरोध हे एक कारण होते. जर नवे तंत्रज्ञान आले असते तर कमी मजुरांची गरज पडली असती. आणि डाव्या विचारसरणीच्या कामगार नेत्यांना या उद्योगाचे जागतिक पातळीवर काय होणार याची अजिबात फिकीर नव्हती. अशा पद्धतीच्या आत्मकेंद्रित विचारसरणीमुळे भारतातला कापड उद्योग बघताबघता संपत आला. त्याच काळात दक्षिण आशियातील इतर देशांनी मात्र या क्षेत्रात आपले बस्तान बसवले आणि त्यातून निर्यातीचे मोठे क्षेत्र

आपल्या ताब्यात घेतले.

असा तपशीलात जाऊन अनेक क्षेत्रांचा विचार करावा लागेल. जे वाहन उद्योग क्षेत्रात घडले तसेच इतर अनेक क्षेत्रातही घडू शकले असते. परंतु त्यासाठी देशाने जी उदारीकरणाची सुरुवात नव्वदीच्या क्षेत्रात केली तो उशीर झाला होता. त्याहीपूर्वी सत्तरीच्या आणि ऐंशीच्या दशकात राज्यकर्त्यांनी देशाची अर्थव्यवस्था अधिक धाडसाने जगाच्या अर्थव्यवस्थेशी जोडून घेतली असती तर देशाला अधिक भरीव फायदा झाला असता. रॉड्रिक - सुब्रमणीयन यांच्यासारख्या अभ्यासकांनी याची दखल घेतली पाहिजे.

■

३.११ अर्थशास्त्रज्ञाच्या आठवणी

अर्थशास्त्रज्ञ आय.जी. पटेल यांनी आपल्या आठवणींचा संगह प्रसिद्ध केला आहे. त्यामध्ये मुख्यत: देशाची आर्थिक धोरणे कशी बनत गेली आणि त्यातला पटेलांचा सहभाग यावर भर आहे. त्यांच्या या अनुभवांचा कालखंड १९५४ ते १९८२ या दरम्यानचा आहे. पटेलांनी देशाच्या आर्थिक धोरणांची तपशीलवार छाननी केली नाही. त्याऐवजी त्यांनी काही धोरणे बनताना कोणता विचार झाला आणि कोणत्या कारणांमुळे धोरणे अपयशी ठरली, याचे विश्लेषण केले आहे. शासनाच्या अंतर्गत व्यावसायिक अर्थशास्त्रज्ञ आणि राजकीय नेतृत्व यांच्यात विचारांची देवाणघेवाण कशी होते, याचा तपशील दिला आहे. याचे एक स्वतंत्र महत्त्व आहे कारण शासनाच्या अंतर्गत व्यावसायिक अर्थशास्त्रज्ञ काही योगदान देतात का की फक्त राजकीय नेतृत्व आपल्या सोयीची धोरणे राबवितात, हे उजेडात येणे आवश्यक आहे.

अनेकांचा आवडता समज आहे की, पंडित नेहरूंना समाजवादाविषयी रुची असल्यामुळे त्यांनी स्वातंत्र्यानंतर नियोजनाच्या धोरणांची त्यादृष्टीने मांडणी केली. पटेलांना हे मुळात मान्य नाही. त्यांच्या मते देशाची ही आर्थिक धोरणे ठरविताना इतिहास आणि तत्कालीन परिस्थिती यांचाच प्रभाव अधिक होता. विशेषत: दुसरे महायुध्द संपले होते आणि हा संदर्भ प्रमुख होता. युध्दाच्या काळात नियंत्रणे आणि करांची उच्चपातळी यांचे प्रस्थ होते आणि ती चालू राहिली. तसेच नोकरशाहीचा याला पाठिंबा होता. अर्थातच नोकरशाही ही काही डाव्या विचारांची प्रतिनिधी नव्हती. युध्द काळात जागतिक व्यापारात अनेक अडथळे अनुभवाला आले होते आणि त्यामुळे देशाने स्वयंपूर्णता मिळवावी हा विचार बळकट होता. तसेच अनेक वस्तूंची कमतरता असल्यामुळे भाववाढ मोठ्या प्रमाणावर होत होती. त्यामुळे किमतीमध्ये स्थिरता असावी आणि आर्थिक वाढीपेक्षा ती अधिक महत्त्वाची आहे असा सार्वत्रिक समज पसरला होता.

एकूणच ध्येयवादाचा प्रभाव कमी होता. ज्याला बॉम्बे प्लॅन असे म्हणतात

तो उद्योगपतींना बनवला होता आणि त्यामध्येच योजनाबध्द विकासाचे महत्त्व मांडण्यात आले होते. त्यानुसार सार्वजनिक क्षेत्राला महत्त्वाचे स्थान द्यावे लागेल असे मानले होते कारण देशातले खाजगी उद्योगाचे क्षेत्र मोठे प्रकल्प पेलू शकणार नाही याची जाण होती. नेहरूंच्या धोरणांचे अनेक टीकाकार आहेत. त्यांनी हे लक्षात घेण्यासारखे आहे की जे आर.डी टाटांची एअर इंडिया कंपनी हिचे राष्ट्रीयीकरण झाले नाही, तर त्यांनी ती कंपनी सरकारकडे सोपवली.

परदेशातले हितसंबंध देशावर ताबा मिळवतील त्यामुळे परदेशी गुंतवणुकीविषयी देशात एक अप्रीती होती. थोडक्यात म्हणजे आर्थिक विचारांची जी विचारधारा होती ती राजकीय विचाराशी सुसंगत होती, याचे आज भान ठेवणे आवश्यक आहे. सध्या एक समज बळावला आहे की, देशाच्या राजकीय नेतृत्वाने नियोजनाची धोरणे ठरविताना वास्तवाचे भान ठेवले नव्हते आणि त्यामुळे देशाचे नुकसान झाले. वास्तविक पाहता वस्तुस्थिती वेगळी आहे.

पटेलांचे आणखी एक मत आहे. त्यांच्या म्हणण्यानुसार दुसरी पंचवार्षिक योजना बनण्यापूर्वी काही महत्त्वाच्या बाबींवर विचारांची सहमती निर्माण झालेली होती. त्यानंतरच प्राध्यापक महालनोबीस यांचे पदार्पण झाले. विशेषत: पोलाद आणि खते या उद्योगात भरीव भांडवल गुंतवणूक करावी आणि या तुलनेने ग्राहकोपयोगी वस्तूंच्या उद्योगाकडे दुर्लक्ष करावे, हा विचार बळावला होता. प्रा. महालनोबीस यांनी यात भर घातली. म्हणजे जड आणि पायाभूत उद्योगांमध्ये गुंतवणूक करावी असा विचार मांडला. असे असले तरी, पटेलांच्या मते महालनोबीस आराखडा फारशा गांभीर्याने अगर सातत्याने देशात कधीच राबविलेला नव्हता. याचे एक कारण म्हणजे परदेशी विनिमयाचा पेचपसंग निर्माण झाला आणि परदेशी मदत मिळेल त्याप्रमाणेच प्रकल्प उभारणे शक्य झाले. थोडक्यात म्हणजे दुसरी योजना ही महालनोबीस योजना म्हणून संबोधण्यात येते; परंतु तशी ती जन्मालाच आली नाही. पंडित नेहरूंच्या मर्जीतल्या एका डाव्या विचाराच्या विचारवंतामुळे पंचवार्षिक योजनेच्या मूळ संकल्पनेचा पाया घातला असा जो सर्वसाधारण समज आहे, त्यात फारसे तथ्य नाही.

पटेलांनी आपल्या अनुभवांचे जे आत्मकथन केले आहे त्यावरून असे दिसते की, राजकीय नेतृत्व हे काही प्रमाणात अर्थशास्त्रज्ञांबरोबर विचारविनिमय करून नियोजनाच्या धोरणांची आखणी करत होते. हे खरे असले तरी, अधिक महत्त्वाचे वास्तव म्हणजे या नेतृत्वाचा देशाच्या लोकशाही आणि संघराज्याच्या रचनेवर अधिक भर होता. अर्थात असे म्हणता येईल की, ही धोरणे कालबाह्य झाली तरीही चालू ठेवण्यात आली आणि हे राजकीय नेतृत्वाचे अपयश

दिसते. एकेकाळी विशिष्ट संदर्भात या धोरणांचे स्वत:चे स्थान होते; परंतु काही काळानंतर या धोरणांची उपयुक्तता संपली आणि त्यांचे जे पुनर्मूल्यांकन करणे आवश्यक होते, ती प्रक्रिया घडली नाही.

काही असेही प्रसंग दिसतात जेव्हा राज्यकर्त्यांनी अर्थशास्त्रज्ञांना न विचारता निर्णय घेतले. याचे उदा. म्हणजे इंदिरा गांधींनी देशातल्या खाजगी बँकांचे राष्ट्रीयीकरण करण्याचा निर्णय स्वत: घेतला आणि त्यांनी पटेलांना विधेयक बनवण्यासाठी फक्त २४ तासांचा अवधी दिला. अशा गंभीर प्रसंगी इंदिरा गांधींनी आर्थिक धोरणाची चांगली जाण दाखवली, हे आज सर्वांनाच मान्य आहे.

राजकीय नेतृत्व आणि इतर व्यावसायिक तज्ज्ञ यात एक मूलभूत फरक आहे. राजकीय नेतृत्व हे जनतेच्या आशा आकांक्षा कोणाहीपेक्षा अधिक समर्थपणे समजू शकते आणि नेतृत्वाची ही एक कसोटी आहे. आपल्या देशात आर्थिक नियोजनाच्या कालखंडात अनेक मोक्याच्या प्रसंगात राजकीय नेतृत्वाने आपले कर्तृत्व दाखवलेले आहे. समाजशास्त्रज्ञांनी, आणि यात अर्थशास्त्रज्ञही आले, अनेकदा हे भान ठेवलेले नाही.

■

३.१२ ऐंशीच्या दशकात काय झाले?

अर्थशास्त्राचे अभ्यासक भारताच्या मागच्या वीस वर्षातील आर्थिक विकासाचे मूल्यमापन करत आहेत. अर्थातच त्यात अनेक दृष्टीकोन आहेत आणि समज आहेत. एकूण विषयाची व्याप्ती लक्षात घेता हे स्वाभाविक आहे.

सन १९९१ पर्यंत भारताच्या केंद्रीभूत आर्थिक नियोजनाची वाटचाल समाजवादाच्या दिशेने आणि स्वयंपूर्णतेकडे जाणारी होती, हा एक सगळ्यांनी मानलेला समज आहे. त्यानंतर आर्थिक सुधारणा आल्या आणि त्यातून आर्थिक वाढ झाली आणि उत्पादकता वाढली. यामध्ये दोन भाग होते. एक देशांतर्गत उदारीकरण होते आणि त्यातला मुख्य भर औद्योगिक क्षेत्रातील परवाने पद्धती हटवणे यावर होता. त्याहीपेक्षा विदेश व्यवहारात अर्थव्यवस्था अधिक खुली करण्यात आली आणि जगाच्या अर्थव्यवस्थेमध्ये भारत आपली जागा शोधू लागला. याचा दृष्य परिणाम म्हणजे आयात आणि निर्यातीचा जीडीपीतला वाटा भराभरा वाढू लागला आणि विदेशी प्रत्यक्ष गुंतवणूक आणि शेअर बाजारातील गुंतवणूक वाढू लागली. त्याबरोबर जे अनिवासी भारतीय नागरिक आहेत आणि जे भारतीय परदेशात नोकऱ्या करत आहेत त्यांनी देशाकडे पाठविलेला निधी लक्षणीय झाला. त्याचे एक कारण म्हणजे सरकारने व्यावहारिक धोरणे स्वीकारली आणि त्यामुळे काळ्याबाजारातील व्यवहार थांबले. पुढे माहिती तंत्रज्ञान आणि त्यावर आधारलेली बीपीओची लाट यामुळे देशात मोठ्या प्रमाणावर रोजगार निर्माण होऊ लागला. अशा अनेक घडामोडीतून देशाचा आर्थिक विकासाचा दर वाढला आणि अर्थव्यवस्था परत झळाळू लागली.

या सर्व अनुभवाचा हारवर्ड विद्यापीठातील दानी रॉड्रिक आणि आयएमएफचे अर्थतज्ज्ञ अरविंद सुब्रमणियन यांनी अभ्यास करून एक दृष्टीकोन मांडलेला आहे. त्यांच्यामते वर वर्णन केलेली प्रकिया मान्य करण्यात काहीच अडचण असू नये. फक्त फरक आहे तो मांडणीमध्ये. ही जी वाढीची प्रकिया सुरू झाली ती मुळात एक दशक अगोदरच मार्गी लागलेली होती. हे सर्व आर्थिक सुधारणा कार्यक्रम स्वीकारल्यानंतर सुरू झाले असे मानायचे कारण नाही.

विशेष म्हणजे ऐंशीच्या दशकातच उत्पादकता लक्षणीय प्रमाणात वाढली. फक्त

नव्वदीच्या मधल्याकाळात कृषी आणि यंत्रोत्पादन या क्षेत्रात ही वाढ मंदावली आणि सेवाक्षेत्रात थोडी वाढली. आयएमएफच्या अभ्यासानुसार दरडोई कामगारामागे उत्पादनातील वार्षिक वाढ सत्तरीमध्ये ०.८६ टक्के होती आणि ती ऐंशीच्या दशकात ३.६९ टक्के होती. पुढे ती नव्वदीच्या दशकात ३.३० टक्क्यांपर्यंत खाली आली. तसेच एकूण उत्पादन घटकांच्या उत्पादकतेमधील वाढ बघण्यासारखी आहे. ती सत्तरीच्या दशकात उणे २.०७ टक्के होती आणि ती वाढून ऐंशीच्या दशकात १.२८ टक्के झाली. त्यानंतर परत नव्वदीच्या दशकात ती ०.९४ टक्के इतकी खालावली. म्हणजे वाढीच्या प्रकियेत हे जे चढउतार झाले त्यांचा नीट अर्थलावणे महत्त्वाचे आहे.

हा एकूण अन्वयार्थ लावताना आणखीन काही गोष्टी लक्षात घेणे आवश्यक आहे. मुख्य म्हणजे ऐंशीच्या दशकात जागतिक अर्थव्यवस्था फारशी समाधानकारक नव्हती. या काळात खनिज तेलाच्या किंमतीत दुसऱ्यांदा धक्का बसला. त्यातच जगामध्ये कर्जाचा प्रश्न बिकट झाला आणि १९८० - ८२ या काळात मंदीचे दाट सावट गडद झाले. त्याबरोबर कधी नव्हे इतके खरे व्याजदर वरच्या पातळीवर पोचले. म्हणजे केवळ नशीबाची साथ मिळाली म्हणून ऐंशीच्या दशकात अर्थव्यवस्था सुधारली असे काही म्हणता येणार नाही. आणखीन काही अभ्यासक आहेत त्यांनी वेगळे मत मांडले आहे. यात मोन्टेक अहलुवालिया, लिटल आणि जोशी येतात. त्यांच्या मते ऐंशीच्या दशकात जी भरभराट आली त्याचे एक मुख्य कारण म्हणजे सरकारचा खर्च फार वरच्या पातळीवरचा होता. तो काही टिकवून धरता आला नसता. त्यात परदेशातून जी उसनवारी केली होती त्याचा भाग होता. शेवटी यातूनच अर्थव्यवस्था कोलमडली. हा एक केन्सियन अर्थशास्त्राचा दृष्टीकोन आहे ज्यामध्ये सरकार अधिकाधिक खर्च करून अर्थव्यवस्थेमध्ये मागणी वाढवते. हा दृष्टीकोन पुरेसा नाही कारण या दशकात उत्पादकता इतकी कशी वाढली, याचे उत्तर मिळत नाही.

आणखीन एक तिसरा दृष्टिकोन आहे. ऐंशीच्या दशकात आयएमएफने विदेशी व्यवहारात उदारीकरण केल्याचे बक्षीस म्हणून १९८१ मध्ये एक कर्ज मंजूर केले. तसेच परदेशी विनिमयाचा दर अधिक आक्रमक केल्यामुळे १९८५ नंतर निर्यातीमध्ये भरीव वाढ झाली. या उलट रॉड्रिक आणि सुब्रमणीयन यांनी असे दाखवले आहे की, ऐंशीच्या दशकात सरासरी आयात शुल्क वाढवण्यात आले होते. तसेच बिगर शुल्काच्या नियमांमध्ये सवलती दिल्यामुळे आयातीत फारसा फरक पडला असे दिसत नाही. भारताचे आयातीचे जीडीपीतले गुणोत्तर ऐंशीच्या मध्याला खूपच खाली आले आणि त्यानंतर मात्र ते वाढले. यामध्ये इतर काही कारणेही सांगता येतील. हरित क्रांती, देशांतर्गत परवाना पद्धतीमध्ये थोडे उदारीकरण, मक्तेदारी विरोधातली धोरणे कमी जाचक होणे, आणि सार्वजनिक गुंतवणूक अधिक होणे अशा बाबींचा

उल्लेख करता येईल. अर्थात या सर्व सकारात्मक घडामोडींमुळे वाढीला मदत झाली हे मान्य करता येईल; परंतु ते काही संपूर्ण उत्तर होऊ शकणार नाही.

रॉड्रिक आणि सुबमणीयन यांना आणखी काही दुसरे स्पष्टीकरण शोधण्याची गरज वाटते. एक नोंद घेण्यासारखी बाब म्हणजे देशाच्या तेव्हाच्या पंतप्रधान इंदिरा गांधी यांच्या दृष्टीकोनात फरक पडला होता. त्यांचे आग्रह निवळले होते. यामध्ये त्यांचे चिरंजीव राजीव गांधी यांचे योगदान होते. अर्थात हे जे मानसिक बदल घडत होते त्यामध्ये स्पर्धा वाढावी असा काही तात्त्विक दृष्टीकोन नव्हता. काही प्रमाणात परवाना पद्धतीत सुधारणा करण्यात आल्या होत्या आणि विनासायास परवाना मिळण्याची सोय करण्यात आली होती. काही क्षेत्रामध्ये निवडकपणे परवाना पद्धती रद्द करण्यात आली होती. त्यातून नव्या उत्पादकांची सोय बघण्यापेक्षा जे अगोदरचे उत्पादक आहेत त्यांना फायदा अधिक होता. तसेच त्यामध्ये ग्राहकांचा काही खास विचार केलेला नव्हता.

हे जे धोरणातले बदल होत होते त्यांचा मुख्य भर अंतर्गत अर्थव्यवस्थेवर होता. त्या तुलनेने विदेशी व्यवहारात कोणते उदारीकरण आणले पाहिजे याचा फारसा विचार राज्यकर्त्यांच्या डोळ्यापुढे नव्हता. मुळात सुरुवातीपासूनच्या केंद्रीभूत नियोजनाच्या धोरणांमुळे देशाची औद्योगिक क्षमता बरीचशी कुंठित होती. त्यामुळे ऐंशीच्या दशकात जे थोडेफार लहानसहान मर्यादित बदल झाले त्यातून एकापरीने उदारीकरणच वाढले. अशा लहानसहान तपशीलांची नोंद केली तर त्यातून काही प्रमाणात नियोजनातला पूर्वीचा ताठरपणा कमी झाला आणि उदारीकरणाला पोषक वातावरण निर्माण झाले असे दिसते. अर्थात हे काही संपूर्ण स्पष्टीकरण मानता येणार नाही. विशेष म्हणजे या थोड्या मोजक्या प्रयत्नातूनही उत्पादकतेमध्ये भरीव वाढ झाली. यामध्ये अर्थातच यंत्रनिर्मित औद्योगिकीकरणाने आघाडी घेतली, कारण नियोजनाच्या अगोदरही देशामध्ये काही प्रमाणात औद्योगिकीकरण मार्गी लागलेले होते त्याचा फायदा झाला.

रॉड्रिक आणि सुबमणीयन यांनी या तर्कसंगतीतून काही निष्कर्ष काढले आहेत ते पुढील प्रमाणे.

ऐंशीच्या दशकात जे काही निवडक बदल धोरणात होऊ लागले त्यांचे महत्त्व नव्वदीच्या दशकात जे उदारीकरणाचे निर्णय झाले यांच्या इतकेच आहे. फक्त ऐंशीमध्ये देशांतर्गत धोरणांचा विचार झाला आणि त्यानंतर विदेशी अर्थव्यवस्थेची पुनर्मांडणी झाली. तसेच जे बदल झाले त्यामध्ये जे प्रथमपासून उद्योजक होते त्यांचा त्यातून फायदा झाला. स्पर्धा वाढावी असा त्यात विचार नव्हता. तसेच ग्राहकापेक्षा उत्पादकांच्या गरजांची दखल अधिक घेण्यात आली. या उलट नव्वदीच्या दशकात जे घडले त्याचा मात्र रोख वेगळा होता. जो सुधारणा कार्यक्रम १९९१ नंतर सुरू झाला त्याची शक्ती अर्थव्यवस्थेमध्ये ऐंशीच्या दशकात निर्माण झाली होती. आणि

त्यामध्ये नियोजनाच्या काळात जो स्वयंपूर्णतेच्या बाजूने आग्रह होता, त्याचेही योगदान होते.

अनेक अभ्यासकांनी आणि त्यातूनही परदेशातल्या तज्ज्ञांनी ऐंशीच्या दशकात काही भरीव गोष्टी घडल्या होत्या याची पुरेशी दखल घेतलेली नाही. त्यादृष्टीने रॉड्रिक - सुबमणीयन यांची मांडणी वेगळी आहे. अर्थात त्यांच्या दृष्टिकोनात काही बदल करावे लागतील. ऐंशीच्या दशकात आपल्या उद्योगांना संरक्षण देण्याचे प्रमाण वाढले होते आणि त्यामुळे जीडीपीतला वाढीचा अंदाज आणि उत्पादकतेमधील वाढ या काहीशा फुगवलेल्या दिसतात. ज्या मालाचे उत्पादनमूल्य अधिक होते तो भाग अधिक मूल्यवान आहे असे दिसते. अर्थातच हे खरे नाही. जर आंतरराष्ट्रीय किंमती विचारात घेतल्या तर ऐंशीच्या दशकात जी जीडीपीतली वाढ दिसते, ती काही प्रमाणात अतिशयोक्तीची होती असे आढळून येईल.

या उलट नव्वदीच्या दशकात आर्थिक सुधारणांच्या लाटेत देशातल्या उद्योगांना मिळणारे संरक्षण बऱ्यापैकी कमी होत गेले आणि त्यामुळे काही प्रमाणात जीडीपीतली वाढ ही वास्तवापेक्षा आकड्यात कमी दिसते. याचे कारण म्हणजे जी मूल्यवृद्धी झाली आहे ती कमी दिसते आणि जे आंतरराष्ट्रीय स्पर्धेला अनुकूल आहे त्याचे खरे मूल्य वाढलेले दिसते. थोडक्यात म्हणजे नव्वदीमध्ये जी जीडीपीत वाढ झाली ती ऐंशीच्या दशकापेक्षा नक्कीच वेगाची असणार असे म्हणता येईल. जीडीपीची जी पारंपरिक आकडेवारी दिली जाते त्यानुसार ऐंशीच्या दशकात आणि नव्वदीच्या दशकात जवळपास सारख्याच वेगाने वाढ झाली असे दिसते. परंतु खरी वस्तुस्थिती अशी आहे की, नव्वदीच्या दशकात भारतीय उद्योजक आंतरराष्ट्रीय स्पर्धेला तोंड देण्यासाठी अधिक आत्मविश्वासाने सिद्ध झाले. असे घडण्यामागे ऐंशीच्या दशकातल्या सकारात्मक बदलांचे श्रेय मान्य करावे लागेल.

काही अभ्यासक याला आर्थिक विकासातील गुणवत्तेमधील वाढ समजतात. गुणवत्तेमध्ये वाढ झाली हे खरेच परंतु त्यातून संख्याही वाढली. काही प्रमाणात जे पारंपरिक आकडेशास्त्र आहे त्याचा हा परिणाम आहे. कारण त्यामध्ये मूल्यवृद्धी ही काल्पनिक असते. असा जर विचार केला तर हे एक संशोधकांना आव्हान आहे. मागच्या ऐंशीच्या आणि नव्वदीच्या दशकात जी जीडीपीमध्ये आणि उत्पादकतेमध्ये वाढ झाली तिचा वस्तुनिष्ठ अभ्यास करणे आवश्यक आहे. हा शास्त्रीय शोध घ्यावा लागेल.

रॉड्रिक - सुबमणीयन यांनी ज्या दोन मुद्यांवर भर दिला आहे ते महत्त्वाचे आहे. ऐंशीच्या दशकात जे बदल झाले ते प्रामुख्याने देशांतर्गत होते आणि परदेशी बाबींचा त्यात अंतर्भाव झाला नाही. शिवाय राज्यकर्त्यांच्या मनोवृत्तीत बदल झाला याचीही नोंद घ्यावी लागेल. पंतप्रधान इंदिरा गांधी यांनी गरिबी हटाव याचा घोष कमी

केला आणि टप्प्याटप्प्याचे उदारीकरण कार्यवाहीत आणले. धोरणांमध्ये जे औपचारिक बदल झालेले दिसतात त्यातून खरा अंदाज येत नाही. सत्तरीच्या दशकात उद्योगपतींना आपण जर उत्पादन क्षमतेपेक्षा अधिक उत्पादन केले तर आपल्याला दंड आणि शिक्षा होईल याची भीती वाटत होती. शिवाय आपल्या हातातले उद्योग काढून घेण्यात येतील अशी धास्ती होती. परंतु ऐंशीच्या दशकात धीरुभाई अंबानी या रिलायन्स उद्योगाच्या उत्पादकांनी एक नवीनच तंत्र शोधून काढले. त्यानुसार जेवढी उत्पादन क्षमता मंजूर होती त्यापेक्षा प्रत्यक्षात दुप्पट उत्पादन करायचे कसब त्यांनी दाखवले. त्यांना शिक्षा तर झालीच नाही; परंतु त्यांचे अनुकरण अनेकांनी केले.

यामध्ये विदेशी उद्योगांच्या सहयोगाची भर पडली कारण ते राज्यकर्त्यांना मान्य होते. ही अंतर्गत सुधारणेपेक्षा बाहेरच्या नात्यातली सुधारणा होती आणि त्यातून भरीव प्रमाणात उत्पादकता वाढली. याचे उदाहरण म्हणजे सत्तरीच्या दशकात वाहन उद्योगाला कोणतेही तंत्रज्ञान बाहेरून आयात करण्याची परवानगी नव्हती. त्यामुळे तो उद्योग रखडला. परंतु ऐंशीच्या दशकात मारुती उद्योगाच्या प्रवेशामुळे परदेशी उत्पादकांबरोबर उदारपणे सहकार्य करण्याचे मान्य झाले आणि त्यातून हळूहळू वाहन उद्योगाने नवीन क्षमता मिळवली. दुचाकी आणि चारचाकी वाहनांच्या उत्पादनात आता जागतिक पातळीवरचे तंत्रज्ञान भारतात वापरण्यात येते आणि त्यामुळे भारताने वाहन उद्योग क्षेत्रात आपले स्वत:चे स्थान निर्माण केले आहे.

■

३.१३ किमान कार्यक्रमावर सहमती

केंद्र सरकारमधल्या युनायटेड प्रोग्रेसिव्ह अलायन्सच्या नवीन आघाडीने समान किमान कार्यक्रम (सीएमपी) स्वीकारला आहे आणि यापुढे त्यावर अंमल व्हायचा आहे. या निमित्ताने अनेक चर्चा सुरू आहेत आणि अखेरीस त्यातून देशात एक सहमती निर्माण होण्याची आवश्यकता आहे. देशातला आर्थिक सुधारणा कार्यक्रम सुरू होऊन दहा वर्षे उलटली आहेत. तसेच या काळात इतर अनेक देशात या सुधारणांच्या अंमलबजावणीतून काय काय चुका झाल्या आणि मूळचे अंदाज कसे चुकले, याचा अनुभव उपलब्ध आहे. हे सर्व लक्षात घेऊन भारताचा सुधारणा कार्यक्रम पुनर्मांडणीच्या मोक्यावर उभा आहे असे म्हणता येईल.

जेव्हा जगात जागतिकीकरणाच्या दिशेने सुधारणा कार्यक्रमाची सुरुवात झाली त्यावेळी त्यामागे एक वॉशिंग्टन कॉन्सेन्सस् नावाची सहमती गृहीत होती आणि अनेक देशात त्याचा सरसकट अंमल करण्यात आला. त्यातून अनेक गोंधळ निर्माण झाले. रशियामध्ये नव्वदीच्या दशकात जे घडले ते याचे उत्तम उदाहरण.

एका अर्थाने जगातले विचारवंतही काही नवीन विचार करू लागले. यापैकी काही विकसनशील देशांना सल्ला देत होते आणि त्यामुळे त्यांच्या विचार मंथनाला एक प्रामाणिक आत्मचिंतनाचे परिमाण आहे. यापैकी काहींचे प्रामाणिक मत आहे की जीडीपीमध्ये वाढ होणे हे काही एकमेव ध्येय असू शकत नाही. आर्थिक वाढ हवीच परंतु त्याबरोबरच त्यातून मिळणाऱ्या फायद्यांचे तुलनेने समान वाटप होणे तितकेच महत्त्वाचे आहे. याबरोबरच आता नव्या संदर्भात शासनाने आपली भूमिका नव्याने शोधण्याची आवश्यकता आहे. तसे झाले तर बाजारपेठेच्या चौकटीत राहून तुलनेने विकासातून मिळणाऱ्या फायद्यांचे वाटप अधिक समान करता येईल. अर्थव्यवस्थेची कार्यक्षमता आणि त्यातील समानता यांच्यात खरोखरी संघर्ष आहे असे मानण्याची गरज नाही.

ज्याला वॉशिंग्टन कॉन्सेन्सस् म्हटले जाते त्याचे उद्गाते जॉन विल्यमसन होते. त्यांनी जेव्हा पूर्व आशियातला वित्तीय पेचप्रसंग पाहिला तेव्हा त्यांना आपल्या मांडणीचा पुनर्विचार करावासा वाटला. प्रत्यक्ष अनुभवातून परत गृहीतकृत्यांची तपासणी

करणे हे एक बौद्धिक प्रामाणिकपणाचे लक्षण आहे. दुर्दैवाने जे विचारांचा आग्रह धरतात त्यामध्ये दुराग्रहच जास्ती असतो आणि अनुभवाचे मूल्यमापन थोडे असते.

अर्थातच सामाजिक शास्त्रात आणि विशेषत: अर्थशास्त्रात जे सत्य असते त्याला अनेक बाजू असतात. त्यामुळे जेव्हा स्थळकाळाचे संदर्भ बदलतात तेव्हा सगळ्यावेळी एकच प्रकारची मांडणी पुरेशी नसते. जसे संदर्भ बदलतात त्याला धरून सत्याचे जे पैलू असतात ते निवडावे लागतात. त्यामुळे या किचकट विषयात जितका बहुवचनी विचार होईल तितकी सहमती बनण्याची प्रकिया सोपी होईल. चीन देशातले सत्ताधारी अशा प्रकारे सहज विचार करू शकतात. त्यांनी मार्केट सोशॅलिझम म्हणजे बाजारपेठेतला समाजवाद असा शब्द प्रयोग वापरात आणला आहे. एका अर्थाने चीनमध्ये भांडवलशाहीचा प्रयोग सुरू आहे आणि तो मर्यादा सांभाळत विकसित होत आहे.

चीनच्या पावलावर पाऊल टाकून भारतही आपली स्वत:ची भारतीय सहमती निर्माण करू शकेल. यामध्ये एक नवा सहजीवनाचा आधार शोधता येईल. खाजगी क्षेत्राने आपल्या प्रतिभा आणि क्षमतेनुसार विकास करावा आणि त्यात शासनाने अगदी कमीतकमी हस्तक्षेप करावा असे मानणे, आणि शासनाने स्वत:च्या मूलभूत जबाबदाऱ्यांवर लक्ष केंद्रित करून सार्वजनिक क्षेत्रात माल आणि सेवा पुरवाव्यात असे म्हणणे, यात खरोखरी काही अंतर्विरोध नाही. देशाच्या विशिष्ट संदर्भात यामध्ये पाणी, शिक्षण, स्वास्थ्य, रस्ते, सिंचन आणि वीज अशा गोष्टींचा समावेश करता येईल. क्षेत्रीय परिस्थितीनुसार यातही काही बदल होऊ शकतील. आताच्या नव्या यूपीए आघाडीने हे सगळे उद्धृत केलेलेच आहे. जे टीकाकार आहेत त्यांचाही संशय रास्त आहे. हे सगळे प्रत्यक्षात आणण्यासाठी सध्याच्या वित्त व्यवस्थेत सरकार अधिक साधनसामुग्री कुठून आणणार हा प्रश्न आहेच. त्याहीपेक्षा महत्त्वाचे म्हणजे सरकारच्याकडे इच्छाशक्ती आहे का? आजपर्यंतच्या अनुभवाला धरून देशात तीच कमी आहे.

टीकाकार का साशंक आहेत हेही समजून घेतले पाहिजे. पन्नास वर्षांच्या विकासाच्या अनुभवानंतर फक्त निधीमुळे प्रश्न अडून राहिले आहेत, ही मुळात चुकीची समजूत आहे. शिवाय आजच्या व्यवस्थेमधील भ्रष्टाचार, प्रशासनातील बेशिस्त आणि गळती, मध्यमवर्गाची आत्मकेंद्रित वृत्ती, राजकारणातली ढासळलेली नीतीमूल्ये आणि गुन्हेगारी या सर्व गोष्टी आहेत तशाच गृहीत धरल्या, तरीही आजही अनेक गोष्टी साधता येतील.

हे का घडू शकत नाही याचे एक कारण म्हणजे, लोकशाही व्यवस्थेच्या आधाराने समाजातले काही संघटित वर्ग आपल्या हितसंबंधांना अजिबात धक्का लागू देत नाहीत. त्यामुळेच सरकारी कर्मचाऱ्यांचा वर्ग, सार्वजनिक क्षेत्रातील कर्मचाऱ्यांचा

वर्ग, स्थानिक संस्था आणि खाजगी क्षेत्रातील कामगार वर्ग असे अनेक नवे हितसंबंधी गट आजच्या व्यवस्थेमध्ये राजकारणावर मोठा दबाव आणत आहेत. त्यांचे प्रतिनिधित्व बहुतेकवेळा डावे पक्ष करत आहेत आणि गरिबीच्या नावाखाली या वर्गांची पाठराखण करत आहेत. त्यामुळे पेट्रोल आणि गॅसची दरवाढ करू नये आणि सरकारने नुकसान सोसून अनुदान द्यावे असा डाव्या पक्षांचा हट्ट आहे. त्याला धरूनच बँका आणि विमा आणि इतर वित्त संस्था यामधून सरकारने बाहेर पडू नये तसेच सार्वजनिक उद्योगातून निर्गुंतवणूक करू नये, यावर डावे पक्ष अडून आहेत. या मागचे मुख्य कारण म्हणजे डाव्या पक्षांचे हे मतदार संघ आहेत. तीच गोष्ट अन्न आणि खते यावर देण्यात येणाऱ्या अनुदानांची आहे. ही अनुदाने शेतकऱ्याला मिळतच नाहीत परंतु त्याच्या नावाने सरकारी अन्नधान्य महामंडळ आणि खतांचे कारखाने यांना ही अनुदाने दिली जातात. यापुढे हे सर्व चालू ठेवणे अन्यायाचे होईल.

काही झाले तरी अधिक निधी लागणार आहे आणि त्याची गरज आहे. यातला एक मार्ग म्हणजे कर व्यवस्थेमध्ये सुधारणा करून कराचा महसूल वाढविणे. दुसरा मार्ग म्हणजे जे समाजातले सुस्थितीतले मध्यमवर्गीय आहेत त्यांना देण्यात येणारी अनुदाने बंद करून ती रक्कम गरीबांसाठी सामाजिक मत्ता निर्माण करण्यासाठी वापरणे. कराचा महसूल वाढविण्याची एक मोठी संधी आहे. केंद्र आणि राज्य पातळीवर व्हॅटची व्यवस्था आणणे ही एक सुवर्णसंधी आहे. तसेच त्याबरोबर सर्व माल आणि सेवा यांच्याबाबत एक करव्यवस्था लागू करता येईल आणि त्यातून आज जे छोटे व्यापारी वर्ग सुटत आहेत, त्यांना सामील करून घेता येईल. अनेक छोटे व्यापारी आज उत्पादन शुल्क टाळत आहेत आणि व्हॅटच्या अंमलात त्यांच्याकडून कर मिळू शकेल. आजच्या औद्योगिक उत्पादनात लघुउद्योगाचे योगदान ३९ टक्के आहे आणि या भरीव उत्पादनातून कराचे जीडीपी बरोबरचे गुणोत्तर दोन ते तीन टक्क्यांनी वाढू शकेल असा एक अंदाज आहे.

आणखीन एक महत्त्वाचा पर्याय म्हणजे, जी अनुदाने द्यायची ती योग्य वर्गालाच मिळतील यावर भर देणे. वित्तमंत्री चिदंबरम यांनी पूर्वी एकदा योग्य आणि अयोग्य अनुदानांचा अभ्यास करून घेतला होता. त्यानुसार जीडीपीच्या १४ टक्के रक्कम अनुदानांवर खर्च होते. यापैकी मोठा वाटा अयोग्य अनुदानांचा आहे यावर अनेक पुरावे आहेत आणि अनेक चर्चा झालेल्या आहेत. त्यातले एक उदाहरण म्हणजे मध्यमवर्ग वापरत असलेल्या स्वयंपाकाच्या गॅसची किंमत. तीच गोष्ट पेट्रोल आणि डिझेलची. शिवाय मुलींच्या शिक्षणाचा भार शासनाने उचलायचा यासाठी सर्वच वर्गाच्या मुलींना मोफत शिक्षण दिले जाते. असे गरीबांच्या नावाने चालणाऱ्या कार्यक्रमात अनुदानांची अनेक उदाहरणे देता येतील. या विषयातल्या पुनर्मांडणीसाठी

निधीची कमतरता हा प्रश्न नसून, राजकीय इच्छा शक्ती याचाच अभाव आहे. लोकशाही व्यवस्थेच्या नावाखाली सर्व राजकीय पक्ष अशी समर्थने देत आहेत आणि आपली जबाबदारी टाळत आहेत. एका अर्थाने देशामध्ये गरीबांची संख्या मोठी असली तरीही त्याचा काही निवडणुकांमधून प्रभाव पडू शकत नाही आणि गरीब असंघटित असल्यामुळे एका कोंडीत सापडलेले आहेत. नवे केंद्र सरकारही या दलदलीत फसते का ते पाहायचे.

■

३.१४ निर्यातीचा आकर्षक पर्याय

देशात २००३ सालानंतर आता सतत तीन वर्षापेक्षा अधिक काळ दमदार गतीने आर्थिक वाढ होत आहे. त्यात निर्यातीचे योगदान जरूर आहे. निर्यात क्षेत्रातील या प्रगतीमुळे उद्योग आणि व्यापार क्षेत्रातील उद्योजकांचा उत्साह वाढलेला आहे. आता ही वस्तू भारतात बनली आहे (मेड इन इंडिया) असे आत्मविश्वासाने आणि गौरवाने म्हणण्यासारखी परिस्थिती नांदत आहे. काही दशकांपूर्वी जपानने जेव्हा मेड इन जपान असे अभिमानाने जगात स्थान मिळवले तेव्हा सगळ्यांनाच जपान ही एक औद्योगिक महासत्ता निर्माण झाली आहे असे मान्य करावे लागले. तोपर्यंत जपान जगातली दुसऱ्या क्रमांकाची आर्थिक महासत्ता बनली होती आणि जपानमध्ये जो औद्योगिक माल बनतो त्याचा दर्जा सर्वोत्तम असतो अशी मान्यता मिळालेली होती. पूर्वीच्या काळात युरोपात जर्मनीने असे मानाचे स्थान मिळवले होते. आता भारतातल्या औद्योगिक क्षेत्राला अशी दर्जेदार निर्यात करून आपल्याला जगाच्या बाजारपेठेत मानांकन मिळवायचे आहे का हे ठरवावे लागेल.

देशातल्या कॉर्पोरेट जगताने केलेल्या निर्यातीवरची माहिती उपलब्ध आहे. सीएमआयई ही खाजगी संशोधन संस्था या आकडेवारीची छाननी करत असते. त्यानुसार खाजगी उद्योग क्षेत्राने जी यांत्रिक उत्पादनाची जी निर्यात केली ती विक्रीच्या एका घटकात मोजलेली आहे. यात झालेली वाढ दुपटीच्या जवळ होती. सन १९९८-९९ मध्ये हे प्रमाण १३.३७ टक्के होते आणि २००४-०५ मध्ये हे प्रमाण २४.२३ टक्के झाले. तसेच पन्नास मोठ्या औद्योगिक कंपन्यांचे निर्यातीचे विक्रीशी प्रमाण हेसुद्धा वाढलेले आहे. त्याचबरोबर ज्या कंपन्यांची सरकारी मालकी आहे आणि ज्या परदेशी मालकीच्या कंपन्या आहेत त्यांचेही हे निर्यातीचे विक्रीशी गुणोत्तर भरीव प्रमाणात वाढलेले आहे. विशेष म्हणजे ज्या कार्पोरेटस्‌नी निर्यात केली त्यांनी देशांतर्गत बाजारात जी विक्री केली त्यापेक्षा परदेशात केलेल्या विक्रीवर त्यांना अधिक परतावा मिळाला. खाजगी क्षेत्राने ही जी निर्यात केली त्याची सघनता २४.२३ टक्के होती. जेव्हा देशाने उदारीकरण स्वीकारले त्यापूर्वी आणि नव्वदीच्या सुरुवातीलाही अशी परिस्थिती नव्हती. या काळात देशामध्ये जी संरक्षित बाजारपेठ

होती त्यात विक्री करून खाजगी क्षेत्राला अधिक फायदा मिळवता येत होता. त्यामुळे निर्यात करण्याची इर्षाच दिसत नव्हती.

यातले तपशील बघण्यासारखे आहेत. आता होणाऱ्या निर्यातीमधले घटक आणि मालाचे स्वरुप हळूहळू बदलत आहे. महत्त्वाचे म्हणजे गती धीमी असली तरीही बदल नक्की होत आहेत. आता होणाऱ्या निर्यातीच्या औद्योगिक मालामध्ये तंत्रज्ञानाची घनता अधिक आहे आणि मूल्यवृद्धीही अधिक आहे. याची एक खूण म्हणजे मागच्या चार वर्षात स्वयंचलित वाहने आणि त्याचे सुटे भाग यांची निर्यात वाढली आहे आणि ती सॉफ्टवेअरपेक्षा अधिक आहे. हे घडण्याची सुरुवात मागे १९९७ मध्ये सुरू झाली आणि प्रथम वाहनांचे सुटे भाग आणि इतर मूल्यवृद्धी असणाऱ्या यांत्रिक उत्पादनाची निर्यात होऊ लागली. भारताने निर्यात बाजारातल्या काही खास जागा शोधून काढल्या आणि त्यात आपला ठसा उमटवला.

ज्या मोठ्या कंपन्या निर्यात करतात त्यांची आयातीची घनता मोजण्यात येते. यासाठी जितकी निर्यात केली जाते ती करण्यासाठी किती आयात करावी लागते याचे मोजमाप केले जाते. हा आकडा १९९८-९९ मध्ये ११४.३५ टक्के होता आणि तो २००४-०५ मध्ये ८६.८६ टक्के इतका खाली आला. याचा अर्थ या निर्यातदार कंपन्या आता अधिक काटेकोरपणे आणि हात राखून आयात करत आहेत. या नव्या शतकाच्या पहिल्या दशकात कॉर्पोरेटस्नी निर्यात वाढवली आहे आणि त्यासाठी लागणाऱ्या आयातीचा आधार कमी केला आहे. त्यामुळे त्यांना मूल्यवृद्धीचा फायदा मिळत आहे. हे लक्षणीय आहे कारण या काळात ज्या कच्च्या मालाची आयात करावी लागते त्याच्या किंमतीत वाढ झालेली आहे आणि त्यामुळे कच्च्या मालावरचा खर्च वाढलेला आहे. या तुलनेने ज्या सार्वजनिक क्षेत्रातील कंपन्या आहेत त्यांच्या निर्यातीमध्ये आयात केलेल्या मालाची घनता अजूनही अधिक आहे आणि याकडे अधिक लक्ष द्यावे लागेल.

मागच्या काही वर्षात आणखी एक श्रेयाची गोष्ट घडली आहे. ज्या कंपन्या निर्यात करत आहेत त्या देशामध्ये नक्त परदेशी चलन मिळवत आहेत असे दिसते. खाजगी क्षेत्र जी नक्त परदेशी चलनाची आयात करत होते त्यात आता पूर्णपणे दिशा बदल झालेला आहे. सन १९९८-९९ मध्ये हा नक्त परदेशी चलनाच्या आयातीचा दर उणे १४.३५ टक्के होता तो २००४-०५ मध्ये अधिक १३.१४ टक्के झाला. हा जो दिशा बदल झाला तो ज्या सगळ्यात मोठ्या पन्नास औद्योगिक कंपन्या होत्या त्यांच्या बाबत तर हा आकडा उणे ४१.३ टक्क्यांवरून अधिक १७.५ टक्के झाला. याचा अर्थ ज्या मोठ्या कंपन्या निर्यात क्षेत्रात भरीव कामगिरी करून दाखवत आहेत त्या त्यातून अधिक फायदा मिळवत आहेत. सरकारने निर्यातीसाठी जे प्रोत्साहन दिले आहे ते केवळ डोळ्यापुढे ठेवून ही निर्यात होत आहे असे म्हणता येणार नाही. आता

निर्यात करून खाजगी क्षेत्राला आपली कार्यक्षमता वाढवणे शक्य झाले आहे आणि म्हणूनच त्यांनी निर्यातीवर लक्ष केंद्रित केलेले आहे. या तुलनेने परत सार्वजनिक क्षेत्रातील जे उद्योग आहेत ते अजूनही नक्त परदेशी चलनाचा खर्च करत आहे. त्यांनी खाजगी क्षेत्रासारखी परदेशी चलनाच्या काटेकोर वापराची उल्लेखनीय कामगिरी आपल्या कामकाजात आणलेली नाही.

या दृष्टीने देश निर्यात क्षेत्रात जरी आपला वेगळा ठसा उमटवत असला तरीही देशाची प्रतिमा अजूनही बदललेली नाही. भारत हा मुख्यत: पारंपरिक वस्तूंच्या निर्यातीसाठीच आजही ओळखला जातो. येत्या काळात हे फारसे काही टिकणारे नाही. याचे कारण म्हणजे जगातल्या बाजारपेठेत किंमती खूप बदलत असतात आणि भारत ज्या पारंपरिक मालाची निर्यात करतो त्यात स्पर्धा अधिक आहे आणि तुलनेने किंमत खालच्या पातळीवर आहे. आता जरी काही मोठे उद्योग समूह या परंपरेपलिकडे जाऊन निर्यात करण्याचा प्रयत्न करत असले तरीही एकूण निर्यातीच्या चित्रावर त्यांचा फार मोठा प्रभाव आजही पडलेला नाही.

मागे म्हटल्याप्रमाणे निर्यात क्षेत्रात बदल जरूर होत आहेत परंतु ते मंदगतीने आहेत. जे मोठे उद्योग समूह आहेत ते हळुहळू निर्यातीच्या नव्या क्षेत्रात प्रवेश करत आहेत. त्याचे एक कारण म्हणजे देशात आर्थिक सुधारणा झालेल्या आहेत आणि उदारीकरणाचे वातावरण आहे. त्यामुळे मोठ्या औद्योगिक समूहांना काही प्रमाणात स्वातंत्र्य मिळू लागले आहे. त्याचबरोबर जागतिक व्यापार परिषदेच्या वाटाघाटी आणि देवाणघेवाणी यांचा परिणाम म्हणून व्यापाराच्या संधीही वाढलेल्या आहेत. या सगळ्या बदलाच्या वातावरणात सरकारच्या बदलत्या भूमिकांचे आणि धोरणांचे एक स्वतंत्र स्थान आहे. आजही पायाभूत सुविधा, करव्यवस्था, लवचिक मजूर विषयक कायदे अशा काही क्षेत्रात भरीव गुंतवणूक आणि सुधारणा करण्याची गरज आहे. त्याचबरोबर सरकारने स्पेशल इकॉनॉमिक झोन्स म्हणजे विशेष आर्थिक क्षेत्रे अशी संकल्पना आणून निर्यातीला प्रोत्साहन देण्याची पावले टाकलेली आहेत. या एसईझेडसाठी अनेक राज्ये चढाओढ करून पुढे आलेली आहेत. त्यातही जी मागासलेली राज्ये आहेत त्यांना या एसईझेडच्या माध्यमातून आपल्याकडे औद्योगिकीकरणाच्या प्रक्रिया वाढवता येतील असे वाटत आहे. अशा राज्यांमध्ये हिमाचल प्रदेश, हरियाणा, ओरिसा, झारखंड, मध्यप्रदेश यांचा समावेश आहे. अशा काही ठोस प्रयोगातून जर देशामध्ये अधिक समतोल औद्योगिक विकास झाला आणि त्यातून निर्यातीची क्षमता वाढली तर भारत खरोखरच आपली स्वत:ची प्रतिमा जगाच्या बाजारपेठेत निर्माण करू शकेल.

■

३.१५ आर्थिक वाढ आणि समान कार्यक्रम

केंद्रातल्या नव्या आघाडी सरकारने किमान समान कार्यक्रम (सीएमपी) स्वीकारला आहे. बरोबरच देशाच्या आर्थिक वाढीने वेग पकडला आहे. त्यावर या समान कार्यक्रमाचा काय परिणाम होईल याची चर्चा सुरू आहे. मागच्या पन्नास वर्षात जी आर्थिक वाढ झाली त्याबरोबरच अभ्यासकही अनेक मानसिक आंदोलनातून पार पडले आहेत. नियोजनाच्या ऐन बहरात हिंदू रेट ऑफ ग्रोथ म्हणजे कशीबशी तीन टक्क्यांची वाढ अशी चेष्टा झाली.

नंतर १९९१ मध्ये अर्थव्यवस्था मोडून पडायची वेळ आली. तिथपासून आर्थिक सुधारणा कार्यक्रम सुरू झाला आणि वाढीचा दर पाच ते सहा टक्क्यांच्या दरम्यान घुटमळू लागला. विशेष म्हणजे या काळात वेगवेगळ्या प्रकारची राजकीय अस्थिरता आली आणि तरीही अर्थव्यवस्था आपल्या परीने सुरक्षित राहिली आणि वाढलीही.

आता देशाने २००३ - ०४ वर्षात ८.२ टक्क्यांनी वाढ केली आणि जगात चीन नंतर दुसरा कमांक मिळवला. चालू सालातही वाढीचा दर आठ टक्क्यांच्या वर राहील असा अंदाज आहे कारण मोसमी पाऊस मागच्या वर्षी प्रमाणेच समाधानकारक राहील असा हवामान खात्याचा निष्कर्ष आहे. अर्थातच या सगळ्या गोष्टी अचानक घडलेल्या नाहीत. त्यामुळे नियोजनाच्या काळातला हिंदू रेट सुमार असला तरीही त्याकाळात मिळालेली काही शक्ती मागच्या दहा पंधरा वर्षात खाजगी उद्योगाला संधी मिळाल्यावर उसळून आली.

या मागच्या दीर्घ काळातला एक निष्कर्ष म्हणजे सरकारी वित्तव्यवस्था गंभीर आहे आणि देशाची उरलेली अर्थव्यवस्था भरभराटीची चिन्हे दाखवत आहेत. त्यातच आता या समान कार्यक्रमाची भर पडल्यावर सरकारची डुगडुगती नौका आणखीनच बुडण्याच्या मार्गाला लागणार असे वाटणे रास्त आहे. वित्तव्यवस्थेशी निगडित अनेक प्रश्न आहेत आणि त्यावर पर्यायही माहीत आहेत. फक्त प्रचलित लोकशाही व्यवस्थेमध्ये सगळ्याच पक्षांकडे कठोर निर्णय घेण्याची इच्छाशक्ती अजिबात नाही. त्यामुळे खरा कठीण प्रसंग उभा आहे. हे खरे असले तरीही मूळच्या सुधारणा कार्यक्रमातला

अनुभव लक्षात घेऊन धोरणात सुधारणा करणे हेही आवश्यकच आहे. त्याचे एक साधे कारण म्हणजे देशाने अनेक चांगल्या गोष्टी साधल्या असल्या तरीही अजूनही गरीबीचे प्रमाण मोठे आहे आणि त्याही पेक्षा त्यांची संख्या धोक्याची आहे. अधिकृत आकड्यानुसार आजही सुमारे २५ कोटी (२५० मिलियन) लोक दारिद्र्यरेषेखाली आहेत आणि त्याच्या थोडे वर असलेले गरीबही लक्षात घेतले तर हा ठोस आकडा ४० कोटी (४०० मिलियन) इतका आहे. इतका मोठा वर्ग वाढीच्या प्रकियेच्या बाहेर असला तर ते देशाला परवडणार नाही. त्यातून देशच धोक्यात येईल. अशा परिस्थितीत नव्याने काही समान कार्यक्रम राबवावाच लागेल.

आज देश एका मोक्याच्या ठिकाणावर आहे. आजही ६५ टक्के लोकसंख्या ग्रामीण भागात आहे आणि देश एका प्राथमिक कृषी व्यवस्थेमधून एका प्राथमिक औद्योगिक व्यवस्थेमध्ये पाऊल टाकत आहे. अशा मोक्याच्या वेळी जर कृषीमधला किमान एक चतुर्थांश मजूर वर्ग औद्योगिक उत्पादनात सामावून घेता आला तर पुढच्या दहा वर्षात वाढीचा दर वेग धरेल. सन २००३ - ०४ मध्ये जी ८.२ टक्क्यांची लक्षणीय वाढ झाली त्यामध्ये कृषीचा वेग अधिक होता आणि औद्योगिक उत्पादनाचा वेग कमी होता. म्हणजे पारंपरिक औद्योगिक उत्पादनात अजूनही विकासाची मोठी क्षमता आहे आणि त्यामध्ये ग्रामीण भागातला मजूर वर्ग कितीतरी मोठ्या प्रमाणावर सामावून घेता येईल.

हे झाले तर कृषीवरचा बोजा कमी होईल आणि कृषी उत्पादनाची उत्पादकता वाढेल आणि मजुरीही वाढेल. याबरोबरच जर प्रकिया उद्योग वाढले तर कृषीमालामध्ये मूल्यवृद्धी होईल आणि रोजगारही भरीव प्रमाणात वाढेल. थोडक्यात म्हणजे जी श्रमप्रधान औद्योगिक उत्पादनाची क्षेत्रे आहेत त्यांची वाढ झाली तर कृषीलाही बळ मिळेल आणि आर्थिक वाढही दोन आकड्यात होऊ शकेल. अर्थात, यासाठी जे सर्व कालबाह्य कायदे आणि नियम आहेत ते निकालात काढावे लागतील. त्यात मजूर विषयक कायदे आणि लघुउद्योग क्षेत्राचे संरक्षण यांचे अग्रकम आहेत.

किमान कार्यक्रमाचा स्वीकार झाला तेव्हा काही प्रतिकिया होत्या. एक म्हणजे यात राजकारण अधिक आहे आणि त्यामुळे आर्थिक सुधारणांची काही अडचण होणार नाही. दुसरा विचार म्हणजे जेव्हा प्रत्यक्षात सरकार चालवताना अडचणी येतील तेव्हा मार्ग काढला जाईल; कारण या कार्यक्रमाची मांडणीच ठिसूळ आहे. शिवाय एक व्यक्तीगत बाब म्हणजे मनमोहनसिंग पंतप्रधान आहेत, चिदंबरम् वित्तमंत्री आहेत आणि अहलुवालिया नियोजन आयोगाचे प्रमुख आहेत हे लक्षात घेता सुधारणा कार्यक्रमाकडे दुर्लक्ष होईल ही शक्यता फारच कमी आहे.

या सर्व प्रतिकिया आपापल्यापरीने बोलक्या असल्या तरीही त्यात आशावादच जास्त आहे. समान कार्यक्रमाची आवश्यकता मान्य केली आणि त्यातूनही तत्त्वत:

ग्रामीण भाग, कृषी क्षेत्र आणि गरीब यांना अधिक न्याय मिळाला पाहिजे हे जरी खरे असले तरीही या कार्यक्रमात काही उपद्रव मूल्येही आहेत. मुख्य म्हणजे नव्या आघाडीचे तारणहार डावे पक्ष या विषयी आग्रही आहेत आणि त्याचे काही गंभीर परिणाम होऊ शकतात. त्यामुळे स्वत: पंतप्रधानच याविषयी जागरूक आहेत आणि या कार्यक्रमाच्या सल्लागार मंडळाच्या अध्यक्षपदी सोनिया गांधी आहेत. पंतप्रधान दर पंधरवड्याला याची आढावा बैठक घेणार आहेत आणि स्वत: हजर राहणार आहेत. म्हणजे एकूणातच हा फक्त बोलण्याचा उपचार नाही.

या किमान कार्यक्रमात काही कळीचे मुद्दे आहेत. त्यावरच आर्थिक वाढीचा दर ठरणार आहे. त्यापैकी सर्वात मुख्य म्हणजे औद्योगिक कामगार कायदा (इंडस्ट्रीयल डिस्प्यूट्स ॲक्ट) यात काही सुधारणा करायच्या नाहीत असे ठरले आहे. इतर मजूर विषयक कायद्यातही फक्त किरकोळ दुरुस्त्या मान्य झाल्या आहेत. तसेच सार्वजनिक उद्योगांचे खाजगीकरण रद्द झाले आहे आणि त्यामुळे निर्गुंतवणूक मंत्रालय मोडीत काढण्यात आलेले आहे.

मागच्या अनेक वर्षात ज्या ज्या सरकारी विभागांतर्गत सार्वजनिक उद्योग चालविण्यात येतात त्या सर्वांचाच खाजगीकरणाला पूर्णपणे विरोध आहे. त्यात सरकारमधली नोकरशाही आणि या उद्योगातील नोकर आणि कामगार यातल्या कोणालाच आजच्या परिस्थितीत बदल व्हावा असे वाटत नाही. त्यामुळे सरकारमधले संबंधित मंत्री आणि सनदी नोकर यांच्याबरोबर डावे पक्ष अशी ही एक अजब हितसंबंधीयांची युती काम करत आहे. मागच्या अनेक वर्षाप्रमाणेच आजच्या सरकारमध्येही यांना धक्का लावण्याचे कोणाला सामर्थ्य नाही. मुळात मनमोहनसिंग आणि अहलुवालिया हेच या नोकरवर्गातून पुढे आलेले आहेत.

या सर्व वातावरणात अनेक सरकारी विभागातून ज्या नव्या सूचना येत आहेत त्या सगळ्या पूर्वीच्याच सुधारणा कार्यक्रमाअगोदरच्या काळातल्या आहेत. किमान कार्यक्रमात काही ठोस बदल लघुउद्योग क्षेत्रात करण्याचे प्रस्तावित होते. त्यातच या क्षेत्रातली यादी कमी करणेही अपेक्षित होते. परंतु यातले काहीच डोळ्यापुढे न ठेवता संबंधित मंत्र्यांनी एक स्मॉल एंटरप्राईजेस डेव्हलपमेंट बिल २००४ असा एक मसुदा पुढे आणला आहे. त्यात पंजीकरण, कर्ज, पणन आणि संरक्षण अशा बाबींचा समावेश आहे; परंतु ठोस सुधारणा काहीच नाहीत.

किमान कार्यक्रमात खाजगीकरणाविषयी उत्साह नसला तरीही त्याला काही आडकाठी येणार नाही असे सांगण्यात येत होते. परंतु नव्या अवजड उद्योग विभागाने एक उच्च समिती नेमण्याचे ठरवले आहे. या समितीने जे सार्वजनिक उद्योग आजारी आहेत त्यांचे पुनर्वसन कसे करायचे यावर शिफारस करायची आहे. त्यासाठी वित्तविभाग आणि नियोजन आयोग यांनी स्वतंत्र निधीची तरतूदही करावी

अशी मागणी केली आहे. अर्थातच या उच्चाधिकार समितीने अशा आजारी उद्योगांचे खाजगीकरण सुचवावे अशी अपेक्षा नाही. त्यापेक्षा या उद्योगांना सरकारने आणखी भरपूर निधी कसा देता येईल हे सुचविण्याची अपेक्षा आहे.

याच पद्धतीने पोलाद मंत्रालयाने आणखीन एक आपला स्वत:चा नवीन धोरणाचा उपक्रम चर्चेत आणला आहे. नवीन मंत्री उत्साही आहेत आणि धोरणांची चर्चा सहकारी मंत्र्यांबरोबर केल्याशिवाय जाहीर घोषणा करू नयेत असे रितीरीवाज पाळणारे नाहीत. त्यांच्या विभागातल्या नोकरशाहीने आपल्या मनातली आवडती कल्पना नव्या मंत्र्याकडून वदवून घेतली आहे. त्यांना आता पोलादाच्या किंमती नियंत्रित करणारी यंत्रणा उभी करायची आहे. मागच्या काही वर्षात प्रशासकीय किंमत ठरविण्याचे सोडून देण्यात आले आहे आणि व्यापारावरची बंधने हटविण्यात आली आहेत. त्यामुळे भारतातील पोलाद उद्योग हा स्पर्धेला परिणामकारकरीत्या तोंड देत आहे आणि नफाही मिळवत आहे. अशावेळी बाजारपेठेच्या शिस्तीतून पोलाद उद्योग विकसित होत आहे आणि सरकारी क्षेत्रातील कंपन्याही आपली कामगिरी सुधारत आहे. नेमक्या अशावेळी किंमतीचे नियंत्रण करणारी यंत्रणा सरकारला कशासाठी हवी आहे?

थोडक्यात म्हणजे वित्तमंत्र्यांना बरेच धाडस दाखवावे लागणार आहे. सध्या ज्या हितसंबंधी गटांना अनुदाने, संरक्षण आणि फायदे मिळतात त्यांनाच सांभाळण्याची जबाबदारी वित्तमंत्र्यांची नाही. या विषयातले अभ्यासक शंकराचार्य यांनी वित्तमंत्र्यांना काही ठोस सल्ला दिलेला आहे. त्यामध्ये सध्याची लघुउद्योग क्षेत्राची यादी कमी करणे, आणि त्यात कापड उद्योग आणि वापराचे तयार कपडे येतात, तसेच आत्ता जे वेगवेगळे शुल्काचे दर आहेत त्याऐवजी १५ टक्के या समान दराने शुल्क बसविणे आणि केळकर समितीने प्रत्यक्ष आणि अप्रत्यक्ष करव्यवस्थेत जे बदल सुचविले आहेत ते अंमलात आणणे, यांचा समावेश होतो. यापूर्वी एकेकाळी लायसेन्स आणि परवाने पद्धत होती आणि सरकारी निरीक्षकांच्या तपासण्या होत होत्या. ती राजवट संपली. त्याचबरोबर आता अनेक प्रकारच्या सुटी (एक्झम्शन्स) आणि अनुदाने यांचे राज्य चालू आहे. आता नव्या सरकारने हेही संपविण्याची वेळ आली आहे.

■

३.१६ गेल्या दशकात वैविध्य आणि धक्के यांचा अनुभव

सध्या देशाच्या अर्थव्यवस्थेला परत चालना मिळेल अशी चिन्हे दिसत आहेत. अर्थात यात निश्चिती नाही कारण अनेक उलटसुलट संकेत मिळत आहेत. तसेच पूर्वी अनेकदा यातून भ्रमनिरास पदरी पडलेली आहे. त्यामुळे आता सगळेच अधिक सावधान आहेत. नजिकच्या मध्यम काळात आर्थिक वाढीचा दर आणि दिशा काय असू शकते याची अनुमाने काढता येतील.

भारताचा विकासाचा अनुभव लक्षात घेता त्यात विविधता आहे आणि शिवाय काही धक्केही आहेत असे वर्णन सार्थ होईल. मागच्या सात वर्षात अनेक धक्के बसले तरी विविधता वाढत होती आणि त्यामुळे अडचणींना तोंड देता आले. अर्थात काही व्यावहारिक धोरणे आखली असती तर या धक्क्यांची तीव्रता कमी करता आली असती.

चालू वर्षात विकासाचा दर सुमारे पाच टक्के असेल यावर सर्वांची सहमती आहे. त्याचवेळी कृषी क्षेत्र अडचणीत आहे परंतु औद्योगिक उत्पादनात आणि सेवाक्षेत्रात वाढ होत आहे. त्यातून कृषिची तूट भरून येईल. इतर समर्पक उदाहरणे म्हणजे निर्यात वाढत आहे. विदेशी प्रत्यक्ष गुंतवणूक अधिक आहे आणि सरकारचा पायाभूत सोयींवरचा भांडवली खर्च वाढलेला आहे. म्हणजे एका क्षेत्रात धोका निर्माण झाला तर दुसऱ्या क्षेत्रात तो भरून येतो असे दिसते. एका अर्थाने अर्थव्यवस्था खुली झाल्यामुळे जसे धक्के मिळण्याचे प्रसंग वाढतात त्याचप्रमाणे त्यांना तोंड देण्यासाठी जे अर्थव्यवस्थेत वैविध्य निर्माण होते त्याचीही शक्ती बाहेरून मिळवता येते. थोडक्यात म्हणजे जागतिकीकरणामुळे अडचणी वाढल्या म्हणून भांबावून जाण्याचे कारण नाही कारण त्याच प्रक्रियेतून अधिक शक्ती मिळवून अशा प्रसंगांना तोंड देण्याची क्षमताही वाढत असते.

आजही जगामधली आर्थिक मंदी हटलेली नाही; परंतु आपली निर्यात वाढू शकली हे सत्य आहे. आपली कार्यक्षमता आणि स्पर्धेची क्षमता वाढवून उत्पादन करणारे घटक आपली पुनर्रचना करत आहेत. त्याचबरोबर देशांतर्गत मागणी पुरेशी नसली तर उत्पादनाची निर्यात करत आहेत ही गोष्ट नव्या

उद्योगात ठळकपणे दिसते. यंत्रसामुगीतील गुंतवणूक स्थिर आहे आणि निर्यात आणि आयातीचा वाटा वाढत आहे. याचा अर्थ यंत्रनिर्मित उत्पादन देशातून कमी होत आहे असा जो समज आहे त्याला पुरावा मिळत नाही. गेल्या काही महिन्यात भांडवली मालाची आयात आणि उत्पादन वाढलेले आहे. यावरून नव्वदीच्या दशकात जी अतिरिक्त क्षमता निर्माण झाली होती ती आता संपत आल्याची लक्षणे दिसत आहेत.

कृषिमालाची निर्यात आतापर्यंत स्थिर झालेली नाही आणि त्यात बरेच चढउतार दिसतात. तरीही फळ आणि भाजीपाला यांची निर्यात वाढत आहे. यांच्या उत्पादनात, वाहतूक आणि प्रक्रियेत ग्रामीण भागात रोजगार निर्मिती होते आणि गरिबी कमी होण्यात हे योगदान आहे. तसेच या निर्यातीत मूल्यवृध्दी धान्याच्या निर्यातीपेक्षा अधिक आहे. या क्षेत्रात ऐंशीच्या दशकात खाजगी भांडवल गुंतवणूक कमी झाली परंतु नव्वदीमध्ये त्यात वेग आला. काही टीकाकारांच्या मते ही निर्यातीतली शक्ती टिकणारी नाही कारण ग्रामीण व्यवस्थेचे प्रश्न सुटलेले नाहीत. सरकारची योजनेअंतर्गत पायाभूत सवलतींमधील गुंतवणूक बऱ्यापैकी वाढण्याची गरज आहे हे सर्वात महत्त्वाचे आहे. थोडक्यात म्हणजे कृषिक्षेत्रात आजही विकासाची मोठी क्षमता आहे .

सेवाक्षेत्राची कामगिरी सतत सरस आहे. काहींच्या मते ही वाढ तात्पुरती आहे, कारण पाचव्या वेतन आयोगामुळे सरकारी कर्मचाऱ्यांना वारेमाप फायदे झाले. तुलनेने ऐंशीपेक्षा नव्वदीमध्ये बँकिंग आणि वित्तीय सेवांचे योगदान वाढलेले आहे. तसेच सार्वजनिक प्रशासनाचा वाटा आहे त्या प्रमाणातच आहे. म्हणजे दीर्घकाळाचा विचार करता सेवाक्षेत्रात नक्की बदल होत आहेत. अनुत्पादक मत्तांचे प्रमाण कमी होत आहे आणि सरकारी कर्जावरचे व्याजदर सतत खाली येत आहेत. त्यामुळे आता बँका थोडा अधिक धोका पत्करून इतर गुंतवणूकीचा विचार करतील. बँकांचा खर्च कमी झाला पाहिजे आणि त्यांनी लहान कंपन्या आणि व्यापारी यांची कर्जाची गरज भागविली पाहिजे. या वर्षीच्या पहिल्या तिमाहीत बँकांच्या कर्जवितरणात गेल्या वर्षीपेक्षा वाढ झाली आहे आणि व्यापार क्षेत्राला सरकारपेक्षा अधिक कर्ज मिळाले आहे. ही चिन्हे चांगली आहेत.

सगळ्यात काळजीचा विषय आहे म्हणजे सार्वजनिक वित्तस्थिती. येथे व्याजदर कमी होत आहेत आणि त्यामुळे कर्जाचे ओझे कमी झाले आहे. बँकांच्या कर्जावरचे व्याजही कमी झाले आहे आणि सार्वजनिक क्षेत्रामधून कर्जाची उचल वाढली तरीही वित्तसंस्थांची तरलता अधिक आहे. म्हणजे कर्ज उपलब्ध होत नाही म्हणून वाढीवर मर्यादा आल्या आहेत असे म्हणता येत

नाही. खरे तर जितकी वाढ अधिक होईल त्याप्रमाणात कर्जाचा बोजा कमी होईल.

खुल्या अर्थव्यवस्थेत वित्तीय तूट झाल्यामुळे करंट अकाऊंट डेफिसिटवर परिणाम झाला असता. सरकार खाजगी बचत वापरत आहे आणि त्याचवेळी परदेशातून येणारा निधी वाढत आहे. बरोबर तुलनेने चलनवाढ आटोक्यात आहे. नव्वदीमध्ये एकूण मुद्रापुरवठ्यात फारशी वाढ झालेली नाही आणि धान्याच्या किंमती उतरल्या आणि औद्योगिक उत्पादनक्षमता वाढली. थोडक्यात म्हणजे पुरवठ्यामध्ये सुधारणा झाल्यामुळे चलनवाढ खाली आली.

नव्वदीच्या मध्यात पूर, दुष्काळ ,युध्द आणि व्यापारबंदी अशा काही कारणांमुळे अर्थव्यवस्थेला धक्के बसले. त्यातच वित्तीय पेचपसंग आणि आर्थिक घोटाळ्यांची भर पडली. हे धक्के पचवून अर्थव्यवस्था मंदीला बळी पडली नाही. अनेक क्षेत्रात सकारात्मक प्रगती झाली. थोडक्यात म्हणजे जेव्हा अर्थव्यवस्था अधिकाधिक सक्षम होते त्यावेळी काही क्षेत्रात गडबडी झाल्या तरी त्याचा एकूणात परिणाम होत नाही. अर्थात आपली अर्थव्यवस्था आज इतकी बळकट नाही की कोणताच नकारात्मक परिणाम होत नाही. काही क्षेत्रात अडचणी निर्माण झाल्या की वाढीच्या दरावर आजही परिणाम होतोच. अशा प्रसंगात नुकसान भरून काढण्याच्या दृष्टीने धोरणे आखता येतात; परंतु भारतात अजून त्याची सुरुवात झालेली नाही.

गेल्या काही वर्षात सार्वजनिक गुंतवणूक मंदावली आहे आणि खाजगी गुंतवणूकीत चढउतार होत आहेत. त्यामुळे आर्थिक वाढीची क्षमता असूनही ती वापरात आलेली नाही. व्यापार आणि उद्योगक्षेत्रात अधिक चांगल्या संधी निर्माण झाल्या तर त्यात अधिक गुंतवणूक होईल. यासाठी सरकारने विविध क्षेत्रातील बंधने हटवली असती तर योग्य प्रकारचे वातावरण निर्माण झाले असते. मागच्या काही वर्षात व्याजदर कमी होत आहेत आणि त्यामुळे गृह निर्माण आणि रस्ते बांधणी या क्षेत्रात गुंतवणूक वाढली आहे त्याचा परिणाम म्हणून औद्योगिक मागणीही वाढली आहे.

मागे सत्तरीच्या अखेरीस परदेशी विनिमय साठा वाढला आणि त्यातून सार्वजनिक गुंतवणूक वाढली. परंतु त्याचबरोबर अनुदाने आणि सरकारी खर्च वाढला आणि त्यामुळे आज वित्तीय तूट दिसत आहे. आता सुधारणा कार्यक्रम राबवला तर या अडचणींवर मात करता येईल.

■

३.१७ श्रीमंत गरीब देश

देशाचे वित्त मंत्री पी. चिदंबरम यांनी आपले मंत्रीपदाचे काम समर्थपणे सांभाळले आहे. त्यांचा राजकारणाशिवाय व्यक्तीगत व्यवसाय वकीलाचा आहे. शिवाय त्यांनी अमेरिकेतल्या नामांकित हारवर्ड बिझनेस स्कूल येथून पदवी मिळवलेली आहे. त्यांच्या वकीला पेशाला आणि व्यवस्थापनाच्या शिक्षणाला धरून त्यांनी देशाच्या वित्त विभागाची जबाबदारी चांगली हाताळलेली आहे. त्यांनी ऑक्टोबर २००७मध्ये हारवर्ड विद्यापीठात एक आमंत्रित म्हणून व्याख्यान दिले आणि त्या प्रसंगी त्यांनी भारतीय अर्थव्यवस्थेविषयी आपली एकूण समज काय आहे, याची मांडणी केली. त्याचा हा मागोवा आहे.

त्यांच्या मते भारत हा एक असा देश आहे जो साधनसामुग्रीमध्ये श्रीमंत आहे. यातच नैसर्गिक आणि मानवीय या दोन्हींचा समावेश होतो. यातल्या ११० कोटी लोकसंख्येपैकी निम्म्यांचे वय पंचवीस वर्षाच्या आतले आहे. शिवाय या एकूण लोकसंख्येत प्रौढ वयाच्या लोकांचे प्रमाण त्यावर अवलंबून असलेल्या लोकसंख्येपेक्षा अधिक आहे. लोकसंख्या शास्त्रज्ञांच्या मते येत्या २०२५ सालापर्यंत प्रौढ मनुष्यबळाचे हेच प्रमाण राहील असे दिसते. बहुदा त्यानंतरही २०४५ सालापर्यंत या लोकसंख्येच्या वैशिष्ट्यात फारसा फरक पडणार नाही. याला समाजशास्त्रज्ञ लोकसंख्येचा फायदा असे म्हणतात. मात्र असे सगळे वास्तव असूनही भारत एक गरीब देश आहे. येथे ३३.५ टक्के लोकसंख्या गरीब आहे. याचा अर्थ या इतक्या मोठ्या संख्येच्या लोकांना मिळणारे उत्पन्न हे दिवसाला एक डॉलरपेक्षा कमी आहे.

मागे १९४७ नंतर पहिली तीन दशके देशाने केंद्रीय नियोजनाचे एक विशिष्ट प्रतिमान स्वीकारलेले होते आणि त्याकाळात देशाच्या जीडीपीमध्ये सरासरी वर्षाला ३.५ टक्क्यांनी वाढ झाली. चिदंबरम यांच्या मते ही तीन दशके वाया गेली आणि इतर अनेकांचेही थोडेफार असेच मत आहे. या केंद्रीय नियोजनाच्या पहिल्या तीस वर्षात देशाने जी आर्थिक वाढीची विचार प्रणाली स्वीकारली हा वारसा आजही एक ओझे बनलेला आहे. समाजवादाची भाषा आणि शब्दप्रयोग समाजाच्या सगळ्या क्षेत्रात वापरात होते. विशेषत: सगळ्या आर्थिक चौकटीत आणि व्यवहारात याचा

प्रभाव खूप होता. नंतर १९८०च्या दशकात या आर्थिक नीतीमध्ये बदल व्हायला सुरुवात झाली. यात प्रथम इंदिरा गांधी आणि नंतर राजीव गांधी यांनी नेतृत्व दाखवले. देशात समाजवादी शासनाची आणि नियंत्रणाची जी एक अशुभ चौकट होती त्यातले काही भाग बदलण्यासाठी या नेतृत्वाला मोठे धैर्य दाखवावे लागले. हे ऐंशीतले बदल पुढे येणाऱ्या नव्या वाटेची पूर्वतयारी होती.

नंतर १९९१ मध्ये देशाच्या अधिदानशेषात पेचप्रसंग निर्माण झाला आणि सरकारची झोप उडाली. यावर मात करण्यासाठी कठीण निर्णय घ्यावे लागले. मात्र साम्यवादी आणि समाजवादी पक्षांनी या बदलांना निकराने विरोध केला. शिवाय व्यापार आणि उद्योगातले हितसंबंधीही या डाव्यांच्या विरोधात सामील झाले. विरोधकांनी आता देश बुडायची वेळ येईल असे भाकीत केले होते. परंतु काँग्रेसचे नेतृत्व आणि समाजातल्या विविध घटकांनी नव्या आव्हानांना सामोरे जायचे धैर्य दाखवले. या नव्या विचारसरणीत अर्थव्यवस्था खुली असावी आणि ती स्पर्धेवर आधारलेली असावी, हा मुख्य आधार होता. मग तेव्हा पासून देशाने उदारीकरणाची वाटचाल सुरू केली आणि मागच्या सतरा वर्षात त्यात अनेक निर्णय आणि अनेक प्रयोग करून नवनवीन अध्याय जोडले. मात्र मागच्या काळातल्या नियोजनातील धोरणे बदलणे हे तेव्हा नव्वदीमध्येही सोपे नव्हते आणि आता इतके यश मिळूनही ते तितकेच अवघड आहे.

या नव्या सहस्रकातले पहिले दशक हे देश स्वतंत्र झाल्यापासूनचे सगळ्यात चांगले असे म्हटले पाहिजे. सन २०००-०१पासून मागच्या सात वर्षात भारताच्या जीडीपीमध्ये वर्षाला सरासरी ६.९ टक्क्यांनी वाढ झालेली आहे. यातली पहिली तीन वर्षे सोडली तर २००३-०४ पासून आर्थिक वाढीची सरासरी पातळी बरीच उंचावली आहे आणि हा दर ८.६ टक्क्यांवर पोहोचला आहे. मागच्या २००६-०७ वर्षात तर जीडीपीमध्ये चैतन्य सळसळत होते कारण वाढीचा दर ९.४ टक्के नोंदवला गेला. लोकशाही व्यवस्थेमध्ये अर्थव्यवस्था भरभराट करून दाखवते तेव्हा विकासाचे प्रश्न थोडे कमी जाचक होतील असा कोणीही तर्क करेल. मात्र आपल्या देशात ही वस्तु:स्थिती उलटी आहे. आपली लोकशाही आणि त्यातील संस्था यातून विकासाचे आव्हान अधिक कठीण झाले आहे. यातच मागच्या नियोजनातल्या समाजवादी विचारसरणीच्या मानसिकतेमुळे अधिकच भर पडली आहे. याची काही उदाहरणे पाहता येतील. म्हणजे मग फक्त तात्त्विक मांडणी आणि शब्दच्छल करावा लागणार नाही.

भारताच्या खनिज साधनसामुग्रीत कोळसा, लोखंडाचे धातुक, मँगेनीज, मायका, बॉक्साईट, टिटानियम धातुक, क्रोमाईट, हिरे, नैसर्गिक वायू, खनिज तेल आणि चुनखडी अशांचा समावेश होतो. यातल्या कोळशाच्या साधनात आपल्याकडे जगातल्या

चौथ्या नंबरचे साठे आहेत. अशी नैसर्गिक साधनसामुग्री लवकरात लवकर आणि कार्यक्षमतेने विकसित करावी असे कोणीही व्यवहारज्ञानी माणूस म्हणेल. यासाठी भरपूर भांडवल हवे, कार्यक्षम यंत्रणा हवी आणि योग्य ती धोरणांची चौकट हवी ज्यातून बाजारपेठेच्या व्यवस्था सुरळितपणे काम करू शकतील. आपल्या देशात मात्र खनन कामाच्या क्षेत्रात यापैकी कोणतीच गोष्ट काम करताना दिसत नाही. या विषयातले कायदे कालबाह्य झाले आहेत आणि संसदेने यात बदल करण्यासाठी कोणताच उत्साह दाखवलेला नाही. या नैसर्गिक साधनांचा शोध घेण्यासाठी आणि विकास करण्यासाठी खाजगी भांडवल गुंतवणूक वाढावी म्हणून आपल्या प्रयत्नांना जवळपास काहीच यश मिळालेले नाही. हे खनिज कामाचे क्षेत्र राज्य सरकारांच्या हातात बंदिस्त झालेले आहे. यात कोणतेही बदल करायचे म्हटले तर अनेक गट पुढे येतात आणि निकराने विरोध करतात. यातल्या काहींना वनसंपत्तीचे संरक्षण करायचे आहे, काहींना पर्यावरणाचा तोल राखायचा आहे आणि काहींना आदिवासी समुदायाच्या कल्याणाची काळजी आहे. अर्थात जंगल संपत्ती वाचवणे, पर्यावरणाची हानी होऊ न देणे आणि आदिवासींचे हित सांभाळणे ही जरूर रास्त कारणे आहेत. याशिवाय नैसर्गिक संपत्ती ही शासनाची आहे आणि म्हणून खनिज साधने सरकारच्या मालकीची असली पाहिजे अशा निष्ठा असणारे काही राजकीय पक्षही आहेत. त्यामुळे या क्षेत्रात खाजगी भांडवल आणि खाजगी उद्योजक यांना प्रवेश करू देण्यास अशा डाव्या विचारसरणीच्या गटांचा वैचारिक विरोध आहे. त्यांना सध्या प्रचलित असलेल्या संघटित कामगारवर्गाच्या संघटनांचा पाठिंबा मिळतो. या कामगार संघटनांना माहीत असो वा नसो आणखी एक धक्कादायक दुर्दैवी वास्तव आहे. ते म्हणजे या खनिज संपत्तीच्या व्यापारात गुंतलेल्या गुन्हेगारी वर्गाचे हितसंबंध यात दडलेले आहेत. याचा परिणाम अपेक्षेप्रमाणे आहे. यात प्रत्यक्ष गुंतवणूक अगदीच थोडी होते. मग खनिज कामाचे क्षेत्र अगदी माफक वेगाने वाढते आणि साहजिकच देशाच्या आर्थिक वाढीच्या प्रक्रियेवर त्याचा दुष्परिणाम होतो.

खनिजावर उभा असलेला पोलाद आणि अल्युमिनियमचा उद्योग हे दुसरे उदाहरण आहे. यामध्ये खनिज काम करण्यासाठी मोठ्या प्रमाणावर जमीन लागते. त्यातूनच उत्खलन, प्रक्रिया आणि उत्पादन होत असते. तसेच काही पायाभूत सुविधांचे प्रकल्प आहेत ज्यामध्ये मोठ्या प्रमाणावर जमिनीची गरज असते. विमानतळ आणि विमान अड्डे, बंदरे, धरणे आणि वीज उत्पादन केंद्रे यांची जमिनीची गरज मोठी असते. यातूनच मग एकमेकांना जोडणारे रस्ते, पूल आणि रेल्वेचे जाळे यांची उभारणी करता येते. याशिवाय यांना पूरक असलेल्या आणि पाठिंबा देणाऱ्या सोयीसुद्धा निर्माण करता येतात. आजपर्यंत अशा विकास कामांसाठी जमिनीचे संपादन सरकार करत होते आणि शासनाला याचे सर्व अधिकार होते. यामध्ये फक्त

प्रश्न होता तो म्हणजे अशा जमिनीच्या संपादनात पुरेसा मोबदला दिला आहे किंवा नाही. आता हे सगळे बदलले आहे. आता प्रत्येक प्रकल्पामध्ये नवीन नवीन हक्कदार पुढे येत आहेत. आणि त्यांचे हक्क मान्य करावे लागत आहेत. शिवाय कोणत्याही प्रकल्पाचा पर्यावरणावर काय परिणाम होणार आहे याचे मूल्यमापन अगोदर करावे लागते आणि जमीन संपादन करण्यामागची गरज पटवावी लागते. तसेच प्रकल्पग्रस्तांना कोणता मोबदला द्यायचा याचा सर्वमान्य तोडगा शोधावा लागतो आणि प्रकल्पग्रस्तांचे पुनर्वसन याचा तपशीलात अगोदरच विचार करावा लागतो. यात प्रकल्पामुळे बाधित झालेल्या लोकांना पर्यायी राहण्याच्या जागा आणि कसण्यासाठी जमीन आणि प्रत्येक कुटुंबातील किमान एका व्यक्तीला रोजगाराची हमी द्यावी लागते.

यातला प्रत्येक प्रश्न हा गुंतागुंतीचा आणि काही वेळा दीर्घ काळ घेणारा आहे. उदाहरणार्थ योग्य मोबदला म्हणजे काय? याची योग्य किंमत कोणती? ही किंमत ठरवताना आजचा बाजारभाव लक्षात घ्यायचा की प्रकल्प पुरा झाल्यानंतर जमिनीला मिळणारी किंमत लक्षात घ्यायची? असा मोबदला एकरकमी चुकता करायचा की त्याची ती बचत समजून त्यावरचा परतावा त्याला आयुष्यभर द्यायचा? शिवाय असा मोबदला थोडा रोखीमध्ये आणि थोडा प्रस्तावित प्रकल्पाच्या इक्विटीच्या स्वरूपात द्यायचा का? मागच्या काही वर्षात जमिनीच्या प्रश्नावरून लोकांचा क्षोभ वाढला आहे आणि प्रसंगी संघर्ष आणि हिंसा यांचा प्रभाव राजकारणात दिसत आहे. विशेषत: पश्चिम बंगालमध्ये या विषयावर जनमानस घुसळून निघाले आहे. तेथे दोन दशकापेक्षा अधिक काळ डाव्या पक्षांची सत्ता आहे आणि अशा राज्यात शेतकरी जमिनीवरून पेटले आहेत, हा एक अजब प्रसंग आहे. राज्यकर्त्या डाव्या पक्षांना राज्यात औद्योगीकरण वाढवायचे आहे आणि म्हणून त्यांनी नामांकित उद्योगसमूहांना आमंत्रण दिलेले आहे. त्यामध्ये टाटांचे नाव प्रथम आहे. परंतु प्रत्यक्षात शेतकरी आणि पोलीस यांच्यात युद्धाची परिस्थिती नांदत आहे. साहजिकच अशा क्षुब्ध वातावरणात कोणीही मोठी गुंतवणूक करण्यासाठी पुढे येईल अशी अपेक्षा निरर्थक आहे.

केंद्र सरकारने अशा तप्त वातावरणात एक नवीन धोरण आखले आहे. त्यात जमिनीच्या खरेदीसाठी मोबदला आणि पुनर्वसन याचा समग्र विचार झालेला आहे. या धोरणावर आधारित एक कायदाही बनणार आहे. आजच्या घडीला समाजातल्या वेगवेगळ्या घटकांच्या अनेक अपेक्षा आणि मागण्या आहेत कारण त्यांच्यात जागृती झालेली आहे. लोकशाहीच्या सु:स्थितीसाठी कोणीही हे सुचिन्हच आहे असे म्हणेल. याचबरोबर लोकनियुक्त सरकार आणि शासन यंत्रणा यांच्यावर दबाव येऊन अनेक प्रकारचे गुंतागुंतीचे कायदे करण्यात येत आहेत. यामुळे आर्थिक विकासासाठी यापुढच्या काळात मोठ्या आकाराचे प्रकल्प प्रत्यक्षात कसे अंमलात येणार, हा प्रश्न उभा राहिलेला आहे. देशात पायाभूत सोयीसुविधांच्या क्षेत्रात मोठी गुंतवणूक होणार

आहे आणि त्यासाठी मोठ्या प्रमाणावर जमिनीची मालकी बदलली जाणार आहे. परंतु शहरांचे नियोजन असो अगर मागासलेल्या राज्यात आणि मागासलेल्या ग्रामीण भागात औद्योगिकीकरण करण्याचा विषय असो, जमिनीच्या मालकीच्या हस्तांतरणाचा प्रश्न येणारच आहे. अशावेळी सरकार आणि खाजगी मालकीचे क्षेत्र यांना एका समान प्रश्नाला तोंड द्यावे लागणार आहे. चीनमध्ये तेथल्या कम्युनिस्ट पक्षाच्या सरकारच्या अढळ नेतृत्वामुळे थ्री गॉर्जेस् या नावाचा तीन खोऱ्यातील नद्यांवर धरणे बांधण्याचा प्रचंड मोठा प्रकल्प मार्गी लागला. आपल्या देशात असे काही घडू शकेल याची अजिबात शक्यता नाही. आपल्याकडे लहान प्रमाणावर सरदार सरोवर प्रकल्पाची अंमलबजावणी झाली आणि त्यामध्ये किती संघर्ष आणि किती अडचणी यांना पार करत हा प्रकल्प पुरा होऊ शकला, हे देशाने पाहिले आहे.

जमिनीच्या मालकीचा विषय बाजूला ठेवला तर मानव विकासाच्या विषयातही आपल्यापुढे अनेक आव्हाने उभी आहेत. विशेष म्हणजे यातही अनेक अंतर्विरोध आहेत. आपल्याकडे जगात सगळयात चांगल्या दर्जाच्या शाळा आणि शिक्षण संस्था आहेत. परंतु त्या अगदीच थोड्या आहेत. याउलट अगदी सुमार असलेल्या शाळांचे प्रमाण आपल्याकडे सगळयात अधिक आहे. अजूनही मोठ्या संख्येने मुलांना शाळेत प्रवेशच मिळालेला नाही आणि तितक्याच मोठ्या संख्येने विद्यार्थी शिक्षण सोडून जात आहेत. दुसऱ्या टोकाचा विचार केला तर आपल्याकडे शिक्षक, प्राध्यापक, संशोधक आणि शास्त्रज्ञ यांची मोठी कमतरता आहे. त्यांच्या संख्येबरोबरच त्यांच्या दर्जाचा प्रश्न अधिकच बिकट आहे. आपल्या व्यवसायांची तरी काय परिस्थिती आहे? आपल्याकडे डॉक्टर कमी आहेत, परिचारिका कमी आहेत आणि अभियंतेही कमी आहेत. अगदी न्यायाधीशही पुरेसे नाहीत. हा सगळा विचार देशाची लोकसंख्या शंभर कोटींपेक्षा अधिक आहे आणि अर्थव्यवस्था अगदी जलद गतीने प्रगती करून दाखवत आहे, यामुळे करावा लागत आहे. याची कारणे आता उघड झाली आहेत. आपण साठ वर्षांपूर्वी विकास आणि औद्योगिकीकरण यासाठी जे प्रतिमान स्वीकारले आणि जी धोरणे अंमलात आणली ती आजच्या जगामध्ये पूर्णपणे अपुरी भासत आहे. याचे कारण म्हणजे सगळ्या जगाची एक एकत्रित अर्थव्यवस्था निर्माण झाली आहे आणि आपल्या लोकशाहीच्या स्थैर्यामुळे जनतेच्या आकांक्षा आणि अपेक्षा खूप वाढल्या आहेत. नेमके हे सगळे एकावेळी घडून आले आहे. शिवाय समाजात शिक्षणाविषयी एक सर्वमान्य समज प्रतिष्ठित झाला आहे. तो म्हणजे शिक्षण क्षेत्रात नफ्याचा विचार होऊ नये. एका पातळीवर आपल्या सगळयांच्या अपेक्षा आणि भावना अशा असल्या तरीही प्रत्यक्षात आपल्या डोळ्यापुढेच वेगळे वास्तव निर्माण झालेले आहे. ते म्हणजे शिक्षणाची जी काही भरीव प्रगती मागच्या काही वर्षात समाजात घडून आलेली आहे त्यामागे शिक्षण क्षेत्रात मोठ्या प्रमाणावर जे व्यापारीकरण झाले आहे, त्याचा प्रभाव आहे.

आजच्या घडीला जे शिक्षण देण्यात येत आहे त्याच्याबाबत एक टीकेचा मुद्दा लक्षात घेता येईल. काहींच्या मते आज शिक्षणाचा मोठा प्रसार झालेला दिसत असला तरी त्यामध्ये कोणत्याच मूल्यसंवर्धनावर भर देण्यात आलेला नाही. आणि याचे काही परिणाम येत्या काळात दिसून येणार आहेत. आपल्या समाजापुढे जी आव्हाने आहेत त्यावर मात करण्यात काही प्रमाणात अपयश येणार आहे. आणि मागच्या अनेक शतकात ज्या वर्गांवर अन्याय झाला आणि दुर्लक्ष झाले त्याच वर्गांवर या अपयशाचा परिणाम होणार आहे. हे वर्ग आहेत स्त्रिया, अनुसूचित जाती आणि अनुसूचित जमाती आणि त्याचबरोबर इतरही सामाजिकदृष्ट्या मागासलेल्या जमाती. हे दुबळे आणि दुर्लक्षित वर्ग समाजाच्या सगळ्यात कनिष्ठ स्तरावर जखडलेले आहेत आणि या वर्गांच्या प्रगतीच्या आकांक्षा उसळून आलेल्या आहेत. अशा पार्श्वभूमीवर देशाच्या राज्यकर्त्यांनी सगळ्यांना शिक्षण अशी भूमिका घेतलेली आहे. यासाठी केंद्र सरकारने निधीमध्ये अनेक पटीने वाढ केलेली आहे. त्यातून शाळांच्या इमारती बांधायच्या आहेत, शिक्षणाची साधने विकत घ्यायची आहेत आणि शिक्षकांच्या नेमणूका व्हायच्या आहेत. याशिवाय प्राथमिक आणि माध्यमिक या स्तरातल्या सर्व विद्यार्थ्यांना दुपारचे शिजवलेले अन्न देण्याचीही व्यवस्था करायची आहे. यातून सरकारच्या आणि त्याहीपेक्षा शिक्षण क्षेत्रातील कर्मचाऱ्यांच्या जबाबदाऱ्या खूपच वाढलेल्या आहेत.

आणखी एक आव्हान आहे व्यावसायिक आणि तांत्रिक शिक्षणाच्या क्षेत्रामध्ये. आपल्या देशात जमीनधारणेची सरासरी पातळी सुमारे एक हेक्टर (सुमारे २.५ एकर) आहे. शिवाय सुमारे २६ टक्के कृषी मजुरांच्या मालकीची अगर वापरात कोणतीच जमीन नाही. या सगळ्यात दुबळ्या वर्गाच्या मुलामुलींना कृषीमधून मुक्त करण्याची प्रथम गरज आहे. आजच्या परिस्थितीत पंधरा ते एकोणतीस वर्षांच्या वयोगटातील ग्रामीण तरुणांपैकी फक्त तीन टक्के आणि शहरातल्या तरुणांपैकी फक्त सहा टक्के लोकांना कोणत्याही प्रकारचे व्यावसायिक शिक्षण मिळत आहे, असे दिसते. येत्या काळात ही व्यावसायिक शिक्षणाची क्षमता पाचपटीने वाढवावी असे लक्ष्य सरकारने डोळ्यापुढे ठेवले आहे.

आपल्याकडे आरोग्य हा असा एक विषय आहे जो अधिकच गंभीर आहे. स्वातंत्र्यानंतरच्या साठ वर्षात यात जरूर भरीव प्रगती झालेली आहे. जनतेचे सरासरी आयुष्यमान उंचावलेले आहे आणि अनेक पारंपरिक रोग जवळपास संपलेले आहेत अगर आटोक्यात आलेले आहेत. अशी उत्साह वाढवणारी कामगिरी आपल्या पदराशी असूनही मानव विकास निर्देशांकात इतर देशांच्या तुलनेने आपले स्थान खूपच खालचे आहे. आपल्याकडे आरोग्याशी निगडित असलेल्या अडचणी आणि प्रश्न किती बिकट आहेत याचेच ते प्रतिबिंब आहे. आपल्याकडे दर हजार जन्माच्या मागे बालमृत्यूचा दर ५७ आहे. प्रसूतीच्यावेळी मातेच्या मृत्यूचा आकडा प्रतिहजार

जन्मामागे ३०१ आहे. तसेच अंधत्वाचे प्रमाण दर दहालाखामागे सुमारे सात इतके आहे. जनतेच्या दारिद्र्याशी यातील अनेक बाबी निगडित आहेत आणि सरकारने या कमतरता दूर करण्यावर आपले लक्ष केंद्रित केलेले आहे. यासाठी एक राष्ट्रीय ग्रामीण आरोग्य अभियान (नॅशनल रुरल हेल्थ मिशन) राबवण्यात येत आहे आणि प्रत्येक गावामध्ये किमान एक प्रशिक्षित आरोग्य सहायक असावा यावर भर देण्यात येत आहे. याशिवाय सरकारने एकात्मिक बालविकास कार्यक्रमाची (इंट्रिग्रेटेड चाईल्ड डेव्हलपमेंट स्कीम) व्याप्ती वाढवलेली आहे आणि त्यातून प्राथमिक शाळेच्या अगोदर असलेल्या बालगटातील मुले सामील करून घेण्यात आलेली आहेत. केंद्र सरकारने राज्य सरकारांना एक आरोग्य विमा योजना प्रस्तावित केलेली आहे. त्याअंतर्गत मृत्यू आणि अपंगत्व आल्यास लाभधारकावर कोणताही बोजा पडणार नाही अशी व्यवस्था करण्यात आलेली आहे. तसेच दारिद्र्य रेषेखालील वृद्ध व्यक्तीला एक माफक निवृत्ती वेतन देण्याची योजनाही राबविण्यात येत आहे.

आरोग्याच्या विषयात सुदैवाने एक वेगळा दृष्टिकोन समाजाने स्वीकारला आहे. यात लाभाचा विचार सगळ्यांनी मान्य केला आहे. शिक्षणात नफ्याचा विचार नको यापेक्षा ही भूमिका वेगळी आहे. त्याचे परिणामही दिसत आहेत. आपल्याकडे अशी रुग्णालये आहेत जेथे उत्तम दर्जाच्या सेवा मिळतात आणि अनेक देशातील रुग्ण आपल्या देशात येऊन या सेवांचा लाभ घेतात. मागच्या काही काळात याची लोकप्रियता खूपच वाढली आहे. त्यातूनच आपल्याकडे परदेशातील आजारी माणसेही पर्यटनासाठी येतात आणि बरोबरच आपल्यावर इलाज करून घेतात, असे आता दिसू लागले आहे. याला मेडिकल टुरिझम असे म्हणतात.

वित्तमंत्र्यांनी देशापुढे असलेल्या परिस्थितीविषयी आपली स्वत:ची एक जाण व्यक्त केली आहे. त्याचा सारांश पुढील प्रमाणे. भारत गर्भश्रीमंत देश आहे. कारण त्याच्याजवळ नैसर्गिक साधनसामुग्री विपुल आहे. परंतु मागच्या दीर्घकाळात आणि आजही आपला देश गरीब आहे कारण आपण ही नैसर्गिक साधनसामुग्री खऱ्या अर्थाने अजून विकसित करू शकलेलो नाही. या साधनांचा वापर करण्यात आपण कार्यक्षम नाही आणि त्यामुळे त्याचा आपल्या जनतेला खराखुरा फायदा मिळालेला नाही. हा देश श्रीमंत आहे याचे एक कारण म्हणजे आपल्याकडे स्थानिक उद्योजकतेची एक दीर्घ परंपरा आहे. मात्र याचा आपल्याला खरा लाभ मिळालेला नाही कारण आपली धोरणे आणि अंमलबजावणीतील अडचणी यामुळे आपली उद्योजकता बहरली नाही. देशात जनता खूप कष्ट करणारी आहे, सहनशील आहे, कोणत्याही परिस्थितीशी जुळवून घेणारी आहे आणि व्यवहारी आहे. मात्र अशा सगळ्या गुणांवर पाणी फिरत आहे, कारण जनमानसावर वेगवेगळ्या आदर्शवादांचा प्रभाव आहे आणि त्यामुळे सर्वसाधारण जनता आपली शक्ती विसरून संभ्रमित झाली आहे. मागच्या नव्वदीपासून दीड दशकात समाजात अनेक बदल वेगाने पसरत आहेत

आणि त्यातून मोठमोठ्या लाटा उसळत आहेत. अधिकांश प्रमाणात देशातल्या तरूण वर्गांनी खुल्या अर्थव्यवस्थेचे उत्साहाने स्वागत केलेले आहे त्यांना अशा उदार अर्थकारणामध्ये देशाचे हित होणार आहे, असा भक्कम विश्वास वाटत आहे. मागच्या पिढीने स्वातंत्र्यानंतर आपल्यापरीने समाजातल्या बदलांची पायाभरणी केली आणि औद्योगिकीकरणाचा ध्यास घेतला. आधुनिक समाजाच्या रचनेसाठी हे दिशाबदल ऐतिहासिक होते. मात्र आपल्या समाजात खरा बदल झाला नाही; कारण मूळचा सर्व अंगांनी व्यापलेला दारिद्र्याचा प्रश्न मिटला नाही. त्यामुळे येत्या काळात नव्या पिढीला देशाचे हे दारिद्र्य संपवण्याचे सगळ्यात मोठे आव्हान स्वीकारावे लागणार आहे. म्हणजे खऱ्या अर्थाने आपला देश मागच्या काळात आणि आज गरीब असला तरीही आपण देशाच्या संपत्तीचे योग्य हक्कदार आहोत, असे म्हणता येईल.

वित्तमंत्र्यांनी देशापुढच्या परिस्थितीची आपली समज आणि त्यावरची टिपण्णी केलेली आहे आणि ती यथार्थ आहे असे म्हटले पाहिजे. आपल्या देशातील टोकाच्या उदारमतवाद्यांनाही येथे असलेली लोकशाही व्यवस्था बळकट झालेलीच हवी आहे. परंतु त्याचबरोबर स्पर्धेने भारलेल्या राजकीय पक्षांच्या चढाओढीमध्ये अनेक प्रसंगी सार्वजनिक हिताची धोरणे मागे पडतात, असेही अनेक प्रसंगी अनुभवास आलेले आहे. याचे झळझळीत उदाहरण म्हणजे आर्थिक सुधारणा कार्यक्रमाची झालेली परवड. केंद्र सरकारच्या आघाडीत राहून डावे पक्ष सरकारच्या अनेक कार्यक्रमांना विरोध करतात आणि त्यात अडथळे आणतात. याचा स्वाभाविक परिणाम आर्थिक वाढीच्या दरावर होतो हे सगळ्यांना दिसते. परंतु हे डावे पक्ष आपल्या स्थानिक राजकारणांना आणि आपल्या मध्यम वर्गाच्या मतदार संघांना खुश ठेवण्यासाठी कोणत्याही टोकाच्या भूमिका घेण्यास कचरत नाहीत. तसेच नियोजनाच्या काळातील भरीव गुंतवणुकीनंतर देशात अनेक मागासलेले भाग विकासासाठी पुढे येत आहेत आणि त्याचबरोबर उदारीकरणाचा फायदा घेऊन विकसित राज्ये गुंतवणुकीमध्ये आघाडी घेत आहेत. यातून व्यवस्थेमध्ये प्रादेशिक पातळीवर असंतुलन वाढत आहे आणि त्यातूनच अनेक प्रकारच्या स्थानिक आकांक्षा असलेल्या राजकीय नेतृत्वाची वाढ होत आहे. याचा एक परिणाम म्हणजे देशात आता मागच्या दहा वर्षांपासून केंद्रात फक्त आघाडीची सरकारे सत्तेवर येऊ शकतात, असे नवे वास्तव निर्माण झालेले आहे. साहजिकच अशा या तुटक तुटक राजकीय पक्षांच्या जुळणीमधून जेव्हा सरकारे बनतात तेव्हा देशाच्या सार्वजनिक हिताची व्यापक धोरणे मागे पडणार हे उघड आहे. आपल्या लोकशाही व्यवस्थेचा आणि उदार अर्थव्यवस्थेचा हा एक एकत्रित परिणाम आपल्याला आता मान्य करावा लागेल.

■

३.१८ अनुदानांचा भूलभुलैया

देशाच्या विकास प्रक्रियेत एका विषयाला कोणतेच बंधन लागू पडत नाही. तो म्हणजे अनुदानांचा. पंतप्रधान, वित्त मंत्री आणि नियोजन आयोगाचे उपाध्यक्ष अशा अनेकांनी या सतत वाढत असणाऱ्या अनुदानांच्या आकड्याविषयी चिंता व्यक्त केली आहे. यातून देशाच्या नियोजनात आणि वित्त व्यवस्थेमध्ये अनेक विकृती निर्माण केलेल्या आहेत आणि त्यावर मग वेळोवेळी दुरुस्त्या कराव्या लागत आहेत. यापैकी एक म्हणजे चालू वित्त वर्ष २००७-०८च्या अखेरीपर्यंत राजकोषीय तूटीचे प्रमाण जीडीपीच्या ३.३ टक्क्यांपर्यंत आणण्याचे बंधन घालून देण्यात आले आहे आणि सरकार बहुधा त्यात यशस्वी होईल. देशाच्या आर्थिक वृत्तपत्रांच्या संपादकांचे संमेलन दिल्लीमध्ये १९ नोव्हेंबर २००७ रोजी भरले होते आणि या प्रसंगी वित्त मंत्री चिदंबरम आणि पंतप्रधान मनमोहनसिंग या दोघांनी या अनुदानांच्या प्रश्नांवर भर दिला. आता या अनुदानांचा एकत्रित आकडा वर्षाला एक लाख कोटीपर्यंत पोहोचला आहे. चालू सालात अर्थसंकल्पात केलेल्या तरतुदीच्या हा दुप्पट आकडा आहे. याचा अर्थ सरकारच्या वित्त व्यवस्थेचे स्वास्थ्य नक्कीच बिघडलेले आहे.

मग या दोन बाबींची सुसंगती कशी लावायची? एका बाजूला २००६-०७ सालात अनुदानांचा एकत्रित आकडा हा महसुलाच्या उत्पन्नापेक्षा अधिक होता आणि दुसऱ्या बाजूला सरकार चालू सालात मार्च २००८ पर्यंत राजकोषीय तूट ठरल्याप्रमाणे कमी करणार असे आत्मविश्वासाने सांगत आहे. या दोन्हीमध्ये अंतर्विरोध नाही याचे कारण म्हणजे सरकारच्या कराच्या उत्पन्नात भरपूर रक्कम गोळा होत आहे. त्यामुळे बहुधा सरकारला पैसे खर्च करताना आपण फार दक्षता घ्यावी असे वाटत नसावे. त्यापेक्षा समाजातल्या वेगवेगळ्या गटांना खुश ठेवण्यामुळे अधिक राजकीय फायदा मिळत असावा. शिवाय सरकारचे अनुदानाचे ओझे वाढत आहे आणि ते सांभाळण्यासाठी अधिक प्रमाणात सरकारी रोखे बाजारात येत आहेत. हा अनुदानाचा खर्च म्हणून न दाखवता त्यासाठी रोखे उभारायचे हा बनाव कशासाठी? याचे दोन फायदे आहेत. यामुळे अर्थसंकल्पात खर्चाच्या बाजूचा आकडा लहान दिसतो कारण रोखे अर्थसंकल्पात दाखवले जात नाहीत. शिवाय वित्त मंत्र्यांना आपण वित्त व्यवस्थेला शिस्त लावत

आहोत आणि त्याअंतर्गत ठरवून दिलेली लक्ष्ये पुरी करीत आहोत, याचीही शेखी मिरवता येते. त्यामुळे सरकारच शिस्त पाळत नाही या टीकेपासून आपल्याला वाचवता येते. अशा आकड्यांच्या करामती केल्या म्हणजे त्याचे परिणाम असतातच. यामुळे सरकार जो अर्थसंकल्प जनतेला सादर करते त्याची विश्वासार्हता भुसभुशीत होते आणि हळूहळू कमी होते. शिवाय पुढच्या काळात येणाऱ्या सरकारांवरचा कर्जफेडीचा बोजा वाढत जातो. अर्थात लोकशाहीमध्ये सगळ्याच राजकीय पक्षांनी आपापले राजकीय स्वार्थ नजिकच्या काळापुरतेच विचारात घ्यायचे ठरवले असल्यामुळे पुढच्या पिढीवर आपण कर्जाचा बोजा वाढून ठेवत आहोत याचे कोणालाच वैषम्य वाटत नाही. शिवाय एक पिढी आणि दुसरी पिढी यातही समन्याय राहत नाही कारण आज ज्यांना अनुदाने दिली जातात त्याची किंमत पुढची पिढी अधिक कर देऊन चुकवत असते, याचेही भान ठेवले पाहिजे. अर्थात सगळ्या पक्षांची यात सोय असल्यामुळे कोणत्याही चालू सरकारला यात अडचण येत नाही.

प्रथम या अनुदानांचे आकडे पाहू. म्हणजे याचे गांभीर्य उघड होईल. केंद्र सरकारच्या अनुदानांबाबत होणाऱ्या चर्चेमध्ये तीन प्रमुख उमेदवार असतात. अन्न, खते आणि खनिज तेल. या आकड्यांची तुलना करण्यासाठी १९९०-९१, २०००-०१ आणि मागचे २००६-०७ वित्त वर्ष. या वर्षांमध्ये अन्नावर अनुक्रमे रु. २४५० कोटी, रु.१२,०६० कोटी आणि रु.२४,२०४ कोटी अनुदानापोटी देण्यात आले. म्हणजे मागच्या सोळा वर्षात अन्नावरच्या अनुदानात दहा पटीने वाढ झाली. खतांवरच्या अनुदानात वर उल्लेखलेल्या तीन वर्षात अनुक्रमे रु. ४,३८९ कोटी, रु.१३,८०० कोटी आणि रु.१७,२५२ कोटी देण्यात आले. ही वाढ सोळा वर्षात जवळपास चौपट झाली. खनिज तेलांवरच्या अनुदानाचे आकडे फक्त २००६-०७ सालासाठी उपलब्ध आहेत आणि ही रक्कम रु.२७८५ कोटी इतकी होती. चालू २००७-०८ वित्त वर्ष संपताना हा अनुदानाचा आकडा रु. ५०,००० कोटी होईल असा अंदाज आहे. म्हणजे या अनुदानाची रक्कम एक वर्षात जवळपास सतरा पटीने वाढली आहे. नोव्हेंबर २००७ महिन्यात जगाच्या बाजारात खनिज तेलाची किंमत बॅरलमागे शंभर डॉलरच्या जवळ पोहोचल्यामुळे हा आघात झाला आहे.

या अनुदानांबाबत एक दोषाचा मुद्दा आहे तो म्हणजे ही अनुदाने सरसकट सगळ्यांना वाटली जातात आणि समाजातल्या नेमक्या गरीब आणि गरजू कुटुंबांचा त्यात काटेकोरपणे अजिबात विचार होत नाही. बहुतेकवेळा समाजातले सुःस्थितीत असलेले वर्गच हे अनुदानांचे लोणी खाऊन जातात. याचे उदाहरण म्हणजे स्वयंपाकाचा गॅस आणि डिझेलच्या किंमती. यांचा वापर मध्यम आणि उच्च उत्पन्न गटातील कुटुंबेही करतात आणि यासाठी उभारलेल्या रोख्यांची परतफेड आणि त्यावरचे व्याज यासाठी मात्र सगळा कर भरणारा समाज खर्च करत असतो. यातच सरकार ज्या आम

आदमीविषयी तळमळ दाखवते त्यांचाही समावेश होतो.

आपले सरकार खनिज तेलासाठी रोखे का उभारते? जगाच्या बाजारात नोव्हेंबर २००७ या काळात खनिज तेलाची किंमत बॅरलमागे शंभर डॉलरच्या पातळीवर पोहोचली आणि त्याचे धक्के सगळ्यांनाच बसले. त्यामुळे ही किंमतवाढ आपल्या जनतेलाही कळते आणि ही किंमत आपण देणे हाच रास्त पर्याय आहे. परंतु सरकारला हा साधासोपा विचार मान्य नसावा. त्यांना गुजरात आणि हिमाचल प्रदेश या राज्यात डिसेंबर २००७मध्ये निवडणुका होणार आहेत म्हणून त्यापूर्वी ही किंमतवाढ येथे करू द्यायची नाही हे सोयीचे वाटते. परिणामी सरकारी मालकीच्या तेल कंपन्या रोज अनेक कोटींचा तोटा सहन करत आहे आणि शेअर बाजारात त्याची किंमतही घटली आहे. त्याचप्रमाणे आपण खतांसाठी रोखे उभारतो. कारण शेतकऱ्याला दारिद्र्यातून वर काढण्यासाठी खते कमी किंमतीमध्ये उपलब्ध झाली पाहिजेत, असे आपले सरकार सांगते. मात्र प्रत्यक्षात ही अनुदाने खत निर्मिती करणाऱ्या कंपन्यांना दिली जातात आणि या वाटेने शेतकऱ्याला त्यातून किती मदत होते हाही प्रश्नच आहे. आणखी एक उदाहरण म्हणजे सरकार अन्नासाठी अनुदान देते असे सांगण्यात येते आणि त्यासाठी रोखे उभारण्यात येतात. मात्र प्रत्यक्षात हे अनुदान भारतीय अन्न महामंडळाला (फूड कॉर्पोरेशन ऑफ इंडिया) देण्यात येते आणि त्यातून या महामंडळातली नोकरशाही पोसली जाते. या महामंडळाची कार्यक्षमता किती आहे आणि यात भ्रष्टाचार किती आहे, हे सार्वजनिक चर्चेचे स्वतंत्र विषय आहेत.

सगळ्यात आश्चर्याची बाब म्हणजे हे अनुदानांचे मोठे आकडे अर्थसंकल्पात कोठेच दिसत नाहीत. त्यामुळे पंतप्रधानांनी यावर कितीही चिंता केली अगर नाराजी दाखवली तरी प्रत्यक्षात त्याचा काहीच परिणाम होणार नाही. अर्थात अनुदानांच्या बाबत केवळ काही थोडे अभ्यासक अगर टीकाकार हा विषय लावून धरत आहेत असे म्हणता येणार नाही. सरकारने स्वतःच या विषयावर डिसेंबर २००४ मध्ये एक श्वेतपत्रिका प्रसिद्ध केली होती. केंद्रातल्या आघाडीच्या सरकारचा एक राष्ट्रीय किमान कार्यक्रम (नॅशनल कॉमन मिनिमम प्रोग्रॅम/एनसीएमपी) आहे आणि तो समोर ठेवून सरकारने आपली अनुदानांच्याबाबतची भूमिका स्पष्ट केलेली आहे. त्यामध्ये सगळी अनुदाने फक्त गरीब आणि गरजू वर्गांना दिली जातील याची हमी देण्यात आलेली आहे. यामध्ये लहान आणि सीमांत शेतकरी, शेतमजूर आणि शहरातील गरीब यांचा समावेश करण्यात आलेला आहे. सरकारची ही बांधिलकी म्हणजे केवळ एक घोषणा नसून तिच्या अंमलबजावणीचा आवश्यक तो तपशील आपण संसदेला पहिल्या नव्वद दिवसात सादर करू, असेही केंद्र सरकारने कबूल केले होते. याचा भाग म्हणूनच अनुदानांवरची श्वेतपत्रिका तयार करण्यात आली होती. त्यात नॅशनल

इन्स्टिट्यूट ऑफ पब्लिक फायनान्स ॲन्ड पॉलिसी या संस्थेचा सहभाग होता. सरकारने आपल्या वित्त व्यवस्थेच्या धोरणांचा सूक्ष्म अभ्यास करण्यासाठी ही संस्था चालवलेली आहे. या श्वेत पत्रिकेच्या मांडणीतून सगळ्या अनुदानांचा प्रथमच एकत्रित विचार करण्यात आला आणि त्याची अधिकृत आकडेवारी उपलब्ध करून देण्यात आली. ही अनुदाने, प्रत्यक्ष आणि अप्रत्यक्ष, आणि या व्यवस्थेमधल्या त्रुटी आणि यामध्ये होणारी गळती थांबवण्याच्या दृष्टीने ही श्वेतपत्रिका महत्त्वाची समजली पाहिजे.

तात्विक पातळीवर सरसकट अनुदानांबाबत होणारी टीका कोणीही मान्यच करेल. अगदी अनुदाने नेमक्या योग्य गरीब आणि गरजू कुटुंबांपर्यंत पोहोचली तरीही यातून बाजारपेठेची प्रक्रिया दूषित होते हे खरे आहे. यामुळे उपलब्ध साधनसामुग्रीची वाटणी योग्य प्राधान्यानुसार होत नाही आणि कराच्या रुपाने गोळा झालेली साधने विकासाच्या कामांमध्ये गुंतवली जात नाहीत. आपल्या देशात आणखी एक दुर्दैवी बाब म्हणजे सरकारची अंमलबजावणीची प्रक्रिया दोषास्पद आहे. त्यामुळे कोणी कितीही आग्रह धरला तरी ही अनुदाने योग्य लाभधारकांना मिळतील अशी खात्रीची आणि पारदर्शक विकास प्रक्रिया आपण आजपर्यंत निर्माण करू शकलेलो नाही.

वर उल्लेख केलेल्या श्वेतपत्रिकेत खनिज तेलावरच्या अनुदानांबाबत एक टिप्पणी केली आहे. त्यात स्वयंपाकाचा गॅस आणि केरोसीन यावर देण्यात येणारी अनुदाने पूर्णपणे विफल ठरलेली आहेत. हे वास्तव लक्षात घेऊन स्वयंपाकाच्या गॅसवर (एलपीजी) देण्यात येणारे अनुदान निदान टप्प्याटप्प्याने कमी करण्याचे प्रयत्न लगेच सुरू करावेत, अशी शिफारस करण्यात आली होती. हीच गोष्ट अन्नावरच्या अनुदानाबाबतही खरी होती. अन्नधान्याच्या वितरणाचा खर्च वाढत चालला आहे आणि शिवाय स्वस्त धान्य दुकानातून होणारा प्रचंड भ्रष्टाचारही सगळ्यांनी मान्य केलेला आहे. तीच बाब खतांवरच्या अनुदानांनाही लागू पडते. दुर्दैवाने या अहवालात करण्यात आलेल्या शिफारशी सरकारने बासनात गुंडाळून ठेवलेल्या आहेत. मागच्या २००३ सालापासून अर्थव्यवस्थेमध्ये भरभराट दिसत असल्यामुळे सरकारकडे जमा होणारा महसूल भरपूर आहे आणि त्यामुळे सरकारला आपला खर्च कमी करण्याची निकड भासत नाही. शिवाय अनुदाने सरसकट पद्धतीने वाटल्यावर संतुष्ट लोकमताचाही राजकीय फायदा होतच असतो. तसेच सरकारने रोखे बाजारात आणण्याचे तंत्र अवलंबल्यामुळे त्याची अर्थसंकल्पावरही सावली पडत नाही. त्यामुळे अनुदाने कमी करावीत याकडे कोणाचेच लक्ष नाही आणि यातून विकास कामांकडे दुर्लक्ष होत आहे याचेही कोणाला भान नाही. आश्चर्य म्हणजे अगदी डाव्या पक्षांनीही याबाबत राज्यकर्त्या पक्षाप्रमाणेच लोकानुनय करणे हीच सोय पाहिली आहे. यापक्षाने पंतप्रधान अनुदानाची रक्कम कमी करावी असे म्हणतात,

म्हणून त्यांच्यावर टीका केली आहे. त्यांच्या मते ही अनुदाने अजिबात कमी होता कामा नयेत. आता जर ही अनुदाने योग्य गरजू लाभधारकांना मिळत नसतील तर ते सरकारचे अपयश आहे असे डावे पक्ष म्हणतात. म्हणजे हे डावे पक्ष सत्ताधारी आघाडीचा भाग आहेत पण हे सरकार अपयशी आहे असे म्हणण्यात त्यांना काहीच अडचण वाटत नाही.

मागच्या २००६-०७ वर्षात केंद्र सरकारने तेलावरच्या अनुदानांसाठी रु. १९,१५० कोटींचे रोखे काढले त्यापैकी अन्नधान्य महामंडळाला (एफसीआय) रु. १६,२०० कोटी अनुदानापोटी देण्यात आले. मात्र खत कंपन्यांची देणी थकवण्यात आली. हा एकूण आकडा लक्षात घेतला तर हे प्रमाण जीडीपीच्या एक टक्का ते दीड टक्का या दरम्यान आहे. याचा अर्थ २००६-०७ सालात जी वित्तीय तूट अर्थसंकल्पात दाखवण्यात आली होती ती या एक ते दीड टक्क्यांचा खर्च लक्षात न घेता दाखवण्यात आली होती. चालू २००७-०८ वर्ष जेव्हा संपेल तेव्हा हा अनुदानांचा आकडा भरमसाठ वाढलेला असेल आणि अर्थसंकल्पात त्याची कोणतीच दखल घेतलेली दिसणार नाही. अशा पद्धतीने वित्त मंत्री आपण वित्तीय तूट ठरवल्याप्रमाणे कशी कमी करत आणली याचेही श्रेय घेतील. सरकारने २००७-०८या चालू वित्त वर्षात वित्तीय तुटीचे लक्ष्य जीडीपीच्या ३.३ टक्क्यांवर आणण्याचे कबूल केलेले आहे. परंतु प्रत्यक्षात इतकी मोठी वित्तीय तूट असली तर ती काही लपवली म्हणून नाहीशी होणार नाही.

जितकी वित्तीय तूट अधिक त्या प्रमाणात चलनवाढीचा दबाव अधिक, चढे व्याजदर आणि अधिदानशेषात पेचप्रसंग हे सगळे गंभीर परिणाम सरकारला माहीत आहेत. त्यामुळे राजकीय फायद्यांसाठी सरसकट अनुदाने वाटायची त्यासाठी रोखे उभारून पुढच्या पिढीवर कर्जाचा बोजा चढवायचा आणि अर्थसंकल्पात आपण वित्तीय तूट कमी केली आणि वित्तीय शिस्त आणली असे दावे करायचे, हे काही लांबचे टिकाऊ राजकारण नाही. शिवाय अनुदानांवर इतका भरमसाठ खर्च करायचा आणि तातडीची विकास कामे दूरवर ढकलायची याचेही गंभीर आर्थिक परिणाम होतातच. देशाच्या अकराव्या पंचवार्षिक योजनेत पायाभूत सोयीसुविधांच्या क्षेत्रात किती प्रचंड प्रमाणावर गुंतवणूक करावी लागणार आहे याची कबुली सरकारने दिलेली आहे. त्यामुळे उपलब्ध साधने अनुदानांवर खर्च करायची किंवा नाही असा काही मर्यादित प्रश्न नाही. त्यामुळे पंतप्रधानांनी व्यक्त केलेली काळजी रास्त आहे. ■

विभाग ४ : भारतातील आर्थिक नियोजन

Economic Planning in India

४.१ नियोजनाचे नवे संदर्भ

देशामध्ये मागच्या पन्नाशीच्या दशकापासून पंचवार्षिक योजनांची एक परंपरा आहे आणि नियोजन आयोग त्याचा चेहरा म्हणून महत्त्वाची संस्था बनलेली आहे. केंद्र सरकारच्या शासन व्यवस्थेमध्ये औपचारिक दृष्ट्या आयोगाला कोणतेच कायद्याचे स्थान नाही. परंतु आयोगाचे अध्यक्ष स्वत: पंतप्रधान असतात आणि त्यातून आयोगातल्या निर्णय प्रक्रिया आणि शिफारशी यांना सरकारचाच भाग समजण्यात येते. तसेच राज्य सरकारांना मार्गदर्शन करणे आणि त्या पातळीवरची नियोजन प्रक्रिया नियंत्रित करणे हेही एक नाजुक काम नियोजन आयोग करत असते. अर्थातच देशातल्या या दीर्घ परंपरेचे आपले एक स्वतंत्र कर्मकांड विकसित झालेले आहे. त्याला धरूनच आयोगाच्या प्रत्येक पंचवार्षिक योजनेमध्ये एक ठराविक ढाचा अनुसरला जातो. कोणत्याही पंचवार्षिक योजनेच्या अधिकृत आराखड्यात सुरुवातीला एक विषयाची ओळख करून देणारी मांडणी असते. त्यामध्ये आर्थिक आणि सामाजिक क्षेत्रात कोणती कामगिरी झाली, त्यात किती यश मिळाले आणि अजूनही कोणते प्रश्न अनुत्तरित आहेत याचे विवेचन असते. त्यानंतरच्या भागात चालू आणि येत्या काळातील प्रश्नांना सोडविण्यासाठी कोणत्या प्रकल्पांना निधी पुरवण्यात येणार याची यादी असते. आता देशात मागच्या नव्वदीच्या दशकापासून उदारीकरणाची नवी वाटचाल सुरू झाल्यावर वास्तविक पाहता केंद्रीय नियोजनाचा मूळ ढाचा आणि निर्णय प्रक्रियेच्या परंपरा मुळापासून बदलण्याची गरज आहे. परंतु हे सहजासहजी घडत नाही कारण पारंपरिक शहाणपणामध्ये (कन्व्हेन्शनल विज्डम) नेहमीच अधिक सुरक्षा असते आणि जोखीम अगदी कमी असते. साहजिकच कोणत्याही नोकरशाहीमध्ये अशा परंपरांचाच विजय होतो. नियोजनआयोग त्याला अपवाद नाही.

बऱ्याचदा नियोजन आयोगावर आणि पंचवार्षिक योजनांवर चर्चा होते ती मुख्यत: हा प्राथमिक आढाव्याचा आणि धोरणाचा विषय आहे, त्या भोवतीच गुंतून राहते. योजना कार्यक्रमाचा निधी वाटप आणि अंमलबजावणी या नित्यनैमित्तिक बाजू समजल्या जातात आणि त्यावर फारशी गांभीर्याने चर्चा होत नाही. देशाने १९९१च्या आर्थिक पेचप्रसंगातून उदारीकरणाची नवी वाट निवडली हे खरे, परंतु जो सगळ्यात

मोक्याचा विषय होता त्याची कोणाला चर्चा करावीशी वाटली नाही. ती म्हणजे देशामध्ये नियोजन आयोग आणि तिची कार्यपद्धती याचाही मुळापासून विचार करणे आवश्यक होते. देशाने नवी वाटचाल सुरू केल्यावर त्यात काही ठळक आणि मोजक्या विषयात हस्तक्षेप करून त्याजागी काही नवी धोरणे स्वीकारणे इतकाच आर्थिक सुधारणा कार्यक्रमाचा अर्थ लावण्यात आला. नव्वदीच्या सुरुवातीला जो घटनाक्रम झाला त्यातूनही ही नवी वाट म्हणजे काय याचा संदर्भ परस्पर ठरवला गेला. त्याप्रसंगी जागतिक बँकेने काही मोजक्या धोरणांच्या पुनर्मांडणीचा सल्ला दिला आणि आग्रह धरला आणि आपल्या सरकारने त्यावर अंमल केला. या हस्तक्षेपाचा सगळ्यात मोठा फायदा म्हणजे नियोजनाच्या पहिल्या चाळीस वर्षात उद्योग क्षेत्रात जी परवाना आणि वाटे पद्धती होती ती संपवण्यात आली. यालाच स्वतंत्र पक्षाचे अध्यक्ष राजाजी लायसेन्स ॲन्ड परमिट राज असे म्हणत असत. पुढे हा शब्दप्रयोग सार्वजनिक चर्चेमध्ये सगळ्यांनी वापरला. देशाच्या नियोजन प्रणालीची ही सगळ्यात मोठी निर्भत्सना होती. साहजिकच सुधारणा कार्यक्रमातून ही जी नियोजनातील साफसफाई सुरू झाली त्याचेच वर्णन उदारीकरण असे करण्यात आले.

येथे प्रस्तावित योजनेतल्या कार्यक्रमांची चर्चा केली आहे. जो मागच्या आढाव्याचा आणि धोरणाच्या चौकटीचा महत्त्वाचा विषय आहे, तो मागे ठेवलेला आहे. अर्थात त्याचे एक स्वत:चे स्वतंत्र मोल आहे आणि तो चर्चेचा मोठा आणि वेगळा विषय आहे. आपल्या नियोजनाचे आणि पंचवार्षिक योजनांचे एक मुख्य वैशिष्टय म्हणजे त्यातल्या अनेक योजना दीर्घ काळापर्यंत अस्तित्वात आहेत आणि राबवण्यात येत आहेत. याची उदाहरणे म्हणजे ग्रामीण रोजगार योजना, एकात्मिक बाल विकास योजना (आयसीडीएस) आणि इंदिरा आवास योजना (आयएवाय) या योजना मागच्या दीर्घकाळापासून राबविण्यात येत आहेत. मग यांचा परिणाम काय झाला? प्रत्यक्ष वास्तवात या योजनांना फारसे काही यश मिळाले असे दिसत नाही. हा निष्कर्ष काढण्याचे कारण म्हणजे मानव विकास निर्देशांकानुसार (ह्यूमन डेव्हलपमेंट इंडेक्स) सर्वसाधारण गरीब कुटुंबांना यातून काही फायदा मिळाला असता, तर त्यांची परिस्थिती सुधारल्याचे पुरावे मिळाले असते. ग्रामीण भागात रोजगार वाढणे, बालविकास कार्यक्रमातून कुपोषण कमी होणे आणि खेड्यामध्ये गरीबांना निवारा मिळणे या दीर्घकाळाच्या योजनांमधून अपेक्षित होते; परंतु गरिबांच्या हातात काही पडले असे दिसत नाही. अर्थात समजा जर या योजना सरकारने आखल्याच नसत्या आणि अंमलात आणल्या नसत्या तर गरिबांची सध्याची परिस्थिती आणखी वाईट झाली असती, असे म्हणण्याला वाव आहे. म्हणजे या गरिबांसाठी असलेल्या कार्यक्रमातून परिस्थिती आहे त्या पातळीवरच टिकून राहिली असे नियोजनआयोग म्हणू शकेल. आता याला यश म्हणायचे की अपयश म्हणायचे, इतकाच प्रश्न आहे.

नियोजन आयोग या प्रमुख योजनातून इतके थोडे यश हाती का लागले याचे स्पष्टीकरण देऊ शकते. आयोगाच्या अनेक अहवालांमधून वेळोवेळी या योजनांच्या अंमलबजावणीतल्या त्रुटी आणि मर्यादा यावर चिंता व्यक्त करण्यात आलेली आहे. परंतु आयोगाने या अपयशयाच्या मुळाशी जाण्याचा कधीच प्रयत्न केलेला नाही. वास्तविक पाहता या योजनांच्या अंमलबजावणीत ज्या पद्धतीने आणि ज्या प्रमाणात निधी देण्यात येतो, याच्याशी अनेक प्रश्न जोडलेले आहेत. किंबहुना या योजनांच्या अपयशाचे बरेचसे उत्तर यातून मिळू शकते.

नियोजन आयोग वेगवेगळ्या योजनांचा विचार करते आणि या योजनांना वेगवेगळ्या प्रमाणात निधी उपलब्ध करून द्यावा लागतो. म्हणजे या सगळ्या योजनांची एकत्र जुळणी करणे आणि त्यातल्या प्रत्येक योजनेवर कसा खर्च होईल याचा पाठपुरावा करणे, ही एक अतिशय कंटाळवाणी आणि किचकट प्रक्रिया आहे. यासाठी प्रत्येक मंत्रालयाच्या वेळोवेळी निधीसाठी होणाऱ्या मागण्या यांच्या तपशिलात उतरावे लागते. साहजिकच या तपशीलाच्या गुंतागुंतीच्या प्रक्रियेमध्ये मोठ्या संख्येने नोकरशाही गुंतलेली आहे.

या प्रक्रियेचा एक संशोधनात्मक आढावा घेण्यात आला. त्यासाठी २००५-०६ सालात अर्थसंकल्पात वेगवेगळ्या केंद्र पुरस्कृत योजनांवर (सेंट्रली स्पॉन्सर्ड स्कीम्स/सीएसएस) किती तरतूद करण्यात आली, याचा आढावा घेण्यात आला. दहाव्या पंचवार्षिक योजनेमध्ये २००५-०६ साल हे चौथे वर्ष होते. या आकडेवारीवरून केंद्र पुरस्कृत योजनांच्या गरजांमध्ये किती विविधता आहे याचे चित्र मिळते.

या सगळ्या केंद्र पुरस्कृत योजनांचा (सीएसएस) एकूण आकडा १९५ आहे. यातल्या काही योजना दोन पातळ्यांवर विभागण्यात येतात. एका पातळीवर राज्य सरकारांच्या अर्थ संकल्पातून तरतूद होते आणि दुसऱ्या पातळीवर राज्यांना बाजूला ठेवून प्रत्यक्ष निधी देण्यात येतो. या एकूणातल्या १९५ योजनांपैकी १५ योजनांसाठी २००५-०६ सालात कोणतीच निधीची तरतूद नव्हती. म्हणजे या योजनांवर कोणताच खर्च होणार नव्हता. उरलेल्या १८० योजनांवर खर्चाच्या दृष्टीने निधीची तरतूद करण्यात आली होती. यापैकी १३१ योजनांमध्ये वर्षाला दरडोई एक रुपया आणि त्याहीपेक्षा कमी खर्च नियोजित होता. आणखी ३० योजनांमध्ये वर्षाला दरडोई पाच रुपयांपर्यंत खर्च अपेक्षित होता. उरलेल्या फक्त एकोणीस योजनांमध्ये वर्षाला दरडोई पाच रुपयांपेक्षा अधिक निधीची तरतूद करण्यात आली होती. यापैकी फक्त दोन योजना अशा आहेत ज्यामध्ये वर्षाला दरडोई पन्नास रुपयांपेक्षा अधिक निधी खर्च करण्यात येणार होता. या दोन प्रमुख योजना म्हणजे संपूर्ण ग्रामीण रोजगार योजना (एसजीआरवाय) आणि सर्व शिक्षा अभियान (एसएसए). यापैकी राष्ट्रीय ग्रामीण रोजगार हमी योजना (एनआरइजीएस) फेब्रुवारी २००६ सालापासून सुरू करण्यात

आली आणि साहजिकच वित्त वर्ष २००५-०६ मध्ये या योजनेवर प्रत्यक्षात फारसा खर्च करण्यासाठी वेळच मिळाला नाही.

अशा चर्चेमध्ये एखाद्या कार्यक्रमाची परिणामकारकता मोजण्यासाठी एकूण लोकसंख्येचा विचार करणे एका दृष्टीने चुकीचे होऊ शकेल. याचे कारण म्हणजे या कार्यक्रमांमध्ये ज्या गरीब कुटुंबांना लाभ मिळायचा आहे, त्यांच्यात खूप फरक आहे. उदाहरणार्थ एसजीआरवाय आणि एनआरइजीएस यामध्ये रोजगार देण्यासाठी ग्रामीण भागातील प्रौढ मनुष्यबळ हे लक्ष्य आहे. आणि एसएसए कार्यक्रमात शाळेमध्ये जाऊ शकणाऱ्या वयोगटातील मुलांचे लक्ष्य समोर ठेवण्यात आलेले आहे. या आधारावर दरडोई खर्चाच्या निधीच्या तरतुदीवरून एक तुलना करण्यासाठी आधार धरता येतो. आणि त्यासाठी या योजनांमध्ये जे लाभधारकांचे लक्ष्य ठरविण्यात आले आहे, त्याचा वापर करता येतो. याचा अर्थ ज्या सीएसएस योजनांमध्ये वर्षाला दरडोई एक रुपयांपेक्षा खर्चाची तरतूद करण्यात आली तो खर्च प्रत्यक्षात अगदी थोड्या संख्येने असलेल्या लाभधारकांवर करता आला असता, तरच त्यातून काही लक्षणीय परिणाम दिसू शकला असता. अर्थातच प्रत्यक्षात असे काही होत नाही. स्वशक्ती ग्रामीण स्त्रियांचा विकास कार्यक्रम अशी एक योजना आहे. यावर तीन कोटी रुपये २००५-०६ मध्ये खर्च व्हायचे होते. यामध्ये कोणत्या स्त्रियांना लाभ मिळणार होता? या योजनेच्या धर्तीवरच ग्रामीण स्त्रियांसाठी आणखी दोन मोठ्या योजना आहेत. त्यांची नावे आहेत स्वयंसिद्धा आणि महिला समाख्या. या तीनही योजनांमधला खर्च एकत्रित केला तरीही ग्रामीण स्त्रीला यातून दरडोई फक्त दोन रुपयांचा फायदा मिळणार होता. मग अशा योजनेत खर्चाचे वितरण कसे करायचे?तसेच या दोन रुपयांच्या खर्चातून कोणता परिणाम शोधायचा?

याचा अर्थ अशा कार्यक्रमांसाठी योजनेच्या निधीची तरतूद अगदी कमी पडत होती. मग दुसऱ्या कोणत्या मार्गाने एखाद्या योजनेला हा निधी जोडून घेता आला असता तर त्यातून अपेक्षित असलेला परिणाम वाढवता आला असता का? काही सीएसएसचा निधी हा राज्य सरकारांना बाजूला ठेवून स्वतंत्रपणे क्षेत्रीय पातळीवर संस्थांना दिला जातो. याचे उदाहरण म्हणजे एसजीआरवाय (संपूर्ण ग्रामीण रोजगार योजना). सन २००६-०७ सालात सर्व शिक्षा अभियान (एसएसए) सुरू करण्यात आली. ही योजना आणि शाळेत दुपारचा आहार देण्याची योजना यांना प्रारंभिक शिक्षा निधीमधून पूरक निधी देण्यात आला. अशा शक्यता डोळ्यापुढे असूनही अनेक लहान योजना स्वतंत्रपणे परस्पर अंमलात आणण्यात येतात आणि त्यांना दुसऱ्या मोठ्या योजनांबरोबर जोडून घेण्याचा प्रयत्न केला जात नाही. साहजिकच अशा चिल्लर निधी असलेल्या अनेक योजना कितीही काळ राबवल्या तरीही त्यांचा कोणताच परिणाम होणार नाही आणि दिसणार नाही, हे उघड आहे. ही इतकी साधी

आणि सोपी गोष्ट का होत नाही? याची कारणे केंद्र आणि राज्य सरकारांच्या नोकरशाहीशी निगडित आहेत. नियोजनाच्या मागच्या ५७ वर्षांत हजारो योजना सुरू करण्यात आल्या आणि त्यासाठी वेळोवेळी सरकारी कर्मचाऱ्यांची पदे निर्माण करण्यात आली. त्यातूनच आता नोकरशाहीची एक प्रचंड मोठी यंत्रणा निर्माण झालेली आहे आणि तिच्या संख्येवर आणि खर्चावर कोणतीही नियंत्रणे आणण्याचे प्रयत्न यशस्वी होऊ शकत नाहीत, हे देशाने अनुभवले आहे. या सरकारी कर्मचाऱ्यांच्या हितसंबंधांमुळे अल्पनिधी असलेल्या असंख्य योजना वर्षानुवर्षे चालू ठेवण्यात आलेल्या आहेत.

आता एप्रिल २००७ पासून अकरावी पंचवार्षिक योजना सुरू झाली आहे आणि अशा प्रसंगी केंद्र पुरस्कृत योजनांचा (सीएसएस) खरोखरी काय परिणाम झाला याचा नियोजन आयोग आढावा घेऊ शकते. त्यासाठी या योजनांचा ठरवून दिलेल्या लक्ष्यावर किती खर्च झाला आणि त्यासाठी योग्य निवड झालेली लाभधारकांची किती संख्या होती, यातून सीएसएसचे मूल्यमापन करता येईल. काही योजनांमध्ये जो अपेक्षित लाभधारकांचा गट असतो तो एकच असतो. मग अशा योजनांचा खर्च एकत्रित करून त्यांचा कोणता परिणाम झाला याचा अंदाज बांधता येईल. अशा पद्धतीने जर या योजनांचा परिणाम मोजता आला तर मग या छोट्या खर्चाच्या योजना पूर्णपणे बंद करायच्या का? याचा निर्णय घेता येईल. अन्यथा दुसरा पर्याय म्हणजे जर या योजना खरोखरीच अपेक्षित लाभार्थींना उपयोगाच्या असतील, तर मग या योजनांसाठी अधिक भरीव खर्चाची तरतूद करण्याचा विचार करता येईल.

मागच्या २००६-०७ सालाच्या केंद्रीय अर्थसंकल्पात एकोणीस योजना अशा होत्या ज्यामध्ये दरडोई खर्च पाच रुपयांपेक्षा अधिक होता. या सगळ्या योजनांची एकत्रित तरतूद रु. ३,५०० कोटींनी वाढवण्यात आलेली आहे. परंतु यासाठी दुसऱ्या सर्व शिक्षा अभियान आणि जिल्हा प्राथमिक शिक्षण कार्यक्रम यांच्या सर्वसाधारण निधीमधून रक्कम वळवण्यात आली आहे आणि या एकोणीस योजनांसाठी निधी वाढवल्याचे दाखवण्यात आलेले आहे. एका दृष्टीने हे रास्त म्हणता येईल कारण असा निधी वाढवल्याने लाभार्थींना खऱ्या अर्थाने फायदा देता येतो. परंतु दुसऱ्या अर्थाने ही फसवणूक आहे. कारण जो निधी दुसऱ्या नावाखाली खर्च होत होता तो फक्त वळवण्यात आलेला आहे. म्हणजे यात काही नक्त तरतूद वाढवली आहे असा कोणी समज करून घेण्याची गरज नाही. मात्र वित्त मंत्री असे प्रयत्न करत असतात. याच धर्तीवर काही प्रमुख योजनांमध्येही निधीच्या तरतुदींमध्ये फेरफार करण्यात आलेले आहेत. उदाहरणार्थ प्रधान मंत्री ग्राम सडक योजना यातून खेड्यातील रस्ते बांधण्यात येणार आहेत आणि त्यासाठी एक हजार कोटींची अधिक तरतूद करण्यात आलेली आहे. परंतु वास्तवात हा निधी पायाभूत सुविधांसाठी जो एक पुरेशी साधने कमी पडतात त्यासाठी मदत निधी (व्हायबलिटी गॅप फंड) आहे त्यातून वळवण्यात

आलेला आहे.

केंद्र पुरस्कृत योजनांच्या एकूण विषयात जो खरा प्रश्न आहे तो कमी निधी असलेल्या आणि अधिक संख्या असलेल्या योजनांबाबतच आहे. या योजनांमध्ये मोठ्या प्रमाणावर काटछाट करावी लागेल आणि आवश्यक तेथे या योजना एकमेकांना जोडून घेऊन आणि त्या एकमेकात विलीन करून एक प्रकारचे सुसूत्रीकरण करावे लागेल. या योजनांच्या मूळ हेतूमध्ये जे लाभार्थी अभिप्रेत आहेत त्यांचा विचार करता या योजनांचे कोणीही समर्थन करेल. जो खरा प्रश्न आहे तो या योजना काळाच्या ओघात विखुरल्या गेल्या आहेत आणि त्यांचा निधी कमी होत गेला आहे याच्याशी निगडित आहे. शिवाय वेगवेगळ्या मंत्रालयांच्या माध्यमातून या योजना राबविण्यात येतात आणि अनेकदा या योजनांमध्ये एकाच प्रकारच्या लाभार्थींचा वर्ग अपेक्षित असला तरीही त्यांचा परिणाम विभागला जातो. उदाहरणार्थ महारोगाचे निर्मूलन करणे, विणकरांना साहाय्य देणे, बालकामगारांची प्रथा संपवणे, ऊर्जेचे पर्यायी स्रोत विकसित करणे अशा अनेक योजनांच्या उदाहरणातून असे दिसते की, यामधल्या मुख्य संकल्पना कितीही आकर्षक आणि समर्थनीय असल्या, तरीही त्यासाठी अगदी चिल्लर स्वरुपाचा निधी कितीही वर्षे पुरवला, तरी त्यातून कोणताच परिणाम झालेला दिसून येणार नाही.

त्यामुळे आता अकराव्या पंचवार्षिक योजनेच्या निमित्ताने नियोजन आयोगाने मागच्या परंपरेला धरून केंद्र पुरस्कृत योजनांना निधी पुरवायचा की या योजनांची पुनर्मांडणी करायची, याचा एक कठीण निर्णय घेण्याची गरज आहे. थोडक्यात म्हणजे असा चिल्लर निधी अनेक योजनांवर केंद्र पातळीवरून खर्च करण्याचे खरोखरी समर्थन करणे अवघड आहे. देशाने मागच्या सोळा वर्षात अर्थकारणाची दिशा बदलली आहे आणि त्यामध्ये त्याअगोदरच्या चाळीस वर्षांतील केंद्रीय नियोजनाची मूलभूत पद्धतही बदलणे अपेक्षित आहे. पूर्वीच्याच पारंपरिक नियोजनपद्धतीवर फक्त काही मोजक्या विषयात वेळोवेळी अडचणी निर्माण झाल्या म्हणजे त्यावर तात्पुरता तोडगा म्हणून बदल करण्याची पद्धत आपण स्वीकारली, तर त्यातून काही मूळ प्रश्नाला हात घालता येणार नाही. या व्यापक प्रश्नाचाच भाग म्हणून केंद्र पुरस्कृत योजनांचा मुळापासून नव्याने विचार करण्याची गरज आहे.

■

४.२ नियोजन आयोगाची गरज

केंद्रामध्ये नवे सरकार आले की त्याबरोबर नियोजन आयोगाची पुनर्रचना होते. त्यानुसार उपाध्यक्ष आणि काही सदस्य पूर्ण वेळेसाठी नेमले जातात. बहुतेकवेळा उपाध्यक्ष हे राजकीय क्षेत्रामधून निवडले जातात आणि सदस्य हे वेगवेगळ्या विषयातले तज्ज्ञ असावेत अशी अपेक्षा असते. पंतप्रधान आयोगाचे अध्यक्ष असतात. आता जे आघाडीचे नवे केंद्र सरकार सत्तेवर आले आहे त्यांनी हे सर्व सोपस्कार पार पाडले आहेत. शिवाय त्यात प्रथमच काही नव्याने भर घातली आहे. केंद्रीय मंत्री मंडळातील सहा महत्त्वाच्या राजकीय व्यक्तींना, तज्ज्ञांच्या व्यतिरिक्त, आयोगावर सदस्य म्हणून घेण्यात आले आहे. एका अर्थाने प्रथमच मॉंटेकसिंग अहलुवालिया या तज्ञ व्यक्तीची उपाध्यक्ष म्हणून नेमणूक झाली आहे. ते अर्थशास्त्रामध्ये अभ्यासक आणि संशोधक आहेत. ते राजकारणामधले नाहीत आणि मुळात त्यांची सगळी कारकीर्द सनदी नोकरीतली आहे. पंतप्रधान डॉ. मनमोहन सिंग यांच्याशी ही पार्श्वभूमी पूर्णपणे जुळणारी आहे.

या निमित्ताने व्यक्ती आणि त्यांची कर्तबगारी आणि कारकीर्द यांची चर्चा करण्यापेक्षा एका मूळ विषयाकडे वळले पाहिजे. मूळात देशाला नियोजन आयोगाची गरज आहे का असा खरा प्रश्न आहे. नियोजन आयोगाला शासनाच्या औपचारिक मांडणीमध्ये कायदेशीर स्थान काही नाही. हा आयोग १५ मार्च १९५० रोजी एका शासकीय आदेशानुसार निर्माण करण्यात आला आणि देशातील आर्थिक आणि सामाजिक विकासाची जबाबदारी त्यावर सोपविण्यात आली. एका औपचारिक अर्थाने कायद्याचे अधिष्ठान नसलेली परंतु मागच्या अर्धशतकात सरकारच्या विकास प्रकियेत अत्यंत मोक्याचे स्थान असलेली, असे आयोगाचे यथार्थ वर्णन करता येईल.

देशामध्ये नियोजनाच्या चर्चेत नियोजन आयोगा विषयी नेहमीच टीका आणि चर्चा झालेली आहे. प्राध्यापक पी.सी. महालनोबीस हे १९५५ सालापासून सलग बारा वर्षे आयोगाचे सदस्य होते. त्यांचे आयोगाच्या कामात मोठे योगदान होते. त्यामुळे साहजिकच आयोगाच्या कामकाजाची चर्चा होताना त्यांच्यावर टीकेचा रोख अधिक होता. नियोजन आयोगाची गरज आहे का हा मूळ प्रश्न नियोजनाच्या

तत्त्वज्ञानाशी आणि तंत्राशी निगडित आहे. तसेच जरी पहिल्या चाळीस वर्षात आयोगाची गरज होती असे तात्पुरते मानले, तरीही नव्वदीपासून जेव्हा उदारीकरण मान्य करण्यात आले आणि आर्थिक सुधारणा कार्यक्रमाची अंमलबजावणी सुरू झाली त्यानंतर तरी आयोगाची गरज आहे का, याचेही उत्तर शोधता येईल.

जेव्हा देशात केंद्रीय नियोजनाची प्रकिया १९५० सालात स्वीकारण्यात आली तेव्हापासून पंचवार्षिक योजनांची मालिका सुरू झाली. पहिली योजना नव्याने सुरुवात असल्यामुळे फक्त वार्षिक योजनांचीच गोळाबेरीज होती असे म्हणता येईल. देश १९४७ सालात स्वतंत्र झाल्यावर फाळणीतून निर्माण झालेला प्रचंड हिंसाचार आणि लोकसंख्येची अदलाबदल अशा मानवनिर्मित संकटांना सामोरे जावे लागले. त्या अगोदर १९४५ मध्ये बंगालमध्ये मोठा दुष्काळ होऊन मोठ्या संख्येने भूकबळी पडले होते आणि अर्थव्यवस्था उध्वस्त झाली होती. तसेच काश्मिरमध्ये पाकिस्तानचा लष्करी हस्तक्षेप झाल्यामुळे देश युद्धाला तोंड देत होता. या सर्व घटनांची व्याप्ती लक्षात घेता पहिली योजना ही नुसती उपचारापुरती होती, हे साहजिक होते. दुसऱ्या योजनेपासूनच देशामध्ये केंद्रीय नियोजनाची भूमिका स्पष्ट झाली आणि त्याचा पाया आणि चौकट उभी होऊ लागली.

देशाने जे केंद्रीय नियोजनाचे तत्त्वज्ञान स्वीकारले ती संकल्पना सोव्हिएट युनियन या साम्यवादी देशाशी मिळतीजुळती असली, तरीही त्यात एक मूलभूत फरक होता. भारताने प्रथम पासून संसदीय लोकशाहीचा स्वीकार केला होता. त्यामुळे भारतात लोकशाहीवर आधारित केंद्रीय नियोजनाचा पूर्णपणे नवा प्रयोग झाला आणि सर्व जगात तो एकमेव होता. यामध्ये एका बाजूला केंद्रीय नियोजनाची ठोस वैशिष्ट्ये होती. ती म्हणजे सार्वजनिक क्षेत्र, भारी आणि अवजड उद्योगांचे मूलभूत महत्त्व आणि औद्योगिकीकरणाचे नवे प्राधान्यकम. दुसऱ्या बाजूला स्वातंत्र्यापूर्वीच्या काळात अनेक क्षेत्रात जी भांडवलशाही व्यवस्था होती तीही चालू ठेवण्यात आली होती. फक्त काही बंधने लादण्यात आली होती. त्यामुळे कृषी, व्यापार, उद्योग आणि धंदे अशा अनेक क्षेत्रात पारंपरिक भांडवलशाही व्यवस्था पूर्णपणे कार्यरत होती. या खाजगी भांडवलशाही व्यवस्थेमध्ये जी मूळ कल्पना होती ती खाजगी संपत्ती विषयी. तिचा देशाने स्वीकार केलेला होता. त्याचप्रमाणे भांडवलशाहीमध्ये जी स्पर्धा असते तीही बऱ्याच प्रमाणात मान्य करण्यात आलेली होती.

दुसऱ्या पंचवार्षिक योजनेच्या पाठीमागे एक तात्त्विक रचना होती. नव्वदीच्या सुरुवातीपूर्वी हीच भूमिका देशाच्या नियोजनाची मूलाधार होती. याला बऱ्याचदा महालनोबीस मॉडेल असे म्हटले जाते. यामध्ये मुळात गरीब विकसनशील देशात आधुनिकीकरणासाठी औद्योगिकीकरण स्वीकारावे असे गृहीत होते. तसेच याचा कम बदलला होता. कृषी विकासाची प्राथमिकता मान्य करूनही औद्योगिकीकरणाला

अधिक प्राधान्य देण्यात आले होते. त्यातूनच विकासाची क्षमता मोठ्या प्रमाणावर निर्माण होईल असे मानले होते. यालाच सोप्या भाषेत यंत्रे जी यंत्रे निर्माण करतात (मशीन्स दॅट प्रोडयूस मशीन्स) असे म्हणण्यात येते. सोव्हिएट युनियनच्या सगळ्या नियोजन तंत्रात हीच भूमिका होती. एकदा भारी आणि अवघड उद्योग क्षेत्राचे प्राधान्य मान्य केल्यावर देशाला खाजगी उद्योग क्षेत्रावर अवलंबून राहाता येत नव्हते. कारण त्या क्षेत्राची क्षमता फार मर्यादित होती. त्यामुळे सरकारनेच भारी आणि अवजड उद्योग क्षेत्रामध्ये भांडवल गुंतवणूक करावी आणि खाजगी क्षेत्राने ग्राहकोपयोगी वस्तूंचे उत्पादन करावे अशी मांडणी झाली. यातूनच पुढे स्वयंपूर्णता आणि आयात होणाऱ्या मालाचे देशांतर्गत उत्पादन (इंपोर्ट सब्स्टिट्यूशन) या भूमिकांचा आग्रह देशामध्ये सुरू झाला.

नियोजनाची ही तात्त्विक मांडणी वरकरणी आकर्षक आणि सुसंगत दिसत होती. परंतु दुसऱ्या योजनेपासून ऐंशीच्या अखेरीपर्यंतच्या पंचवीस वर्षात जे देशात घडून आले, ते सगळेच विपरित होते. महालनोबीस यांची तात्त्विक मांडणी एका मोठ्या लोकसंख्येच्या गरीब देशाला आधुनिकीकरणाच्या वाटेवर नेणार होती. कृषीत स्वयंपूर्णता मिळवून देशात औद्योगिकीकरणाचा पाया भक्कम करणे हे प्रमुख ध्येय होते. त्यासाठी भारी आणि अवजड उद्योग आणि सार्वजनिक क्षेत्रात भांडवल गुंतवणूक हे त्याचे माध्यम होते.

असे सर्व असूनही विकासाच्या प्रकियेत अनेक विकृती निर्माण झाल्या. मुख्यत: देशाच्या स्वयंपूर्णतेच्या नावाखाली कोणतीही किंमत देऊन आयात होणारा माल देशात निर्माण करायचा, या धोरणाचे अनेक दुष्परिणाम झाले. तसेच बघता बघता उत्पादन क्षमता वाढविण्याच्या उत्साहात एक लायसेन्स परमिट राज्य निर्माण झाले. तसेच सार्वजनिक उद्योग क्षेत्रात साम्यवादी राजवटींबरोबर करार करून तंत्रज्ञानाची आवक करण्यात आली, त्याचीही मोठी किंमत देशाने चुकती केली. सर्वात मोठी विकृती म्हणजे देशाच्या अर्थव्यवस्थेमध्ये सर्व क्षेत्रात भ्रष्टाचार पसरला. दुर्दैवाने याचा परिणाम खाजगी उद्योग क्षेत्रावरही झाला आणि देशाची जगातल्या बाजारपेठेत स्पर्धेला तोंड देण्याची क्षमता कमी झाली. नव्वदीच्या सुरुवातीला नियोजनाच्या मूळ चौकटीत अनेक बदल करण्यात आले आणि आर्थिक सुधारणा कार्यक्रम देशाने स्वीकारला.

आता पन्नास वर्षांनी या सर्व कालखंडाचा आढावा आणि समीक्षा चालू आहे. समाज प्रबोधनामध्ये याचे महत्त्व आहे. कोणते अनुभव आले, कोणत्या चुका झाल्या, त्या चुका कोणत्या परिस्थितीत झाल्या आणि त्यावेळच्या समजुती कोणत्या होत्या, या सर्वांचे परिशीलन समाजाच्या उपयोगाचे असते. कारण मूळ धोरणे आणि गृहीत कृत्ये येथपासून प्रत्यक्षात काय घडले याची चिकित्सा करून अनेक गोष्टी

शिकता येतात. लोकशाही व्यवस्थेमध्ये सार्वजनिक हिताची धोरणे कशी ठरतात आणि प्रत्यक्षात कशी अंमलात येतात याचे एक स्वतंत्र महत्त्व आहे. या सर्व दृष्टीने ज्या काही चुका झाल्या त्या कोणी केल्या किंवा कोणत्या पक्षाने केल्या, याचे एकूणात महत्त्व कमी आहे. देशामध्ये अजून अशी प्रगल्भ समजशक्ती विकसित झालेली नाही. त्यामुळे चुका आणि अपयश यापेक्षा एकमेकाला दूषणे देणे, यातच राजकारण अखंड बुडालेले आहे.

■

४.३ नवव्या योजनेत सर्वात कमी विकास

देशात आजपर्यंत नऊ पंचवार्षिक योजना राबविण्यात आल्या आणि दहावी योजना एपिल २००२ पासून सुरू होणार आहे. या वेगवेगळ्या योजना काळात विकासाचा दर काय होता याची आकडेवारी उपलब्ध झाली आहे. त्यावरून असे दिसते की सध्या चालू असलेल्या नवव्या पंचवार्षिक योजनेत विकासाचा दर गेल्या दोन दशकात सर्वात कमी होता.

याबाबतची सुधारित आकडेवारी सीएसओने प्रसिद्ध केली आहे. नवव्या योजनेत (१९९७-०२) जीडीपीतील वार्षिक सरासरी वाढ फक्त ५.४ टक्के होती. आठव्या योजनेत हा वार्षिक दर ६.७ टक्के सातव्या योजनेत ५.९ टक्के आणि सहाव्या योजनेत ५.६ टक्के होता. यापूर्वी फक्त पाचव्या योजनेत (१९७४ - ७८) सर्वात कमी दर ४.७ टक्के होता. म्हणजे आर्थिक सुधारणा कार्यक्रम सुरू झाल्यापासून विकासाचा दर वाढला आहे असे सांगण्यात येते, ते तपासावे लागेल.

यापूर्वी पेचपसंग आले की राजकारणी माणसे पंचवार्षिक योजना बाजूला ठेवतात असा अनुभव आहे. याची उदाहरणे म्हणजे १९७८ - ८० आणि १९९०-९२. सन १९९०-९२ मध्ये जीडीपीतली वार्षिक वाढ ३.४ टक्के होती आणि ही दोन वर्षे सातव्या योजनेला (१९८५- ९०) जोडून घेतली तर वाढीचा सरासरी दर वर्षाला ५.२ टक्के इतका होतो. म्हणजे नवव्या योजनेतल्या वाढीच्या दरापेक्षा (५.४ टक्के) हा दर कमी येतो. सन १९९१ मध्ये जी आर्थिक आणिबाणी निर्माण झाली त्याला सहाव्या योजनेतली धोरणे कारणीभूत होती असे मानले, तर ही दोन वर्षे सातव्या योजनला जोडून घेणे सयुक्तिक होते.

पूर्वीचे आर्थिक सल्लागार शंकर आचार्य यांनी नेहमी म्हटले आहे की आर्थिक सुधारणा कार्यक्रमात दोन टप्पे होते. आठव्या योजनेत (१९९२-९७) जीडीपीतल्या वाढीचा दर वर्षाला ६.७ टक्के होता आणि हा सर्वात अधिक होता. नंतरच्या नवव्या योजनेत हा दर ५.४ टक्क्यांवर घसरला. याचा साधा

अर्थ असा की आर्थिक सुधारणा सुरू झाल्या आणि लगेचच त्याचे फायदे मिळाले. त्यानंतर या कार्यक्रमात खंड पडला आणि विकासाची गती मंदावली.

ही आकडेवारी औद्योगिक आणि सेवा क्षेत्राच्या बाबत बघण्यासारखी आहे. पाचव्या योजनेत (१९७४ - ७८) औद्योगिक क्षेत्राचा वाढीचा दर ५.९ टक्के होता. आणि तो सातव्या योजनेतही वाढत ७.६ टक्के झाला. नंतरच्या दोन वार्षिक योजनात (१९९०-९२) तो दर फक्त ३.५टक्के होता. परत आठव्या योजनेत हा दर ७.६ टक्के झाला आणि नवव्या योजनेत तो फक्त ४.५ टक्के आहे.

सेवा क्षेत्रात पाचव्या योजनेत वाढीचा दर ५.२ टक्के होता आणि तो साधारणपणे सतत वाढत राहिला आहे. आठव्या योजनेत हा दर ७.५ टक्के आणि आता संपणाऱ्या नवव्या योजनेत हा दर ७.८ टक्के आहे. जागतिक अर्थव्यवस्थेत सर्वदूर मंदी असली तरी भारताने माहिती तंत्रज्ञान क्षेत्रात आपली निर्यात सांभाळली आहे आणि त्यामुळे सेवाक्षेत्रात वाढीचा दर तुलनेने अबाधित राहिला आहे.

केंद्र आणि राज्य सरकारे यांचा मिळून वित्तीय घाटा (फिस्कल डेफिसिट) १९९१ मध्ये सर्वात अधिक होता. तो जीडीपीच्या १० टक्क्यांहून जादा होता. राज्य विद्युत मंडळांच्या थकबाकीची रक्कम १९९० मध्ये सुमारे २००० कोटी रु. होती ती आता ४०००० कोटी रु. झाली आहे. अनेक लहान देशांच्या जीडीपी इतका हा थकबाकीचा आकडा आहे. जर विकासाचा दर वाढवायचा असला तर आर्थिक सुधारणांचा दुसरा टप्पा अंमलात आणावा लागेल.

परदेशातली परिस्थितीही बरीच नकारात्मक आहे. जागतिक अर्थव्यवस्था १९९२ - ९७ या काळात मोठ्या झपाट्याने वाढत होती आणि त्याचा फायदाही भारताला मिळाला. त्यानंतर काही आशियातल्या देशांमध्ये १९९७ - ९९ या काळात आर्थिक पेचपसंग निर्माण झाला आणि त्यानंतर लगेचच जागतिक मंदीला सुरुवात झाली. ती अजून आटोक्यात आली नाही. याचा साहजिक परिणाम देशाच्या औद्योगिक उत्पादन आणि निर्यातीवर नवव्या योजनेच्या काळात दिसून आला. त्याच बरोबर पाचव्या वेतन आयोगामुळे केंद्र आणि राज्य सरकारांची वित्त व्यवस्था कोलमडून पडली. त्याचप्रमाणे दोन वर्षे कृषि उत्पादनाची वाढ २.२ टक्के इतकीच झाली आणि आठव्या योजनेत ती वर्षाला ४.७ टक्के होती. या सर्वांमुळे नवव्या योजनेत विकास मंदावला.

■

४.४ अकरावी पंचवार्षिक योजना

देशात साठीच्या सुरुवातीपासून पंचवार्षिक योजनांची एक परंपरा चालू आहे. चालू योजना धरून यापूर्वी दहा पंचवार्षिक योजना झाल्या आणि आता अकराव्या योजनेची (२००७-१२) पूर्व तयारी चालू आहे. म्हणजे मागच्या पंचावन्न वर्षात ही नियोजन प्रक्रिया चालू आहे. मधल्या काही वर्षात या मालिकेमध्ये खंड पडला होता आणि त्यावेळी फक्त वार्षिक योजना मर्यादित आधारावर राबवण्यात आल्या. पंचवार्षिक योजना तयार करण्याची प्रक्रिया व्यापक असते आणि ती घाईगर्दीने झटपट आटपणे जमत नाही.

या सगळ्या प्रक्रियेविषयी टीकेचे अनेक मुद्दे आहेत परंतु देशाचा आकार आणि प्रश्नांची गुंतागुंत आणि गंभीरता लक्षात घेता केंद्रस्थानी असलेल्या कोणत्याही सरकारने अगदी एक एक वर्षाच्या आधारावर काम करण्यापेक्षा किमान पाच वर्षाचा कालखंड डोळ्यापुढे ठेवून आर्थिक कामगिरीची लक्ष्ये ठरवणे समर्थनीय आहे. अगदी मागच्या पंधरा वर्षात पूर्वीच्या पारंपरिक केंद्रीय नियोजनपद्धतीला बाजूला ठेवून उदारीकरणाची प्रक्रिया स्वीकारण्यात आली असली, तरीही एकूण व्यवस्थेमध्ये सरकारची जबाबदारी अजूनही प्रमुखच आहे. त्यामुळे पंचवार्षिक योजनेची संकल्पना जरी वेळोवेळी बदलत गेली तरीही ती कायमची मोडीत काढली जाणार नाही.

जेव्हा नवी पंचवार्षिक योजना बनवायची असते तेव्हा त्या अगोदर नियोजन आयोग एका भूमिका पत्राचा (ॲप्रोच पेपर) मसुदा तयार करते आणि त्यावर अनेक पातळ्यांवर व्यापक चर्चा होते. यामध्ये उद्दिष्टे ठरवली जातात, आणि समोर असलेल्या आव्हानांचा आणि पर्यायांचा आढावा घेतला जातो. तसेच मागच्या अनुभवावरून आर्थिक वाढीची क्षमता किती आहे याचा अंदाज देण्यात येतो. नंतर वेगवेगळ्या क्षेत्रांकरता कोणती धोरणे असावीत यांचा उल्लेख केला जातो आणि अखेरीस काही ठोस लक्ष्ये ठरविण्यात येतात. याशिवाय वेळोवेळी राज्यकर्ते आणि जनता यांच्या समोर जो एखादा विषय असतो त्यावर काही निरुपण करण्यात येते. येत्या अकराव्या योजनेच्या निमित्ताने आर्थिक वाढ उंचावली पाहिजे; परंतु त्याचबरोबर त्या वाढीचा अधिकाधिक लोकांना फायदा मिळाला पाहिजे आणि म्हणून ती सर्वसमावेशक हवी,

यावर भर देण्यात आलेला आहे.

म्हणजे आजपर्यंतच्या नियोजनातून समाजातले जे घटक वगळले गेले त्यांचा समावेश या आर्थिक वाढीच्या प्रक्रियेत कसा होईल याला अधिक वजन देण्यात आलेले आहे. यापुढेही आर्थिक वाढीच्या उंचावलेल्या दरापेक्षाही दारिद्र्य किती झपाट्याने कमी होईल, हाच मोक्याचा प्रश्न राहणार आहे. जेव्हा समाजातले दुबळे आणि दुर्लक्षित घटक बळकट होतील तेव्हाच ग्राहकाच्या मागणीचा आधार व्यापक आणि भक्कम होणार आहे. तसेच त्यातूनच वाढीच्या प्रक्रियेला पोषण मिळणार आहे.

सध्या नियोजन आयोगाने बनवलेला जो भूमिका पत्राचा मसुदा चर्चेमध्ये आहे त्याचा चेहरा आर्थिक नसून राजकीय आहे अशी एक टीका आहे. नियोजन आयोग ही एक तज्ज्ञांची संस्था आहे; परंतु तिला नेहमीच राजकीय उद्दिष्ट्ये डोळ्यापुढे ठेवून राज्यकर्ते मार्गदर्शन करत असतात ही एक वस्तुस्थिती आहे. म्हणजे राजकीय उद्दिष्टांची चौकट आयोगासारख्या तज्ज्ञ संस्थेपुढे असली तरीही ती उद्दिष्ट्ये साध्य करण्यासाठी कोणते व्यावहारिक पर्याय आहेत यांचा विचार करावा लागतो. तसेच यातली लक्ष्ये साध्य करण्यासाठी वेगवेगळी पावले टाकण्याचे विचारात घ्यावे लागते. सध्या केंद्र सरकारमध्ये युपीए या आघाडीच्या काँग्रेसपक्षाच्या नेतृत्वाखाली दहाव्या योजनेची अंमलबजावणी चालू आहे आणि तिला जो जनादेश मिळालेला आहे त्याचा आधारही राजकीयच आहे. या जनादेशानुसार जी आर्थिक वाढ होईल ती अधिकाधिक समावेशक असावी अशी जनतेची अपेक्षा आहे.

या चर्चेमध्ये असलेल्या मसुद्यामध्ये आयोगाने जीडीपीचा वाढीचा दर साडेआठ टक्क्यांच्या भोवती शक्य आहे, असा अंदाज दिलेला आहे. हा दर काढताना मागच्या काही वर्षातील अर्थव्यवस्थेची कामगिरी आणि तिची येत्या काळातील क्षमता याचा विचार केलेला आहे. शिवाय आयोगाने जर यापुढे आर्थिक वाढ ही अधिक सर्वसमावेशक करायची असली तर त्यासाठी जी साधनसामुग्री लागेल आणि जी गुंतवणूक करावी लागेल, त्यासाठी हा वाढीचा दर साडेआठ टक्क्यांच्या पातळीवर असण्याची गरज सांगितली आहे. उदाहरणार्थ, या सूत्राला धरून कृषीची वाढ चार टक्क्याने होणे आणि ग्रामीण भागात बिगर कृषिक्षेत्रात उद्योगांची वाढ होणे, हे डोळ्यापुढे ठेवण्यात आले आहे. हे शक्य होण्यासाठी ग्रामीण भागात पायाभूत सोयीसुविधा निर्माण करण्यासाठी सार्वजनिक क्षेत्रात प्रचंड मोठी गुंतवणूक करावी लागेल. ग्रामीण भागात वाढीची प्रक्रिया बळकट करण्यासाठी एकूण अर्थव्यवस्थेमध्ये जीडीपीतली वाढ अधिक उंचीवर न्यावी लागेल. आयोगाची ही तर्कसंगती सगळ्यांना मान्य होण्यासारखी आहे.

याबरोबर आयोगाने आपली एक अलग भूमिका प्रामाणिकपणे मांडली आहे. विषय आहे तो फिस्कल रिस्पाँसिबिलिटी अँड बजेट मॅनेजमेंट (एफआरबीएम) अॅक्ट

याचा. महाराष्ट्र राजकोषीय उत्तरवायित्व व अर्थसंकल्पीय व्यवस्थापन अधिनियम, २००५ या अंतर्गत राज्याने कायदा करून काही वित्तीय जबाबदारी घेतलेली आहे. त्यानुसार जी महसुली तूट आहे ती २००९ सालापर्यंत शून्यावर आणायची आहे. तसेच राजकोषीय तूट स्थूल राज्य उत्पन्नाच्या तीन टक्क्यांपर्यंत कमी करायची आहे.

याचा संबंध जे अनेक विकास कार्यक्रम असतात त्यांच्या खर्चाशी आहे. म्हणजे केंद्र आणि राज्य सरकारांनी ही जबाबदारी पार पाडली तर त्यांचा महसुली खर्च कमी होईल आणि प्रथम जे योजनेअंतर्गत विकास कार्यक्रमावरचे खर्च आहेत, यात मोठी घट करण्यात येईल. हे डोळ्यापुढे ठेवून आयोगाने एफआरबीएमच्या कायद्याअंतर्गत ज्या जबाबदाऱ्या घेण्यात आल्या आहेत त्यात दुरुस्ती करण्यात यावी, असे सुचवले आहे. अर्थात जी लक्ष्ये ठरवून घेण्यात आली आहेत त्यातून सरकारने सोडवणूक करून घ्यावी असे स्पष्ट शब्दात न म्हणता, आडवळणाने सुचविण्यात आलेले आहे. त्यासाठी जगभरात याविषयात जो अंमल केला जातो, तसे भारतात करावे असे म्हटले आहे. बाहेरच्या देशात अधिक भर अर्थसंकल्पीय आणि प्राथमिक तूट कमी करण्यावर दिला जातो. तुलनेने महसुली तुटीचे फारसे महत्त्व नसते.

वित्तीय तुटीची व्याख्या काय करायची असा प्रश्न उपस्थित करून आयोग एकापरीने एफआरबीएम कायद्याच्या कचाट्यातून कसे सुटायचे याचे पर्याय सांगत आहे. हे आक्षेपार्ह आहे. प्रथमच केंद्रातले आघाडीचे सरकार सरकारच्या सगळ्या आर्थिक व्यवस्थेला शिस्त लावण्याचा भगीरथ प्रयत्न करत आहेत. यात सगळ्यांनीच अर्थमंत्र्यांचे हात बळकट करण्याची गरज आहे. मागच्या १९९५ पासून केंद्रामध्ये राजकीय स्थैर्याचा अभाव आहे आणि वेगवेगळ्या आघाड्यांच्या सरकारांमधून अस्थैर्याच्या छोट्यामोठ्या लाटा उसळत असतात. यामुळे सुधारणा कार्यक्रमही खोळंबलेला आहे. या सगळ्याचे पूर्ण भान असूनही नियोजन आयोग मात्र पंचवार्षिक योजनेसाठी साधनसामुग्री हवी तितकी उभारता यावी, म्हणून एफआरबीएमचा काटेकोरपणे अंमल करू नये, असेच पर्यायाने सुचवत आहे.

आयोगाला अकराव्या पंचवार्षिक योजनेत वाढीचा दर भले साडे आठ टक्क्यांच्यावर न्यायचा आहे आणि त्याचे स्वागतच आहे. परंतु इतक्या अवघड राजकीय पार्श्वभूमीवर जर वित्तमंत्री केंद्रात आणि राज्यांमध्येही काटेकोरपणे वित्तीय शिस्त आणत असले तर त्याचे महत्त्व वाढीच्या कोणत्याही दरापेक्षा अधिक आहे. आर्थिक शिस्त आणि स्थैर्य याला प्राधान्यक्रम देणे अनेक दृष्टींनी गरजेचे आहे. उदाहरणार्थ, देशाचे चलन पूर्णपणे परिवर्तनीय करण्यासाठी आर्थिक तूट नियंत्रणाखाली आणण्याची पहिली गरज आहे. त्यातूनच परदेशी गुंतवणूकदार आणि प्रत्यक्ष विदेशी भांडवलाची आयात या सगळ्यांना प्रोत्साहन आणि उत्तेजन मिळणार आहे. या मार्गानेही अधिक भांडवल

गुंतवणूक झाली तर त्यातूनही आर्थिक वाढीचा दर जरूर उंचावणार आहे. त्यामुळे आता नियोजन आयोग केवळ अकराव्या पंचवार्षिक योजनेसाठी साधनसामुग्री उभी करता यावी म्हणून आर्थिक शिस्तीच्या निर्णयांमध्ये सूट द्यावी असे जे म्हणत आहे, ते एकूणात विवेकाला धरुन नाही.

नियोजन आयोगाने आपल्या भूमिकापत्रात एक गोष्ट अधोरेखित करायला हवी होती. आज देशामध्ये जी राजकीय परिस्थिती आहे ती लक्षात घेता शासनाची निर्णय प्रक्रिया आणि अंमलबजावणीची क्षमता यात अनेक त्रुटी आणि कमतरता निर्माण झाल्या आहेत. वेगवेगळ्या राज्यांमध्ये विकासात मोठे असंतुलन आहे आणि क्षेत्रिय पातळीवर प्रादेशिक नेतृत्व अधिकाधिक आक्रमक होत आहे. जे दोन प्रमुख राष्ट्रीय पक्ष आहेत ते आपल्या स्वत:च्या बळावर केंद्रात आपले सरकार बनवू शकत नाहीत आणि जे क्षेत्रीय पक्ष आहेत ते आपल्या सहकार्याची भरपूर किंमत वसूल करत आहेत. ही परिस्थिती मागची दहा वर्षे आहे आणि केंद्रसरकारात ज्या वेगवेगळ्या राजकीय आघाड्यांनी सत्ता राबवली त्या सगळ्यांनाच याचा फटका बसलेला आहे. येत्या काळातही हेच वास्तव नियोजनकर्त्यांना गृहीत धरावे लागेल असे दिसते. त्यामुळे आर्थिक वाढीचा दर उंचावणे ही एक बाब आहे आणि ती तुलनेने जमणारी आहे, असा आत्मविश्वास आज देशात आहे. परंतु, जर या वाढीपेक्षा ही प्रक्रिया अधिक समावेशक करायची असली, तर ती बाब अवघड आहे. यासाठी आयोगाने या अंतर्विरोधावर बोट ठेवण्याची आवश्यकता होती.

आयोगाने देशामध्ये कोणकोणत्या प्रकाराने व्यवस्था दुभागली आहे याची उदाहरणे दिलेली आहेत. या वेगवेगळ्या प्रकारात ग्रामीण आणि शहरी आणि प्रादेशिक असंतुलन यांचे प्रभाव सगळ्यात अधिक आहेत. तसेच यांचा प्रभाव श्रीमंत आणि गरीब, रोजंदार आणि बेरोजगार अशा काही इतर बाबींवरही अधिक आहे. त्यामुळे जर ग्रामीण आणि शहरी आणि क्षेत्रीय असंतुलन यांच्यातली दरी कमी करता आली, तर इतर अनेक प्रश्नांचा दाह परस्पर कमी होईल.

ग्रामीण आणि शहरी विभागाच्या जनजीवनात जी दरी आहे ती कमी करण्यासाठी आयोगाने कृषीमधली वाढ जी आज दोन टक्क्यांपेक्षा कमी आहे, ती चार टक्क्यांवर नेण्याचा प्रस्ताव मांडलेला आहे. त्याचबरोबर ग्रामीण भागात जे बिगर कृषीचे उद्योग आहेत त्यांच्यातही वाढ करण्याचे आयोगाने सुचविले आहे. कृषीमध्ये भरीव वाढ करण्यासाठी तीन मार्ग उपलब्ध आहेत. सिंचन, तंत्रज्ञान आणि इतर मदत करण्यासारख्या व्यवस्था म्हणजे कर्जपुरवठा, विस्तार, पणन आणि निविष्टांची वेळेवर उपलब्धता. यातल्या काही बाबी केवळ निधीच्या पुरवठ्याशी निगडित नाहीत आणि त्यामुळे त्यात काही प्रशासकीय सुधारणा करूनही कृषीमधल्या वाढीला चेतना देता येईल.

उदाहरणार्थ, शेतकऱ्याला स्वस्त व्याजदराने कर्जपुरवठा करण्याचा केंद्र

सरकार निकराने प्रयत्न करीत आहे आणि सरकारचा सार्वजनिक क्षेत्रातील बँकांवर त्यासाठी दबाव वाढलेला आहे. तसेच नाबार्ड या केंद्रीय संस्थेच्या माध्यमातून ग्रामीण भागात स्त्रियांचे बचतगट संघटित करण्याचे प्रयत्नही नेटाने चालू आहेत. मागच्या काही वर्षात शेतकरी मोठ्या संख्येने आत्महत्या करत आहेत आणि एका अर्थाने देशाला हा नवीन अनुभव आहे. मागच्या पन्नास वर्षात कृषीमध्ये अनेक भरीव प्रगती झालेली आहे परंतु तरीही ज्या वाढत्या संख्येने शेतकरी आत्महत्या करत आहेत, त्यातून एक अतिशय दु:खद वास्तव नियोजनकर्त्यांपुढे उभे राहिलेले आहे. सरकार गोंधळलेले आहे आणि आयोग याबाबत मसुद्यात काही मार्गदर्शन करू शकले असते.

आयोगाने भारत निर्माण नावाच्या कार्यक्रमातून दर वर्षाला २५ लाख (२.५ मिलियन) हेक्टरची सिंचनाची सुविधा निर्माण करण्याचे लक्ष्य सुचवले आहे. मागच्या काही वर्षात दरवर्षाला १५ लाख (१.५ मिलियन) हेक्टर या दराने सिंचनात वाढ होत आहे. या कार्यक्रमात क्षेत्रीय पातळीवर अंमलबजावणी कशी होणार याचे आयोगाने तपशील दिले असते तर ते उपयोगाचे होते. सध्या जी सिंचनाची क्षमता निर्माण केलेली आहे आणि प्रत्यक्षात तिचा जो वापर होत आहे, त्यामध्ये सगळ्यात अधिक तफावत मध्यवर्ती आणि पूर्वेकडील राज्यात दिसत आहे. याचे एक कारण म्हणजे ॲक्सिलरेटेड इरिगेशन बेनिफिट प्रोग्रॅम या अंतर्गत केंद्र जितका निधी उपलब्ध करून देते, त्या समप्रमाणात राज्यांनी निधी द्यावा अशी पूर्व अट आहे. परंतु केंद्रीय आणि उत्तर भागातील राज्ये असा निधी देऊ शकत नाहीत आणि त्यामुळे या राज्यांमध्ये सिंचनाची वाढीव क्षमता निर्माण करणे यापुढेही शक्य होणार नाही. अशा परिस्थितीत आयोगाने काही नवा मार्ग शोधण्याची गरज आहे. अन्यथा या राज्यांमध्ये कृषीची फरपट होईल. देशात सर्वाधिक दारिद्र्याचे प्रमाणही याच राज्यात आहे हे लक्षात ठेवले, तर प्रश्नाचे गांभीर्य उघड होईल.

सिंचनाच्या व्यतिरिक्त जी जिराईत शेती आहे त्या भागाचे मोसमी पावसावरचे परावलंबन कमी करण्यासाठी पाणलोट क्षेत्र विकासाचे धोरण मोठ्या प्रमाणावर राबविण्याची गरज आहे. यातून ग्रामीण भागात अगदी गावपातळीवरही ग्रामपंचायत आणि शेतकऱ्यांच्या संघटना यांना अधिकाधिक वाव देता येईल. सिंचन विकासाचा कार्यक्रम हा बऱ्याचशा प्रमाणात अधिक भांडवलाचा आणि दीर्घकाळ लागणारा आहे. यातून ज्या शेतीला आणि ज्या शेतकऱ्यांना फायदा होईल त्यांची संख्याही तुलनेने लहानच असते. त्यापेक्षा जिरायत शेतीमध्ये पाणलोट क्षेत्र विकासाचा कार्यक्रम अधिकाधिक प्रमाणात अंमलात आणला, तर काही मर्यादित प्रमाणात जिरायत शेतीला अधिक स्थैर्य देता येते. तसेच तुलनेने याचा अधिक शेतकऱ्यांना फायदा मिळतो. हे शेतीसुधारणेचे कार्यक्रम कमी भांडवलाचे आणि अधिक रोजगाराचे

असतात त्यामुळे स्थानिक पातळीवरच शेतकऱ्याला बिगर हंगामाच्या काळात रोजगारही उपलब्ध करून देता येतो. शिवाय हे पाणलोट विकासाचे कार्यक्रम कमी वेळात पुरे करता येतात. यासाठी लागणारे तंत्रज्ञान देशात विकसित झालेले आहे आणि कृषी विभागाच्या कर्मचाऱ्यांनी त्यात भरपूर कौशल्य आणि अनुभव मिळवलेला आहे. थोडक्यात म्हणजे, सिंचन आयोगाने एका बाजूने संघटित सिंचनक्षमता भरीव प्रमाणात निर्माण करण्याचे सुचवले आहे आणि त्याचबरोबर दुसऱ्या बाजूने जिरायत शेतीच्या विकासासाठी पाणलोट क्षेत्र विकासावरही योग्य भर दिलेला आहे.

आयोगाने आजच्या परिस्थितीमध्ये कृषी विकासासाठी कोणतेही काही खास नवीन तंत्रज्ञान उपलब्ध नाही, हे प्रांजलपणे कबूल केलेले आहे. त्यामुळे प्राप्तपरिस्थितीत जे काही सुधारित तंत्रज्ञान उपलब्ध आहे, ते अधिकाधिक शेतकऱ्यांपर्यंत कसे पोहोचवता येईल यावर भर दिलेला आहे. आयोगाच्या ढोबळ मांडणीमधून नेमकी कोणती पिके आणि कोणते प्रदेश यांची निवड करण्यात येईल, याचा खुलासा होत नाही. देशाच्या विविध भागात जी काही भिन्न परिस्थिती आहे ती नेमकी लक्षात घेऊन त्यावरच्या उपाय योजनांची चर्चा करता आली तरच आज शेतकऱ्यांना जो तंत्रज्ञानाचा आधार मिळत नाही ती गरज भागवता येईल. नाहीतर ही चर्चा अमूर्तच राहील.

आयोगाने कृषी क्षेत्रासाठी चार टक्क्यांची वाढ हे लक्ष्य डोळ्यापुढे ठेवले आहे. यापूर्वीही हेच लक्ष्य मानण्यात आले होते. त्याचबरोबर आजपर्यंत ही पातळी कधीच गाठण्यात आलेली नाही, याचेही भान ठेवले पाहिजे. मागे ऐंशीच्या दशकात कृषीमधली वाढ थोडी तीन टक्क्यांच्यावर पोहोचली होती. परंतु यामागची कारणे वेगळी होती. या काळात दरवर्षी सिंचनाची क्षमता २५ लाख (२.५ मिलियन) हेक्टरने वाढत होती. तसेच गहू आणि भाताच्या पिकांसाठी संकरित बी बियाणे यांचा वापर वाढला होता. त्याचबरोबर वित्तसंस्थांच्या माध्यमातून कर्जपुरवठ्यामध्ये आणि विस्तार यंत्रणांकडून चांगली कामगिरी झालेली होती. आतासुद्धा जरी कृषीची वाढ निदान चार टक्क्यांच्या पातळीवर नेणे गरजेचे असले, तरीही त्यासाठी सार्वजनिक गुंतवणूक भरीव प्रमाणात वाढवावी लागणार आहे. त्याचप्रमाणे अनेक धोरणात्मक बदल करूनही क्षेत्रीय पातळीवर कृषीउत्पादनाची प्रक्रिया बदलावी लागणार आहे.

या धोरणामधल्या बदलात सगळ्यात तातडीची बाब म्हणजे सरकारची धान्याची एकाधिकार खरेदी आणि या खरेदीसाठी देण्यात येणारी वाढीव किंमत ही आहे. यामध्ये अन्नधान्य महामंडळ (FCI) ही संस्था सगळी जबाबदारी सांभाळते आणि सरकारला यावर वर्षानुवर्षे अनुदाने द्यावी लागत आहेत. आता यापुढे फक्त पंजाब, हरियाणा आणि आंध्र प्रदेश यांच्याकडूनच गहू आणि तांदळाची खरेदी न करता सर्व राज्यांवर ही जबाबदारी सोपविण्यात येणार आहे. आजपर्यंतच्या कृषीधोरणामध्ये

धान्य खरेदीच्या विषयात जे केंद्रीकरण झालेले होते, ते सोडून देऊन विकेंद्रीकरणाचा मार्ग स्वीकारावा लागणार आहे. याला जोडूनच पीकपद्धतीमध्ये वैविध्य आणण्याचे प्रयत्न होणार आहेत. कृषीमध्ये प्रमुख पिकांच्या दर एकरी उत्पादनात सुधारणा करणे आणि पीकपद्धतीमध्ये विविधता आणणे यापुढे गरजेचे आहे. कृषीमधला धोका कमी करणे आणि विमा पद्धतीचा प्रसार करणे या दोन्हीसाठी ही उपाय योजना धोरणात सामावून घ्यावी लागणार आहे.

ग्रामीण भागात वस्त्रोद्योगाच्या व्यतिरिक्त अन्न पदार्थांच्या प्रक्रिया उद्योगाला मोठा वाव आहे. त्यातूनच तेथे बिगर कृषी उद्योगांना प्रोत्साहन देता येईल आणि ग्रामीण रोजगार वाढवता येईल. यासाठी खाजगी उद्योग क्षेत्राची मदत मोलाची आहे आणि त्यासाठी आवश्यक ती पायाभूत सोयीसुविधांची गरजही खाजगी क्षेत्राच्या मदतीने भागवता येईल. सध्या कृषीमध्ये कंत्राटी पद्धतीने अगर ठेका देऊन शेती करण्याला प्रोत्साहन द्यावे असा विचार सुरू झालेला आहे. जेव्हा कृषीमध्ये विविधता आणण्याच्या दृष्टीने नव्या पिकांचा समावेश करावा लागेल तेव्हा त्यातला धोका कमी करण्यासाठी कंत्राटी पद्धतीची शेती उपयोगी पडू शकेल. शिवाय मागच्या पन्नास वर्षात विविध कारणांसाठी शेतीच्या मालकांपैकी काही जणांनी शहरी जीवन स्वीकारलेले आहे आणि अशांच्या जमिनीही पडीक राहतात. अशा परिस्थितीत जर ठेका देऊन कोणी शेती करायला तयार असला, तर त्याची कायदेशीर सोय करणे आवश्यक आहे. परंतु हा विषय चर्चेमध्ये आल्याबरोबर त्यावर डाव्या पक्षांनी टीकेची झोड उठवलेली आहे आणि केंद्र सरकार बहुधा त्यात फारसा उत्साह दाखवणार नाही.

सध्या जी दहावी पंचवार्षिक योजना चालू आहे तिचे मध्यावधी मूल्यमापन करण्यात आलेले आहे. त्यामध्ये देशात क्षेत्रीय पातळीवर जे असंतुलन वाढत आहे त्याचा परखड आढावा घेण्यात आलेला आहे. येत्या काळात नियोजनकर्त्यांना किमान ही असंतुलित विकासाची प्रक्रिया कशी आटोक्यात ठेवता येईल, याचा विचार करता येईल. हे राज्यपातळीवरचे असंतुलन मोजण्याचा निकष म्हणजे स्थूल राज्य उत्पन्न आणि त्यातले दरडोई उत्पन्न. यांच्यातली विषमता कमी करण्याचे प्रयत्न यापुढे अग्रक्रमाने करावे लागतील हे उघड आहे; परंतु आयोगाने याचा काहीच उल्लेख केलेला नाही. हे जर अनवधानाने झालेले नसले तर मात्र ते टीकास्पद आहे.

अगोदरच्या काळात गाडगीळ सूत्राला धरून केंद्र सरकार राज्य योजनांना कर्ज उपलब्ध करून देत असे. आता बाराव्या वित्त आयोगाने शिफारस केल्यामुळे ही प्रथा बंद करण्यात आलेली आहे. राज्यांना आपल्या योजनांअंतर्गत विकास कार्यक्रमासाठी जी साधने लागतील, ती यापुढे बाजारात उतरून कर्ज उभारणीतून भागवावी लागणार आहेत. यासाठी राज्यांना पूर्ण स्वातंत्र्य देण्यात आलेले आहे. अशा पद्धतीने जर कर्जे उभारायची असली तर काही मागासलेल्या राज्यांना अडचणी येऊ शकतात आणि

केंद्र सरकार त्यांना यासाठी काही मदत देणार आहे का, या मुद्द्याचा खुलासा आयोगाच्या मसुद्यात नाही. बहुधा सरकारला याबाबत काही नवीन मार्ग शोधावा लागेल.

आयोगाने काही निवडक मागासलेल्या जिल्ह्यांच्या विकासासाठी एक कार्यक्रम सुचवलेला आहे. त्याचे नाव आहे बॅकवर्ड एरिया ग्रँट्स फंड. परंतु याला फारसा वाव नाही. याचे कारण म्हणजे राज्याच्या एकूण योजनेतल्या खर्चामध्ये जेमतेम तीस टक्के खर्च हा जिल्ह्यांच्या पातळीवर होतो. अशा परिस्थितीत आयोगाने सुचवलेल्या काही मागासलेल्या जिल्ह्यांवर कितपत भरीव खर्च करता येईल हा प्रश्नच आहे. सध्या भारत निर्माण कार्यक्रमांअंतर्गत जो खर्च करण्यात येतो त्यातूनही मागासलेल्या राज्यांना काही खास वजन देण्यात आलेले आहे, असे दिसत नाही.

त्यामुळे जी मागासलेली राज्ये आहेत आणि जी मोठी राज्ये आहेत त्यामध्ये काही मागासलेले जिल्हे आहेत, त्यांच्यासाठी काही खास कार्यक्रमांचा विचार करावा लागेल. अशा क्षेत्रामध्ये पायाभूत सोयीसुविधा कशा निर्माण करता येतील याची आयोगाने दखल घेण्याची गरज आहे कारण राज्याराज्यांमधले असंतुलन कमी करण्याचा तो एक मार्ग आहे. थोडक्यात म्हणजे, आता उदारीकरणाच्या मार्गाने वाटचाल करतानाही देशामध्ये क्षेत्रीय पातळीवर असमान आणि असंतुलित विकास का होत आहे, याकडे केंद्र सरकारला लक्ष द्यावे लागणार आहे. देशाच्या सामाजिक आणि राजकीय स्थैर्यासाठी ही बाब मोक्याची आहे.

■

४.५ पंचवार्षिक योजनेची नवीन मांडणी

देशात अकराव्या पंचवार्षिक योजनेची लगबग चालू आहे. ही योजना २००७-०८ ते २०११-१२ या काळात अंमलात येणार आहे आणि त्यासाठी चालू २००६-०७ वर्षात त्यावरचा विचारविनिमय अखेरच्या टप्प्यावर आहे. देशाने आता मागच्या पंधरा वर्षात उदारीकरणाची वाटचाल सुरू केली असली तरीही त्यापूर्वीच्या चाळीस वर्षातील केंद्रीय नियोजनाच्या पद्धती, परंपरा आणि सवयी यांचा देशाच्या अर्थकारणावर आणि राजकारणावर पगडा कायमचाच आहे. देशातल्या मूळ दारिद्र्याच्या प्रश्नाचे कटू वास्तव लक्षात घेता, येत्या उदारीकरणाच्या युगातही सरकारला आपली मूलभूत जबाबदारी वाऱ्यावर सोडता येणार नाही आणि म्हणूनच पंचवार्षिक योजनांचा पाठपुरावा चालूच राहणार आहे. एका अर्थाने एखादी पंचवार्षिक योजना सुरू करण्यासाठी आजच्यासारखा शुभकाळ दुसरा मिळणार नाही, असे म्हटले पाहिजे. मागच्या चार वर्षात जीडीपीतल्या वाढीने आठ टक्क्यांची पातळी सतत सांभाळली आहे आणि पूर्वीच्या अशा अनुभवांवर एक पाऊल पुढे टाकले आहे. या अगोदरच्या काळात जेव्हा तीन वर्षे सुबत्तेची अनुभवाला येत होती त्यानंतर तीन वर्षे भाकड जात होती. त्यामुळे सध्या देशाचे राज्यकर्ते उत्साहाने भारलेले आहेत.

देशात आर्थिक वाढीने जी कामगिरी करून दाखवली आहे त्यामुळे पूर्वीप्रमाणे देशाची तुलना इतर विकसनशील देशांबरोबर न करता जे विकसित औद्योगिक देश आहेत त्यांच्याबरोबर होऊ लागली आहे. या अर्थाने देशाने औद्योगिकीकरणाची वरची श्रेणी गाठली आहे असे म्हणता येईल. आता येणारी अकरावी पंचवार्षिक योजना ही पूर्वीच्याच पंचवार्षिक योजनांमधली एक साखळी आहे असे न समजता देश आता एका संक्रमणकाळातून जात असून, तो एका वेगळ्या भ्रमण कक्षेत प्रवेश करत आहे. यामुळे कोणतीही पंचवार्षिक योजना बनवताना जी पारंपरिक पावले टाकली जातात त्यापेक्षा आणखी काही वेगळे भरीव योगदान या प्रकियेमध्ये देण्याची वेळ आली आहे. हा नवा विषय म्हणजे येत्या काळात कोणते नवे सुशासन देशाला मिळणार आहे? यातच शासनव्यवस्था, सार्वजनिक जीवनातील चारित्र्य, शिक्षण आणि आरोग्य यांचा दर्जा, स्त्री आणि पुरुष, जात आणि जमात यात अधिक समता

आणि समन्याय अशा काही सामाजिक परिमाणांचा समावेश करावा लागेल. याला नियोजनाचे सॉफ्ट इन्फ्रास्ट्रक्चर म्हणजे समाजातल्या पायाभूत गरजांची मवाळ बाजू असे म्हणता येईल. या सगळ्या विषयात देशाने खूपच गमावलेले आहे आणि आर्थिक विकासात जशी आपण लक्षणीय कामगिरी करून दाखवली, तशीच ती या सामाजिक अंगांमध्येही करून दाखवण्याची वेळ आलेली आहे. किंबहुना या सामाजिक बाबींमध्ये दर्जात्मक सुधारणा किती होते यावर यापुढे आर्थिक प्रगतीचा वेग आणि दर्जाही अवलंबून राहणार आहे. त्यामुळे सामाजिक अंगांमधील प्रगती हा काही फक्त नैतिक पातळीवरचा प्रश्न नसून आर्थिक प्रगतीसाठीही समाजरचना आणि तिचा पाया किती भक्कम आहे, हे त्यावरून ठरणार आहे. तसेच आज देश ज्या संक्रमण काळातून जात आहे आणि त्यामागे जी आर्थिक भरभराटीची पार्श्वभूमी आहे तशी संधी यापुढे नेहमी येत राहील असे समजणे आत्मघातकी होईल. आता आपण आपल्या समाजातल्या कमतरता काय आहेत याला सामोरे गेलो नाही, तर आपण एक सुवर्णसंधी घालवली अशी इतिहासात नोंद होईल. राज्यकर्त्यांनी फक्त आर्थिक व्यवस्थेचे आधुनिकीकरण आणि वाढ आणि प्रगती याच्या बाहेर पडून एकूण सामाजिक व्यवस्थेचा विचार केला पाहिजे.

मागच्या काही वर्षात अर्थव्यवस्थेमध्ये भौतिक स्वरूपात पायाभूत सोयीसुविधा खूपच कमी पडत आहेत आणि त्याचा आर्थिक वाढीवर दुष्परिणाम होत अशी घनघोर चर्चा चालू आहे. यामध्ये आर्थिक सुधारणांचा कार्यक्रम, त्यातली पहिली लाट आणि दुसरी लाट अशा तपशीलांमध्येही वैचारिक वाद भरपूर आहेत. त्यामुळे पायाभूत सुविधा आणि आर्थिक सुधारणा यांच्या प्रश्नात सरमिसळ झाली आहे आणि गुंतागुंत वाढली आहे. यात दोन वैचारिक गटांचे योगदान विशेष आहे. एक म्हणजे डावे पक्ष ज्यांना आपल्या मध्यमवर्गीय कामगार संघटनांचे हित सांभाळायचे आहे आणि म्हणून त्यांचा परदेशी भांडवल, परदेशी गुंतवणूकदार संस्था (एफआयआय), प्रत्यक्ष विदेशी भांडवल (एफडीआय), सार्वजनिक उद्योगातील निर्गुंतवणूक (डिस्इन्व्हेस्टमेंट), बँका, विमा कंपन्या अशा सरकारी वित्त संस्थात परदेशी भांडवलाच्या गुंतवणुकीवरची बंधने, किरकोळ विक्रीच्या विविध वस्तू भांडार क्षेत्रात परदेशी कंपन्यांचा प्रवेश अशा अनेक विषयात विरोध आहे. दुसरा गट आहे जो स्वदेशीच्या नावाखाली बाहेरून येणाऱ्या मालावर ग्राहकाने बहिष्कार टाकावा असे आवाहन करतो. यांना भावनिक कारणासाठी परदेशातले भांडवल आणि परदेशातला ग्राहकोपयोगी माल यांचा तिटकारा आहे. देशातले काही उद्योजक ज्यांना खुल्या बाजारात स्पर्धा करण्याचा आत्मविश्वास नाही, ते अशा वैचारिक विरोधामागे दडून आपले स्वार्थ सांभाळत आहे.

प्रत्यक्षात समाजातल्या अनेक घटकांना आर्थिक भरभराटीचा फायदा मिळत

आहे परंतु त्याचबरोबर देशात पायाभूत सुविधांचा दर्जा पार खालावला आहे, याचाही रोज अनुभव येत आहे. रस्त्यात खड्डे आहेत, विमानतळांवर दिरंगाई आहे आणि गोंधळ माजलेला आहे आणि बंदरांवरती मालाची उलाढाल करण्यात वेळ वाया जात आहे. यात भर म्हणजे विजेचे उत्पादन कमी आहे आणि ग्राहकांना भार नियमनाला तोंड द्यावे लागत आहे. विजेचे वितरण अकार्यक्षम आहे आणि त्यात गळती आणि चोऱ्या यांचे प्रमाण अधिक आहे. त्यामुळे आर्थिक भरभराट दिसत असली तरीही नागरिकाच्या रोजच्या जगण्याचा दर्जा सतत खाली जात आहे.

आज समोर दिसणारी पायाभूत सुविधांची कमतरता आणि दुरावस्था यावर राज्यकर्ते आणि नियोजन आयोग काहीच उपाय योजना करत नाही असे कोणी म्हणणार नाही. या अडचणींवर मात करण्यासाठी आटोकाट प्रयत्न चालू आहेत. विजेच्या क्षेत्रात महाकाय प्रकल्प सुरू झालेले आहेत आणि विजेची उपलब्धता वाढल्यावर ती अगदी माफक दरात ग्राहकाला मिळू शकेल अशा शक्यता दिसत आहेत. देशामध्ये पूर्वी कधी नव्हता इतका नैसर्गिक वायूचा नवा साठा मिळालेला आहे आणि त्यामुळे येथील इंधनाचा प्रश्न खूपच आटोक्यात येऊ शकेल. विमान सेवांच्या विषयातही भरीव प्रगती दिसत आहे आणि मोठ्या विमानतळांच्या बांधणीचे प्रकल्प मार्गी लागलेले आहेत. त्याचबरोबर रस्ते बांधणी आणि बंदरांचा विकास यातही बऱ्यापैकी प्रगती दिसू लागली आहे. अर्थात भौतिक पायाभूत सुविधांच्या विषयात येत्या अकराव्या पंचवार्षिक योजनेत एकूण सुमारे ३५० अब्ज (३५० बिलियन) डॉलरची गुंतवणूक अपेक्षित आहे. म्हणजे दरवर्षाला सरासरी ७० अब्ज (७० बिलियन) डॉलर इतका निधी गुंतवावा लागेल. कोणत्याही तुलनेने हे काही चिल्लर आकडे नाहीत आणि अशा प्रमाणावर गुंतवणूक करण्यासाठी नियोजन आयोगाला भगीरथ प्रयत्न करावे लागणार आहेत. अशी सगळी परिस्थिती असली तरीही पायाभूत सुविधांच्या प्रश्नामध्ये आजमितीला अर्थव्यवस्थेमध्ये काहीतरी भरीव घडू लागले आहे आणि त्यातून बऱ्याच अडचणींची सोडवणूक होऊ शकेल, असा आत्मविश्वास राज्यकर्त्यांना आलेला आहे.

या पार्श्वभूमीवर आता देशातल्या सामाजिक अंगांकडे वळावे लागेल. येथे मात्र सगळे चित्र कोणालाही नामोहरम करणारे आहे. अर्थात सामाजिक विषयात अनेक प्रश्न गंभीर आहेत याचे आजपर्यंत भान नव्हते असे नाही. परंतु राज्यकर्त्यांनी आणि समाजातील धुरिणांनी आपली एक सोयीस्कर समजूत करून घेतली होती. एकदा आर्थिक प्रगती होऊ लागली आणि त्यासाठी आवश्यक असलेल्या भौतिक पायाभूत सुविधा उपलब्ध झाल्या म्हणजे बाकीचे सामाजिक प्रश्न आपोआप मिटतील असा सगळ्यांचा भ्रम होता. तसेच आर्थिक विकासाच्या प्रश्नात समाजात संपत्ती निर्माण करणे याला साहजिकच सगळ्यात अधिक प्राधान्य मिळते कारण कोणत्याही

विकसनशील देशात दारिद्र्याचा प्रश्न मूलभूत असतो. त्यामुळे आर्थिक वाढीमध्ये कोणत्या वेगाने आणि दराने राष्ट्रीय संपत्तीमध्ये भर पडते याची मुख्यत: चर्चा होते. याचे महत्त्व जरुर आहे आणि ते मान्य करता येईल. परंतु विकासाच्या विषयात सामाजिक अंगांची प्रगतीही तितकीच महत्त्वाची आहे. विशेषत: सामाजिक प्रगतीसाठी संस्था उभाराव्या लागतात आणि ही संस्थात्मक बांधणी किती भक्कम आहे यावरच आर्थिक बदल आणि प्रगती याचा दर्जा ठरत असतो. बऱ्याचदा याकडे दुर्लक्ष होते कारण संस्थांची उभारणी आणि त्यांचे बळकटीकरण हे मुळात फार अवघड असते. ज्यांना आर्थिक विकास हवा असतो त्यांना अशा बदलांसाठी जो वेळ द्यावा लागतो तितकी फुरसत नसते. याचा अर्थ कोणतेही सामाजिक बदल अवघड आणि वेळाने होणारे असले तरीही संस्थांची बांधणी ही पायाभूत सुविधांची एक सामाजिक बाजू म्हणून स्वीकारली पाहिजे.

या संस्थांचे महत्त्व काय आहे? जर आर्थिक विकास करून घ्यायचा असला तर उद्योग, व्यापार आणि भांडवल गुंतवणूक यांना योग्य संधी देणारे वातावरण महत्त्वाचे आहे. अशा सामाजिक आधारावर आणि चौकटीमध्येच अर्थव्यवस्थेचे स्थैर्य आणि भरभराट गुंतलेली असते. उदाहरणार्थ, खाजगी मालकी हक्काचे संरक्षण होण्यासाठी समाज व्यवस्था स्थिर लागते. त्यात जे करार होतात त्याचे पावित्र्य समाजात मान्य व्हावे लागते. या सगळ्यासाठी समाजात कायद्याचे राज्य असावे लागते. त्यामुळे आर्थिक विकासाची तातडी आहे म्हणून प्रथम आर्थिक वाढ करून घेऊ आणि नंतर आवश्यक त्या सामाजिक संस्थांची उभारणी करू अगर त्याचे चारित्र्य राखू, असे कोणत्याही समाजाला म्हणता येणार नाही. त्याचबरोबर अशी आर्थिक वाढ झाली म्हणजे त्यातून आपोआप संस्था उभारल्या जातील आणि त्यांची बांधणी मजबूत होईल, असेही समजता येणार नाही.

समाजात जेव्हा अशा सोयीस्कर समजुती पसरतात तेव्हा त्यातून एक मोठा धोका संभवतो. यामागे दोन कारणे आहेत. एक म्हणजे मुळात चांगले शासन, दर्जेदार शिक्षण आणि आरोग्याच्या सुविधा अशा विषयात जर भरीव सुधारणा झाल्या नाहीत तर केवळ भौतिक स्वरूपात पायाभूत सुविधा निर्माण होतील आणि त्यांचा पुरेसा उपयोग होईल अशी शक्यता नाही. आज विजेच्या क्षेत्रात सुधारणा का अडून राहिल्या आहेत हे चांगले उदाहरण आहे. यात विजेचे उत्पादन मागणीपेक्षा कमी होत आहे हा एक प्रश्न आहे. परंतु त्याहूनही गंभीर प्रश्न म्हणजे जे काही वीज उत्पादन होत आहे त्याचाही नीट वापर होत नाही कारण या विजेच्या वहनात आणि वाटपात मोठे नुकसान सोसावे लागत आहे. अशा परिस्थितीत अगदी वीज उत्पादन भरपूर प्रमाणात वाढले तरीही विजेच्या वाटपात आणि वापरात अडचणी संपतील, असे समजण्याचे कारण नाही.

दुसरे कारण म्हणजे देशात उत्पन्न वाढले, संपत्ती वाढली आणि आर्थिक वाढ उंचावली म्हणजे त्याबरोबर राजकीय आणि सार्वजनिक संस्था एकमेकांबरोबर वाढतात आणि सुधारतात, असा एक समज आहे. परंतु भारत त्याला अपवाद आहे. येथे समाजातले काही घटक श्रीमंत झाले म्हणजे त्यांची भूक वाढते, मागण्या वाढतात आणि दबाव वाढतात. त्यांची सरकारकडून सुशासनाची अपेक्षा जरूर रास्त आहे. सार्वजनिक संस्थांनी चांगली दर्जेदार सेवा द्यावी, समाजात कायदा आणि सुव्यवस्था आणखी सुधारावी आणि सगळ्या घटकांना सुरक्षा मिळावी, हे कोणत्याही सुसंस्कृत समाजाचे लक्षण असते. येथपर्यंत ठीक आहे. परंतु समाजातले सुस्थितीतील वर्ग आणि घटक आपण समाजाला काय देतो या ऐवजी आपल्याला या समाजाकडून आणखी काय ओरबाडून घेता येईल याची काळजी करताना दिसतात. याचे उच्च शिक्षणात सध्या काय घडत आहे ते एक प्रतिबिंब आहे.

देशभरात सगळ्या प्रदेशात आणि सगळ्या वर्गात शिक्षणाची आकांक्षा वाढली आहे. हे जरूर शुभचिन्ह आहे. परंतु अभियांत्रिकी आणि वैद्यकीय शिक्षण, व्यवस्थापन शिक्षण अशा विषयात उच्च वर्णाच्या आणि वर्गाच्या भूमिका विरोधात आहेत. त्यांना सरकारी आणि सरकारच्या मदतीने चाललेल्या संस्थांमध्ये दुबळ्या मागासवर्गीय जाती जमातींना संरक्षण देणे मान्य नाही. त्यासाठी हे उच्चवर्गातील पालक आणि विद्यार्थी रस्त्यावर उतरले आहेत आणि त्यातून तणाव आणि हिंसा वाढली तरीही त्यांची तयारी आहे. याचबरोबर काही घटकांना शिक्षणात खाजगी क्षेत्राने प्रवेश करू नये असे वाटते आणि सगळी जबाबदारी फक्त सरकारनेच उचलावी, असा त्यांचा आग्रह आहे. वास्तविक पाहता सरकारची घटनात्मक जबाबदारी समाजात प्रथम प्राथमिक आणि माध्यमिक शिक्षण सर्वव्यापी करण्याची आहे. एकूण राष्ट्रीय उत्पन्नातून फक्त शिक्षणावर किती खर्च करायचा याच्या मर्यादा आहेत कारण विकासाच्या इतर क्षेत्रातही गरजा आहेत. मग आता साठ वर्षांनी अजूनही सरकारने प्राथमिक शिक्षणाची जबाबदारी पार पाडली नसताना उच्च शिक्षणावर अधिक खर्च करावा याचे कसे समर्थन करता येईल? परंतु समाजातील सुस्थितीतील मध्यमवर्गांना त्याची फिकीर नाही. मागे आयएमएफच्या नोव्हेंबर २००६च्या प्रकाशनात अरविंद सुब्रमणियन यांनी भारतातील आर्थिक वाढ आणि संस्था बांधणी या नात्याचा संबंध शोधला आहे. त्यांच्या मते हे गूढ आहे आणि गोंधळात टाकणारे आहे. देशात आर्थिक प्रगती झाली परंतु या दीर्घ काळात येथल्या संस्थांचा सरासरी दर्जा मात्र सुधारल्याचा कोणताच पुरावा नाही. किंबहुना त्यात अधोगतीच झाली आहे, असे म्हणण्याची वेळ आली आहे.

देशातल्या शासनाचा दर्जा किती खालावला आहे याचे नेमके उदाहरण म्हणजे वीज क्षेत्रातील नुकसान असे म्हटले पाहिजे. मागे १९७१ मध्ये वीज मंडळांचा तोटा नऊ टक्के होता आणि तो २००३ सालात ३० टक्के होता. या काळात

भोवतालच्या देशांनी हे वीजेतले नुकसान बऱ्यापैकी कमी करून दाखवले. उदाहरणार्थ बांगलादेशमध्ये हा तोटा १९७१ मध्ये ३१ टक्के होता आणि तो २००३ सालात १२ टक्क्यांपर्यंत खाली आला. आश्चर्य म्हणजे शेजारच्या पश्चिम बंगाल राज्यात मात्र याच्या तिप्पट तोटा होत होता.

मग आर्थिक वाढ होऊनही आपल्या संस्थांचा दर्जा का सुधारत नाही? अरविंद सुब्रमणियन यांनी यावर टिप्पणी केली आहे. त्यांच्या मते भारतात असे जे काही घडत आहे त्याचे एक कारण म्हणजे समाजातले उच्चवर्गच आर्थिक वाढीचा बराचसा फायदा मिळवत आहेत. त्यामुळे या वर्गाला आपल्या स्वार्थापलिकडे जाऊन आपण समाजाला परत काही दिले पाहिजे, या भावनेचा स्पर्श झालेला नाही. त्यामुळे नुसता आर्थिक विकास झाला म्हणून हरखून जाण्यापेक्षा हा विकास किती समन्यायी आणि समतोल आहे याचे अधिक महत्त्व आहे. अल्बर्ट हर्षमन या सामाजिक संशोधकाने याला एक एक्झिट असा शब्द वापरला आहे. याचा अर्थ समाजातले हे उच्चवर्ग सार्वजनिक व्यवस्थेमधून आपली सुटका करून घेतात आणि ते आपल्याला हव्या त्या सुखसोयी मिळविण्याची खाजगी व्यवस्था निर्माण करतात. म्हणजे हे उच्च प्रतिष्ठित वर्ग आपल्या संरक्षणासाठी खाजगी पोलिस नेमतात, विजेसाठी खाजगी जनरेटर लावतात आणि आपल्या मुलांच्या शिक्षणासाठी खाजगी शिक्षण संस्था उभारतात. याचा एक तोटा म्हणजे उच्चवर्गातील ग्राहकांनी आपली अशी खाजगी सोय करून घेतली म्हणजे सार्वजनिक सेवांचा दर्जा सुधारण्यासाठी कोणाचाच दबाव सरकारवर राहात नाही. समजा असे काही घडले तर समाजातले उरलेले दुबळे घटक असंघटित आणि गरीब असल्यामुळे सरकारवर आणि शासन यंत्रणेवर दर्जेदार सेवा मिळाव्यात यासाठी दबाव आणू शकणार नाहीत. यामुळे आर्थिक भरभराट झाली आणि त्यातून उच्चवर्गाने आपल्या सुखसोयींची वेगळी व्यवस्था करून घेतली, तर एकूण समाजाला ते परवडणारे नाही.

भारताच्या संदर्भात असे काही घडले तर त्याचे कोणते चित्र दिसेल? शिक्षण आणि आरोग्य यांचा दर्जा अगोदरच ढासळलेला आहे आणि त्यावर होणारा सार्वजनिक खर्च कमी होत गेला तर एकूण आर्थिक वाढीच्या प्रक्रियेवर कोणते परिणाम होतील? आपल्या देशाला इतरांच्या तुलनेने प्रौढ मनुष्यबळाचा मोठा फायदा मिळत आहे, असे सांगण्यात येते. आपली संख्या मोठी आहे आणि त्यातही प्रशिक्षित मनुष्यबळाचे प्रमाणही इतरांपेक्षा अधिक आहे. एकदा शिक्षणाचा दर्जा रसातळाला गेला म्हणजे देशाला असलेल्या या तथाकथित फायद्याचाही शेवट होईल. तसेच या मनुष्यबळाला येत्या काळात आर्थिक वाढीतून होणाऱ्या औद्योगिकीकरणातून रोजगाराच्या संधी मिळाल्या नाहीत, तरी सुद्धा अनेक संकटे राज्यकर्त्यांपुढे उभी राहतील. हीच गोष्ट आरोग्याच्या क्षेत्रात आहे. आपल्याकडे एचआयव्हीपिडीत रुग्णांची संख्या सगळ्यात मोठी आहे. याचेही काही आर्थिक आणि सामाजिक परिणाम होतात, कारण प्रौढ

मनुष्यबळालाच त्याचा फटका बसतो. यातून होणारी घबराट आणि अंधश्रद्धा हीसुद्धा समाजाला परवडणार नाही.

देशात मागच्या पन्नास वर्षात औद्योगिकीकरण आणि आर्थिक वाढ या वाटेने जाताना अनेक अनुभव आले. त्यात यश होते आणि अपयश होते. देशाने लोकशाही व्यवस्थेमधून हे सगळे साधल्यामुळे या दीर्घ अनुभवाचे मंथन खूप झाले आणि मूल्यमापनही झाले. त्यामुळे वेळोवेळी राज्यकर्त्यांनी आपल्या विचारसरणीत, आपल्या भूमिकेत आणि आपल्या कार्यपद्धतीत योग्य ते बदल आणि दुरुस्त्या केल्या. अगदी कठीण प्रसंग आला तेव्हा दिशा बदलही केला. ही एक लोकशाही पद्धतीमधली सरस शासनाची पावती समजता येईल. म्हणजे राज्यकर्त्यांनी पुरेसा लांबचा विचार करून आपले वैचारिक आग्रह बदलण्याची तयारी ठेवणे, याचेही एक स्वतंत्र मोल आहे. यासाठी देशातील राज्यकर्त्यांना आणि शासन यंत्रणेला श्रेय देता येईल. उदाहरणार्थ, शिक्षणाच्या विषयात केंद्र सरकारने सर्व शिक्षा अभियान असा नवीन उपक्रम चालू केला आहे त्यातून शिक्षणाच्या संधी सार्वत्रिक होतील. त्यातही विशेष म्हणजे मुलींना शिक्षणाची संधी मिळेल. याला जोडून उच्च शिक्षणामध्ये खाजगी क्षेत्राची भागीदारी वाढवली जात आहे आणि त्यामुळे उच्च शिक्षणासाठी अधिक निधी देण्याचा सरकारवरचा दबाव कमी होईल. सगळ्यात महत्त्वाचे म्हणजे सुशासन, कारण यावरच दर्जा सुधारण्याचा सगळा प्रश्न अवलंबून आहे. यामध्येही लोकांना माहितीचा अधिकार कायद्याने मिळालेला आहे आणि त्यामुळे काही प्रमाणात जनमताचा राज्यकर्त्यांवरचा दबाव आणि प्रभाव वाढणार आहे. यातून भ्रष्टाचार कमी होऊ शकतो आणि शासन अधिक पारदर्शी जबाबदार बनू शकते. या माहितीच्या अधिकाराबरोबरच वृत्तपत्रे आणि प्रसारमाध्यमे आणि दूरचित्रवाणी यांच्या माध्यमातून एक क्रांती होत आहे. विशेषत: दूरसंचारमधील तंत्रज्ञानाच्या प्रगतीमुळे सार्वजनिक जीवनात आणि शासनाच्या व्यवहारात एक नवे युग सुरू झाले आहे. देशात आता अकराव्या पंचवार्षिक योजनेपासून आणि एकविसाव्या शतकाची नवी सुरुवात म्हणून योजना बनविण्याची प्रक्रिया मुळापासून वेगळी करता येईल. यापूर्वी स्वातंत्र्यानंतरच्या पहिल्या दहा पंचवार्षिक योजनांमधून औद्योगिकीकरणाची भक्कम पायाभरणी झाली आणि आता अकराव्या योजनेपासून आधुनिक समाज रचना बनण्याची सुरुवात झाली, अशी इतिहासात नोंद होईल.

■

४.६ अकराव्या योजनेची व्याप्ती

देशात नियोजन आयोगाच्या पुढाकाराने अकराव्या (२००७-१२) पंचवार्षिक योजनेच्या भूमिकापत्राची चर्चा चालू आहे. मागे १९५० सालापासून ही प्रक्रिया सातत्याने चालू असल्यामुळे त्याच्याशी एक कर्मकांड निगडित आहे. अर्थात हा एक केवळ उपचार आहे आणि तो निरर्थक आहे असे येथे अभिप्रेत नाही. मागे नव्वदीच्या सुरवातीपासून देशाने उदारीकरणाचे धोरण स्वीकारले आणि खरे म्हणजे ही एक वेगळ्या दिशेने वाटचाल आहे. परंतु देशात एक जनता पक्षाच्या १९७६ ते ७८ मधल्या राजवटीचा अपवाद सोडता स्वातंत्र्यापासून १९९५ पर्यंत काँग्रेस या एकाच पक्षाची राजवट चालू होती. पं. नेहरूच्या नेतृत्वाखाली पंचवार्षिक योजनेचे बीजारोपण झाले आणि केंद्रीय नियोजनाच्या मार्गाने आधुनिकीकरण आणि औद्योगिकीकरण याचे ध्येय देशाने स्वीकारले. तेव्हापासूनच पंचवार्षिक योजनांची परंपरा सतत चालू आहे.

मधल्या काही वर्षात वार्षिक योजना राबविण्यात आल्या; परंतु देशात आता पंचवार्षिक योजनांचे नियोजन आणि अंमल ही एक संस्था आणि परंपरा बनलेली आहे. वास्तविक पाहता मागे १९९१ मध्ये जेव्हा काही कठोर निर्णय घेण्यात आले आणि नियोजनाच्या काही मूळ पद्धती बदलण्यात आल्या. त्यानंतर उदारीकरणाची वाटचाल सुरू झाली. या महत्त्वाच्या प्रसंगाला धरून नव्या संदर्भात पंचवार्षिक योजनांचे एक परंपरा म्हणून जे मूल्यमापन व्हायला पाहिजे होते, ते अजून झालेले नाही. देशातल्या सगळ्याच राजकीय पक्षांच्या मानसिकतेचा नियोजन हे एक अंग बनल्यामुळे यापुढेही ही परंपरा अबाधितपणे चालू राहील असे समजायला हरकत नाही.

पंचवार्षिक योजनेचा परंपरा म्हणून विचार करायला हरकत नाही त्यामध्ये उपचार आणि अवडंबर कमी हवे आणि आत्मचिंतन अधिक हवे. परंतु नियोजन आयोग ही जरी तज्ज्ञांची संस्था असली तरीही ती राजकारण्यांच्या नेतृत्वाखाली काम करत असल्यामुळे त्यांनाही राजकारणाची गोडी आणि कला अंगी लागलेली आहे. तसेच आयोगाच्या योजना आणि इतर संबंधित दस्तऐवज यामध्ये नेहमीच भाषेचा

फुलोरा अधिक असतो. शिवाय प्रत्येक नव्या पंचवार्षिक योजनेच्या निमित्ताने आयोग एका नव्या विषयाची भलावण करत असते. आता येणाऱ्या अकराव्या योजनेमध्ये एक नवा विषय पुढे आला आहे.

मागच्या एप्रिल २००३पासून सुमारे साडेतीन वर्षात आर्थिक वाढीचा वार्षिक सरासरी दर आठ टक्क्यांच्या पातळीवर आहे. त्यामुळे ही वाढ तर हवीच आहे. किंबहुना ती आणखी वर नऊ किंवा दहा टक्क्यांपर्यंत नेण्याच्या चर्चा रंगलेल्या आहेत. परंतु ही आर्थिक वाढीची प्रक्रिया अधिक सर्वसमावेशक कशी होईल याचेही तितकेच महत्त्व आहे, असे आयोग सांगत आहे. कोणीही विचारेल यात नवीन काय आहे? आणि यात कोणाचे दुमत असणार आहे? परंतु राज्यकर्त्या पक्षांच्या अहंकाराला सुखावणारी ही मांडणी आहे. सध्याच्या आघाडीतल्या काँग्रेस पक्षाच्या नेतृत्वाला मिरवण्यासाठी आणि या सरकारला पाठिंबा देणाया डाव्या पक्षांच्या अहंकाराला आयोग एक संधी उपलब्ध करून देत आहे.

आर्थिक वाढ सर्वसमावेषक हवी हे नियोजनकर्त्यांना नव्याने कधी उमगले? म्हणजे यापूर्वी ज्या दहा पंचवार्षिक योजना राबविण्यात आल्या त्यामागे केवळ काही गटांना आणि काही क्षेत्रांना फायदा व्हावा असा हेतू होता का? की नियोजनाच्या प्रक्रियेत टप्प्याटप्प्यानेच समाजातल्या विविध गटांचा विकास होतो हे देशातल्या नेतृत्वाला या दीर्घ अनुभवातून उमगले?आर्थिक वाढीमध्ये आजपर्यंत जे वर्ग आणि गट वगळले गेले त्यांचा आता प्राधान्याने जर विचार होणार असला, तर उशीर झाला तरी त्याचे स्वागत करता येईल.

आयोगाच्या भूमिकापत्रात नेहमीप्रमाणेच नवेनवे शब्द प्रयोग आणि कल्पनाविलास यांचा प्रत्यय येतो. आयोगाने खर्चापेक्षा काय निष्पन्न झाले (मूव्ह फ्रॉम आउटलेज टू आउटकम्स) यावर भर देण्याचे कबूल केले आहे. तसेच दारिद्र्य निर्मूलनाची प्रक्रिया अधिक वेगवान करण्याची गरज (पेस ऑफ पॉव्हर्टी रिडक्शन मस्ट बी ॲक्सिलरेटेड) सांगितली आहे. स्त्रियांच्या विकासासाठी एक सकारात्मक वातावरण तयार करण्याची(क्रिएट ॲन् एनेबलिंग एनव्हायर्नमेंट फॉर वुमेन) आवश्यकता सांगितली आहे. असे शब्दप्रयोग आणि वाक्यप्रयोग करून आयोग कोणाची फसवणूक करत आहे? खरे म्हणजे वर जी विधाने आणि भावना व्यक्त केल्या आहेत, त्यावर कोणाचाच मतभेद असण्याची शक्यता नाही.

जर नियोजनआयोगाला खरोखरीच धैर्य दाखवून सत्याला सामोरे जायचे असते तर आयोगाने अधिक स्पष्टपणे लिहिण्याची गरज होती. परंतु असे झाले असते तर राज्यकर्त्या पक्षांची अडचण झाली असती. याचे चांगले उदाहरण म्हणजे स्त्रियांचा विकास. वास्तविक पाहता स्त्रियांना राजकारणात अधिक प्रतिनिधित्व मिळावे म्हणून अनेक वर्षे वादविवाद झालेले आहेत आणि नंतर सगळ्या पक्षांनी स्त्रियांच्या

वाढत्या सहभागाला आपली मान्यता दिलेली आहे. परंतु तरीही मागे २००२ सालात जेव्हा लोकप्रतिनिधी कायद्यात स्त्रियांना अधिक वाटा देण्यासाठी जेव्हा कायदा करण्याचा प्रश्न आला तेव्हा सगळ्याच पक्षांनी माघार घेतली. आजही देशामध्ये पुरुषप्रधान संस्कृती नांदत आहे आणि स्त्रियांना अधिक अधिकार आणि समान दर्जा मिळणे हे एक दूरचे लक्ष्य आहे.

सध्याच्या आघाडीच्या केंद्र सरकारात अनेक मतभेद आहेत आणि त्यामुळे अकराव्या योजनेच्या भूमिकेमध्ये सहमती होणे मुळातच अवघड आहे. यापूर्वी दहा योजनांच्या मांडणीच्या वेळी हा प्रश्न आला नाही. परंतु आता आघाडीमध्ये डावे पक्ष आहेत. ते सरकारमध्ये सामील नाहीत आणि त्यांनी बाहेरून पाठिंबा दिलेला आहे. त्यामुळे त्यांच्या सहकार्यावरच सध्याचे सरकार चालू शकते आणि टिकू शकते. या डाव्या पक्षांना कालबाह्य कामगार कायद्यांमध्ये बदल अगर सुधारणा करणे अजिबात मान्य नाही. तसेच लघु उद्योगांसाठी जी एक संरक्षित उत्पादनाची यादी आहे तीही लहान करण्याला त्यांचा विरोध आहे. शिवाय काही क्षेत्रांमधून संरक्षण काढून घेणे त्यांनी नाकारले आहे. याचे उदाहरण म्हणजे साखर आणि खतांचा उद्योग. या सगळ्या मंडळींना अर्थातच जे शिक्षण, स्वास्थ्य आणि रोजगार याच्याशी जे विकास कार्यक्रम निगडित आहेत, त्यात वाढ व्हावी असे आग्रहाने वाटते. या तुलनेने ज्यांचा खुल्या बाजारपेठेवर अधिक विश्वास आहे, त्यांना सरकारने विकासाच्या कामात अधिक जबाबदाऱ्या घेऊ नयेत असे वाटते.

म्हणजे जर काही ठोस मुद्द्यांवर इतके मतभेद असतील तर मग आयोग एक समतोलाची मध्यम भूमिका घेत आहे, असा कोणाचाही समज होईल. परंतु हे खरे नाही. अर्थात येत्या अकराव्या योजनेची मांडणी करताना काही सकारात्मक बाबी जरूर पुढे आल्या आहेत. त्यापैकी एक म्हणजे विकेंद्रीकरणावर भर देण्यात आला असून स्थानिक पातळीवर पंचायती अधिक बळकट करण्याचा मुद्दा मांडण्यात आलेला आहे. परंतु हा झाला तात्त्विक आग्रह. जी राजकारणातली मंडळी आहेत त्यांचा ओढा नेहमीच केंद्रीकरणाकडे असतो. त्यामुळे प्रत्यक्षात राजकीय आणि आर्थिक नियोजनाची प्रक्रिया खरोखरी किती विकेंद्रीत होईल याला परिस्थितीच्या मर्यादा आहेत. आयोगाला त्यासाठी जबाबदार धरता येणार नाही. आयोगाने माहितीच्या अधिकाराचा कायदा (आरटीआय) याचेही महत्त्व ओळखलेले आहे. येत्या काळात जसजशी या विषयात अधिक जाणीव जागृती होईल त्या प्रमाणात समाजातले विविध गट अधिक माहिती मागू लागतील आणि त्यातून शासन प्रक्रिया अधिक पारदर्शी होईल असे म्हणता येईल. अर्थात या जनतेच्या महत्त्वाच्या हक्कालाही बाधा येईल अशा प्रकारचे कायद्यातील बदल करण्यात यावे, अशी नोकरशाहीकडून मागणी झालेली आहे. राजकारण्यांनाही आपल्या अधिकाराची आणि निर्णयाची माहिती

सार्वजनिक आणि उघड व्हावी आणि त्यावर चर्चा व्हावी हे नको आहे. त्यामुळे येत्या काळात जनतेला जो माहितीचा अधिकार मिळालेला आहे त्यातही किती तोडमोड होते, ते बघावे लागेल.

जनतेला हक्काने माहिती मिळविण्याचा अधिकार देण्याचा कायदा करताना सरकारने आणि विरोधी पक्षांनी मोठा उत्साह दाखवला आणि आपले लोकांना सक्षम करण्याविषयी उत्तरदायित्व दाखवले. हे प्रदर्शन करताना यात सगळा फायदाच आहे आणि मोठेपणा मिळणार आहे असा राजकीय पक्षांचा भाबडा समज होता. नंतर खरोखरीच जेव्हा जनता माहिती मागू लागली तेव्हा नोकरशाही आणि राज्यकर्ते अस्वस्थ झाले आणि त्यांची झोप उडाली. अशा सगळ्या शासननिर्णयांची जेव्हा जनतेला माहिती मिळू लागली तेव्हा अनेकांच्या पायाखालची जमीन हादरली. त्यामुळे लगेचच नोकरशाहीने हा माहिती मिळविण्याचा जनतेचा अधिकार मर्यादित करावा आणि या कायद्यात दुरुस्त्या कराव्यात असा घाट घातला होता. त्याला अर्थातच राज्यकर्त्यांची संमती होती. परंतु याविषयी लोकांच्यात मोठा क्षोभ निर्माण झाला आणि सरकारवर टीका झाली. त्यामुळे संसदेच्या २००६च्या पावसाळी अधिवेशनात या कायद्यामध्ये जे बदल करण्याचे कूट कारस्थान रचण्यात आले होते, ते उधळले गेले. समाजातल्या सर्व वर्गातून धि:कार झाल्यावर सरकारने आपले पाऊल मागे घेतले. वास्तविक पाहता विकास प्रक्रिया आणि सरकारी प्रशासन यांच्यात कार्यक्षमता आणण्यासाठी आणि त्याची परिणामकारकता वाढवण्यासाठी जनतेचा माहिती अधिकार कायदा (राईट टू इन्फरमेशन ॲक्ट /आरटीआय) यातून बऱ्याच गोष्टी साधता आल्या असत्या. नियोजन आयोगाला त्यांच्या भूमिकापत्राच्या मसुद्यात काय हवे होते आणि राज्यकर्ता पक्ष आणि नोकरशाही यांना काय नको आहे, याचे सगळ्यात ओंगळ प्रदर्शन या आरटीआयच्या विषयावरून उघड झाले.

आयोगाने मसुद्यात मनुष्यबळ विकासाचे खास महत्त्व सांगितले आहे. यासाठी सार्वजनिक शिक्षण संस्थांमध्ये भरीव गुंतवणूक करण्याची शिफारस आहे आणि त्याचबरोबर याला जोडून खाजगी क्षेत्रावर अधिक जबाबदारी सोपविण्याचा प्रस्ताव दिला आहे. हे सगळ्यांना मान्य होण्यासारखे आहे. परंतु एक खास बाब म्हणजे शिक्षणाच्या क्षेत्रात होणारी गुंतवणूक जीडीपीच्या सहा टक्क्यांपर्यंत वाढविण्याविषयी मात्र कोणताच उल्लेख करण्यात आलेला नाही. तसेच शिक्षणामध्ये पाया विस्तृत व्हावा आणि दर्जा सुधारावा ही लक्ष्ये गाठायची असली, तर त्यासाठी साधनसामग्रीची कमतरता आहे याचीही आयोगाने चर्चा केलेली नाही.

याविषयात अभ्यासक्रमात आणि शिक्षकवर्गाच्या सेवा अटींमध्ये सुधारणा व्हावी या बाबींची दखल घेण्यात आलेली आहे. परंतु आश्चर्य म्हणजे ही सगळी मांडणी सरसकट स्वरूपाची आहे. वास्तविक पाहता आयोगाने यात मुख्य मुद्द्याला

हात घालायला हरकत नव्हती. सगळ्यांच्याच समोर शिक्षणाची आणि त्यातूनही उच्च शिक्षणाची व्यवस्था ही मोडकळीला आलेली आहे असा प्रश्न आहे. त्यामुळे आता त्यात हस्तक्षेप करून भरीव सुधारणा करण्याशिवाय कोणता पर्यायच उरलेला नाही. परंतु आयोगाने मात्र हे कठोर सत्य मांडायचे टाळले आहे.

देशातले शिक्षणाचे क्षेत्र सगळ्याच बाजूंनी डागाळले आहे यावर सहमती आहे. देशातल्या विद्यापीठात फक्त जेमतेम आठ टक्के विद्यार्थी शिक्षण घेतात. कोरियासारख्या लहान देशात हे प्रमाण पन्नास टक्क्यांच्या वर आहे. अगदी चीनमध्येही हे प्रमाण वीस टक्क्यांचे आहे. काही वर्षांपूर्वी भारतापेक्षा चीनमध्ये विद्यापीठातील शिक्षण कितीतरी कमी प्रमाणात उपलब्ध होते.

आताही चालू २००६ सालात उच्च शिक्षणाच्या सरकारी शिक्षण संस्थांमध्येही इतर मागासलेल्या जातींसाठी (ओबीसीज्) प्रवेशामध्ये संरक्षण द्यावे या मुद्यावर मोठा लोकक्षोभ उसळलेला आहे. संसदेतल्या सगळ्या राजकीय पक्षांना हे संरक्षण देणे मंजूर आहे परंतु प्रत्यक्षात पुढारलेल्या जातींमधल्या विद्यार्थ्यांनी रस्त्यावर येऊन यावर एक संघर्ष सुरू केलेला आहे. सरकारने यावर मोईली यांच्या अध्यक्षतेखाली एक समिती नेमली असून यातून मार्ग शोधण्याचा प्रयत्न केला आहे. समितीने आपला अहवाल सप्टेंबर २००६मध्ये सरकारला सादर केला असून त्यातून पुढारलेल्या जातीतील विद्यार्थ्यांवर अन्याय न होता इतर मागासवर्गीय विद्यार्थ्यांना संरक्षण देण्याच्या दृष्टीने शिक्षण संस्थांची क्षमता वाढविण्याचा प्रस्ताव दिला आहे.यासाठी सतरा हजार कोटी रुपयांची गुंतवणूक लागणार आहे. थोडक्यात म्हणजे, यातून उच्च शिक्षणावर भरीव प्रमाणात जून २००७ पासून अधिक गुंतवणूक करण्यात येणार आहे.

शिक्षणाच्या विषयात हे जे घटनाक्रम आहेत त्यातून परस्पर काही गंभीर निर्णय घेतले जात आहेत. याचे उदाहरण म्हणजे वर उल्लेखलेला ओबीसी विद्यार्थ्यांच्या उच्च शिक्षणाच्या संस्थांमधील संरक्षित प्रवेश. यातून जो लोकक्षोभ झाला त्यातून सरकारने उच्च शिक्षणावरचा खर्च भरपूर प्रमाणात वाढविण्याची जबाबदारी घेतली. प्रत्यक्षात आयोगाच्या भूमिकापत्रात शिक्षणाविषयी कोणतीच ठोस लक्ष्ये पुढे ठेवण्यात आलेली नाहीत. सगळयात महत्त्वाचे म्हणजे शालेय शिक्षण आणि साक्षरता याचे सर्वाधिक महत्त्व आहे, हे जरूर सांगण्यात आलेले आहे. खरे म्हणजे यात काही विशेष नाही. जर आयोगाने शालेय शिक्षण आणि उच्च शिक्षण यांना तुलनेने कोणते अग्रक्रम द्यावेत याची चर्चा केली असती, तर ते अधिक उद्‌बोधक झाले असते. तसेच यासाठी साधनांची उपलब्धता कशी करून देणार यावरही प्रकाश टाकता आला असता. यापूर्वीच्या पंचवार्षिक योजनांमध्ये याविषयावर बरीच चर्चा होऊन गेलेली आहे. तसेच सध्या जे उच्च शिक्षण आहे त्यावर अनेक बंधने आहेत आणि ती दूर करण्याची गरज आहे. तसेच उच्च शिक्षण देणाऱ्या नामांकित संस्थांना

स्वायत्तता हवी आहे. या काही नाजुक बाबींची चर्चाही आयोगाने टाळलेली आहे.

आयोगाच्या मसुद्यात आणखीन एक त्रुटी आहे. विज्ञान आणि तंत्रज्ञान यांचा उपयोग करून सामाजिक बदल, दुबळ्या आणि दुर्लक्षित घटकांना शक्ती प्रदान करणे आणि आर्थिक विकास अधिक संतुलित करणे अशी काही लक्ष्ये देशापुढे ठेवता आली असती. तंत्रज्ञानाच्या प्रगतीमधून आर्थिक विकासाची प्रक्रिया बळकट करता येते असा अनेक देशांनी अनुभव घेतलेला आहे. त्याचप्रमाणे मागच्या दहा पंधरा वर्षात तंत्रज्ञानाच्या कक्षा खूप विस्तारल्या आहेत आणि त्यातून काही प्रमाणात तंत्रज्ञानाचाच भांडवलासारखा उपयोग करून घेता येतो असे सिद्ध करण्यात आलेले आहे.

याचे उदाहरणे म्हणजे मुक्त विद्यापीठातून मिळणारे दूर शिक्षण (डिस्टन्स एज्युकेशन). तसेच दूरसंचार तंत्रज्ञानात क्रांतीकारी बदल झाल्यामुळे आता कोणतेही काम कार्यालयात जाऊन करण्याच्या ऐवजी घरी बसूनही कार्यक्षमपणे करणे शक्य झाले आहे. अशी कामाची रचना करता आली तर मग इमारती, वाहने आणि वाहतूक यावरचा खर्च कमी होऊ शकतो. आयोगाच्या मसुद्यात विज्ञान आणि तंत्रज्ञान यांचा फक्त ओझरता उल्लेख आहे आणि शिक्षणाच्या मूळ मुद्याशी तो जोडून घेतलेला नाही. आश्चर्य म्हणजे अणुऊर्जेचा कोठेच अजिबात उल्लेख नाही. वास्तविक पाहता मागच्या २००५ आणि चालू २००६सालच्या मध्यापर्यंत अमेरिका आणि भारत यांच्यात एक आण्विक सहकार्याचा करार होण्याच्या विषयावर दीर्घ काळ चर्चा झालेली आहे आणि एकदा अमेरिकेच्या संसदेमध्ये याला पाठिंबा देण्याचा ठराव झाल्यावर देशाच्या ऊर्जा क्षेत्रात एक नवा अध्याय सुरू होणार आहे. त्यामुळे इतक्या ऐतिहासिक महत्त्वाच्या घटनेची नियोजन आयोगाने का नोंद घेतली नाही, हा कोणालाही प्रश्न पडू शकेल.

आयोगाच्या मसुद्यात विज्ञान आणि तंत्रज्ञान यावर एक उच्चस्तरीय स्वयंभू राष्ट्रीय आयोग नेमण्याचा प्रस्ताव आहे. सध्या सरकारी व्यवस्थेअंतर्गत अनेक विभागांमध्ये विविध वैज्ञानिक संशोधन आणि विकास विभाग आहेत आणि बहुधा हे थोडेसे अस्वस्थ होतील. कारण त्यांच्या संलग्न विभागाव्यतिरिक्त आणखी एका राष्ट्रीय पातळीवरच्या आयोगाला त्यांचे उत्तरदायित्व असेल. याचे एक उदाहरण म्हणजे इस्त्रो (ISRO). ही संस्था नामांकित आहे आणि तिचे काम वाखाणण्यात आलेले आहे. आता बहुधा अशा नामांकित संस्थांना वित्तीय आणि प्रशासकीय बाबींसाठी या नव्या राष्ट्रीय आयोगाकडून संमती मिळवावी लागेल. आजपर्यंत शासनाच्या विविध विभागांतर्फे विज्ञान आणि तंत्रज्ञानाच्या संशोधनाची तरतूद करण्यात येत असे. खरे म्हणजे आता हा उच्चस्तरीय राष्ट्रीय आयोग अस्तित्वात आला म्हणजे सरकारच्या नोकरशाहीचा जाच शास्त्रज्ञांना सहन करावा लागणार नाही. तसेच विज्ञानासारख्या

व्यापक विषयात राष्ट्रीय हिताचा दीर्घकाळाच्या आधारावर विचार होऊ लागेल. आजपर्यंत जे सरकारी विभाग होते त्यांना अशी कधी गरज पडली नाही.

आयोगाने अकराव्या पंचवार्षिक योजनेविषयी जी भूमिका मांडली आहे त्यावर खरी टीका म्हणजे त्यात विकासाच्या प्रक्रियेतून मिळणारे फायदे हळूहळू पाझरत खालच्या स्तरांवर पोहोचणार आहेत, असे गृहितकृत्य आहे. देशाने मागच्या पंचावन्न वर्षात विकासाच्या वाटेवर मोठा पल्ला गाठलेला आहे, हे सगळ्यांना मान्य आहे. स्वातंत्र्यानंतर देशाने ज्या गोष्टी मिळवल्या त्याचे मोल अजिबात कमी लेखता येणार नाही. विशेषत: यासाठी मागच्या शतकाच्या अर्ध्यावर आणि त्यानंतर जे अनेक देश स्वतंत्र झाले यांच्याबरोबर तुलना केली तर भारताचे सुयश नक्कीच अपवादात्मक आहे. देशात एकाच वेळी लोकशाही व्यवस्था आणि आर्थिक क्षेत्रात केंद्रीय नियोजन अशा परस्परविरोधी तत्वज्ञानाचा अंमल झाला आणि त्यात लक्षणीय यश मिळविण्यात आले. हाच मुळात एक जगात अपवाद आहे. शिवाय या यशात देशाचा मोठा आकार, अनेक जाती, अनेक धर्म, अनेक भाषा आणि अनेक प्रादेशिक संस्कृती अशा अनेक परिमाणांची भर घातली, तर भारताने काय मिळवले असा प्रश्न कोणाला पडणार नाही.

हे विनातक्रार उदारपणे मान्य केले, तरीही देशापुढे जे बिकट प्रश्न उभे आहेत त्याची दखल घ्यावीच लागेल. सगळ्यात मोठा प्रश्न दारिद्र्याचा आहे आणि तुलनेने ते कमी झाले असले तरीही अजूनही जे गरीब आहेत त्यांची संख्या फार मोठी आहे. त्यामुळे समाजातला इतका मोठा वर्ग जर अजूनही भूक, उपासमारी आणि दैन्य यांना तोंड देत असला, तर कोणताच देश जगामध्ये आत्मविश्वासाने उभा राहू शकणार नाही. इतक्यामोठ्या गरीब लोकसंख्येला जर अन्न, पाणी, निवारा, रोगराई, निरक्षरता आणि अज्ञान यांना तोंड देत असला, तर देशाने आपण आधुनिक झालो आणि औद्योगिकदृष्ट्या विकसित झालो असे कोणत्या आधारावर म्हणायचे?

अशा दरिद्री आणि अज्ञानी लोकसंख्येपुढे आजही उदरनिर्वाहाचे प्रश्न असल्यामुळे देशामध्ये सुमारे शंभर जिल्ह्यांमध्ये नक्षलवादाचा प्रसार आणि प्रभाव आहे, असे आयोगाने म्हटलेले आहे. एका दृष्टीने हा एक राजकीय नेतृत्वाचा पराभव आहे. आयोगाने यावर बोट ठेवले याचे कौतुक करायला पाहिजे परंतु त्यावर काही ठोस उपाय मात्र सुचवलेला नाही. येथेही आधुनिक तंत्रज्ञानाच्या मदतीने दूरसंचाराचा उपयोग करून देशातले दुर्गम भाग मुख्य जीवनधारेशी जोडून घेता येतील आणि नक्षलपीडित जनतेला शिक्षणाच्या सोयी देता येतील.

आयोगाने विकासाची प्रक्रिया अधिकाधिक सर्वसमावेषक करावी असे जरी म्हटले असले तरीही प्रत्यक्षात त्याबाबत कोणतीही लक्ष्ये पुढे ठेवलेली नाही. काही प्रमाणात सामाजिक प्रश्न आणि कृषीचे प्रश्न यांची चर्चा जरूर आहे परंतु त्यावर

मात करण्यासाठी कालबद्ध कार्यक्रम सुचविण्यात आलेला नाही. या मसुद्यामध्ये पुढच्या काळात काय गाठायचे आहे (व्हिजन) याची एक मांडणी आहे. परंतु खऱ्या अर्थाने त्यात कोणतीही दृष्टी अगर आदर्श दिसत नाही. जी चर्चा आहे ती आर्थिक वाढीच्या दराशी निगडित असलेल्या आकडेवारीचीच आहे. खरा प्रश्न हाच आहे. जे आज भुकेले आणि उपाशी आहेत आणि जे शेतकरी आत्महत्या करत आहेत त्यांनी या आकडेवारीतून कसे समाधान अगर दिलासा मिळवायचा? अर्थात आश्चर्य म्हणजे आयोगाने आर्थिक वाढीचा दर जो डोळ्यापुढे ठेवला आहे तो फक्त साडेआठ टक्क्यांचा आहे. यापूर्वी जी वेगवेगळ्या पातळ्यांवर चर्चा झाली होती त्यामध्ये वाढीचा दर नऊ किंवा दहा टक्क्यांपर्यंत नेता येईल असा उल्लेख होता. विशेषत: जे राज्यकर्ते पक्ष आहेत त्यांना आपण दहा टक्क्यांचा वाढीचा दर गाठू शकू असा आत्मविश्वास वाटत होता. नियोजन आयोगाने देशापुढे हा साडेआठ टक्क्यांचा माफक वाढीचा दर का ठेवला, याचा अंदाज करता येत नाही.

■

४.७ साधनसामग्रीची उभारणी

देशाच्या अर्थकारणामध्ये एक नवा प्रयोग चालू आहे. आपल्याकडे स्वातंत्र्यानंतर सुमारे चाळीस वर्षे केंद्रीभूत नियोजनाचा प्रयोग झाला आणि त्यात शासनाचे स्थान प्रमुख होते. त्यानंतर नव्वदीच्या दशकात आपण उदारीकरण स्वीकारले आणि मागची सोळा वर्षे आपली तुलनेने मुक्त अर्थव्यवस्थेकडे वाटचाल सुरू आहे. एका अर्थाने ही संक्रमण अवस्था आहे कारण अजूनही अर्थव्यवस्थेवरचा शासनाचा प्रभाव आणि पकड सुटलेली नाही. परंतु त्याचबरोबर खुल्या आणि मुक्त बाजारपेठेचे तत्त्वज्ञानही देशाने स्वीकारलेले आहे. या काळात नियोजनाच्या काळातील सवयीनुसार पंचवार्षिक योजना बनवल्या जातात आणि त्यातून सार्वजनिक गुंतवणूक आणि खर्च याचे कालबद्ध कार्यक्रम शासन मांडत असते. आता एप्रिल २००७ सालापासून अकरावी पंचवार्षिक योजना सुरू होणार आहे.

या नव्या योजनेसाठी साधनसामुग्रीची उभारणी कशी करायची? चालू दहावी पंचवार्षिक योजना मार्च २००७ अखेरीस संपणार आहे आणि नेमका या प्रसंगी नियोजनकर्त्यांना एक नवीन अनुभव येत आहे. मागची २००३ सालापासून सुमारे चार वर्षे आर्थिक वाढीचा दर वर्षाला सुमारे आठ टक्क्यांच्या पातळीवर पोहोचल्यामुळे एक नवाच चलनवाढीचा प्रश्न उभा राहिला आहे. राज्यकर्त्यांनी आणि रिझर्व्ह बँकेने चलनवाढ साधारणपणे पाच ते साडेपाच टक्क्यांच्या आत राहील असे गृहीत धरले होते. बराच काळ ते सार्थही ठरले. परंतु २००६ साल संपताना आणि २००७ सालच्या सुरुवातीला चलनवाढीचा दर एकदम सात टक्क्यांच्या जवळपास पोहोचला. त्यातून लोकक्षोभ उसळला आणि राज्यकर्ते एकदम अस्वस्थ झालेले आहेत. एका दृष्टीने हे सगळे अनपेक्षित होते आणि राज्यकर्ते सावध नव्हते. त्यामुळे आता ते एकदम गोंधळलेले दिसत आहेत. अशा या मोक्याच्या संदर्भात नव्या पंचवार्षिक योजनेसाठी साधनसामुग्री कशी उभारायची याचा विचार करावा लागणार आहे.

आता साधनसामुग्रीची मांडणी एका दुहेरी संदर्भात करायची आहे. त्यातला एक म्हणजे नियोजनात ठरवून दिलेली लक्ष्ये कशी वेळेवर गाठायची आणि दुसरा म्हणजे खुल्या अर्थव्यवस्थेच्या चौकटीत सरकारने आपल्या हातात किती साधनसामुग्री

ठेवायची. यातला खुल्या अर्थव्यवस्थेचा विचार विसरता येत नाही कारण एकूणात परदेशी क्षेत्राशी निगडित असलेला निधी महत्त्वाचा झाला आहे. यात मालाचा व्यापार, सेवा आणि परदेशातून भारतीय कामगारांनी मायदेशात पाठवलेले पैसे यांचा समावेश होतो. आता २००५ सालात देशाच्या जीडीपीमध्ये या परदेशाशी निगडित असलेल्या बाबींचा वाटा पन्नास टक्के झालेला आहे. मागे १९९१ मध्ये हा वाटा फक्त २० टक्के होता. थोडक्यात म्हणजे देशाची अर्थव्यवस्था जगाच्या आर्थिक व्यवहारांशी किती भरीव प्रमाणात जोडली गेलेली आहे, याचा या टक्केवारीवरून अंदाज येतो. त्यामुळे साधनसामुग्रीच्या उभारणीत या मुक्त अर्थव्यवस्थेचा सहभाग तितकाच महत्त्वाचा राहणार आहे.

देशाच्या नियोजनात दोन लक्ष्ये प्रमुख आहेत. एक म्हणजे आर्थिक वाढ कशी वेगाने करून घ्यायची आणि ती कशी स्थिर ठेवायची? याचबरोबर रोजगार निर्मितीत वाढ करून दारिद्र्य कसे कमी करायचे? येत्या अकराव्या पंचवार्षिक योजनेत साहजिकच यांना प्राधान्य आहे. या अकराव्या योजनेच्या भूमिकापत्रात जीडीपीमध्ये सरासरी साडेआठ टक्क्यांनी वार्षिक वाढ होईल असे गृहीत धरले आहे. आता हा वाढीचा दर वर्षाला नऊ टक्के असावा ही पंतप्रधानांची सूचना बहुधा स्वीकारली जाईल. याचबरोबर येत्या दहा वर्षात दारिद्र्याचे प्रमाण कमी करण्यात येऊन ते दहा टक्क्यांच्या आत आणण्याचे लक्ष्य ठरवून देण्यात आले आहे. याबरोबरच देशामध्ये क्षेत्रीय असंतुलन बऱ्यापैकी कमी करण्याचे प्रयत्न केले जाणार आहेत आणि विदेशी क्षेत्रात समतोल ठेवला जाणार आहे. या गृहीत कृत्यांचा साधनसामुग्रीच्या उभारणीच्या विषयाशी प्रत्यक्ष संबंध आहे.

नियोजन आयोगाने आपल्या भूमिकापत्रात एक तर्कसंगती मांडली आहे. आर्थिक वाढीचे इतके महत्त्व का? ही वाढ आणि तिचे स्थैर्य या अंतर्गत कृषीमधली वाढ अधिक वेगाने करणे तर अभिप्रेतच आहे. त्याचे महत्त्व फक्त ग्रामीण भागातील दारिद्र्य कमी करण्याशी निगडित नाही. हे लक्ष्य जरूर महत्त्वाचे आहे. परंतु याचबरोबर वेगाच्या आर्थिक वाढीमुळे देशातून अधिक निर्यात करण्याच्या शक्यताही बळकट होतात. अशा वाढीव निर्यातीतून देशाला अनेक गोष्टी मिळवायच्या आहेत. म्हणजे रोजगार वाढविण्यासाठी आणि दारिद्र्य कमी करण्यासाठी कृषीमध्ये मूल्यवर्धित उत्पादन होणे आणि त्या मालाच्या निर्यातीतही वाढ होणे याचे अनेक फायदे आहेत. आपल्याला श्रमप्रधान शेतमालाच्या उत्पादनात जे फायदे आहेत ते मिळवण्यासाठी आर्थिक वाढीवरचा भर समर्थनीयच आहे. वरकरणी हे सगळे तर्कसंगत दिसत असताना त्याची उजळणी कशासाठी? देशात आर्थिक वाढीचा दर वाढवला पाहिजे असा नियोजनकर्त्यांनी आग्रह धरला, म्हणजे त्यावर टीका करणाऱ्यांचा एक ठरावीक वर्ग आहे. ते आर्थिक वाढ उंचावली म्हणजे लगेचच समाजात विषमता वाढली आणि

दारिद्र्य वाढले असा निष्कर्ष काढतात. आणखी पुढचे पाऊल म्हणजे या उदारीकरणामुळे गरीब अधिक गरीब झाले असेही हे टीकाकार सांगतात. या विषयातल्या सार्वजनिक चर्चेमध्ये हा नेहमी उडणारा धुराळा असल्यामुळे, आयोगाला आर्थिक वाढीचे समर्थन द्यावे लागले.

अकराव्या योजनेमध्ये जीडीपीतली वाढ वर्षाला साडेआठ टक्क्यांनी व्हायची असेल तर उद्योग क्षेत्राची वाढ दहा टक्क्यांनी आणि यांत्रिक उत्पादनाची वाढ बारा टक्क्यांनी होणे अभिप्रेत आहे. राष्ट्रीय उत्पन्नामध्ये अशी वाढ होण्यासाठी पाच वर्षाच्या योजना काळात गुंतवणुकीचा सरासरी दर २९.१ टक्क्यांवरून ३५.१ टक्क्यांवर न्यावा लागेल. यांत्रिक उत्पादनाच्या क्षेत्रात अधिक बहर मालाच्या व्यापारावर असतो आणि जेथे खुली अर्थव्यवस्था असते त्यामध्ये नियोजनाच्या प्रक्रियेतून देशात काय बनवायचे आणि बाहेरून काय आणायचे याचे निर्णय इष्टतम (ऑप्टीमल) असावे लागतात. म्हणजे नियोजनकर्त्यांची धोरणे अशी बाजारपेठेची निर्णय प्रक्रिया इष्टतम कशी होईल याला चालना देणारी असली पाहिजे. यासाठी बाजारपेठेतील किमती आणि यात प्रवेश करण्याचे आणि बाहेर पडण्याचे स्वातंत्र्य याचे संकेत पारदर्शी असले म्हणजे साधनसामुग्रीची जुळवणूक योग्य प्रकारे होते. त्यातूनच देशामध्ये यांत्रिक उत्पादनाच्या मालाची क्षमता वाढवावी अगर कमी करावी याचेही निर्णय घेता येतात.

यांत्रिक उत्पादनाच्या क्षेत्रात कोणत्या प्रकारच्या अडचणी आणि बाधा येतात याचे तीन प्रकार आहेत. किमतींवर विपरीत परिणाम, अनुदाने आणि व्यापारावरची बंधने (बिगर शुल्कांच्या स्वरूपात). म्हणजे लांबच्या काळात कधीतरी स्पर्धेवर आधारलेली गुंतवणूक आणि उत्पादन प्रक्रिया आपल्याला हवी असली तर या तीन बाबींमध्ये विकृती निर्माण करणाऱ्या गोष्टी टाळाव्या लागतील. येत्या अकराव्या पंचवार्षिक योजनेमध्ये गुंतवणूकदारांना असे ठाम संकेत मिळण्याची गरज आहे. यातूनच अर्थव्यवस्था समर्थपणे स्पर्धेला तोंड देऊ शकेल आणि त्यातूनच रोजगार वाढीला आणि पर्यावरणाचे संरक्षण करणारी अर्थव्यवस्था निर्माण होईल.

याचे उदाहरण जलविद्युत आणि ऊर्जा क्षेत्रात बघता येईल. नियोजन आयोगाच्या अहवालात आणि इंटिग्रेटेड एनर्जी पॉलिसी रिपोर्ट यामध्ये या क्षेत्रात कोणत्या सुधारणा करण्याची गरज आहे याचा सविस्तर ऊहापोह करण्यात आलेला आहे. यामध्ये कराचे ओझे आणि किमती यात कशी सुसूत्रता आणायची यावर विशेष भर देण्यात आलेला आहे. या विषयात एक सर्वसाधारण विचार आहे आणि तो अनेकांना मंजूर आहे. किमतीवरची बंधने काढून टाकली म्हणजे ग्राहक ऊर्जेचा जागरूकपणे वापर करतील आणि पर्यायी विकल्पांसाठी मागणी करू लागतील. तसे झाले म्हणजे खाजगी क्षेत्रातील उद्योजक यावर नवे उपाय शोधू लागतील. याचा अर्थ येत्या

काळात आपण ऊर्जेच्या क्षेत्रात पूर्वीप्रमाणेच किंमतींवरची नियंत्रणे चालू ठेवून काही अपेक्षा ठेवू लागलो, तर त्यातून योग्य ते संकेत दिले जाणार नाहीत. गुंतवणूकदार आणि ग्राहक या दोन्हीही वर्गांना अशा गोंधळाच्या परिस्थितीत योग्य ते निर्णय घेता येणार नाहीत.

बिगर शुल्कांच्या स्वरूपातील बंधने अनेक प्रकारची असतात. आता आपल्या परदेश व्यापाराच्या पद्धतीमध्ये अनेक बदल आणि सुधारणा झालेल्या आहेत परंतु अजूनही काही थोड्या क्षेत्रात मालाच्या आयातीवर बंधने आहेत. साखर, पेट्रोलजन्य पदार्थांचे शुद्धीकरण, खते आणि औषध उद्योग यामध्ये आजही आयातीवर बंधने आहेत आणि ती आता हटविण्याची वेळ आली आहे. मागच्या दशकात आपण अनेक क्षेत्रांमध्ये हा अनुभव घेतलेला आहे. जेव्हा आयातीवरची बंधने दूर करण्यात आली त्यातून अर्थव्यवस्थेला नेहमी गती आणि चैतन्यच मिळालेले आहे. त्यामुळे आपण काही प्रकारच्या मालाच्या आयाती विषयी हळवे असण्याचे कारण नाही.

देशाच्या करंट अकाऊंट डेफिसिट (सीएडी) म्हणजे चालू खात्यातील तुटीचे जीडीपीशी २.८ टक्के प्रमाण असेल असे आयोगाने मानले आहे. यामागे मुळात वार्षिक वाढीचा दर ८.५ टक्के गृहीत आहे. ही तूट भरून काढण्यासाठी विदेशी प्रत्यक्ष गुंतवणूक (एफडीआय) लागणार आहे. याचे महत्त्व लक्षात घेऊन नियोजन आयोगाने एफडीआयच्या विषयी एक ठोस आणि स्पष्ट धोरण मांडण्याची गरज आहे. येत्या काळात जगातले गुंतवणूकदार काही प्रमाणात आपला चीनवरचा भर कमी करतील आणि तो भारताकडे वळवतील अशी एक दाट शक्यता आहे. जर असे काही घडणार असले तर भारताची एफडीआय विषयीची भूमिका धाडसी आणि आक्रमक असण्याची गरज आहे. तसे झाले तर भारताविषयीचे गुंतवणूकदारांचे आकर्षण वाढू शकते. याचे फायदे म्हणजे अशा वाढीव एफडीआय निधीच्या आयातीमधून देशामध्ये बाजारपेठा अधिक स्पर्धायुक्त होतील आणि सध्या देशातल्या अनेक उद्योजकांचे काही प्रकारच्या उत्पादनावर जे वर्चस्व आहे तेही कमी होईल. खुल्या बाजारपेठेमध्ये कोणत्याही उद्योजकांची मक्तेदारी कमी होणे यात सगळ्यांचाच फायदा आहे.

मुक्त अर्थव्यवस्था आणि मुक्त बाजारपेठ याचे वैशिष्ट्य काय? ज्या यंत्रोत्पादित मालाचा व्यापार होतो त्याचे देशात उत्पादन करायचे की त्याची आयात करायची याचे निर्णय त्यावर अवलंबून असतात. परंतु व्यापाराच्या धोरणात वारंवार आणि अचानक बदल झाले तर त्यातून उत्पन्नाच्या वाटपावर वेडेवाकडे परिणाम होऊ शकतात आणि म्हणून ते टाळण्यासाठी एका बाजूने हळूहळू नियंत्रणे हटविणे आणि दुसऱ्या बाजूने काही क्षेत्रातील गुंतवणूक आणि उत्पादनांना प्रोत्साहन देणे, असा विचार करता येतो. अशा स्थित्यंतराच्या काळात तांत्रिक कार्यक्षमता आणि समाज

कल्याणाच्या बाबी यातून एक मार्ग निवडावा लागतो. समाजात कोणतेही व्यापाराचे धोरण बदलले म्हणजे समन्याय, रोजगार निर्मिती आणि पर्यावरण अशा काही बाबींवर परिणाम होत असतो. त्यामुळे या परिणामांकडे दुर्लक्ष करून फक्त तांत्रिक कार्यक्षमतेची (टेक्निकल एफिशियन्सी) निवड करता येत नाही. परंतु अशा बदलांना पुरेसा लांबचा काळ दिला तर त्यातील होणाऱ्या गुंतवणुकीवर पुरेसा परतावा मिळू शकतो. यासाठी नियोजन करताना अगोदरच वेळेवर या सगळ्या बाबींचा विवेकाने विचार नियोजन आयोग करू शकतो.

या धोरणाच्या विषयात देशाच्या सुरक्षेचाही विचार करावा लागतो. काही वस्तूंचा पुरवठा भरवशाने होईल यासाठी साठेही उभे करून ठेवावे लागतात. खनिज तेल आणि धान्य पुरवठा हे असे दोन नाजुक विषय आहेत, ज्यात देशाला परावलंबन परवडत नाही. भारत खनिज तेलाच्या आयातीवर अवलंबून आहे कारण देशातले उत्पादन अगदी अपुरे आहे आणि आर्थिक वाढीमुळे ग्राहकाची मागणी वाढतच आहे. त्यामुळे कोणत्याही अडचणीला तोंड देण्यासाठी तेलाच्या साठ्यांची तरतूद करावी लागते. त्याचप्रमाणे आपण धान्य उत्पादनात पुरेसे स्वयंपूर्ण असलो तरीही एखाद्या वर्षी मोसमी पावसाने व्यापक प्रमाणावर दगा दिला, तर लगेचच अवर्षणाच्या कळा दिसू लागतात. बाजारात टंचाईचे वातावरण पसरते आणि भारतासारखा ग्राहक परदेशातल्या धान्य बाजारात उतरला तर किमतींवरचा दबावही प्रमाणाबाहेर वाढतो. आता मागची दहा वर्षे सरकारच्या एकाधिकार धान्य खरेदीतून बाहेर पडून आपण शेतीमालाच्या मुक्त बाजारपेठेकडे वाटचाल करीत आहोत. त्यामुळे पूर्वीसारखे धान्य खरेदीचे सरकारी गोदामातले भरमसाठ साठे आपल्याला परवडत नाहीत. परंतु या संक्रमणकाळात जे आपण बदल करीत आहोत त्याचे काही गंभीर परिणाम होत आहेत आणि एक प्रकारची असंतुलित अवस्था निर्माण झाली आहे. अन्नधान्याच्या किमती थोड्या वाढल्या म्हणजे लगेचच नागरी लोकसंख्येमध्ये असंतोष निर्माण होतो आणि सरकारवर बाजारात हस्तक्षेप करावा म्हणून दबाव येतो. आता मार्च २००७ सालात चलनवाढीचा दर सुमारे सात टक्क्यांपर्यंत पोहोचला आणि त्यातून एक प्रक्षोभ निर्माण झाला. लगेचच सरकारने धान्यामधला वायदेबाजार बंद करावा अशी सगळे मागणी करू लागले. याचा अर्थ पूर्वीच्या धोरणांपासून दूर जाणे अपरिहार्यच आहे आणि सुधारणा कार्यक्रमांचा तोच मुख्य आशय आहे. परंतु हे बदल होऊ लागले म्हणजे जनमानसात त्याची तीव्र प्रतिक्रिया उमटते आणि सरकार गोंधळात पडते.

या मधल्या आणि लांबच्या काळात कोणते विकल्प उपलब्ध आहेत? यासाठी परदेशात जाऊन इक्विटीची गुंतवणूक करणे शक्य आहे आणि त्याची पुरेशी चर्चा झालेली नाही. देशामध्ये नैसर्गिक वायूची उपलब्धता मर्यादित आहे आणि म्हणून

परदेशात जेथे नैसर्गिक वायू अगर इतर नैसर्गिक साधने विपुल आहेत आणि स्वस्त आहेत तेथे आपले उद्योजक इक्विटीमध्ये गुंतवणूक करू शकतात. याचा अर्थ आपल्या गरजेच्या यांत्रिक उत्पादनाच्या वस्तू येथेच बनवण्यात येतील, असे नेहमी शक्य होणार नाही. त्यासाठी इतर कोणत्याही देशात जावे लागेल. अर्थात असा शोध घेताना भौगोलिक आणि राजकीय परिस्थितीचाही विचार करावा लागेल कारण जगाचे अर्थकारण या बाबींशी गुंतलेले असते. ऊर्जेचा विषय अनेक कारणांमुळे मोक्याचा झाला आहे आणि त्यामध्ये नैसर्गिक वायूचा पुरवठा मागच्या काही वर्षांत महत्त्वाचा बनला आहे. या साधनांची रशियात विपुलता आहे आणि आता हा पुरवठा सगळ्या युरोपात महत्त्वाचा बनलेला आहे. तसेच पूर्वीच्या यूएसएसआरमधील आणि आता सेंट्रल एशियन रिपब्लिक्स (मध्य आशियातील देश) यामध्ये जलविद्युत निर्मितीच्या मोठ्या शक्यता आहेत. ताजिगीस्तान, किरगिजस्तान, उजबेगिस्तान अशा काही देशांमध्ये जलविद्युत् निर्मितीचे अनेक प्रकल्प अपुऱ्या भांडवला अभावी सोडून देण्यात आलेले आहेत आणि आता त्यामध्ये बाहेरची भांडवल गुंतवणूक करून विद्युत निर्मिती करण्याचे मोठे प्रयत्न चालू आहेत. यात जागतिक बँकेने पुढाकार घेतलेला आहे. भारताला नद्यांवरील धरणांची बांधणी आणि वीजनिर्मिती यात दीर्घ अनुभव आहे. भारतातील उद्योजकांनी दुसऱ्या देशात जाऊन आपल्या गरजेच्या वस्तू निर्माण करण्यामध्ये कोणत्या शक्यता आहेत, याचे हे एक उदाहरण आहे.

थोडक्यात म्हणजे कोणत्याहीवेळी साधनसामुग्री ही नेहमीच कमी पडणार आहे. कारण हा विचार आपल्या समोर नियोजनाची कोणती लक्ष्ये आहेत यावर अवलंबून आहे. आता देशामध्ये आर्थिक वाढीच्या प्रक्रियेने जोम धरलेला आहे आणि हा वाढीचा दर सतत वरच्या पातळीवर पोहोचत आहे आणि आपल्याला तो तेथे टिकवून धरायचा आहे. अशा परिस्थितीत साधने कमी पडणार आणि त्यांचा शोध घ्यावा लागणार यात आश्चर्य नाही. यासाठी आपण योग्य धोरणांचा कोणता प्रतिसार देतो याचे मोल आहे. त्यासाठी आपल्या समोर कोणत्या वेळेची चौकट आहे याचे भान ठेवले पाहिजे. यात साहजिकच नजिकचा, मधला आणि लांबचा विचार करावा लागेल. या नजिकच्या काळातच आपण आता जग एकत्र येण्याच्या प्रक्रियेचा अपरिहार्य भाग आहोत हे देशातील राजकारण्यांनी आणि विचारवंतांनी मोकळेपणाने स्वीकारण्याची गरज आहे. आपण जगाचा असा एक हिस्सा बनताना त्याला धरूनच आर्थिक वाढीचा विचार करावा लागेल. ही आर्थिक वाढ समाजातल्या अधिकाधिक वर्गांना सामावून घेणारी असेल हे जसे खरे, त्याचबरोबर ही वाढ आत्मकेंद्रित असण्याची गरज नाही. त्यामुळे यांत्रिक उत्पादनाच्या आणि औद्योगिकीकरणाच्या विषयात आपण अशा वस्तूंचे आणि मालाचे उत्पादन देशात करणार आहोत की बाहेरून आणणार आहोत, याचा विचार प्राधान्याने करावा लागेल. त्यावरच आपण

बाजारपेठेमध्ये कोणते संकेत देणार आहोत आणि उत्पादन प्रक्रियेला कसे प्रोत्साहन देणार आहोत, याचे उत्तर अवलंबून आहे. याचाच अर्थ आजपर्यंत आपण जी धोरणे आखली आणि अंमलात आणली त्यातून ज्या काही विपरित गोष्टी घडल्या, त्याही आपल्याला दूर कराव्या लागतील. जर या त्रुटी दुरुस्त केल्या नाहीत तर ग्राहकाच्या मागणी विषयीचे योग्य अंदाज उद्योजकांना बांधता येणार नाहीत. साहजिकच यापुढे देशात काय बनवायचे आणि बाहेरून काय आणायचे याचे निर्णयही चुकत राहतील. येत्या अकराव्या पंचवार्षिक योजनेच्या सुरुवातीलाच ही पथ्ये पाळणे आवश्यक आहे. यावरच अर्थव्यवस्थेचे स्वास्थ्य अवलंबून आहे.

■

www.ingramcontent.com/pod-product-compliance
Ingram Content Group UK Ltd.
Pitfield, Milton Keynes, MK11 3LW, UK
UKHW042101021026
15589UKWH00001B/114

9 788189 959777